आपल्या स्नेहीजनांना पुस्तके भेट द्या

AF889340

रेड टेप

लाल फितीची मजबूत प्रशासकीय चौकट भेदू पाहणाऱ्या
झुंजार अधिकाऱ्याची संघर्षगाथा...

लेखक

अभिजित कुलकर्णी

मेहता पब्लिशिंग हाऊस

All rights reserved along with e-books & layout. No part of this publication may be reproduced, stored in a retrieval system or transmitted, in any form or by any means, without the prior written consent of the publisher and the licence holder. please contact us at **Mehta Publishing House,** Pune 411030.
✆ +91 020-24476924 / 24460313 / Mob. No. 9545000513
Email : production@mehtapublishinghouse.com
Website : www.mehtapublishinghouse.com

- *या पुस्तकातील लेखकाची मते, घटना, वर्णने ही त्या लेखकाची असून त्याच्याशी प्रकाशक सहमत असतीलच असे नाही.*

RED TAPE by ABHIJIT KULKARNI
रेड टेप : अभिजित कुलकर्णी / कादंबरी
© अभिजित कुलकर्णी
Email : author@mehtapublishinghouse.com
प्रकाशक : सुनील अनिल मेहता, मेहता पब्लिशिंग हाऊस, १९४१, सदाशिव पेठ, माडीवाले कॉलनी, पुणे – ४११०३०.
मुद्रक : ट्रिनिटी अ‍ॅकॅडमी फॉर कॉर्पोरेट ट्रेनिंग लिमिटेड
मुखपृष्ठ : सतीश भावसार
प्रकाशनकाल : जुलै, २०१८ / पुनर्मुद्रण : एप्रिल, २०१९
किंमत : ₹ ३४०
P Book ISBN 9789353170233
E Book ISBN 9789353170240
E Books available on : amazonkindle Apple Books Google Play Books

---

* पायरेटेड पुस्तकांची खरेदी-विक्री हा कायद्याने गुन्हा आहे आणि अशा गुन्ह्याविरोधात कायदेशीर कारवाई होऊ शकते.

या कादंबरीतील सर्व व्यक्तिरेखा आणि प्रसंग काल्पनिक असून, प्रत्यक्षात त्यामध्ये काही साम्य आढळल्यास तो निव्वळ योगायोग समजावा.

पुरस्कार

या कादंबरीस सार्वजनिक वाचनालय, नाशिक यांच्या वतीने
'धनंजय कुलकर्णी सर्वोत्कृष्ट कादंबरी पुरस्कार २०१८' प्राप्त झाला आहे.
(सार्वजनिक वाचनालय, नाशिक या संस्थेला १७८ वर्षांची परंपरा आहे.)

“बास्टर्ड! हरामी!! यूसलेस!!!

“हे... हे... हे... म्हणे डिसिजन मेकर्स निर्णयक्षम सत्ताधारी!

“मंत्रिपद म्हणजे जणू यांना राजगादी वाटते!

“कोणतंही काम नियमात बसवून घ्या म्हणायला यांचं काय जातंय?

“यांना दिसतो तो फक्त पैसा पैसा आणि पैसा.

“त्यासाठी मग वाट्टेल त्याचं टेंडर काढा अन् वाट्टेल त्याचा लिलाव करा.

“उद्या अरबी समुद्राच्या पाण्याचं टेंडर काढायला आणि उभ्या देशाचा लिलाव पुकारायलाही हे लोक कमी करणार नाहीत!

“आणि हे... हे... हे आमचे सो कॉल्ड बॉसेस.

“म्हणे, सेक्रेटरी अन् कमिशनर...

“कमिशनर कसले हे तर कमिशनवर जगणारे...

“जीभ जडावते यांना सर म्हणताना...

“यांचा डोळा सरकारी मालकीच्या भूखंडांपासून भंगारापर्यंत सारं काही विकलं कसं जाईल आणि त्यात आपल्याला मलिदा कसा मिळेल यावरच असतो.

“अधिकारी म्हणून मिळालेल्या प्रशासकीय कवच कुंडलांच्या आडून सत्तासुंदरीची दलाली करणाऱ्या या बुभुक्षितांपेक्षा वेश्यालयातले भडवे तरी बरे किमान गिऱ्हाईक आणताना आपण दलाल असल्याचं तरी ते लपवून ठेवत नाहीत.”

बांद्र्याचे कलेक्टर असलेल्या महेशची बाहेर पडणारी ही भडास ऐकून शेजारी बसलेली पत्नी न राहवून म्हणाली, “अहो, अहो जरा शांततेत घ्या, मला वाटतंय तुम्ही ओव्हर रिॲक्ट होताय.”

“ओव्हर रिॲक्ट?”

“अगं नीतू, तुला काय सांगू माझी घालमेल...!”

“कलेक्टरपदाचा आब अन् दिमतीला अंबर दिव्याची गाडी, हातात फाइल्सचा गठ्ठा घेऊन मागे-पुढे धावणारी माणसं. हे पाहून बाहेर सगळ्यांचा समज होतो, काय

थाट आहे कलेक्टर साहेबांचा! या पदावर बसल्यानंतर कदाचित अनेकांना स्वत:लाही तसं वाटत असेल; पण माझ्यासारखा माणूस ब्युरोक्रसीमधल्या दलालांच्या या ब्युरोत 'क्रश' तर होणार नाही ना, अशी चिंता अलीकडे मला सारखी सतावू लागली आहे.''

''अहो पण...''

ट्रिंगऽऽऽ ट्रिंगऽऽऽ

''शी! हा फोनपण आताच वाजायचा होता. हॅलो, हं काय रे दिगंबर?''

''पत्रकार आलेत गेटवर? त्यांना म्हणावं उद्याला या, आता साहेबांची तब्येत जरा ठीक नाहीये.''

''अगं थांब, इकडे दे तो फोन.''

''दिगंबर, कोण आलंय?''

''सर, प्रखर पेपरमधून जया देशमुख आणि त्यांच्यासोबत आणखी एक जण आहे.''

''हं ठिकाय, पाठव त्यांना आतमध्ये.''

''अगोदरच काय कमी ताप होता तुमच्या डोक्याला, त्यात आता ही पत्रकारांची ब्याद आली.''

''त्यांना मीच बोलावलं होतं. बघतो काय करायचं ते. तू रिंकीचं होमवर्क तपास, जा आत.''

''वामन, त्या साहेबांना दिवाणखान्यात पाठव.''

आतमध्ये येता येता जया देशमुख आणि अभिषेक दोघे घराचं निरीक्षण करत होते. समोरच सोफ्यावर बसलेल्या महेशची आणि त्यांची नजरानजर झाली.

''या या देशमुखसाहेब, बसा.''

''साहेब, हे माझे सहकारी, अभिषेक. तुमचा फोन आला, संध्याकाळी घरी या, जरा बोलायचंय. मग हातातलं काम संपवलं आणि तडक इकडेच आलो. काय विशेष आज असं?''

''तसं माझं कुठलं वैयक्तिक काम नाहीये जयाजी. गेल्या अनेक दिवसांपासून एक बाब मीडियासमोर उघड करावी असं मनात आहे; पण तुमच्या मीडियाचंदेखील आजकाल काही खरं नाही. शिवाय आपल्यावरच हे बूमरँग व्हायला नको, अशीही एक शंका नाही म्हटलं तरी मनात होतीच. पण माझी पोस्टिंग इथे झाल्यापासून आतापर्यंत पाहिलेलं तुमचं काम आणि वाचलेलं लिखाण पाहून निर्भीडतेबरोबरच नि:स्पृहताही तुम्ही काटेकोरपणे जपलेली दिसते म्हणून...''

''माफ करा साहेब, पण आपण सरळ मुद्द्यालाच हात घातलात तर मला वाटतं ते अधिक बरंही होईल आणि आपला वेळही वाचेल.''

जयाच्या या स्पष्टवक्तेपणाला महेशने मनातल्या मनात दाद दिली. "ठीक आहे तर, थेट विषयालाच सुरुवात करू या. गोरगरीब रुग्णांवर सवलतीच्या दरात उपचार व्हावेत म्हणून सरकारतर्फे बांद्र्याला मध्यवस्तीत उभारायच्या सुपरस्पेशालिटी हॉस्पिटलसाठी राखीव असलेला कोट्यवधी रुपयांचा भूखंड गिळून टाकण्याचा घाट एका बड्या बिल्डरनं घातला आहे. पाठोपाठ आता या भूखंडालगत असलेल्या हजारो कोटी रुपये किमतीच्या जागेवरही काही हितसंबंधीयांचा डोळा आहे. भव्य शॉपिंग मॉल, शो रूम्स, स्पोर्ट्स क्लब उभारण्याचं घाटत आहे. अब्जावधीच्या या गैरव्यवहाराला आपल्या महसूल आणि आरोग्यमंत्र्यांचाच वरदहस्त आहे. ही बाब लक्षात आल्यानंतर मी हे सगळं थांबवायला बघतोय, तर उलट मलाच नाना तऱ्हेने त्रास दिला जातोय. कधी पैशांचं आमिष दाखवून गप्प राहायला सांगितलं जातं, तर कधी दुसरीकडे बदलीचा धाक दाखवला जातोय. तरीही मी बधत नाही म्हटल्यावर आज तर चक्क घरी फोन करून बायकोलाच माझ्या जिवाचं बरंवाईट होईल, अशी धमकी दिली गेली. आमचेच अनेक वरिष्ठ यामध्ये गुंतले असल्यानं त्यांच्याकडे तक्रार करून फायदा नाही. पोलिसांकडे जावं तर ते त्यांच्याच खात्यात काम करणार. त्यामुळे दुपारपासून माझा प्रचंड कोंडमारा होत आहे. शेवटी बराच विचार केल्यावर ही गोष्ट आता लोकांसमोर आणण्याची नितांत गरज वाटायला लागली. तुमच्या माध्यमातून हे सर्व प्रकरण लोकांसमोर तर जाईलच, शिवाय राज्यकर्त्यांनाही त्याबाबत काही ना काही भूमिका घ्यावी लागेल हे निश्चित. म्हणूनच तुम्हाला घरी येऊन भेटण्याचा निरोप दिला."

"प्रकरण गंभीर दिसतंय साहेब. जरा याचे डिटेल्स द्या आणि संबंधित कागदपत्रांच्या प्रतीही लागतील मला, मगच काय ते ठरवता येईल."

"ठीक आहे. उद्या दुपारी लंचला येताना मी सगळी फाइल बरोबर घेऊन येतो. तुम्हाला तीनच्या सुमारास इथं यायला जमेल?"

"हो, ती तर आमच्या एकदम सोयीची वेळ. उद्या दुपारी येतो, मग बोलू या..."

जया आणि अभी एकमेकांना नजरेने खुणावत उठले आणि बाहेर आले. आवारातून अभीची बाइक बाहेर पडताना महेशने गॅलरीतून पाहिली आणि ऑर्डर्लीला घराचा दरवाजा बंद करायला सांगितला.

'प्रखर'च्या कार्यालयात अभीने बाइक पार्क केली. "सुपर स्पेशालिटी हॉस्पिटलच्या भूखंडावरच्या एखाद्या प्लॉटवरून बहुधा कलेक्टरांचा बिल्डरशी सौदा अपुरा राहिलेला दिसतो किंवा पैशाचा व्यवहार फिस्कटलेला दिसतोय." अभीने आपले मत व्यक्त केले.

"हं, एवढ्यात काही बोलणं तसं उतावीळपणाचं होईल. उद्या अगोदर सगळी फाइल बघू, मगच कळेल सगळं काय आहे ते. बाकी सांग. आज तुझ्या बीटवर

काय विशेष?''

''अजून तरी तसं काही खास नाही. आधी अर्धा-अर्धा चहा मारू, मग निघावं शोधमोहिमेवर.''

''चल तर मग.''

दुसऱ्या दिवशी दुपारी एकचा सुमार. प्रखरच्या कार्यालयात नुकतंच झुंजूमुंजू होऊ लागलं होतं. जया पेपर चाळत असताना घाईघाईने तिथं येऊन अभीने बॅग टेबलावर ठेवली आणि एक दीर्घ जांभई दिली. ''आयला, झोप नाही झाली यार, चल लेमन टी मारू.''

त्याला आपादमस्तक न्याहाळत जयाने फक्त त्याच्या नेहमीच्या शैलीत 'हं' म्हटलं आणि पेपरात डोकं खुपसलं.

त्याच्या त्या 'हं'मधली खोच लक्षात आल्याने अभीने आपली रेकॉर्ड प्ले केली, ''अरे, बरं झालं रात्री तू आला नाहीस आरोग्यमंत्र्यांकडे प्रेस कॉन्फरन्सला. तसं काही खास नव्हतंच त्यात. शिवाय आपला बोकाही टपकला तिथं.''

''कोण सुन्या! पण, त्याला तर मी ही असाइन्मेंट दिली नव्हती.''

''अरे, असं काय करतोस! त्याचे आणि आरोग्यमंत्र्यांचे किती खास संबंध आहेत, हे मी तुला सांगावं? त्यांचं त्याला खास निमंत्रण होतं म्हणे! आल्याबरोबर माझ्याकडे पाहत म्हणाला, घोरपडेसाहेबांचे पाच फोन आले, तुम्ही आल्याशिवाय प्रेसला सुरुवात करणार नाही म्हणून हटून बसले. आता काही लोकांची इच्छा मी इथं येऊ नये अशी असली तरी 'प्रखर'पलीकडेही आपले वैयक्तिक संबंध आहेत. त्यामुळे लोकांना आपली आठवण येतेच. मग जावं लागतं. शिवाय असाइन्मेंट नसल्यानं रिपोर्टिंगचीही आता तकतक नाही वगैरे नेहमीची डायलॉगबाजी सुरू झाली.''

त्यावर पुन्हा जयाचं 'हं' ऐकून अभी पुढची माहिती देऊ लागला. ''प्रेस कशासाठी बोलावली, तर पोलिओ निर्मूलनाची माहिती देण्यासाठी! पण पोलिओ निर्मूलनाच्या माहितीच्या डोसऐवजी बहुतेक सगळ्यांचं लक्ष बाजूला टेबलावर मांडलेल्या डोसेजकडेच होतं. त्यामुळे आमच्या दोघातिघांचे प्रश्न झाले आणि दहा मिनिटांत प्रेस आटोपली. सगळ्यांची पावलं वळली मग टेबलाकडे. मी आणि निल्या मात्र सटकायच्या बेतात होतो.''

''कोण निल्या?''

''आपला डेली टाइम्सवाला निलेश कस्तुरे. तो आणि मी कॉलेजपासूनचे दोस्त, शिवाय त्यालाही आपल्यासारखं उगीच बाकीच्यांच्या फालतू बडबडीत इन्टरेस्ट नसतो. म्हणून आम्ही सटकायला बघत असतानाच घोरपडेंचा तो स्वयंघोषित पीए बुटका राजा आम्हाला लटकला आणि माझ्या परवाच्या आदिवासी आश्रमशाळेच्या

बातमीबाबत नेहमीप्रमाणे छान छान करत बसला. साल्याने बातमीही पूर्ण वाचली नसेल. फक्त हेडिंग पाहिलं असेल. त्याला कसं तरी थोपवून आम्ही निघतो म्हटलं तर नाही नाही, साहेबांनी तुमची जबाबदारी माझ्यावर सोपवलीये, तुम्ही तसेच गेलात तर साहेबांना राग येईल वगैरे सांगून आम्हाला थांबवायला लागला. मग त्याला थाप मारली. म्हटलं, सध्या पारायण चालू असल्यानं मी बाहेर काहीच खातपीत नाही आणि येताना याच्या गाडीवर आलो असल्यानं सोडायलाही त्यालाच नेणं भाग आहे. तरीही त्याचा आग्रह सुरूच होता. ते पाहून कामाची माणसं आहेत रे बाबा ती, जाऊ दे त्यांना. ही बोक्याची एक्स्पर्ट कमेन्ट आली अन् पडत्या फळाची आज्ञा घेत आम्ही तिथून सटकलो.''

''हं, आरोग्यमंत्र्यांची प्रेस म्हणजे तिथे सतीश नक्की असणार. त्याला फोन करायला हवा, म्हणजे रात्री या बोक्याने कशा जिभल्या चाटल्या ते कळेल.''

''हो, सतीशजी होते तिथं. मग आम्ही बाहेर पडल्यावर निल्याला मूड आला. म्हणाला, बरेच दिवस झाले बसलो नाही, चल इकडे आलोच आहोत तर ड्रीमलँडला बसू. आमच्या कॉलेजविश्वात ड्रीमलँड म्हणजे माइलस्टोनच. मग त्या आठवणी निघत गेल्या आणि दोनच्या ऐवजी चांगले चार पेग झाले. तोपर्यंत निल्याची शेवटची गाडी निघून गेली होती. मग पुन्हा त्याला सोडायला पुढे टिम्बर रोडपर्यंत जावं लागलं. बारा किलोमीटरचा वळसा मारून मला घरी यायला अडीच वाजले. नंतरही लगेच झोप लागली नाही. सव्वातीन, साडेतीननंतर कधी तरी डोळा लागला. त्यामुळे डोकं जड झालंय, म्हणून म्हटलं लेमन टी मारू...''

जयाने मनगटावरच्या घड्याळावर नजर टाकली. ''अं, नको. पाच मिनिटात साहेबांचं बोलावणं येईल रोजच्या मीटिंगसाठी. तुमचं बरंय बाबा. बातमी दिली, की काम झालं. हे चीफ रिपोर्टरचं बिरुद मागे लागल्यापासून ही बातमी आपल्याकडे का नाही, ती आली तर अशीच का आली, या सगळ्यावर एक्स्प्लनेशन द्यावं लागतं. शिवाय आज काय काय करायचंय त्याचं प्लॅनिंगही तयार ठेवावं लागतं. त्यामुळे इतरांनी काय काय छापलंय ते किमान डोळ्यांखालून घालावंच लागतं. नाहीतर पंचाईत होते. शिवाय आपले न्यूज एडिटर, चीफ सब, को-ऑर्डिनेटर काही ना काही बोटं टोचतच असतात. तू चल, मी जरा पेपर बघतो.''

अभी जाताच पुन्हा पेपरात डोकं खुपसणार, तोच शिपाई निरोप घेऊन आला की, साहेबांना दुपारी तीन वाजता एका चॅनेलवर जायचेय टॉक शोसाठी. त्यामुळे त्यांनी लगेच मीटिंगला बोलावलं आहे. त्यानुसार जया लगेच उठून संपादकांच्या केबिनकडे जायला निघाला. न्यूज एडिटर सबनीस, चीफ सब कोरडे अगोदरपासूनच तिथं साहेबांशी गप्पा मारत बसलेले होते. जया बसतो न बसतो तोच को-ऑर्डिनेटर पंडितही आत आले. सगळे आल्याचं पाहताच संपादकांनी थेट विषयाला सुरुवात

केली.- ''आज मला जरा लवकर बाहेर पडायचंय. एक कार्यक्रम आहे. त्यामुळे आपण सुमेधाची वाट नको पाहायला. ती येईल तेव्हा येईल. मीटिंग सुरू करू या लगेच...''

आयतीच मिळालेली संधी साधून तिरकस बोलण्यात पटाईत असलेल्या सबनीसांनी लगेच, ''म्हणजे आपली चर्चा आज मॅगेझिनच्या वळणावर जाणार नाही.'' म्हणत इतरांचा हशा वसूल केला. मुख्य स्पर्धक असलेल्या 'कालचक्र'च्या अंकावर नजर फिरवत पहिल्या पानावरील क्रिकेट अकादमीत 'सत्तांतराची चाहूल' या शीर्षकाच्या बातमीवर टिचकी मारत संपादकांनी जयाकडे बघितलं.

त्या टिचकीचा अर्थ जयाच्या लगेच ध्यानात आला. ''मी सकाळीच त्याबाबत अकादमीच्या विरोधी गटनेत्याशी बोललो. जाम वैतागला होता. सकाळपासून हा बारावा फोन आहे म्हणाला. त्यात काही अर्थ नाही हो. मीटिंगमध्ये मी नुसतं म्हटलं होतं. अध्यक्षांचेच लोक कामं होत नाहीत म्हणून आमच्याकडे यायला लागलेत. त्यावर कुणीतरी म्हणाले, घ्या या निमित्तानं सत्तांतराची संधी. आम्हीही हसत हसत म्हणालो, घ्यायला काय हरकत? विषय तिथेच ड्रॉप झाला होता; पण आमच्यापैकीच कुणी तरी अतिउत्साही नव्या सदस्यानं ते अनिरुद्धच्या कानावर घातलं. तो कसा पराचा कावळा करतो, ते तुम्हाला ठाऊक आहे. त्यांनी लगेच तेल-मीठ लावून फोडणी दिली आणि छापली 'कालचक्र'मध्ये. कशातच काही नसताना हे नवं लचांड पाठीमागे लागलं म्हणाला.''

''ते ठीक आहे रे, पण अशा चमचमीत बातमीची चर्चा होते ना! आणि आपल्याकडे असती तर आपणही ती याहून अधिक सजवली असती!'' इति पंडित.

त्यावर जया प्रतिक्रिया देणार तोच त्याचा मोबाइल वाजला. बघतो तर प्रायव्हेट नंबर एवढीच अक्षरं झळकलेली दिसली. त्यामुळे तो काहीसा बुचकळ्यात पडला. पण, आपण मघाच्या बातमीचे एक्स्प्लनेशन टाळतोय, असं वाटायला नको म्हणून फोन कट केला. दुसऱ्याच क्षणी पुन्हा रिंग वाजली आणि मोबाइलच्या स्क्रीनवर पुन्हा तोच प्रायव्हेट नंबर डिस्प्ले झाला. त्यामुळे न राहवून फोन घेत दबक्या आवाजात त्याने विचारले, ''हॅलो कोण?''

पलीकडून आवाज आला, ''हॅलो... मी जिल्हाधिकारी राऊत बोलतोय.''

''हां... सर, मी जरा मीटिंगमध्ये आहे, झाली की बोलतो.'' म्हणून जयाने विषय संपवायचा प्रयत्न केला तेवढ्यात, ''एक मिनिट... थोडं तातडीचं आहे. आपलं आज भेटायचं ठरलंय दुपारी तीन वाजता; पण नेमक्या त्याच विषयावर वरिष्ठांनी बैठक बोलावली आहे तीन वाजताच. त्यापूर्वी आपली भेट होणं गरजेचं आहे म्हणून लगेच या... आणि हो, येताना एखादा विश्वासू सहकारी आणि मोठी पिशवी तेवढी घेऊन या...'' हे सांगत असतानाची जिल्हाधिकाऱ्यांच्या आवाजातली

अस्वस्थता जयाच्या लक्षात आली. बोलण्यातली अधीरता... विश्वासू माणूस... पिशवी... हे सगळं ऐकून एक मोठ्ठा पॉज घेत जयाने विचारलं, ''कधी भेटायचं?''

''आत्ता लगेच या, तातडीनं आणि घरी नको, ऑफिसलाच या.''

''एवढ्या तातडीनं? ठीक आहे येतो.''

फोन ठेवताच जया संपादकांकडे वळला. ''एका खास सोर्सचा फोन आहे. चांगली बातमी मिळण्याची शक्यता आहे. तातडीनं बोलावतोय. मी निघालो तर चालेल का? बाकीचं संध्याकाळच्या मीटिंगमध्ये बोलू या...''

संपादकांच्या परवानगीने जया बाहेर पडताच, सबनीसांनी मिश्कीलपणे प्रतिक्रिया दिली... ''बातमीच्या स्पष्टीकरणाला फोनचं निमित्त...'' पुन्हा सगळे जण हसले आणि मीटिंग पुढे चालू झाली.

बाहेर येताच जयाने अभीला मोबाइल लावला अन् तातडीनं बाइकपाशी यायला सांगितलं. सोबत डायरी आणि मोठी कॅरिबॅगही घेऊन तातडीनं पार्किंगकडे चालायला लागला. त्याच्यापाठोपाठ अभीसुद्धा तिथे आला. त्याला पाहताच जयाने गाडी कलेक्टर ऑफिसला घ्यायला सांगितली. जयाची बॉडी लँग्वेज बघून अभी काय ते समजला आणि त्याची बाइक सुसाट धावू लागली. कलेक्टर ऑफिसला पोहोचताच जयाने शिपायाला आपलं कार्ड दिलं. अगोदरच सूचना असल्याने शिपायाने त्यांना लगेच आतमध्ये नेलं. त्यांचीच वाट पाहत बसलेल्या महेशने आता कुणालाही आत पाठवू नकोस असं शिपायाला सांगितलं. त्याची पाठ वळताच आपल्या पुढ्यातली एक जाडजूड फाइल जयाच्या दिशेने सरकवली.

जया फाइल पाहत असतानाच महेशने आपली भूमिका स्पष्ट केली. ''सुपरस्पेशालिटी हॉस्पिटल आणि पुढे शासकीय वसाहत विकसनाच्या प्रकरणात मी काही तरी मेख मारणार, हे या मंडळींच्या लक्षात आलंय. त्यामुळे सचिवांनी माझ्यावर दबाव आणायचं ठरवलेलं दिसतंय. त्यासाठीच या विषयावर अचानक एवढ्या तातडीनं मीटिंग बोलावल्याचा माझा अंदाज आहे. कदाचित या मीटिंगमध्येच ते मला प्रकरण ओके करायच्या सूचना देतील. एखादेवेळी ते फाइलही ठेवून घेतील. तत्पूर्वी ती तुम्हाला पाहता यावी म्हणून एवढ्या तातडीनं बोलावलं. तुम्ही म्हणालात कागदपत्रं पाहिजेत. त्यामुळे यातले जे काही पेपर्स तुम्हाला हवे असतील त्याच्या झेरॉक्स लगेच काढून घ्या. इथल्या स्टाफवर माझा बिलकूल विश्वास नाही. म्हणून तुम्हाला सोबत कुणाला तरी आणा आणि पिशवी घेऊन या, असं सांगितलं.''

'हं' असा हुंकार देऊन जया फाइल चाळायला लागला. क्षणाक्षणाला त्याच्या चेहऱ्यावरचे भाव बदलले आणि प्रश्नचिन्ह अधिकाधिक मोठं होत गेलं. वरवर फाइल चाळत असताना एका ठिकाणी त्याच्या तोंडून आपसूक उद्गार निघाले,

''अरे, हा तर क्लिअर कट फ्रॉड आहे!'' त्यावर ''हे अगदी किरकोळ वाटावं असं पुढे आहे. शिवाय, आणखीही एक-दोन गंभीर प्रकरणं माझ्याकडे आहेत. त्यामध्ये तर थेट मुख्यमंत्र्यांची खुर्चीही डळमळू शकते; पण ते आता नको, पहिले हा तातडीचा विषय थोपवून धरू. मग त्या विषयाकडे वळू...'' काहीशा समाधानानं महेश म्हणाला.

जयाने अभीकडे फाइल दिली आणि सगळ्या फाइलचीच झेरॉक्स काढायला सांगितली. अभी निघताच घड्याळावर नजर टाकत महेशने त्याला लवकर यायची सूचना केली. एक मोठ्ठा पॉज घेतल्यानंतर महेश जयाला विनंतीच्या सुरात म्हणाला की, बातमी लवकर येईल असं बघा. कारण, दररोज माझ्यावर फाइल मार्गी लावण्यासाठीचा दबाव वाढत चालला आहे.

नेहमीप्रमाणे हं... म्हणत जयाने फक्त मान डोलावली. काही सेकंद शांततेत गेली. ''संध्याकाळी आपल्याला फोन करतो. दुपारच्या मीटिंगला काय होईल तेही जरा सांगा.''

क्षणभर विचार करून महेशने त्याला होकार दिला. पण फोन इथं नका करू, हेही आवर्जून सांगितलं. त्यासाठी त्यांनी स्वत:चा खासगी मोबाइल नंबरही दिला. थोड्याच वेळात अभी आला आणि पिशवीतून मूळ फाइल काढत ती जिल्हाधिकाऱ्यांकडे सुपूर्द केली. सगळ्या कॉपीज काढल्यात या अर्थाने जयाकडे पाहून मान हलवली. तेवढ्यात महेशची नजर समोरच्या घड्याळाकडे गेली. ''चला, मला निघायला हवं, आज दुपारचं जेवणही बोंबललं...''

दोघे लगेच उठले आणि बाहेर आले. बाइकला चावी लावता लावता अभीने डोळ्यानेच विचारले, 'आता काय...'

''हं... मोठ्ठं घबाड दिलंय जिल्हाधिकाऱ्यांनी हाती! पेपर्सही आहेत काँक्रीट. आणखी दोन-तीन अँगलने जरा चाचपणी करू आणि एकदोघांशी बोलून क्रॉस चेकही करावं लागेल. आता दीड-दोन तास तरी फोनवर खर्ची घालावे लागणार. तू मला ऑफिसला सोड आणि बाकीच्या कामाला लाग. संध्याकाळी कॉपी लिहून झाली, की नजर टाकायला बोलावतो तुला...''

अभीने जयाला ऑफिसच्या दारात सोडलं आणि बाइक वळवून आपल्या कामगिरीवर निघाला. जागेवर येऊन बसताच जयाने फोनचा ताबा घेतला. या क्षेत्रातल्या काही जाणकार मंडळींशी चर्चा करून टाउन प्लॅनिंगचे नियम, पोटनियम वगैरे तपशील जाणून घेतले. फाइल बारकाईने वाचली आणि काही टिपणं काढून कॉम्प्युटर ऑन केला. हाती बॉम्बगोळा असला तरी बातमीची सुरुवात मनाजोगी होत नसल्यानं तो जरा वैतागला आणि शिपायाला चहा-सिगारेट आणायला सांगितली. चहा-सिगारेट झाल्यावर मात्र अगदी झरझर बातमी पूर्ण केली आणि त्याची प्रिंट

खिशात ठेवत खुर्चीवर आरामात रेलून बसला.

तेवढ्यात आपल्या दोन सहकाऱ्यांसह तिथून कॅन्टीनला चाललेले सबनीस त्याच्या पुढ्यात थबकले. ''काय जयेशराव, अगदी निवांत दिसताय. मघाशी मीटिंगमधला तुमच्या त्या 'सोर्स'चा एवढा अर्जंट फोन पाहून मला वाटलं, तुम्ही भलतेच धावपळीत असणार, कदाचित एखादा न्यूजबॉम्ब द्याल; पण तुमचा हा खास सोर्सदेखील 'रुटीन कोर्स'च निघाला वाटतं.''

सबनीसांच्या बोलण्यातली खोच जणू लक्षातच आली नाही असं दाखवत जया म्हणाला, ''त्याचं काय आहे, न्यूजबॉम्ब तर आमच्या खिशात असतात हो, पण त्याची वात केव्हा पेटवायची किंवा त्याची वाट कशी लावायची हे तुम्ही लोक ठरवता ना!''

जयाचा सूर बघून, ''चला येताय का चहाला?'' असं तोंडदेखलं विचारत सबनीसांनी तिथून काढता पाय घेतला.

त्यानंतर बातमीत आणखी काही बारीकसारीक तपशील टाकून ती अधिकाधिक टोकदार आणि खुसखुशीत करण्यात जया मग्न होऊन गेला. कॉपी फायनल झाल्यावरच तो सायंकाळच्या मीटिंगसाठी संपादकांच्या केबिनमध्ये गेला. तोवर रोजची इतर सर्व मंडळी येऊन बसलेली होती. आत आल्याआल्या जयाने संपादकांच्या पुढ्यात बातमीची प्रिंटआउट ठेवली. बातमीवर नजर टाकताच संपादकांनी चीफ सब कोरडेंना सांगितलं, ''अरे तुझं मेन फीचर झालं बघ उद्याच्या अंकात! हीच हेडलाइन करा चांगली आठ कॉलमी.''

जयाची हेडलाइन होती, 'जन्माला येण्यापूर्वीच सरकारी रुग्णालयाचे पोस्टमॉर्टम!'

नेहमीच्या सवयीप्रमाणे सकाळी दहा वाजता उठल्यानंतर आळसावलेल्या चेहऱ्याने जयाने दरवाजाच्या फटीतून अर्धवट आत सरकवलेला प्रखरचा अंक हातात घेतला आणि आपल्या बातमीवर नजर टाकत असतानाच त्याचं लक्ष शेजारी टेबलावर पडलेल्या मोबाइलकडे गेलं. बघतो तर तब्बल अठरा मिस्ड कॉल्स!

''आयला सॉलिड फटाका वाजलेला दिसतोय,'' असं पुटपुटत जयाने मोबाइल सायलेन्ट मोडवरून काढत आपल्या आवडत्या 'भोली सूरत दिल के खोटे' गाण्याच्या रिंगटोनवर आणला. मोबाइल खाली ठेवला, तोच पुन्हा ट्यून वाजली. प्रायव्हेट नंबरचा डिस्प्ले बघून पट्कन फोन घेतला.

पलीकडून जिल्हाधिकारी महेश काहीसे अधीरतेने बोलत होते, ''हॅलो, अहो तुमचा फोन सकाळपासून चौथ्यांदा डायल करतोय.''

''हं... साहेब, दहाशिवाय काही आपली पहाट होत नाही. रात्री बातमी सोडली तेव्हाच सकाळी काय रिॲक्शन येणार त्याचा अंदाज होता. मोबाइलमुळे झोपेचं

खोबरं व्हायला नको म्हणून रात्री सायलेन्टवर टाकला होता. आता बघितलं तर अठरा मिस्ड कॉल्स! त्यातच तुमचेही असतील, बोला काय म्हणताय?''

''आता या बाबतीत काय बोलणार? जे बोलायचं होतं आणि नव्हतंही ते सगळंच तुम्ही तुमच्या बातमीत म्हटलंय.''

''का, तुम्हाला काही खटकलं?''

''तसं नाही, मला एवढंच म्हणायचंय की, या प्रकरणातल्या बिट्विन द लाइन्सही तुम्ही सूचक पद्धतीनं, पण थेट संबंधितांपर्यंत जाऊन पोहचती, अशा रीतीनं दिल्यात.''

''म्हणजे?''

''सकाळीच सेक्रेटरी अरुण नेमाडेंचा फोन आला होता. जाम वैतागले होते. एका वरिष्ठ अधिकाऱ्याकडून याबाबत जिल्हाधिकाऱ्यांवर दबाव येत असल्याचा उल्लेख त्यांना फार खटकलाय. नाव न घेताही तुम्ही सारे संदर्भ चपखलपणे दिल्याचं त्यांचं मत बनलंय. नेमाडेंच्याच बॅचचे हेमचंद्र चव्हाण, जे सध्या डेअरी डेव्हलपमेन्टमध्ये आहेत, त्यांचाही फोन होता. नेमाडे अडचणीत आल्यानं गाडी चांगलीच रंगात होती. नेमाड्यांवर बरा नेम साधलाय म्हणाले.''

''हं, आज त्याचा काही तरी फॉलोअप द्यावा लागेल. मी संध्याकाळी पाचला तुमच्याकडे येतो, दिवसभराच्या घडामोडी सांगा.''

''ओके. तसे मला सकाळपासून इतर पेपरवाल्यांचे, चॅनेलवाल्यांचेही फोन येताहेत. मी अजून तरी त्यांच्याशी काही बोललेलो नाही. तुम्ही पाच वाजता या, मग बोलू सविस्तर.''

फोन ठेवताच महेशने ड्रायव्हरला गाडी काढायला सांगितली. काही वेळातच गाडी जिल्हाधिकारी कार्यालयाच्या आवारात पोहोचली. खाली उतरल्यावर महेश आपल्या केबिनकडे जात असताना रिटायर्डमेन्टला आलेले उपजिल्हाधिकारी मोहन साठे त्यांना समोरून येताना दिसले. जवळ येताच दोघांनी परस्परांना गुड मॉर्निंग केलं. जरा घुटमळतच साठे म्हणाले, ''सर, जरा आपल्याशी बोलायचं होतं.'' त्यांना केबिनकडे चलण्याचा इशारा करून महेश पुढे चालायला लागला. स्थानापन्न होताच पाठोपाठ आलेल्या साठेंनाही समोर बसण्याची खूण केली, पण त्याकडे दुर्लक्ष करून समोर बसण्याऐवजी साठे टेबलाच्या बाजूकडील महेशच्या अगदी जवळच्या खुर्चीवर बसले. त्यामुळे जरा साशंकतेने पाहत महेशने त्यांना बोलतं करण्याचा प्रयत्न केला,

''बोला साठे, आज अगदी सकाळी सकाळी...''

बोलावं की न बोलावं या विचारात एक मोठ्ठा पॉज घेऊन साठेंनी चाचरत विचारलं, ''सर, ती आजच्या प्रखरमधली बातमी...''

"त्याचं काय?"

"सर, बातमी आपल्या म्हणजे तुमच्या अंगावर येणारी आहे."

"म्हणजे?"

"सर, बातमीत कुठेही आपलं नाव नसलं तरी त्यातील 'विश्वसनीय सूत्र' आपणच आहात, हे लपून राहिलेलं नाही. खरं म्हणजे तुम्ही मीडियाकडे जाणार याची कुणकुण बहुधा कालच आपल्या वरिष्ठांना लागली असावी. कारण कालची या विषयावरची मीटिंग आटोपून तुम्ही बाहेर पडल्यावर नेमाडेसाहेबांनी मला विचारलं होतं, की तुमचा मीडियात पीआर कसा आहे म्हणून. मीटिंगला येण्यापूर्वी कुणी पत्रकार तुमच्याकडे येऊन बसले होते, हेही त्यांनी बोलून दाखवलं. आज सकाळी बातमी वाचल्यावर पुन्हा त्यांचा फोन आला. शेवटी तुम्हाला जे करायचं ते केलंत म्हणाले. खूप अस्वस्थ दिसत होते."

"तुम्हाला काय वाटतं साठे, जे झालं ते बरोबर की चूक?"

"सर, तुम्ही जे केलंत ते चुकीचं आहे असं तेदेखील म्हणू शकणार नाहीत. प्रश्न एवढाच आहे की, बातमी ज्या पद्धतीनं रंगवली गेलीय, त्यामुळे आपल्या यंत्रणेतील अनेक जण अडचणीत येणार आहेत. गेल्या दीड वर्षात आपल्या दोघांचं जुळलेलं ट्यूनिंग सगळ्यांना माहीत आहे. त्यामुळे तुमच्याबरोबर माझ्याकडेही त्याच नजरेनं बघितलं जातंय. सर, आपण वरिष्ठ आहात; पण एवढी वर्षं महसूल खात्यात टक्केटोणपे खात मी इथवर आलो आहे. त्यामुळे पांढरे झालेले हे केस मला सांगताहेत की, आपल्याच यंत्रणेतील लोक आता आपल्याला ट्रॅप करणार..."

"कमॉन साठे, अहो, आपण कुणाकडून पैसे घेत नाही की कुणाच्या सेटलमेन्ट्स करत नाही, मग ते काय आपल्याला ट्रॅप करणार?"

"सर, त्या अर्थानं नाही म्हणत मी. पण या नाही तर दुसऱ्या एखाद्या प्रकरणात ते आपल्याला टार्गेट करणारच. तुम्ही तुमच्या जागी बरोबर आहात. मात्र, यापूर्वी काही वेळा मला या सगळ्या 'चेन'ची कडी व्हावं लागलं आहे, हे मी कबूल करतो. असेही रिटायर्डमेन्टला मला जेमतेम दहा महिने राहिलेत तेव्हा..."

"ओके साठे, मला तुमची अडचण लक्षात आली. मी आजच तुमच्याकडून या प्रकरणाचा चार्ज काढून घेतो, म्हणजे तुमची मान सुटेल. आणि हो, आपली मंडळी कशी जागी होतील, याबद्दल मला आपण अनुभवाचा सल्ला दिलात म्हणून थँक्स. यापुढेही तुम्हाला जेव्हा जाणवेल तेव्हा पडद्यामागून का होईना, पण मला असे इनपुट्स देत जा."

"थँक यू सर."

"वेलकम आणि या प्रकरणाशी संबंधित तुमच्याकडे असलेली सगळी कागदपत्रं तुम्ही चार्ज सोडताना म्हणजे ताबडतोब माझ्याकडेच घेऊन या."

"ठीक आहे" म्हणत उठून बाहेर जाणाऱ्या साठेंकडे पाहून महेशच्या ओठावर सहजच शब्द आले, "पहिल्याच चेंडूवर महत्त्वाची विकेट पडली."

साठे गेल्यानंतर टेबलावरील फाइल्सवर नजर टाकत असताना शिपाई जयरामने आत येऊन सांगितलं, "साहेब, बाहेर भ्रष्टाचारविरोधी आघाडीचे अध्यक्ष अप्पासाहेब शेंडे यांचे सहकारी वालावलकर आलेत."

फाइल पाहता पाहताच त्यांना आतमध्ये पाठवण्याची खूण करत महेशने फाइलवर स्वाक्षरी केली. तेवढ्यात आतमध्ये आलेल्या वालावलकरांनी थेट पुढ्यात येऊन अभिनंदनासाठी हात पुढे केला. त्यांच्याशी हात मिळवताना महेशने प्रश्नार्थक मुद्रेने विचारलं, "अभिनंदन? माझं?"

"हो हो, साहेब खास तेवढ्यासाठीच तर आलोय आज."

"पण माझ्या माहितीप्रमाणे तरी अभिनंदन करावं असं काही घडलेलं नाही."

"काय साहेब, आजच्या प्रखरमधली बातमी वाचली आम्ही. बातमी वाचून सकाळपासून किमान ३०-३५ फोन आले आम्हाला!"

त्यावर महेशने जरा सावध पवित्रा घेतला. "बातमीचा आणि माझा काय संबंध? आणि फोन तुम्हाला का आले बॉ...?"

"साहेब, सगळ्या शासकीय कार्यालयांची मला खडान्‌खडा माहिती आहे. बातमीतल्या वर्णनावरून त्यातील विश्वसनीय सूत्र कोण, त्याचासुद्धा अंदाज आला नाही तर आतापर्यंतचं समाजकारण फुकटच गेलं म्हणायचं."

"आता तुम्हाला मी काय सांगणार? पण बातमीमुळे आपल्याला फोन का आले ते सांगितलं नाहीत."

"साहेब, एवढं गंभीर प्रकरण म्हणजे त्यात आमची संघटना लक्ष घालणारच, याची अनेकांना खात्री आहे. त्यामुळे कुणी लक्ष घाला म्हणून सांगायला आवर्जून फोन केले तर कुणी आमची भूमिका काय याची चाचपणी करत होते, शिवाय आमचे प्रमुख अप्पासाहेबांच्या सचिवाचाही फोन आला होता. प्रकरणावर बारकाईने लक्ष ठेवायला सांगितलंय त्यांनी."

"तुमच्यासारखी मोठी माणसं यात लक्ष घालणार असतील, तर प्रकरण नक्कीच तडीला जाईल."

"आपल्याला तेच करायचंय; पण तुमच्यावर खूप दबाव येईल, तेव्हा तुम्ही अधिक ठाम राहायला हवं."

"त्याची काळजी नको. आपली भूमिका ऐकून बराच आधार वाटला. आणखी काही असलं तर जरूर कळवा."

"नक्कीच संपर्कात राहू या... अच्छा तर मग येतो मी," म्हणत वालावलकर जायला उठले, तेवढ्यात काही तरी आठवल्यासारखं करून परत खुर्चीत बसले.

इकडेतिकडे नजर फिरवत त्यांनी दबक्या आवाजात माहिती दिली- "साहेब, आता सर्वांत सावध तुमच्याच मंडळींपासून राहा. अगदी शिपायापासून उपजिल्हाधिकाऱ्यांपर्यंत. विशेषत: तुमचा शिपाई जयराम, बॉडीगार्ड दिनेश आणि हेड क्लार्क थोरात हे त्रिकूट दूर ठेवा. तुमचा ड्रायव्हर रमेश चांगला माणूस आहे. तो तुम्हाला या त्रिकुटाचे किस्से सांगू शकेल. त्याला तुमच्या पद्धतीनं बोलतं करा... हा माझा नंबर, यापुढे कधीही काहीही वाटलं तर फोन करा."

वालावलकर निघून गेल्यावर मिनिटभर विचार करून महेश पुन्हा आपल्या कामात गढून गेला. दुपारी दोनला लंचसाठी निघताना त्याला वालावलकरांचे शब्द आठवले. बॉडीगार्ड दिनेश आता गाडीत नको म्हणून एक फाइल मोठ्या लिफाफ्यात बंद करून त्यावर गोपनीय शिक्का मारून दिनेशच्या स्वाधीन करत "ही फाइल अत्यंत महत्त्वाची आणि अर्जंट आहे. त्यामुळे तुमच्याकडे देतोय. लगेच सिटी सर्व्हे ऑफिसमध्ये दिघेसाहेबांना स्वत: देऊन या. तिथून मला फोन लावायला सांगा. ते दुसरी फाइल देतील. ती घेऊन या. काम जोखमीचं आहे म्हणून मुद्दाम तुम्हाला सांगितलंय. तुम्ही जाऊन या, तोपर्यंत मी जेवण करून येतो," असं म्हणून त्याला मोठेपण देत महेशने दिनेशला वाटे लावले. दिनेश जाताच पाठोपाठ महेशही बाहेर पडला आणि गाडीत येऊन बसता बसता रमेशला गाडी घराकडे घ्यायला सांगितली. त्यावर रमेश म्हणाला, "सर, दिनेशराव दिसत न्हाईत..."

"त्याला मी पाठवलंय दुसरीकडे... आणि रमेशराव, तुम्ही आहात की माझी काळजी घ्यायला..."

हे ऐकताच रमेशचा चेहरा खुलला. ते पाहता हीच संधी योग्य असल्याचं ताडून महेशने विषय छेडला, "किती वर्षांपासून सेवेत आहात?"

"साहेब, अठरा वर्षं झालीत बघा..."

"मग बरेच कलेक्टर पाहिले असतील. पूर्वीही त्यांना दररोज अशीच सिक्युरिटी असायची का?"

"तसं म्हनाल तर साहेब शिक्युरिटी असायची. पन, तेव्हा सगळं जेमतेमचं असायचं. शिवाय, चार-पाच महिन्यात नवा मानूस शिक्युरिटीला यायचा. दिनेशराव आल्यापासून मात्र आता पाच-सहा वर्षं झाली, त्येच हायेत... हालायचं नाव घ्येत न्हाईत..."

"पाच-सहा वर्षं... अरे बाप रे! मग त्याची अन् तुमची चांगली गट्टी असणार?"

"गट्टी कसली साहेब... मी छोटा मानूस... त्यांच्याकडे वर्दी हाये..."

रमेशची बोलण्याची गाडी रुळावर येत असल्याचं पाहून महेशने पुढचा खडा टाकला. "पण काही वेळा मला त्याचं वागणं आवडत नाही. जरा जास्तच आगाऊपणा करतो. एखाद दिवशी त्याला समज द्यायला हवी."

“हे लै भारी व्हईल साहेब, अदुगरच्या साहेबलोकांनी त्याल लै शेफारून ठेवलंय...”

“हो, माझ्याही कानावर आलंय. तो माझ्या नावे बाहेर काही उद्योग करतो म्हणून...”

“आता साहेब, आमी सांगितलं असतं तर उगा आमच्या नावानं बोंब झाली असती.” असं म्हणून रमेश अचानक गप्प झाला. त्याला बोलतं करण्यासाठी महेशने जरा आश्वस्त करण्याची भूमिका घेतली. “अहो, बोला ना बिनधास्त. मी काही त्याला लगेच सांगायला जाणार नाही; पण तुम्ही नाही सांगितलं तर मला कळणार कसं?”

“परवा साहेब, तुमी ऑफिसात गेल्यावर गाडीत बसल्या बसल्या त्यांनी डीसीपी साहेबाच्या पीएला फोन लावला. दोनच दिवस आधी झालेल्या पोलिसांच्या बदल्यांमदी डीसीपी सायबानं पैसं घेतल्याची तक्रार लोकशाही दिनासाठी आमच्या साहेबाकडं आल्याचं म्हनला... वर साहेब मला विचारताहेत, असं सांगून साहेबाची शेटलमेंट आपन करू म्हनला. धाच मिनटात पुन्हा इम्रानचा म्हंजे डीसीपी साहेबाच्या पीएचा फोन आला. लै गंभीर हाये... तक्रारी आल्यात आसं चार-पाच मिनिटं त्यांच्याशी बोलून त्या लोकांना शांत करायचं तर दीड पेटी लागल म्हनाला. शेवटी हा ना करता करता येक पेटीमंदी ॲडजस्ट करू आणि आपल्या त्या एका कामाचं पन लक्षात असू द्या म्हनला... आता खरं-खोटं आपल्याला म्हाईत न्हाई साहेब...”

हे ऐकून सर्द झालेल्या महेशच्या तोंडून सात्त्विक संतापाने ‘यूसलेस’ असे उद्‌गार निघाले. तेवढ्यात गाडी घरापाशी पोहोचली. पोर्चमधून उतरून घरात जाताना त्यांनी रमेशलाही डबा खाऊन घ्यायला सांगितलं.

एक साधा कॉन्स्टेबल आपल्या नावावर परस्पर त्याच्या साहेबाची श्रीमंती लाखभर रुपयांनी कमी करतो, या विचारानं प्रचंड अस्वस्थ झाल्याने त्यांचे जेवणातही लक्ष नव्हते. नीतूच्या नेहमीच्या प्रश्नांना हो-नाही, अशी तुटक उत्तरं देत त्याने कसे तरी जेवण आटोपले आणि लगेच पुन्हा ऑफिसला जायला निघाला. जाता जाता रमेशशी अधिक बोलता यावं म्हणून त्याला गाडी मुद्दाम लांबच्या रस्त्याने घ्यायला लावली. गाडी इमारतीच्या आवाराबाहेर पडताच त्याने सहज म्हणून रमेशला विचारलं, “मघाशी तुम्ही त्या जयरामचं काय सांगत होतात...?”

या प्रश्नाची जणू वाटच पाहत असलेला रमेश भडाभडा बोलू लागला, “काय सांगायचं साहेब, तुमी येकदा त्येच्या घरी जाऊन बघा म्हणजे समजंल... अहो, आपल्या बंगल्यावरबी न्हाई असा मोटा टीव्ही हाय त्याच्या घरी! त्याच्या बायकोच्या गळ्यातली सोन्याची पोत म्हंजे साखळदंडच! घराची सजावट तर विचारूच नका...”

त्याला मध्येच थांबवत महेशने विचारलं, “पण हे सगळं...”

“अहो साहेब, तुमच्यासारख्या साहेबलोकांचा हात डोक्यावर असला, की सगळं शक्य व्हतं. आधीच्या बर्वेसाहेबाला तर रोज जयरामच डबा आनायचा. सांगताना म्हनायचा, आपल्या घरचा डबा आहे; पण आनायचा कॅफे मॉडर्न न्हाई तर सी पॅलेस हॉटेलवरून. जसं काही रोज घरी बिर्याणी, मटन, चिकन, काजू करी बनवायला हा लै जहागीरदार अन् याची बाई लै सुगरन...!”

“पण हे तुम्हाला कसं माहीत?”

“डब्बा आनायला मीच जायचो ना गाडी घेऊन! असं रोज खायला घालून साहेबाला त्यानं पार खिशात घातला व्हता. मग काय, साहेबाचा मूड बघून काही कागद, फायली पुढं करायचा अन् त्या कामांच्या बदल्यात पैशे खिशात घालायचा. असे याचे उद्योग सुरू व्हते. पन तुमी आल्यापासून लै वैतागलाय. दुकानच बंद झालयं ना त्याचं...!”

“आणि आपले हेडक्लार्क...?”

“साहेब, भाऊसाहेबाचं काम तर लै मोठं...! तुमी कोनतीबी फाइल बोलवा, ती तुमच्याकडं येताना अन् सही होऊन परत जाताना पहिल्यांदा भाऊसाहेबाच्या टेबलावरच टेकते...”

“अच्छा... असं होतं ऑफिसमध्ये?”

“हे तर काहीच न्हाई साहेब. भाऊसाहेबाचे दोन दोन फ्लॅट, गावाकडचा बंगला अगदी पाहान्यासारखा हाये. त्याच्या इंग्लिश कुत्र्याला रोज तीन किलो मटन लागतं म्हन्तात... बाकी घरच्या मंडळींचं तर विचारूच नका.”

“पण, तो तर सांगतो, गावाकडे त्याची चाळीस एकर बागाईत आहे!”

“अहो साहेब, त्याची कसली ती जमीन. ऑफिसात मशागत करतो तेवढंच पुरे... शिवाय ती जमीन त्यानं तिथल्या आदिवासींना अंधारात ठेवून सातबाऱ्यात फेरफार करून जवळपास ढापलीच आहे... आणि नगरसेवकापासून आमदारापर्यंत सारे पुढारी भाऊसाहेबाचे दोस्त. कारण त्यांच्या सगळ्यांच्या जमीन खरेदी-विक्रीची सुपारी यांच्याकडेच असते. त्यामुळे तर सगळे त्यांना टरकतात. त्यांनापण अन् गायकवाडबाईंना पण...”

आश्चर्यानं महेशने विचारलं, “गायकवाडबाई म्हणजे त्या एन्टरटेन्मेंट सेक्शनमधल्या?”

“हां... साहेब!”

“पण त्यांचा काय संबंध?”

“बस का साहेब... अहो, अख्ख्या गावाला माहीत हाये...”

“पण काय?”

“राघू-मैनाची जोडी.”

"काय ते नीट सांगा ना..."

"याच नावानं सगळे बोलतात. भाऊसाहेब अन् गायकवाडबाईंचं परकरन लै वर्षांपासूनचं. भाऊसाहेबानं बाईला फ्लॅटपन घेऊन दिलाय."

"पण, बाईंची फॅमिली..."

"बाईचा नवरा असून नसल्यागत... अदुगर मेकॅनिक व्हता, पन बाईच्या गाडीची ट्रायल भाऊसाहेब घ्यायला लागला अन् त्येला पक्का बेवडेबाज बनवून टाकला त्यानं... आता तर सकाळपासून बाटली दिली, की त्यो बरा, बाटली बरी... त्येच्या बाटलीची काळजी भाऊसाहेब बरोबर घ्येतो..."

"विचित्रच म्हणायचं सगळं..."

"साहेब, ही तर फक्त झलकच आहे."

रमेशला आणखी बोलायचं होतं; पण तेवढ्यात गाडी ऑफिसच्या आवारात येऊन पोहचली अन् महेश खाली उतरून तडक आपल्या केबिनमध्ये जाऊन बसला.

ऑफिसमध्ये स्थानापन्न होताच महेशने पुढ्यातल्या फाइल्सचा गठ्ठा ओढला, तोच टेबलावरचा फोन खणाणला. तिकडून पीएने घाईघाईने सांगितलं, "सर, मंत्रालयातून फोन आहे, आरोग्यमंत्र्यांचा."

जरा विचार करून भुवया उंचावत महेशने त्याला फोन जोडायला सांगितलं.

"हॅलो, जिल्हाधिकारी का?"

"येस सर... गुड आफ्टरनून..."

"कसली आफ्टरनून? सकाळपास्नं फोन सुरू आहेत तुमच्या त्या सुपरस्पेशालिटी हॉस्पिटलमुळे!"

"हो सर, पेपरात आज काही तरी आलंय."

महेशला मध्येच तोडत समोरून चिडक्या स्वरात आवाज आला, "घोरपडे म्हणतात मला. तीस वर्षं राजकारण करतोय. पेपराच्या बातमीआड लपता काय? तुम्हाला काय वाटलं, इथं आम्ही भादरत बसलोय लोकांची? उडत्याचे मोजतो आम्ही उडत्याचे...! काय, त्या बातमीचा लगेच खुलासा करा... आणि यापुढे असं काही उलटसुलट छापून आलं ना, तर त्याच दिवशी बदलीची ऑर्डर निघेल मंत्रालयातून. मग बसा त्या आदिवासी भागात दहा-दहा किलोमीटर पायपीट करत."

"पण सर त्या बातमीशी माझा संबंध नाही."

महेश पुन्हा शाहाजोगपणा करत असल्याचं पाहून घोरपडेंच्या संतापाचा कडेलोट झाला आणि ते कडाडले, "ए... गप रे... मला शिकवतो का तू, मला शिकवतो? आँ... अरे या घोरपडेचा शब्द सीएमसुद्धा टाळू शकत नाही. आयला... त्या खुर्चीवर आज नाही तर उद्या मीच बसणार आहे. मग पाठवतो तुला जनगणना विभागात. कागदं काळे करायची लै हौस आहे ना तुला..."

“सर, तुमचा गैरसमज होतोय.”

“ए, आर्ग्युमेंट ऐकायची सवय नाही आपल्याला. सांगतो तेवढं करायचं. जास्त टाइम न्हाई आपल्याकडे.”

खाड्‌कन फोन बंद झाला. काहीशा रागाने रिसीव्हरकडे पाहत महेशने फोन ठेवला आणि हताशपणे समोरच्या गांधीजींच्या तसबिरीकडे नजर लावली. वैतागून समोरच्या फाइल्स बाजूला सारून खुर्चीवर मान टेकवली आणि एक दीर्घ उसासा टाकला. तेवढ्यात शिपाई जयराम आत आला. “साहेब, बाहेर बरेच पत्रकार आलेत. तुम्ही तीन वाजता बोलावलं होतं म्हणताहेत.”

“ठीक आहे. पाठवा त्यांना.”

दहा-बारा पत्रकारांचा घोळका आतमध्ये आला. चॅनेलवाले आणि त्यांचे कॅमेरामन यांनी पुढच्या जागा पटकावल्या, तर प्रिंट मीडियावले त्यांच्या मागे बसले. त्या सगळ्यांवरून नजर फिरवताना जया नसल्याची नोंद महेशने मनातल्या मनात घेतली. “बोला, काय काय...”

‘प्रखर’चा प्रमुख स्पर्धक असलेल्या ‘कालचक्र’चा रिपोर्टर सुधीर देशपांडे उसळून लगेच बोलला, “आम्ही काय बोलणार साहेब, तुम्ही तुमचं मत काही खास लोकांकडेच व्यक्त करता, मग आम्ही आपले येतो त्याचा फॉलोअप घ्यायला.”

त्यावर काय प्रतिक्रिया द्यावी हे न समजून महेशने इतरांवरून नजर फिरवली. एका चॅनेलच्या प्रतिनिधीने विचारलं, “सर, त्या सुपरस्पेशालिटी हॉस्पिटलच्या भूखंडाबद्दल काय ते सांगा.”

“त्याबद्दल खरंतर तुम्ही आरोग्य उपसंचालक किंवा अन्य संबंधित लोकांना विचारायला हवं. मी काय सांगू?”

“तसं नाही सर... पण या भूखंडाच्या आरक्षणाबद्दल जे छापून आलंय ते खोटं म्हणायचं का?”

एका मोठ्या पॉजनंतर महेश, “मला तसं नाही म्हणायचं,” एवढंच बोलून थांबला.

त्यावर पुन्हा देशपांडेची प्रतिक्रिया, “काय ते सरळ सांगा ना साहेब, कशाला उगीच आढेवेढे घेताय. आम्हाला वाटलं, तुम्ही फार स्पष्ट आणि प्रखरपणे सांगाल काय ते.”

प्रखर शब्दावर देशपांडेने दिलेला जोर महेशच्या लक्षात आल्याशिवाय राहिला नाही. “त्याचं काय आहे, हे आरक्षण बदलण्याचा आणि हॉस्पिटलऐवजी तिथे मॉल उभारणीचा प्रस्ताव मला प्राप्त झाला आहे.”

“पण साहेब, हा विषय तर महापालिकेच्या अखत्यारीत येतो.” एकाने महेशला मध्येच तोडलं.

त्याला दुजोरा देत महेशने स्पष्ट केलं, ''यू आर करेक्ट... पण त्या भूखंडावर पूर्वीपासून शासनाचं आरक्षण असल्यामुळे हे प्रकरण क्लिअरन्सला येणं स्वाभाविक म्हणावं लागेल.''

''नवा प्रस्ताव कुणाचा आहे आणि त्यात नेमकं काय म्हटलंय, त्याची माहिती मिळाली तर बरं होईल.'' एका पत्रकाराने महेशची या विषयीची भूमिका किती स्पष्ट आहे ते चाचपून पाहण्याच्या हेतूने विचारलं. प्रश्नाचा रोख पाहून आता त्याविषयी स्पष्टपणे बोलण्याची संधी महेशने घेतली. ''बांद्रा शासकीय वसाहतीलगतच्या अत्यंत मध्यवर्ती ठिकाणी शासनाने पूर्वी सुपरस्पेशालिटी हॉस्पिटलचा प्रस्ताव तयार केला होता. तसे आरक्षणही त्या ठिकाणी पडले आहे. असे असताना ठकराल बिल्डर्स आणि केसवानी कन्स्ट्रक्शनसारख्या बड्या मंडळींनी याच मोक्याच्या जागेवर अत्याधुनिक मॉल उभारण्यासाठी तब्बल साडेतीन लाख स्क्वेअर फूट बांधकामाचा आराखडा तयार करून पालिकेला तो सादर केला. पालिकेनेही त्यानुसार या भूखंडावरचे मूळ आरक्षण स्थलांतरित करण्याचा घाट घातला. जेव्हा आम्हाला याची कुणकुण लागली व आमच्या एनओसीची मागणी झाली तेव्हा आता त्याला आम्ही हरकत घेतली आहे.''

''साहेब, हा सारा व्यवहार मोठा आहे आणि काही मंत्र्यांचाही त्याला आशीर्वाद असल्याचा जो मुद्दा आहे, त्याबाबत काय सांगाल?'' एक थेट प्रश्न आला.

त्यातील संभाव्य धोका ओळखून आणि आताच त्याबाबत थेट कुणावर शरसंधान करणं उचित होणार नाही हे लक्षात घेऊन महेशने त्यावर, ''आपल्याला तरी व्यक्तिश: अद्याप तसं काही आढळलेलं नाही.'' अशी खास सरकारी छापाची ठोकळेबाज प्रतिक्रिया दिली अन् विषय तोडून टाकला.

महेशच्या भेटीनंतर बाहेर येऊन दोन-तीनच्या गटाने पांगत असतानाच कार्यालयाच्या प्रवेशद्वारातून बाहेर पडणाऱ्या देशपांडे आणि त्यांच्या सहकाऱ्यांनी आतमध्ये येत असलेल्या जयाला बघितलं.

तोंडदेखलं काही बोलायचं म्हणून जयाने विचारलं, ''हं... काय चाललंय... काय विशेष?''

त्यावर देशपांडेची उद्विग्न प्रतिक्रिया, ''आमच्याकडे कसलं आलंय विशेष? ते सगळं तुमच्यासारख्यांसाठी... आम्हाला लावलंय वाटेला! आता तुम्हाला खास वेळ दिला असणार तुमच्या जिल्हाधिकाऱ्यांनी.''

त्यावर त्यांच्याकडे तिरका कटाक्ष टाकत आपल्या नेहमीच्या शैलीत ''हं बघू या'' म्हणून जया तिथून सटकला. जिल्हाधिकाऱ्यांच्या कक्षापाशी येताच शिपाई जयरामने त्याला नमस्कार करून, साहेब आतमध्ये असल्याचा इशारा केला. केबिनचे दार अर्धवट उघडून जयाने विचारलं, ''येऊ का आत, साहेब?''

"या... या... बसा."

खुर्चीत बसता बसता जयाने आपला ठेवणीतला डायलॉग टाकला, "हं... काय साहेब, काय विशेष?"

"विशेष आता तुमच्याकडे. सकाळी बॉम्बगोळा टाकलात आणि शांतपणे घरी झोपलात. सकाळपासून माझी मात्र चांगलीच धावपळ उडालीये. आता बाकी पत्रकार मंडळी आली होती, त्यांच्याबरोबर दिसला नाहीत?"

"आपलं साडेचार वाजता भेटायचं ठरलं होतंच म्हटलं त्याच वेळी विचारू जे असेल ते."

त्याचवेळी टेबलावरचा फोन वाजला. "सर... सर... येस सर..." एवढंच बोलून महेशने फोन ठेवला अन् एक मोठ्ठा सुस्कारा टाकला. "एक बातमी एवढा परिणाम करेल असं वाटलं नव्हतं."

त्यावर जरा सुखावलेला जया बोलून गेला, "प्रखरमधली बातमी आहे ती... आमची रीडरशिप तशी असल्यामुळे इम्पॅक्टही सॉलिड येतो."

त्याचं वाक्य संपताच महेश आवाजाची पट्टी खाली आणत म्हणाले, "आताचा फोन आमच्या, म्हणजे रेव्हेन्यू सेक्रेटरींचा होता. अधिवेशनाच्या तोंडावर विरोधकांना कोलीत मिळू नये म्हणून सीएमनी उद्या या विषयावर एक खास बैठक बोलावली आहे म्हणे... त्यामुळे या सगळ्या प्रकरणाची माहिती सेक्रेटरींना हवी आहे. एक टिप्पणी रात्रीपर्यंत तयार करून पाठवायचीये मला. ते सांगण्यासाठी फोन होता."

"हं, म्हणजे मंत्रालयातही धावपळ सुरू झाली तर!"

"अहो ही धावपळ आताच नाही, सकाळपासून सुरू आहे." महेश पुढे बोलणार तेवढ्यात अपर जिल्हाधिकाऱ्यांनी आत येता येता विचारलं, "सर, येऊ का?"

एकदम विषय थांबवत महेशने विचारलं, "येस, काय आणलंत?"

त्यांच्यापुढे दोन फाइल्स ठेवत ते म्हणाले, "जरा या क्लिअर करायच्या होत्या."

त्यांना बसायची खूण करत महेश जयाकडे वळला. "तुमची आणि यांची ओळख असेलच." जया काही बोलण्यापूर्वीच अपर जिल्हाधिकारी नितीन देसाई म्हणाले, "यांना कोण ओळखत नाही साहेब... यांच्याकडे दुर्लक्ष झालं तर सगळ्यांचीच झोप खराब होते."

"नुसतं दुर्लक्ष केल्यानं नाही, जास्त लक्ष दिल्यानंही लोकांच्या झोपा खराब होतात. जशी एनए प्रकरणात अनेकांची झाली होती..." जयाने कुत्सित स्वरात टोला लगावला.

त्यावर फक्त खजीलपणे हसण्याशिवाय देसाईंकडे पर्याय नव्हता. जयाशी बोलायचं असल्याने देसाईंना कटवण्यासाठी फाइलमध्ये काही क्युरीज असल्याचं सांगत महेशने त्यांना वाटेला लावलं. देसाई जाताच महेशने सुरुवात केली, ''तर काय सांगत होतो मी...?''

पण जयाने महेशला मध्येच थांबवले. ''साहेब, देसाई फाइलचं निमित्त करून आले. मी इथं बसलोय म्हटल्यावर बाहेर त्यांची सगळ्यांची घालमेल सुरू असणार. देसाईपण त्यांच्या रॅकेटमधला आहे. मी फार पूर्वीपासून ओळखतो त्याला. म्हणूनच आता बोलता बोलता त्यांना एनए प्रकरणाचा रेफरन्स दिला. सात-आठ वर्षांपूर्वी या मंडळींनी एनएचा घातलेला घोळ माझ्यापर्यंत आल्याचं कळल्यावर हे महाशय बातमी दाबण्यासाठी पन्नास हजार रुपयांचं पाकीट घेऊन आले होते!''

काहीसं आश्चर्याने महेश उद्‌गारला, ''सगळं अवघड आहे, जाऊ द्या. तर काय सांगत होतो मी. हं... तुमच्या आजच्या बातमीनं सॉलिड खळबळ माजलीये. सेक्रेटरींचं काय घेऊन बसलात... दुपारी तर आरोग्यमंत्र्यांचा फोन येऊन गेला. फारच डिस्टर्ब होते ते... चक्क दमबाजीच केली मला! या बातमीचा खुलासा नाही आला तर आदिवासी भागात बदली करीन म्हणाले.''

''साहेब, घोरपडेंच्या फोनमुळे अस्वस्थ होऊ नका. त्यांनी कितीही आदळआपट केली तरी काही होणार नाही. कारण सीएमलाच हा नकोय... आणि दुसरं म्हणजे त्यांची दमबाजी. पण आता त्यांच्या राजकारणाचं तेवढंच एक भांडवल उरलंय. उद्याच्या बातमीत या घोरपडेलाही ओढतो आणि या फोनचाही संदर्भ देतो, म्हणजे यापुढे तुम्हाला त्याचे फोन येणं बंद होईल, आणखी काय म्हणाले घोरपडे?''

''ते म्हणत होते यापुढे असं उलटसुलट छापून आलं तर बदलीची ऑर्डर निघेल लगेच. आज ना उद्या मीच सीएम होणार आहे, मग पाहतो तुला... आपण सांगतो तेवढं काम झालं पाहिजे... आणि बोलता बोलता चक्क एकेरीवर येऊन शिवीही हासडली.''

''तुम्ही फर्म राहा साहेब, तो काही करू शकत नाही.''

''मी बिलकूल मागे हटणार नाही, एकदा ठरवलं की ठरवलं.''

''गुड! आणखी काय दिवसभरात?''

''विशेष म्हणजे, या प्रकरणाचा चार्ज साठेंकडून काढून घेतला म्हणजे तेच स्वत:हून त्यासाठी माझ्याकडे आले होते. बातमीची ग्रॅव्हिटी त्यांच्या लक्षात आली. रिटायर्डमेन्टला दहाच महिने राहिल्याचं सांगून उगाच नसती झंझट नको म्हणून हा चार्ज माझ्याकडून काढा म्हणाले आणि मीसुद्धा लगेच तसे करत चार्ज माझ्याकडेच घेतला.''

महेश बोलत असताना जयाने आपल्या डायरीत काही नोंदी केल्या. ''व्वा...!

झक्कास फॉलोअप आहे. उद्याही चांगलाच वाजवतो,'' म्हणत घड्याळावर नजर टाकली व उद्या भेटू म्हणून महेशचा निरोप घेऊन निघाला.

सायंकाळी सहा-साडेसहाचा सुमार... प्रखरच्या कार्यालयात कामाची थोडी लगबग सुरू झाली. जया आत आला आणि आपल्या जागेवर बसता बसता इतर रिपोर्टर्सकडे पाहून आज काय विशेष म्हणून विचारणा केली. पर्यावरण आणि विज्ञानाचा बीट सांभाळणारी ज्युनिअर रिपोर्टर उत्साहाने म्हणाली, ''लेकवर फ्लेमिंगो आलेत...'' ती पुढे आणखी काही सांगणार तेवढ्यात जया तिला मध्येच तोडत म्हणाला, ''फेब्रुवारी आला वाटतं... चार कॉलम बोंबलले फोटोसाठी...'' त्याची प्रतिक्रिया बघून ती काहीशी हिरमुसल्याचे दिसताच अभीने विचारलं, ''का, आज पुन्हा कालच्यासारखा काही बॉम्बगोळा वगैरे...''

''हं... बॉम्ब तर फुटून गेला... आता चाललीय सगळी धावपळ... पळापळ...''

''काय फॉलोअप आहे?''

''उद्या बघ गंमत.''

तेवढ्यात शिपाई मीटिंगला बोलावल्याचा निरोप घेऊन आला. खुर्चीतून उठता उठता जयाने इतर सहकाऱ्यांच्या बीटवर काय काय घडलं, त्याचं ब्रीफ घेतलं आणि संपादकांच्या केबिनमध्ये प्रवेश केला. सबनीस, कोरडे, पंडित आणि सुमेधा तिथं आधीपासूनच बसले होते. आजच्या अग्रलेखात आपण डोनाल्ड ट्रम्पला कसं वाजवलंय ते इतरांना सांगत असल्याचं ऐकून जया सहजपणे म्हणाला, ''अच्छा तर उद्याचा अग्रलेख आंतरराष्ट्रीय घडामोडींवर आहे.''

त्यावर सबनीस लगेच उत्तरले, ''तुम्हाला काय वाटलं, आजच्या तुमच्या बातमीवर हवा होता.''

सबनीसांच्या या ॲटिट्यूडचा जयाला तिटकारा आला. ''अहो, माणसानं कधी तरी सरळ विचार करावा, मी सहज म्हणून...''

त्याला मध्येच तोडत संपादक म्हणाले, ''त्याला मीच विषय दिला होता. खरंतर आज आपण जयाच्याच बातमीवर अग्रलेख घ्यायला हवा होता; पण नेमकी माझी टीव्हीच्या कार्यक्रमासाठी अपॉइन्टमेन्ट होती. त्यामुळे म्हटलं आंतरराष्ट्रीय घडामोडींवर लिहा. कारण काही झालं तरी ट्रम्प, क्लिंटन वगैरे मंडळी आपल्यावर आक्षेप घ्यायला येणार नाहीत. पण इथे तुझ्या बातमीवर लिहिताना थोडं जरी इकडंतिकडं झालं तरी सकाळी ऑफिसवर दगडं येणार.''

संपादकांची ही टिप्पणी ऐकून सबनीस आणि पंडितांचे चेहरे कसनुसे झाले. सुमेधा गालातल्या गालात हसली, तर कोरडे नेहमीप्रमाणे कोरडेच होते. संपादक पुढे विषयाला सुरुवात करत म्हणाले, ''नाही तरी विषय आपलाच आहे. म्हटलं एक

दिवसानं लिहू, तेवढंच आणखी खोलात शिरता येईल. काय जया, आज काय प्रतिक्रिया?''

''सॉलिड सर... सकाळपासून नुसती पळापळ सुरू आहे सगळीकडं. रेव्हेन्यू सेक्रेटरींपासून सगळ्यांचे फोन झाले कलेक्टरांना. कलेक्टरांनी या प्रकरणाचा चार्ज आता स्वत:कडे घेतलाय, शिवाय आरोग्यमंत्री घोरपडे जाम अस्वस्थ आहेत. त्यांनी फोन करून आणखी काही बाहेर आलं तर बदलीची धमकी दिली आहे कलेक्टरांना!''

''वाटलंच होतं, घोरपडे पिसाळणार.'' इति संपादक.

''मग आज आणखी तेल ओतू?''

''हो... हो... अगदी...'' असं म्हणत संपादकांनी आजच्या बातमीचा रोख थेट घोरपडे आणि आरोग्य खात्यावर ठेवायचं सुचवलं.

''मलाही अगदी तसंच वाटत होतं.'' जया.

कोरडेंनी शंका उपस्थित केली, ''बातमीत थेट घोरपडेंचं नाव घ्यावं की एका मंत्र्यानं म्हणावं?''

त्यावर जया एकदम उसळला, ''थेट म्हणू या ना... घाबरायचं कशाला त्या घोरपडेला?''

ही संधी साधून सबनीसांनी मघाचं उट्टं काढायचा प्रयत्न केला, ''उगाच अतिउत्साह अंगाशी यायला नको, शिवाय घोरपडेंचं लवकरच सीएम म्हणून प्रमोशन होणार आहे म्हणे, परवापासून तशीच हवा आहे मंत्रालयात सगळीकडे.''

जयाने त्यांच्याकडे एक जळजळीत कटाक्ष टाकला. ''कसली सगळीकडे? परवाच्या प्रेस कॉन्फरन्समध्ये दारूबरोबर चघळायला घोरपडेंच्या माणसांनीच हा विषय दिला पत्रकारांना. आपलेही एक महाशय होते त्यात. त्यांनीच तुम्हाला सांगितलेलं दिसतंय... आणि जरी तसं असलं तरी आपल्याला काय फरक पडतो? उलट बातमी जास्त उचलली जाईल.''

त्याच्याकडे लक्षपूर्वक पाहत संपादक म्हणाले, ''येस करेक्ट... तसं असेल तर मग उद्याही आपण हीच मुख्य बातमी करू. तुमचं मघाचं ते फीवाढीचं जाऊ द्या खाली... आणि तो फ्लेमिंगोचा फोटोही लोअर फोल्डला टाका. दरवर्षी ते येतातच, हल्ली लोकांनाही त्यात विशेष काही वाटत नाही. तर जया, कालच्यासारखीच आजची स्टोरीही रंगव. आता तर ती जास्त चवीनं वाचली जाईल. त्यात सबनीसांनी सांगितलेली घोरपडेंच्या सीएमपदाची चर्चा हा फिलरही सोडून दे, म्हणजे बघ कशी मजा येते आणि घोरपडेला कसा पस्तावा येतो ते...!''

''महापालिकेचीही यात तेवढीच चूक आहे साहेब.''

''वाजव ना वाजव, त्यांचीही वाजव. महापौर, त्या आयुक्तबाई सगळ्यांकडे बोटं दाखव बातमीत...'' म्हणत संपादकांनी मीटिंग आवरती घेतली.

संपादकांच्या शेरेबाजीमुळे खुशीत आलेला जया जागेवर येऊन बसला आणि त्याने कॉम्प्युटर ऑन करून बातमी ऑपरेट करायला घेतली.

'सुपरस्पेशालिटीच्या जागेवरील 'घोरपडी' पकड सुटणार!'

घड्याळात सकाळी सहाचे टोल पडत असतानाच जिल्हाधिकाऱ्यांच्या घरचा फोनही खणखणला. रात्रपाळीचा ऑर्डर्ली रामदासने आळसावलेल्या स्थितीत फोन उचलला, "हॅलो..."

पलीकडून एक रांगडा आवाज, "ए, तुझ्या साहेबाला फोन दे. घोरपडे बोलतो म्हणाव."

"साहेब, अजून झोपले असतील साहेब..."

"ए... उठव त्याला, घोरपडे बोलतो म्हणावं आरोग्यमंत्री..."

जी... जी... म्हणून रामदास घाबऱ्या घाबऱ्या बोलवायला गेला. महेश फोनवर येईपर्यंत अस्वस्थ घोरपडे दातओठ खात स्वतःशीच म्हणाले, 'आमच्या झोपा खराब करून स्वतः खुशाल झोपतोय भडवा...' तावातावाने समोरच्या कपातला चहाचा मोठ्ठा घोट घेतला, तेवढ्यात महेश फोनवर आला, "हॅलो... येस..."

"घोरपडे बोलतो..."

"सर..."

"काल मी तुला सांगितलं होतं, आता पुन्हा या विषयावर पेपरात काही आलं नाही पाहिजे म्हणून, तुझ्या नीट ध्यानात आलं नाही वाटतं."

"काय झालं सर?"

"आजच्या 'प्रखर'मध्ये काय आहे मग?"

"सॉरी सर, मी आताच उठलो झोपेतून तुमच्या फोनमुळे."

"म्हटलं, कालच्या सगळ्या घडामोडी काय त्या 'प्रखर'वाल्या देशमुखाला अंतर्ज्ञानानं कळल्या का?"

"पण, सर मला कसं कळणार? माझ्या नावानं छापलंय का त्यांनी?"

"अरे नाव न घालताही सांगता येतं की 'विश्वसनीय सूत्र' बनून..."

घोरपडेंच्या बोलण्यामुळे महेशच्या भुवया उंचावल्या, "सर मीच काल फार डिस्टर्ब होतो."

"आसं ना, आलं सारं लक्षात आलं आमच्या. काय येडा समजला का काय मला. कोण कुणाला डिस्टर्ब करतोय ते कळलं मला. आमच्या सीएमच्या चर्चेची चौकटही टाकलीय बातमीत मुद्दामहून. म्हणजे सध्याचा सीएम बातमी आणखी जवळनं निरखील."

"पण..."

"अरे गप रे... तुला जे ओतायचं होतं पाणी आमच्या xxx मध्ये ते ओतलंस तू. आता मलाच मैदानात ओढलंय तर बघतो मी. आणि एक लक्षात ठेव, आज ना उद्या मी सीएम बनणारच, काहीही होवो तिकडे... मग बघतो तुझ्याकडे... आणि हो... आता पुन्हा एकदा सांगतो, नीट ध्यानात ठेव... आता इथून पुढं पुन्हा काही आलं ना पेपरात या बाबतीत, तर बोलून नाही दाखवणार, कामच करून टाकीन."

"अहो, पण माझा काय संबंध?"

"गप रे भाड्या... सकाळी सकाळी टक्कुरं फिरवलं तू... तुझ्या आयला..." म्हणत संताप अनावर झाल्याने घोरपडेंनी दणकन फोन आपटला.

रिसीव्हर खाली ठेवता ठेवता महेशने समोरच्या टी-पॉयवरील गठ्ठ्यातून 'प्रखर'चा अंक उचलला आणि बातमीवरून नजर फिरवली. शेवटी मिश्कील हसत पेपर खाली ठेवला आणि आत जायला वळणार... तेवढ्यात दरवाजात येऊन उभ्या राहिलेल्या नीतूने विचारलं, "काय, आरोग्यमंत्र्यांचा फोन वाटतं?"

"हो, तुला कसं कळलं?"

"मी सकाळीच 'प्रखर' पाहिला ना!"

"अच्छा!"

"पण, प्रकरण खरंच एवढं सिरिअस आहे का? आणि तुम्ही कशाला पडताय त्यात?"

"मी फक्त माझं काम करतोय चोखपणे. तू टेन्शन नको घेऊस उगीच, चल चहा टाक मस्तपैकी."

आवरून ऑफिसला निघायच्या तयारीत असताना महेशचा मोबाइल खणखणला. रेव्हेन्यू सेक्रेटरी राणेंचा नंबर बघून महेशने पट्कन फोन घेतला, "सर..."

पलीकडून आवाज आला, "महेश, ऑफिसला जाण्यापूर्वी जरा माझ्या घरून या, बोलायचंय."

"ओके सर, मी निघतोच आहे," म्हणत गाडीत बसता बसता महेशने ड्रायव्हरला गाडी तिकडे घ्यायला सांगितली. थोड्याच वेळात गाडी राणेंच्या पोर्चमध्ये थांबली. महेशला आत आलेला पाहताच शिपायाने वेटिंग रूमचा दरवाजा उघडला. "साहेबांनी बसायला सांगितलंय तुम्हाला, मी वर्दी देतो त्यांना तुम्ही आल्याची."

मिनिटभरातच शिपाई पुन्हा येऊन म्हणाला, "साहेबांनी आतमदी बोलावलंय."

अद्याप नाइट ड्रेसमध्येच असलेल्या राणेंचा चेहरा जरा त्रासिक दिसत होता. महेशला पाहताच ते म्हणाले, "बसा."

बसता बसता महेशने विचारले, "सर, आज अगदी सकाळी सकाळी एकदम इकडे बोलावलंत, काही अर्जंट?"

त्याला आपादमस्तक न्याहाळत समोरच्या सोफ्यावरचा 'प्रखर'चा अंक उचलून

परत खाली टाकत राणेंनी दीर्घ जांभई दिली. कशासाठी बोलावलंय त्याचा उलगडा होऊनही नेमकं काय बोलावं ते न सुचल्याने महेश गप्पच बसला. तो काही बोलत नसल्याचं पाहून अखेर राणेंनीच आपल्या कपाळावर हात दाबत चिरका सूर लावला, ''एकतर माझं डोकं जाम चढलंय कालच्या पार्टीच्या हँगओव्हरनं, त्यात ही आणखी डोकेदुखी करून ठेवलीये तुम्ही.''

''काय झालं सर?''

''मघापासून तीन मंत्र्यांचे फोन आले... आणि सीएमच्या पीएसचासुद्धा...''

''काय मुद्दा?''

''तुमचाच की! का त्या विषयाच्या मागे लागताय एवढे?''

''सर मी काहीच मुद्दाम करत नाहीये... उलट मी काल 'प्रखर'च्या प्रतिनिधीला माझ्याकडे काही सांगण्यासारखं नसल्याचं म्हणून वाटेला लावलं, तर त्यानीच मला संबंधित डॉक्युमेंट्सची जाडजूड फाइल दाखवली. आता आपण काय करणार?''

''आस्सं! महेश मला वाटतं, प्रशासनात मी तुमच्यापेक्षा किमान बारा वर्षं अधिक घालवलीयेत.''

''पण सर...''

महेशचा निग्रह बघून राणेंनी आपला पवित्रा बदलला. ''ओके, तुम्हाला करायचं ते करा. शेवटी नियमाला धरूनच वागतोय या तुमच्या आर्ग्युमेन्टला माझ्याकडे उत्तर नाही; पण तुमचा एक वरिष्ठ नव्हे, तर हितचिंतक म्हणून सांगतो, तुमचं हे वागणं म्हणजे खडकाला धडका देण्यासारखं आहे. त्यामुळे काही फरक पडणार नाही. व्हायचा तो व्यवहार अगोदरच होऊन गेलेला आहे. मी माझ्या पद्धतीनं माहिती काढलीये. व्यवहारात प्रचंड मालप्रॅक्टिस झालीये... आणि हो... त्यात फक्त घोरपडेच नाहीत, महसूलमंत्री, सीएम ऑफिसमधली बडी मंडळी, त्या वेळचे चीफ सेक्रेटरी व मंत्रालयातले आपले अनेक बॉसेस मालामाल झालेत. शेवटी मामला अब्जावधीचा आहे... आणि त्या सरकारी जागेवर हॉस्पिटल बांधलं काय अन् मॉल झाला काय, आपल्याला प्रमोशन थोडीच मिळणार आहे? म्हणून सांगतो, झालं गेलं ठीक. आता तरी हा विषय थांबवावा असं मला वाटतं. आजपर्यंत हे व्यवहार असेच होत आलेत आणि पुढेही असेच चालत राहतील.''

त्यावर काहीशा कठोरपणे आणि राणेंच्या नजरेला नजर भिडवत महेशने आपला निर्धार व्यक्त केला, ''पण, सर माझ्या टेबलावरून तरी अशा व्यवहारांची अपेक्षा व्यक्त करू नका.''

त्याचा रोख पाहून मनातून काहीसे चरकलेल्या राणेंनी, ''एनी वे...'' म्हणत सहजपणे विषय बदलला. ''मला वाटलं होतं, काल रात्री पार्टीत आपली भेट होईल.''

"कुठली पार्टी साहेब? महापालिका आयुक्त अनिता मल्होत्रांची?"

"येस, ऑफकोर्स, कारण मुंबईतले झाडून सगळे आयएएस आणि काही सीनिअर आयपीएस होते तिथं..."

"नाही, मी अव्हॉइड केलं सर, मला रात्री जरा काही महत्त्वाची टिपणं काढायची होती."

त्याचा सिरिअस टोन बघून राणे उत्तरले, "अरे काम काय रोजचंच आहे. कधी तरी चेंजही हवा ना... धम्माल आली पण... रात्री सव्वातीन वाजले घरी यायला. आपल्या सरकारी खात्यात एवढे चांगले कलाकार आहेत हे माहीतच नव्हतं मला. तुमच्या बॅचचे ते एस. डी. पाटील फारच 'रसरशीत' कविता करतात बुवा... आणि बिच्छु लड गया गाण्यावर काय डान्स केलाय डेप्युटी सेक्रेटरी मिसेस खन्नांनी! अजूनही ते डोळ्यांपुढून जात नाही... अर्थात, आता आम्ही एज बार समजले जातो... पण तुम्हा तरुणांची मजा आहे. डीसीपी तलरेजांनी जाताना मिसेस खन्नांना 'लिफ्ट' दिलेली बघितली आम्ही... हाऽऽ हाऽऽ हाऽऽ"

कोणतीही प्रतिक्रिया व्यक्त करण्याच्या मूडमध्ये नसलेल्या महेशने नुसतेच खांदे उडवले. ते बघून राणेंनी त्याला सल्ला दिला, "आपल्या प्रशासनात कामाव्यतिरिक्त काय चाललंय त्याकडेही जरा लक्ष देत जा. कोण कुणाबरोबर उठतो-बसतो, कुणाचं कुणाशी जास्त जमतं त्याची माहिती ठेवत जा. बरी असते अशी इन्फर्मेशन. संकटसमयी अनेकदा कामाला येते. कुणाची पोहोच कुठपर्यंत आहे तेही कळतं. आपल्यासारख्यांसाठी ते फार महत्त्वाचं असतं."

"येस सर" म्हणून महेश उठला आणि घड्याळावर नजर टाकत, "दहा वाजले, मीटिंग लावलीये रोहयोची," असे म्हणून राणेंच्या होकार-नकाराची वाट न पाहताच तेथून निघाला. गाडीत येऊन बसल्यावर ड्रायव्हर रमेशला विचारलं, "आपले भूसंपादनचे कलेक्टर पाटीलसाहेब कवी आहेत म्हणे!"

"हो साहेब, दिवसभर काम कमी अन् पानाला चुना लावत कविताच 'चालू' असतात त्यांच्या."

रमेशच्या चालू शब्दावरचा जोर ऐकून महेशने विचारलं, "म्हणजे?"

"हेच आपलं, दादा कोंडके स्टाइल..."

ओके म्हणत महेशने खडा टाकला, "खन्ना मॅडमही त्यांच्या फॅन आहेत म्हणे..."

खडा नेमकेपणाने बसल्यामुळे उत्साहात आलेल्या रमेशने आणखी माहिती पुरवली, "खन्ना मॅडम काय कुनावरबी खूश व्हतात."

"आँ..."

"अगोदर त्यांच्या बंगल्यावरच्या माळ्याचा जवान पोरगा जयसिंग त्यांना फुलं

द्यायचा सकाळी सकाळी नेऊन, तर त्याच्यावर 'खूश' झाल्या! त्याची चर्चा रंगली तेव्हा माळ्यानं घाबरून जयसिंगला गावी धाडून दिला. मग पाटीलसाहेबाच्या कवितांवर एकदमच 'खूश' व्हायच्या. त्यांच्या नवऱ्याच्या हे लक्षात आल्यावर अगदी पार फारकतीचा टाइम आला, तवा डीसीपी साहेबानं म्याडमला लै मदत केली तेव्हापासून त्या पाटीलसाहेबापेक्षा त्यांच्यावर जास्त 'खूश' हायेत...''

''अरे, पण तुला इतकं सगळं कसं ठाऊक?''

''बाईच्या गाडीवरचा ड्रायव्हर संजय माझा साडू हाये साहेब.''

''ओह... अच्छा...'' म्हणून महेशने विषय थांबवला आणि काय समजायचं ते समजला.

इकडे महेश बाहेर पडताच राणेंनी सुपरस्पेशालिटी हॉस्पिटलशी संबंधित बिल्डर ठकराल याला फोन लावला.

''हॅलो, राणे बोलतोय.''

''हां... हां... बोला साहेब बोला... आज अगदी सकाळी सकाळी आठवण काढलीत आमची!'' अजून नीटशी झोपदेखील न उडालेल्या आवाजात ठकरालने विचारलं.

''अहो, असेच झोपून राहिलात ना तर सुपरस्पेशालिटी हॉस्पिटलच्या जागेवरचा शॉपिंग मॉल कधीच उभा राहणार नाही आणि बाकीचाही आहे नाही तो माल गायब होईल.''

''आता काय झालं साहेब आणखी नवीन...'' जरा काळजीयुक्त सुरात ठकरालचा प्रश्न.

''जरा आजचा 'प्रखर' वाचा म्हणजे कळेल... आता आरोग्यमंत्री साहेबांनाही ओढलंय यामध्ये पेपरवाल्यांनी. उद्या कुठं आमची नावं न येवोत म्हणजे मिळवली.''

''किती दिवस छापतील साहेब पेपरवाले... आणि त्याच्याने काय फरक पडणार?''

''ठकरालसाहेब, 'प्रखर' म्हणजे काही छटाकभर पेपर नाही. मोठे पेपर आणि लहान पेपरांमध्ये फार फरक असतो. सीएम साहेबांपासून सगळ्या डिसिजन मेकर्सच्या बेडरूममध्ये सक्काळी सक्काळी सर्वांत अगोदर 'प्रखर' जातो, माहितीय ना? बातमी आल्यानंतर मंत्रालयापासून विविध ठिकाणचे आताच मला २०-२२ फोन आले आहेत!''

''मग साहेब, आता हे कसं थांबवायचं? त्या पत्रकारांना काही द्यायचं-घ्यायचं असलं तर सांगा, पाकिटाची सोय करून टाकू आपण लगेच...''

''ठकरालसाहेब, चुकूनही त्या वाटेला जाऊ नका. तसं केलंत तर बूमरँग होईल

उगीच. मी चांगलं ओळखतो मीडियामध्ये कोण कसं आहे ते.''

''मग आता.''

''सकाळपासून सीएमचा पीए, आमचे सीएस साहेब, हेल्थ सेक्रेटरी, एवढंच कशाला घोरपडे साहेबाचाही फोन येऊन गेला. आपण मध्ये पडण्याचं काही बोललो नाही, पण आत्ता जेव्हा मी बातमी वाचली तेव्हा तुमचं आणि तुमच्याबरोबर असलेल्या आम्हा सगळ्यांचे काय होणार, ही भीती वाटायला लागलीये. आपल्याला दोस्ती विसरता येत नाही. त्यामुळे सारखा तुमचा चेहरा डोळ्यांपुढे येतोय. म्हणून म्हटलं फोन तरी लावावा; पण तुम्ही आपले झोपलेलेच.''

''हां साहेब, तुम्ही कालच्या पार्टीतून तीन वाजता गेलात, नंतर बाकीच्या साहेबलोकांना सोडून मला घरी यायला साडेचार वाजले. ते जाऊ द्या. आता काही तरी डोकं लावा.''

ठकरालची गाडी रुळावर येत असल्याचं पाहत राणेंनी एक मोठ्ठा श्वास घेतला. ''मी कलेक्टरशी बोलू शकेन, पण मागच्या एका कामातले तीन पेटी मला त्याला द्यायचेत. सध्या माझ्याकडे अजिबात पैसे नाहीत आणि तो व्यवहार पूर्ण झाल्याशिवाय मी त्याच्याकडे गेलो तर आणखीनच उलटंपालटं व्हायची शक्यता आहे.''

ठकरालने पलीकडून विचारलं, ''दुपारी तीन पेटी कुठं पोहोचवू, ऑफिसात की घरी?''

त्यावर मनोमन खूश झालेले राणे म्हणाले, ''घरीच पाठवा... आणि सध्याच्या महागाईच्या जमान्यात जरा आमच्याकडेही लक्ष ठेवा.''

''बास काय साहेब... त्या तीन पेटीबरोबर तुमचं नेहमीचं पाकीटही पाठवतो की!''

त्यावर राणे उपकार केल्याचा आव आणत म्हणाले, ''ठीक आहे, एकदा पैसे हाती पडले की ते द्यायच्या निमित्तानं कलेक्टर महेशला बोलावून घेईन अन् आपला विषयसुद्धा बोलून टाकेन.''

''साहेब, तुमच्या बंगल्यावर दुपारी दोन वाजता सगळं पोहोचून जाईल.'' ठकराल.

ओके म्हणून राणेंनी फोन कट केला. फोन बंद झाल्याची खात्री करून घेत स्क्रीनकडे पाहून पुटपुटले, ''खुदा देता है तो छप्पर फाड के! अपना काम बनता, फिर भाड में गई जनता!'' त्याच खुशीत बायकोला हाक मारली. बायको समोर येताच तिला सूचना दिली, ''हे बघ, दुपारी त्या ठकरालचा माणूस येईल, तो देईल ते पार्सल व्यवस्थित कपाटात ठेवून दे... आणि हो... तू परवा म्हणत होतीस कुठलीशी हिऱ्याची अंगठी तुला आवडलीये म्हणून...''

वाक्य पूर्ण व्हायच्या आत मिसेस राणेंनी, ''पण चांगली साडेतीन लाखांची

आहे!'' म्हणत नाराजी व्यक्त केली.

''ते ठकरालचं पाकीट उघड आल्यावर आणि संध्याकाळी घेऊन ये अंगठी.'' म्हणत राणेंनी तिच्याकडे पाहून डोळा मिचकावला. बायको चांगलीच खूश झाल्याचे पाहून लगेच तिच्या गळ्यात हात टाकला आणि ''मी तुला खूश केलंय आता मला खूश करावं लागेल.'' असं म्हणत, 'बिच्छू लड गया...'चे सूर आळवत मिसेस राणेंना सोफ्यावर खेचलं.

ऑफिसमध्ये प्रवेश करताच राज्याच्या मुख्य सचिवांच्या कार्यालयातून फोन होता, तुम्ही आल्याबरोबर जोडून द्यायला सांगितल्याचं ऑपरेटरने महेशला सांगितलं. महेशने त्याला लगेच फोन लावून द्यायची खूण केली. दुसऱ्याच मिनिटाला महेशच्या टेबलावरच्या फोनची रिंग वाजली.

''येस, महेश हिअर...''

समोरून आवाज आला, ''कलेक्टर साहेब... एक मिनिट जरा सीएस साहेबांना बोलायचंय.''

''...हॅलो''

''सर...''

''हाऊ आर यू, यंग मॅन?''

''फाइन सर... व्हॉट कॅन आय डू फॉर यू?''

''ओह... देअर आर सो मेनी थिंग्ज... बट... अभी तो तुम कल सुबह १० बजे यहां पे आ जाना... हां... आणि तुझा तो मॉल, सॉरी सुपरस्पेशालिटी इश्यू सध्याचा बर्निंग... त्याची फाइलही कॅरी कर सोबत... सीएम, प्रेस, हाउस सगळ्यांसाठीच मला त्याची ब्रिफिंग लागेल.''

''शुअर सर''

''ओके देन... सी यू टुमारो...''

फोन ठेवताच क्षणभर डोळे मिटून महेशने शांतपणे दीर्घ श्वास घेतला. शिपायाला हाक मारून सुपरस्पेशालिटीची संपूर्ण फाइल झेरॉक्स करायला सांगितली. इंटरकॉमवरून पीएला उद्या सकाळी लवकर निघायचे असल्याने गाडी व अन्य सर्व आवश्यक ती तजवीज करण्याच्या सूचना देत जयाला फोन जोडून द्यायला सांगितला.

पुढ्यातल्या फाइल्सच्या ढिगाऱ्यातल्या दोन महत्त्वाच्या फाइल्स काढून समोर घेतल्या. तेवढ्यात फोन खणखणला. पलीकडून काहीसा परिचित आवाज, ''हं... बोला.''

''महेश हिअर...''

''बोला... बोला... तुमचा फोन अपेक्षितच होता, कसा काय वाजलाय फटाका?''

“जोरदार! त्यात वादच नाही. अगदी मंत्रालयापर्यंत आवाज पोहोचलाय. सकाळ उगवली तीच घोरपडेंच्या शिव्याशापांनी!”

“ते जाऊ द्या, गरजने वाले बरसते नहीं.”

“हो, पण आत्ता आमच्या बिग बॉसचा फोन होता.”

नीटसा अंदाज न आल्याने जयाने विचारलं, “कोण?”

“सीएस साहेब.”

“व्वा! थेट प्रशासनप्रमुखांचा फोन! मख्ख प्रशासनही हलायला लागलं वाटतं. काय म्हणताहेत सीएस?”

“उद्या तातडीनं भेटायला बोलावलंय सकाळी... तेही फाइल सोबत घेऊन.”

“मग...?”

“फाइल तर न्यावीच लागेल, पण डोन्ट वरी, तुमच्याकडे सगळे कागद आहेतच अगोदरपासून... शिवाय मीसुद्धा काळजी घेतोय.”

“ठिकाय, म्हणजे आजही चांगला फॉलोअप असेल.”

“नको, आज नका देऊ. काहीच नको. मला जरा जास्त अडचणीचं होईल.”

“असं कसं, काही तरी द्यावचं लागेल ना! घोरपडेचा फोन वगैरे...”

“तेही नको, आगीत मुद्दाम तेल ओतल्यासारखं होईल.”

“माफ करा सर, तुमचीही गाडी प्रशासकीय रुळावर यायला लागली की काय?”

“थांबा, थांबा तुमचं म्हणणं मी समजू शकतो. पण तुम्हाला ऑफिसमध्ये जसा फॉलोअप गरजेचा आहे, तसचं मलाही विचारणारे आहेत. घाबरायचं किंवा मागे हटायचं असतं तर मी एवढा पुढे गेलोच नसतो. पण अनेकदा ब्रीदिंग स्पेस खूप महत्त्वाची असते.”

“हं...”

“आपण एक करू शकतो.”

“....”

“हॅलो...”

“हं... बोला ऐकतोय,” जयाचा तुटक स्वर.

“मी आत्ता अप्पासाहेबांच्या सेक्रेटरीला बोलावून घेतो, आपले भ्रष्टाचार निर्मूलनवाले... त्यांना त्यांच्या संघटनेतर्फे रिॲक्शन द्यायला सांगू या... बाकी मी उद्या जाऊन आल्यावर पुढे आणखी मसाला मिळेलच.”

“हं, म्हणजे उद्याची बातमी अळणीच ठरणार.”

“देशमुखसाहेब, कधीकधी वरणभातातही मजा असते. उद्या जाण्यापूर्वी मला काही महत्त्वाच्या फाइल्स क्लिअर करायच्या आहेत. शिवाय, उद्याच्या पूर्वनियोजित

सगळ्या मीटिंग्जही रिशेड्यूल कराव्या लागतील, नाही तर आपण सविस्तर भेटू शकलो असतो.''

''ठीक आहे.'' म्हणत प्रश्नचिन्हांकित चेहऱ्याने जयाने फोन बंद केला.

सकाळी पावणेदहाची वेळ. मंत्रालयात आताच कुठे झुंजूमुंजू होऊ लागलेलं. मेन गेटमधून आत आलेल्या गाडीतून लगबगीने पोर्चमध्ये उतरत महेशने घड्याळाकडे नजर टाकली. लिफ्टमधून वर जाईपर्यंत पाच मिनिटे म्हणजे आपण अगदी वेळेत आहोत, असा हिशेब मनातल्या मनात करीत मुख्य सचिवांच्या दालनाबाहेर आला. तिथे दोन शिपाई गप्पा मारत उभे होते, त्यापैकी एकाला महेशने विचारलं, ''साहेब आलेत?''

त्याच्याकडे पाहून न पाहिल्यासारखं करत शिपायाने नकारार्थी मान हलवली आणि सहकाऱ्याबरोबरच्या गप्पा पुन्हा सुरू केल्या.

दोन सेकंद थांबून महेशने त्यांना आपली ओळख करून दिली आणि पुन्हा विचारलं, ''साहेब कधी येतील?''

मंत्रालयासारख्या ठिकाणी जवळपास २६ वर्षं काम केलेल्या त्या शिपायाला कलेक्टरची 'लेव्हल' आपल्या साहेबासमोर किती ते चांगलचं ठाऊक होतं. त्यातच अशा ठिकाणी कार्यरत असल्याने रोमारोमांत भिनलेला इरसालपणा जागा झाल्याने त्याने महेशला प्रतिप्रश्न केला, ''आता साहेब कोन... त्ये का आमी?''

महेशच्या तोंडून अभावितपणे उद्गार निघाले, ''म्हणजे?''

अत्यंत तुटक स्वरात त्याला पुढचे शब्द ऐकू आले, ''आता साहेब लोकांचं येनं आमी कसं सांगनार. आमचं इचाराल तर साडेनवाच्या ठोक्याला यायचं आन् साडेपाचच्या निघायचं हे आपन सांगू शकतो. एकदम ग्यारंटी. पन साहेब काय खातो, काय पितो, कुटं जातो, कुनासंग जातो, कुनाला बरूबर न्येतो, हे कसं आमाला कळनार? आन् त्ये म्हाईत आसलं तरी तुमाला कसं सांगनार?''

तुम्हाला शब्दावरचा जोर पाहून महेश समजायचं ते समजला आणि आवाजात जरा जरब आणत म्हणाला, ''पण साहेबांचे पीए, स्टेनो वगैरे...''

मनगटावरच्या घड्याळावर नजर टाकत पुन्हा समोरून एक इरसाल उत्तर, ''एक मुंबई सेन्ट्रल आन् दुसरा चिंचपोकळी, सव्वा अकरापर्यंत येतील.''

महेशच्या चेहऱ्यावर उमटलेले स्पष्ट वाचता येण्याजोगे प्रश्नचिन्ह तसेच कायम ठेवत पुन्हा आपल्या सहकाऱ्याशी गप्पा सुरू करण्याचा बेतात असलेल्या शिपायाला पाहून महेशने अस्वस्थतेने विचारलं, ''पण मला तर साहेबांनी दहा वाजताच बोलावलं होतं.''

पुन्हा एका शब्दात प्रतिक्रिया ''साडेअकरा!''

"पण, महत्त्वाचं काम होतं." महेशच्या ओठावर शब्द उमटले.

"आपल्याला सांगा, आपल्याच्यानं व्हन्यासारखं आसलं तर बघतो, न्हायतर बसा आत वेटिंग रूमला निवांत..." असे बेदरकारपणे महेशला सुनावत शिपाई पुन्हा आपल्या सहकाऱ्याशी बोलण्यात गुंग झाला.

नाइलाजास्तव महेश वेटिंग रूमकडे गेला. आता जवळपास तासभर तिथेच बसावं लागणार असल्याचं ताडून त्याने पुन्हा एकदा आपल्याजवळची फाइल बारकाईने तपासायला सुरुवात केली. त्यात आणखी एक-दोन बाबी लक्षात आल्या. त्याची त्याने नोंद घेतली. साधारणपणे साडेअकराच्या सुमारास चीफ सेक्रेटरी महादेवन आले. पाठोपाठ त्यांचा पीए आतमध्ये गेला. पाचच मिनिटात बाहेर येऊन त्याने कलेक्टर महेश आलेत का त्याची विचारणा केली. महेशने आपली ओळख देताच त्याने अदबीनं साहेबांनी आत बोलावलयं असं सांगितलं.

लगेचच महेश केबिनच्या दिशेने निघाला. दरवाजापाशी क्षणभर थबकून त्याने नॉक केलं... कम इन... शब्द कानी पडताच आतमध्ये गेला... नजरानजर झाल्यावर सीएस मोकळेपणाने हसून त्याचं स्वागत करताना म्हणाले, "आय थिंक वी हॅव मेट अर्लिअर..."

"येस सर, तुम्ही रेव्हेन्यू सेक्रेटरी असताना तुमच्या हस्ते मला बेस्ट अचिव्हर्सचा पुरस्कार मिळाला होता."

"ओह... येस...येस... सो, व्हॉट इज गोइंग ऑन?"

"क्वाएट गुड सर... बट..."

महेशचा मोठ्ठा पॉज आणि त्याच वेळी त्याच्या चेहऱ्यावरचे बदलते भाव टिपत सीएसनी बोल... बोल... असं नजरेनंच खुणावलं.

"नाही, तसं नाही, हे आपलं नेहमीचंच. कामं करतानाचं प्रेशर वगैरे..."

"थर्टी थ्री इअर्स झालीत या केडरमध्ये, स्ट्रेस मॅनेजमेन्ट चांगला असल्यामुळे मी या सगळ्या पोस्टिंग त्या त्या खात्यासारख्या सांभाळल्या आणि आज या खुर्चीत बसलोय. तुला वाटलं तर सांग, काही खास टिप्स देईन."

"येस सर, एखाद्या दिवशी जरूर येईन त्यासाठी."

महेशच्या बोलण्याचा मथितार्थ उमगल्याने आणखी विषय न वाढवता सीएस थेट मुद्द्यालाच हात घालत म्हणाले, "काय म्हणतंय तुमचं बांद्रा?"

"ठीक आहे सर."

"अरे बाबा, काय ठीक म्हणतो... ठीक नाय ना, म्हणूनच तर तुला बोलवावं लागलं."

"काही चुकलं असेल तर सॉरी सर. बट आय थिंक देअर इज सच अ बिग प्रॉब्लेम."

महेशला आपादमस्तक न्याहाळत सीएसनी एक उसासा टाकला. काही क्षण तसेच शांततेत जाऊ दिले. नंतर चर्चमधील फादरच्या आविर्भावात धीरगंभीर सुरात बोलायला सुरुवात केली. ''सी यंग मॅन, कलेक्टरशिप म्हणजे तशी आयएएस केडरची सुरुवातच. तेव्हा अजून तुम्हा मंडळींना खूप गोष्टी माहिती व्हायच्या आहेत. इथे जे काय सुरू असतं, त्याच्या एक पर्सेंटही तुमच्यापर्यंत पोहोचत नाही.''

''पर्सेंटेजमध्ये वगैरे मला रसच नाही सर...'' नकळतपणे किंचितशी चढलेली महेशच्या आवाजाची पातळी व त्याचा तुटक स्वर ऐकून क्षणभर सीएस बोलायचं थांबले. महेशचा इरादा त्यांच्या लक्षात आला; पण चेहऱ्यावर काहीही न दाखवता अथवा आवाजातही चढ-उतार न करता महेशच्या बोलण्यातली खोच जणू आपल्या लक्षातच न आल्याचं भासवत वातावरणातला तणाव कमी करण्याच्या हेतूने किंचित हसून गुड कमेन्ट असं पुटपुटले. ''तुझ्यासारखे चांगले सच्चे ऑफिसर आहेत म्हणूनच ही सिस्टिम चालू आहे; नाही तर आतून सगळं एवढं किडलयं की...''

एक दीर्घ पॉज घेत महेशचा चेहरा वाचत सीएस पुढे म्हणाले, ''एनी वे, तर काय सांगत होतो मी... हां... कलेक्टरशिप ही आयएएसच्या करिअरमधली पहिली, पण महत्त्वाची पायरी असते.''

या वाक्यातून खरे तर आताशी तू पहिल्या पायरीवर उभा आहेस ही जाणीव करून देण्याचा उद्देश असतो. त्यानुसार वाक्य अर्ध्यावरच सोडून त्यांनी पुन्हा एक पॉज घेतला. महेशची बॉडीलँग्वेज न्याहाळत संथपणे सुरुवात केली, ''मी काय म्हणतो त्याचा शांतपणे विचार कर. तू एकदम बेस्ट ऑफिसर आहेस. ही पहिली पायरी व्यवस्थित पार केलीस आणि मधल्या काही पायऱ्यांवर सीआर मेन्टेन राखलेस तर एक दिवस तूसुद्धा माझ्या जागी असशील.''

''थँक यू सर फॉर द ॲडव्हाइस, पण त्यासाठी मला काय काय करावं लागेल?''

काय काय हे शब्द उच्चारताना महेशने केलेला चेहरा व एकुणातला त्याचा टोन यावरून काय ते लक्षात येऊनही परत सीएस समजावणीच्या सुरात म्हणाले, ''जे सगळे करतात तेवढंच करावं लागेल. मी तुला हे मुद्दाम का सांगतोय तर तू एक चांगला क्रिएटिव्ह ऑफिसर आहेस म्हणून. आजवरचे तुझे सगळे रिपोर्ट्स चांगले आहेत. त्यामुळेच तुला बांद्रासारख्या महत्त्वाच्या ठिकाणची कलेक्टशिप दिली ना.''

''सर...''

''आता देशात आणि जगातही मुंबईचं स्थान सगळ्यांना माहीत आहे आणि सध्या बांद्रा हे हृदय झालंय या आर्थिक राजधानीचं, मुंबईचं.''

''सर...''

“म्हणूनच या हार्टची काळजी तू व्यवस्थित घ्यायला हवीस.”

“मी तेच तर करतोय सर, पण त्यामुळे अनेक जण ‘हर्ट’ होताहेत.”

वेळोवेळी महेश मुद्दाम वाकड्यात शिरत असल्याचं लक्षात येऊनही संयम न सोडता सीएस स्वत:शीच हसले आणि म्हणाले, “मला हे सांगायची गरज आहे? आय नो ऑल द थिंग्ज बेटर दॅन यू.”

“तसं नाही सर, पण बघा नुसतं स्पष्ट बोलायचं तरी हर्ट होतं.”

“टेक इट इझी यंग मॅन, तुझ्या-माझ्या खुर्चीत बसणाऱ्यानं कूल असायला हवं, तरच कामं पुढं सरकतात. तुला काय म्हणायचंय ते कळत नाहीये मला, असं वाटतं का तुला?”

या अनपेक्षित बाउन्सरनं महेश काहीसा गांगरला. “तसं नाही सर...”

“आय नो, आय नो. जाऊ दे ते. चल मी काय सांगतो की, हां... ते बांद्रा आज देशातली सगळ्यात हॉट प्रॉपर्टी... तेव्हा तिथे काम करताना आपण एकदम कूल असायला हवं.”

“म्हणजे काय चाललंय ते फक्त पाहत राहायचं? नियम धाब्यावर बसवून चालणाऱ्या कामांकडे डोळेझाक करायची?”

“काम डाउन. तसा विचार करू नकोस. मी एवढंच सांगतोय की कूल राहायचं, म्हणजे परिस्थिती शांतपणे हाताळायची. लगेच प्रेस, मीडियाकडे जायचं नाही.”

“पण, सर परिस्थितीच तशी असेल तर?”

“सी, शासनात आणि प्रशासनात आतल्या आत आपण कशीही परिस्थिती सांभाळून घेऊ शकतो. पण एकदा का आतल्या गोष्टी बाहेर आल्या तर आपल्या हातात काहीच राहत नाही; उलट कधीकधी आपल्यालाच बाहेर जावं लागतं.”

“म्हणजे...”

“लिसन, माझं बोलणं संपलेलं नाही अजून. ही प्रेस आणि मीडिया तर सगळ्यात डेंजरस. त्यांच्या सोयीचं असतं तोपर्यंत आपल्याला हिरो करतात अन् नंतर मात्र हीच मंडळी आपल्याला टार्गेट करते किंवा त्यांच्यापैकी एकालाच फेवर केलं म्हणून इतर मीडिया अंगावर येते. त्या वेळी वाचवायला मग आतलेही नसतात आणि बाहेरचेही. आपल्याकडच्या ज्या फाइल्स क्लिअर करायच्या असतात त्या कोणत्याही मार्गानं होतातच. मग आपण कशाला मुद्दाम अडवणूक करायची? एनी वे, मला सीएमकडे मीटिंग आहे आत्ता, माझा मेसेज नीट लक्षात ठेव आणि ती फाइल इथे ठेवून जा. ओके!”

सीएसच्या बोलण्यातला गर्भितार्थ लक्षात घेऊन महेश तिथून उठला. केबिनच्या बाहेर पडताना पुन्हा एकदा सुरुवातीपासूनच्या सगळ्या घटनाक्रमाचे विचारचक्र

त्याच्या डोक्यात सुरू झाले.

प्रशासनातले सर्वोच्च पद भूषवणाऱ्या चीफ सेक्रेटरींचा नूर पाहून महेशच्या अस्वस्थतेत अधिकच भर पडली. सीएसच्या केबिनमधून बाहेर पडल्यावर कॉरिडॉरमधून जाताना तो त्याच विचारात गढून गेला होता. मनातल्या घालमेलीमुळे तो सुन्नपणे लिफ्टमध्ये जाऊन उभा राहिला. मंत्रालयात अजून फारशी वर्दळ सुरू झाली नसल्याने लिफ्टमध्ये अन्य कुणी नव्हतं. महेश आतमध्ये येताच लिफ्टमनने यांत्रिकपणे तळमजल्याचे बटण दाबले व लिफ्ट सुरू झाली. दोन मजले खाली येताच बाहेरून कुणी तरी बटण दाबल्याने ती मध्येच थांबली. विचारात गढलेल्या महेशची तंद्री लिफ्टचे दार उघडताच दोन कारणांमुळे भंगली. एकतर दार उघडल्याबरोबर बाहेरून डार्क परफ्युमचा भपकारा आत आला आणि पाठोपाठ लिफ्टमध्ये प्रवेशणारी महेशची आयएएसची बॅचमेट वर्षा त्याला पाहताच, "अरे महेश तू!" म्हणून जवळजवळ किंचाळलीच. "तू इकडे कुठे..." या तिच्या प्रश्नावर महेशने केवळ 'सीएस' एवढेच उत्तर दिले. तूर्त आणखी खोलात न शिरता वर्षाने त्याला तळमजल्यावरच्या आपल्या केबिनमध्ये यावेच लागेल, असा आग्रह केला. तोवर लिफ्टही तळमजल्यावर पोहोचली. बाहेर पडल्यावर चार पावलांवर असलेल्या केबिनकडे मोर्चा वळवत तिने महेशला तिकडे येण्याचा इशारा केला. मॅडमला पाहताच केबिनबाहेरच्या शिपायाने अदबीने दरवाजा उघडला. आत शिरता शिरताच महेशकडे पाहून वर्षाने शिपायाला सांगितलं, की 'हे साहेब असेपर्यंत कुणाला आत सोडू नकोस आणि पीएलासुद्धा सांग की कुणाचे फोन देऊ नको. अर्जंट मेसेज असला तरी मीटिंगमध्ये आहे म्हणून सांग.' 'जी' म्हणून शिपाई जाण्यासाठी वळणार तेवढ्यात त्याला अॅन्टी चेंबरमधल्या फ्रिजमधून दोन फ्रूट पंच ज्यूस घेऊन यायला तिनं सांगितलं. शिपाई बाहेर गेल्यावर खुर्चीवर काहीसे रेलून बसत, रिलॅक्स होऊन म्हणाली, "बोला महेशराव, काय चाललंय?"

ठीक... एवढंच तुटक उत्तर खरंतर महेशला द्यायचं होतं; पण वर्षाचा स्वभाव पूर्णतः जाणून असलेला महेश तिला आपल्या नाराजीचा, अस्वस्थतेचा जरासुद्धा थांग लागू न देता चर्चेची गाडी जरा वेगळ्या वळणावर नेत म्हणाला, "तुम्ही काय बुवा मंत्रालयात बसणार, ऐसपैस केबिन... मीडिया... पीआर सगळं जोरात आहे."

महेशच्या कमेन्टवर वर्षा दिलखुलास हसली. "माहिती जनसंपर्क महासंचालनालयाचे महासंचालकपद म्हणजे नाव मोठं लक्षण खोटं असं आहे बघ... वरिष्ठांची वाहवा करा... पत्रकारांची ठेप ठेवा, सरकारी निर्णयांचा बचाव करा आणि विरोधातल्या बातम्यांचे खुलासे करा... यातच सगळा दिवस मोडतो. कामात क्रिएटिव्हिटी नाही की कोणते अधिकार नाहीत. फक्त वरून दिसायला तेवढं सगळं चांगलं दिसतं."

दिसण्याचा विषय येताच स्लीव्हलेस ब्लाउझ, त्याचा 'लो कट' नजरेत भरेल अशा रीतीने घेतलेला पदर, बेंबीच्या खाली, पण चापूनचोपून नेसलेली साडी, स्टायलिश हेअर कट, त्याला साजेसा मेकअप आणि डार्क परफ्यूम... अशा मघापासूनच्या निरीक्षणातून मनात नोंदवल्या गेलेल्या काही बाबी क्षणार्धात महेशच्या नजरेसमोर तरळल्या आणि अभावितपणे तो बोलून गेला, "दिसण्याच्या बाबतीत तुझं काय विचारायचं... अजूनही चांगलीच ग्रेस टिकवून आहेस..."

महेशच्या कॉम्प्लिमेन्टने आतल्या आत सुखावलेल्या वर्षाने काहीशा लटक्या रागानं 'चल रे!' म्हणत त्याला समोरच्या ग्लासातलं ज्यूस घेण्याची खूण केली आणि आलेच हं... म्हणून अॅन्टी चेंबरमध्ये गेली.

पुढ्यातला ज्यूसचा ग्लास तोंडाला लावत त्या ऐसपैस केबिनचं निरीक्षण करत असताना मसुरीच्या आयएएस ट्रेनिंग सेन्टरपासून या अगोदरच्या तिच्या कलेक्टरशिपपर्यंतच्या प्रवासातली क्षणचित्रे महेशच्या मन:पटलावर उमटली.

वर्षाचं राहणीमान काहीसं बिनधास्त, अघळपघळ स्वभाव यामुळे तिच्याविषयी आयएएस लॉबीत आणि अधिकारी वर्तुळात नेहमीच गॉसिप्स सुरू असायची. प्रशासनात काम करताना आपल्या 'बाई' असण्याचा ती काम टाळण्यासाठी वा एखादे काम करवून घेण्यासाठी सोयीसोयीने कसा वापर करते त्याचे अनेक सुरस किस्से त्याला आठवले. साताऱ्याला वर्षा कलेक्टर असताना अत्यंत उर्मट आणि रंगेल म्हणून प्रसिद्ध असलेल्या जिल्ह्याच्या तत्कालीन पालकमंत्र्याला केवळ आपल्या 'अदां'नी वर्षाने कसं वेडं केलं होतं त्याच्या तर अनेक कथा-उपकथा महेशच्या कानापर्यंत आल्या होत्या. इतरांवर येताजाता डाफरणारे हे मंत्रीमहोदय वर्षा समोर दिसताच मॅडम मॅडम म्हणून कसा लाळघोटेपणा करायचे, दौऱ्यात तिला महत्त्वाच्या विषयावरील चर्चेचं निमित्त करून स्वत:च्या गाडीत कसे बसवायचे अन् आपल्या खास माणसांमध्ये तिचा उल्लेख 'लॉलिपॉप' म्हणून कसा करायचे... ते सारं महेशला सहज आठवलं. तेवढ्यात अॅन्टी चेंबरमधून बाहेर आलेल्या वर्षाशी त्याची नजरानजर झाली आणि बाईसाहेब आत जाऊन चेहऱ्यावर हलकासा मेकअपचा हात फिरवून आल्याचं त्याला जाणवलं. चेहऱ्यावर मात्र तसं काही न दाखवता ज्यूसचा रिकामा ग्लास टेबलावर ठेवत त्याने विचारलं, "आणखी काय चाललंय?"

त्याच्याकडे एक कटाक्ष टाकून वर्षाने थोडं हसल्यासारखं केलं. "आमच्याकडे कसलं आलंय विशेष? तुम्हीच सांगा..." म्हणत काहीशा दबक्या आवाजात विचारलं, "चांगली मुंबई सोडून नंदुरबारला जायची हौस आलीये का?"

तिच्या या गुगलीने काहीसा बुचकळ्यात पडलेल्या महेशने विचारलं, "म्हणजे?"

कपाळावर हात मारत तिने महेशला प्रतिप्रश्न केला, "व्हॉट इज युवर प्रॉब्लेम यार?"

तिचं बोलणं नेमकं लक्षात न आल्याने अस्वस्थ झालेल्या महेशने, 'ए... स्पष्ट बोल ना काय ते...' म्हणत तिला सांगण्याची गळ घातली.

मिनिटभर मनात विचार केल्यावर वर्षाने रहस्यभेद केला. ''तुझी हिरोगिरी सगळ्यांना अडचणीची ठरणारेय, म्हणून बांद्रा कलेक्टरपदावरून तुझ्या उचलबांगडीची फाइल 'मूव्ह' करायच्या ऑर्डर्स सुटल्यात.''

हे ऐकताच महेशच्या तोंडून 'आँ...' असा आश्चर्योद्गार बाहेर पडला. त्यावर पुन्हा दबक्या आवाजात वर्षाने त्याला टिप दिली, ''काल सीएस सरांकडे जी.ए.डी.ची मीटिंग होती. मीटिंगनंतर प्रेस ब्रिफिंगचे मुद्दे घेण्यासाठी मी थांबले होते. तेवढ्यात सीएसना महसूलमंत्र्यांचा फोन आला. येस सर... सर... सर... असं नेहमीप्रमाणे म्हणत त्यांनी फोन ठेवला. त्यानंतर लगेचच मला तुझ्या त्या सुपरस्पेशालिटी प्रकरणाच्या कात्रणांची फाइल तातडीनं पाठवून द्यायला सांगितलं. सबऑर्डिनेटकडे फाइल पाठवणार होते; पण म्हटलं मामला गंभीर दिसतोय, आपणच न्यावी फाइल. म्हणून जरा फ्रेश झाले आणि मीच घेऊन वर गेले. तोवर टकल्याच्या केबिनमधली सगळी गर्दी हटली होती. मला पाहताच 'नाइस लुकिंग गर्ल, तूने तो बहोत अच्छा फिगर मेन्टेन किया है...' म्हणाला. जरा चान्स मारावा म्हणून मीसुद्धा फाइल दाखवण्याच्या निमित्ताने समोरच्या खुर्चीवर बसले. दोन्ही-तिन्ही बातम्यांवरून नजर फिरवल्यावर 'ये तुम्हारे यंग लोग बहुत गडबड कर देते है...' असं पुटपुटला. त्याला आणखी बोलतं करण्यासाठी मी विचारलं, 'काय झालं सर? एनीथिंग सिरिअस? तर 'ओह येस... इट इज सिरिअस' म्हणत बोलायला लागला. 'सुपरस्पेशालिटी का इश्यू तो काफी छोटा है. उसके पास और एक-दो बहुत बडे फाइल्स पेंडिंग है. ये लडका बांद्रा गव्हर्नमेंट कॉलनी के फाइल की भी वाट लगा देगा, ऐसा अब रेव्हेन्यू मिनिस्टर को शक है. इसलिए मुझे तुरंत उसके ट्रान्सफर की फाइल बनाने का ऑर्डर है.' सांगत पीएला हाक मारून नंदुरबार कलेक्टर म्हणून तुझी फाइल मूव्ह करायची ऑर्डरसुद्धा देऊन टाकली.''

महेशच्या चेहऱ्यावरचे विस्मयचकित भाव बघून, ''आहेस कुठे महेश... बरं तुझ्या जागी कोण येतंय माहितेय का...'' असं म्हणत वर्षाने एक पॉज घेतला.

''आता तेही सांगून टाक.'' महेशचा एक दीर्घ सुस्कारा.

पुन्हा थोडा पॉज घेऊन, ''द ग्रेट फिक्सर दीपक थोरात...'' गौप्यस्फोट करत वर्षाने महेशकडे रोखून पाहिलं.

हताशपणे महेश उद्गारला, ''पण, माझं काय चुकलं?''

''अहो, मिस्टर... सारंच चुकलं! त्यातही तुम्ही थेट मीडियाकडे गेलात. इट्स व्हेरी डेंजरस साइन फॉर अवर सो कॉल्ड बॉसेस, यू नो.''

त्यावर, ''ठीक आहे, पाहू जे होईल ते.'' म्हणत महेश उठला.

त्याबरोबर स्वत:ही खुर्चीतून उठून त्याच्याशी हात मिळवत वर्षाने ''बी प्रॅक्टिकल मॅन...'' असा सल्ला दिला आणि महेशच्या पाठमोऱ्या आकृतीकडे पाहत त्याचा स्वभाव पुरेपूर जाणून असल्याने 'काय होणार याचं...' असं स्वत:शीच पुटपुटली. त्याचवेळी महेशला ही 'टिप' देऊन एकाच दगडात आपण किती पक्षी मारले त्याचा हिशेबही तिच्या मनात चालू झाला.

इकडे मंत्रालयाच्या पोर्चमधून महेशची गाडी मेन गेटच्या दिशेने जात असताना 'बी प्रॅक्टिकल' या वर्षाच्या शब्दांचा कल्लोळ महेशच्या मनात सुरू झाला. मरिन ड्राइव्हवरून गाडी वेगाने बांद्र्याच्या दिशेने धावू लागली तसे त्याचे विचारचक्रही वेगाने फिरायला लागले. सुमारे ५० मिनिटे सगळ्या संभाव्य शक्यतांचा विचार करून झाल्यावर समोर बांद्र्याचा पूल दिसू लागला. पुलावर गाडी आल्यावर तो डोळे मिटून शांत बसला. पाचच मिनिटात गाडी ऑफिसच्या दारात थांबली आणि ड्रायव्हरने लगबगीने उतरून मागचा दरवाजा उघडला.

गाडीतून उतरता उतरता 'येस आय विल हॅव टु बी मोअर प्रॅक्टिकल' असं मनाशी म्हणत तो केबिनमध्ये आला आणि तडक जयाचा नंबर डायल केला.

''हॅलो, बोला साहेब.''

''परवा लवंगी फटाका दिला होता, आज संध्याकाळी घरी या, आयटम बॉम्ब देतो.'' एवढंच सांगून महेशने फोन डिस्कनेक्ट केला. खुर्चीत मागे टेकत भिंतीवरच्या घड्याळाची टिक्‌टिक् ऐकत मन एकाग्र करण्याच्या जुन्या सवयीचा इथे त्याला शांत होण्यासाठी फायदा झाला.

सुपरस्पेशालिटी हॉस्पिटलच्या आपल्या न्यूजबॉम्बला अगदी लवंगी फटाक्याची उपमा देऊन मोकळ्या झालेल्या महेशकडे असा कुठला आयटम बॉम्ब असावा या विचाराने एकदम चार्ज झालेल्या जयाने सिगारेट शिलगावली आणि संध्याकाळी वेळ पडली तर हाताशी कुणी तरी असावं, या विचाराने अभीचा मोबाइल डायल केला. सकाळपासून तशा फारशा महत्त्वाच्या असाइन्मेंट नसल्याने एका ज्युनिअर रिपोर्टरबरोबर कॅन्टीनमध्ये पिझ्झा खात बसलेला अभी जयाचा फोन पाहून तोंडातला घास पटापट चाऊन ''हॅलो बोल.'' म्हणाला.

त्यावर ''कुठं कॅन्टीनमध्ये वाटतं...'' म्हणत जया त्या दिशेनं निघाला.

जया तिथं येत असल्याचं समजताच आनंद हा ज्युनिअर रिपोर्टर जरा सावरून बसला. ''तुमचं काही महत्त्वाचं असेल तर मी निघू का?'' त्याने विचारलं. तेवढ्यात तिथे येऊन जया त्याच्या शेजारी बसला. पुढ्यातली पिझ्झाची डिश बघताच, ''च्यायला तुम्हाला काय आवडतं यार हे,'' असा प्रश्न करत जयाने आपल्यासाठी एक लेमन टीची ऑर्डर दिली. विषयाला सुरुवात करण्याआधी अभीला विचारलं, ''आज काही फार लोड दिसत नाही.''

“विशेष तर काही नाही, पण बघू संध्याकाळी. काही तरी शोधावं लागेल.”

“शोधा... शोधा... विशेष काही नसेल तर आपला धंदा कसा चालायचा.” असा रिमार्क मारून जया गप्प बसला. त्याची एकंदर बॉडी लँग्वेज पाहता अभीने आनंदला नॅशनल जिमखान्याच्या जनरल बॉडी मीटिंगमध्ये गडबड होण्याची शक्यता आहे, तिकडे जा पट्कन असं सांगून पिटाळलं. पडत्या फळाची आज्ञा घेत आनंद उठला. तो जाताच “संध्याकाळी सहा वाजता आपल्याला जायचंय, तुझं काय असेल ते लवकर आवरून घे.” जयाने सांगितलं.

अगदी निघेपर्यंत कुठं जायचंय, काय आहे, कशाला जायचंय ते न सांगण्याची जयाची सवय अभीच्या चांगलीच अंगवळणी पडलेली होती. त्यामुळे त्यानेदेखील अधिक चौकशा न करता ‘बरं’ म्हणून विषय संपववला. त्यावर जयाने लगेच दुसरा विषय काढला. “हा आनंद कसा मुलगा आहे रे?”

“आठवडाभरच झालाय त्याला आताशी, पण बराय तसा. बोलण्यात न्यूज सेन्स जाणवतो. शिवाय उत्साही आहे आणि कॉपीसुद्धा बरी आहे.”

“हं, त्याच्याबरोबर इंटरव्ह्यूसाठी आलेल्यात तोच जरा बरा वाटला. बाकी सगळा ‘आनंद’च होता.”

त्याच्या या कोटीवर अभी टाळी देत असतानाच “त्या दुसऱ्या पोरीला मी बरोबर वाटेला लावलं” म्हणत जयाने डोळे मिचकावले.

त्यावर हसत अभीने एक डोळा बारीक करून विचारलं, “कोण ती लो वेस्ट जीन्स घालून आलेली डोंबिवलीची कतरिना का?”

“आयला! सॉलिड उपमा दिलीस!”

“पण, परवा सबनीस तर म्हणत होते की, मी तिला ॲडजेस्ट करून घ्यायला सांगितलंय साहेबांना.”

“सांगेल ना सांगेल तो... त्याला काय xxxx कळतंय रिपोर्टिंगमधलं...”

“बाई म्हटली की लगेच यांचे सीसीटीव्ही ऑन होतात.”

“अरे, ती आली इंटरव्ह्यूला रिपोर्टर म्हणून अन् हा तिला डोंबिवलीत कुठे राहतेस, वडील काय करतात, कुठल्या गाडीनं यायला सोयीचं होईल, गर्दीच्या वेळेला जमेल का... वगैरे फालतू प्रश्न विचारत बसला. या अशा पोरींनाही तेच हवं असतं. तिने लगेच गर्दीचा सॉलिड त्रास होतो हो, अनेकदा गाडीत चढताच येत नाही, अशी टेप लावली. मी आणि बोक्या एकमेकांकडे पाहत होतो. बोक्या मध्येच म्हणाला, पण इकडे यायचं असलं तर ‘चढायची’ सवय करून घ्यावीच लागेल.”

चढायची शब्दावरचा जोर पाहून हसत अभीने पुन्हा टाळी दिली, “मग रे...”

“अरे तू तरी हसतोयस आत्ता, आम्हाला तर हसायचीही सोय नव्हती. सबनीस म्हणाला, ते ती करेल ॲडजेस्ट. लगेच मी म्हणालो, तो तुमचा विषय नाही, जे

बघायचं ते मी बघून घेईन. शेवटी ती माझ्या सेक्शनला येणार आहे. गाडी भलत्याच वळणावर जात असल्याचं पाहून मग साहेबच म्हणाले की, तुला काय विचारायचं ते विचार.

"मग मी विचारलं, 'एखादा ज्येष्ठ साहित्यिक किंवा मोठा माणूस गेला, तर कसं रिपोर्टिंग करशील?' त्यावर राणीसाहेबांचं उत्तर होतं, 'त्यांच्या शेवटच्या 'मिरवणुकी'त जाऊन लोकांच्या प्रतिक्रिया घेईन.''

"मिरवणूक?''

"तिच्या मते, अंत्ययात्रा म्हणजे मिरवणूकच की... सबनीसनं पुन्हा मध्ये तोंड घातलं, म्हणाला... बरं ठिकाय... तुझ्या आवडीचे विषय कुठले... तर म्हणाली फिल्म, म्युझिक, एन्टरटेन्मेंट...

"मी लगेच विचारलं, 'सध्या एन्टरटेन्मेंट टॅक्सचा विषय गाजतोय, मल्टिप्लेक्समध्ये तो किती आकारला जातो?' तर बाईसाहेब म्हणाल्या, 'मॉर्निंग शोला तर काय ५० रुपयांतही तिकीट मिळतं, नाइट शोला मात्र ३०० रुपये द्यावे लागतात.' सुमेधाला राहवलं नाही, ती म्हणाली, 'अगं, ते टॅक्सबद्दल विचारताहेत, तिकीट दराबद्दल नाही.' जाऊ दे सर तिला, म्हणून तिनं अधिक वस्त्रहरण टाळलं. तरीही नंतर मीटिंगमध्ये सबनीसनं तिचाच अर्ज सर्वांत वर ठेवला होता. अर्जांचा गठ्ठा समोर येताच मी स्पष्ट सांगितलं, 'हा असला फॅशन शो मला रिपोर्टिंगला चालणार नाही. हवं तर सप्लिमेन्ट किंवा डेस्कसाठी विचार करा.' कोरडे लगेच म्हणाले, 'काय... डेस्कला? हेडिंगमध्ये अंत्ययात्रेऐवजी मिरवणूक म्हणेल आणि दुसऱ्या दिवशी आपली सगळ्यांची वरात काढेल.' साहेबांनी सुमेधाकडे पाहताच, 'पुरवणी जरी असली तरी आमच्याकडे डम्पिंग ग्राउंडसारखं काहीही टाकू नका हो...' म्हणत तिनं कोपरापासून हात जोडले आणि साहेबांनी अर्जावर काट मारली.''

हे ऐकताच अभीने एक खोल सुस्कारा टाकला. "तुम्हा लोकांचं ठीक आहे. जरा आमच्या यंग ब्रिगेडचा विचार करायचा. ऑफिसमध्ये तेवढाच एक चांगला चेहरा आला असता.''

"चांगल्या चेहऱ्याला काय ×××...'' म्हणत जयाने कपातला शेवटचा घोट संपवला. "एनी वे, चल साडेपाचला डॉट भेटू.'' म्हणत दोघे उठले आणि आपापल्या दिशेने गेले.

सव्वापाच वाजताच अभीचा मोबाइल खणखणला. जयाचा नंबर पाहून घड्याळाकडे नजर टाकत त्याने फोन उचलला. "आत्ता 'महालक्ष्मी'ला आहे. पाच मिनिटात काम आटोपतो आणि निघतो. बरोबर वेळेत पोहोचतो तुला घ्यायला.''

जयाने त्याला मध्येच थांबवलं. "मी काय सांगतोय ते ऐक. मला एक काम

लागलं होतं म्हणून मी ऑफिसच्या गाडीनं हाजी अलीला आलो आहे. ते काम आता आटोपलंय. तू इकडे येत बसण्यापेक्षा असाच सी लिंककडे निघ. मन्याच्या दुकानासमोर तुझी बाइक लाव आणि सी फेसकडे येऊन थांब. मीही गाडी घेऊन तिथेच येतो, मग आपण पुढे जाऊ.''

ओके म्हणून अभीने फोन कट केला आणि बाइक वरळीच्या दिशेने वळवली. ठरल्यानुसार बाइक पार्क करून सी फेसच्या दिशेने पावलं टाकताना त्याने अंदाज बांधला, हा इकडं येतोय म्हणजे बहुतेक बांद्रा कलेक्टरकडे जायचं असणार. तो तिथल्या फुटपाथवर येत नाही तोच त्याला ऑफिसची गाडी त्याच्या दिशेने येताना दिसली. गाडी थांबताच त्याने आत बसता बसता जयाकडे पाहून भुवया उंचावल्या. त्याला काय विचारायचंय ते ध्यानात आल्यानं जयाने सांगितलं, ''महेश राऊतांचं घर.''

गाडी तिथं पोहोचल्यावर जयाने घड्याळावर नजर टाकली. सहा वाजायला अजून पाच मिनिटं बाकी होती. शिवाय बाहेर महेशची गाडीही दिसत नव्हती. त्यामुळे अद्याप स्वारी घरी आलेली दिसत नाही, अशी खूणगाठ मनाशी बांधून 'चल कांडी मारू...' म्हणत जयाने बाजूच्या पानपट्टीकडे आपला मोर्चा वळवला. जया सिगारेट शिलगावत असतानाच अभीने शेजारच्या स्टॉलवाल्याला दोन चहाची ऑर्डर दिली. सिगारेटचे दोन दमदार झुरके आणि चहाचा गरमागरम घोट घशाखाली उतरताच नेहमीच्या शैलीत जयाने टाकलेला सुस्कारा पाहून आता विषयाला सुरुवात करायला हवी हे अभीने ताडले.

''आता आज काय सांगणार कलेक्टर विशेष?''

''बघू या, आज आयटम बॉम्ब देईन म्हणत होते.''

''म्हणजे, आणखी मोठा फॉलोअप?''

''मला वाटतं, एखादं नवं प्रकरण असावं. दुपारी मंत्रालयातली मीटिंग आटोपल्यावर मला फोन केला होता. बोलण्यावरून जरा डिस्टर्ब वाटत होते पण...''

पॉज जरा अधिकच लांबल्याने अभीने कुतूहलाने जयाकडे पाहिलं, ''...पण त्यांच्या आवाजावरून त्यांनी एकंदरीत काहीतरी निश्चय केल्यासारखं वाटलं.''

''म्हणजे?''

''बघू या, कळेलच आता. चल, ती बघ गाडी गेली त्यांची पोर्चमध्ये. चल...''

कलेक्टरांच्या इमारतीच्या कंपाउंड वॉलपर्यंत आल्यावर एक मोठ्ठा झुरका मारून जयाने सिगारेट चुरगळली आणि आतमध्ये जाऊन दरवाजावरच्या शिपायाकडे आपलं कार्ड दिलं.

''साहेब आत्ताच आलेत.''

शिपायाची टिप्पणी ऐकून अभी काही बोलणार तोच जयाने फक्त तू कार्ड आत

दे, एवढंच हाताच्या इशाऱ्याने सांगितलं. जरा जड पावलांनीच आत गेलेला शिपाई बाहेर मात्र अगदी लगबगीने आला आणि दोघांनाही आतमध्ये जायला सांगितलं. साहेब दोन मिनिटात येताहेत म्हणेपर्यंत महेश तिथे आलाच. त्याला पाहून अभी काहीसा सावरून बसत असतानाच 'बसा... बसा... आरामात' म्हणत महेशने शिपायाला सरबत आणायला सांगितलं. सोफ्यावर बसून दोघांकडे पाहत नकारार्थी मान हलवत स्मितहास्य करून महेशने भुवया उंचावल्या.

"सी.एस. साहेबांकडून बरंच प्रेशर आलेलं दिसतंय." जयाचा प्रश्न.

"नुसतंच प्रेशर नाही, सगळ्याच बाजूंनी वाट लावायची ठरवलेलं दिसतंय त्यांनी."

"कसली वाट?"

"बाहेरची वाट दाखवताहेत मला ते!"

"बदली?"

"हो, थेट नंदुरबारला!"

"मग आता?"

"नाही, अजून तशी ऑर्डर नाही काढली त्यांनी; पण बदलीची फाइल मूव्ह करायला सांगितली आहे."

काही क्षण शांततेत गेले. "आपण बातमी करू बदलीच्या हालचालींची" अभीच्या शब्दांनी शांतता भंगली.

"त्यामुळे काय होईल?" महेशचा प्रश्न.

"फाइल थांबेल."

"उलट आठ दिवसांऐवजी चार दिवसातच बदलीची ऑर्डर निघेल."

"कशावरून?"

"यापूर्वीचा पॅटर्न पाहा."

"पण आपली केस वेगळी आहे."

"काही वेगळीबिगळी नाही. प्रशासकीय कारणासाठी कधीही कुणाचीही कुठेही बदली होऊ शकते. शिवाय त्यासाठी कारण देणार ते तुमच्यासारख्या कर्तबगार आणि धडाडीच्या अधिकाऱ्यांची प्राप्त परिस्थितीत दुर्गम आदिवासी भागात जास्त गरज असल्याचं..."

"पण..."

अभीला इशाऱ्याने थांबवत जयाने महेशला शांतपणे विचारलं, "मग बदली थांबवण्याचा पर्याय काय?"

या प्रश्नावर महेश दोन-तीन सेकंद विचारात गढून गेला. "पहिला पर्याय म्हणजे आमच्या 'फादर'च्या सुरात सूर मिळवायचा."

“फादर?”

तेवढ्यात सरबत घेऊन शिपाई आला. तो ग्लास ठेवून जाईपर्यंत कुणीच काही बोललं नाही. पुन्हा अभीने विचारलं, “कोण फादर?”

“आमचे सीएस, नेहमी चर्चमधल्या फादरच्या रोलमध्ये असल्यासारखा आभास निर्माण करतात; पण कृती मात्र त्याच्या अगदी विरुद्ध असते. सीएसचं वागणं म्हणजे वरून एक आणि आतून भलतंच असं असतं.”

“म्हणजे?”

“तेच, वरवर समजावणीचा सूर लावायचा. बेटा, बच्चा, तू बहोत अच्छा वगैरे म्हणायचं आणि प्रत्यक्षात सच्च्या माणसाला खड्यासारखं दूर फेकायचं.”

“मग...” जरा निर्वाणीच्या सुरात जयाची विचारणा.

“मग काय, एकदा मैदानात उतरल्यावर रणछोडदास तर आपण होणारच नाही.”

“दुसरा पर्याय?”

“हो आहे ना!” म्हणत महेशने टी-पॉयवरची छोटी बॅग उघडली आणि त्यातली फाइल काढून मागून पुढून त्यावर नजर फिरवली.

महेशची बॉडी लँग्वेज न्याहाळत शांत बसणं जयाने पसंत केलं.

“कसली फाइल?” अभीचा प्रश्न.

दाराकडे पाहत तिथं कुणी उभं नसल्याची पुन्हा एकदा खात्री करून घेत दबक्या आवाजात महेशने बोलायला सुरुवात केली, “मिसाइल आहे हे मिसाइल! हे डागलं तर मंत्रालयातल्या अनेकांची अक्षरश: टराटरा फाटेल.”

अर्ध्या मिनिटाची शांतता.

जया आणि अभी दोघांची उत्सुकता क्षणाक्षणाला वाढत असल्याचं पाहून महेशने गौप्यस्फोट केला. “बांद्रा गव्हर्नमेन्ट कॉलनीच्या ‘रिडेव्हलपमेन्ट’चा प्रस्ताव आहे हा...”

“हं, अधूनमधून त्यावरून आवई उठत असते.” इति जया.

“हां, पण ते वेगळं आणि हे वेगळं. त्यातल्या रि-कास्टिंगच्या ‘कॉस्टिंग’चा आपण विचारही करू शकत नाही.”

“असं!”

“फाइलवरून एकदा नजर टाका म्हणजे कळेल.” म्हणत महेशने फाइल जयाच्या हाती दिली.

नेहमीप्रमाणे ग्रामपंचायत ते मंत्रालयापर्यंतच्या कामाचा आढावा घेणाऱ्या लंब्याचवड्या अडीचपानी प्रस्तावनेवर उडत उडत नजर टाकत जया शासकीय वसाहतीच्या पुनर्निर्माणापर्यंत आला आणि मग त्यापुढच्या एकेका तरतुदीवरून काळजीपूर्वक

नजर फिरवू लागला. प्रत्येक मुद्दा वाचल्यावर जयाच्या बदलत चाललेल्या भावमुद्रांकडे महेशचं बारीक लक्ष होतं. सगळे मुद्दे पाहून झाल्यावर विस्मयाने महेशकडे पाहत जयाने प्रतिक्रिया व्यक्त केली, ''हा तर आवळा देऊन कोहळ्याचा सौदा झाला.''

स्मितहास्य करत महेश म्हणाला, ''प्रस्ताव नुसता कागदोपत्री नाही. निम्म्याच्या वर वाटाघाटीसुद्धा झाल्यात म्हणे संबंधित इच्छुक कंत्राटदाराकरवी... आणि उर्वरित बाबींच्या वाटाघाटी चालू आहेत.''

''बांद्र्यात आज जमिनीला सोन्याचा भाव...''

''सोनं कशाचं घेऊन बसलात? या भावापुढे सोनं पितळसुद्धा नाही; कथिलच म्हणावं लागेल. दोन महिन्यांपूर्वी गव्हर्नमेन्ट कॉलनीलगतची बांद्रा-कुर्ला कॉम्प्लेक्समधली दहा बाय पंधरा फुटांची झोपडी पावणेदोन कोटीला विकली गेल्याच्या बातम्या लक्षात आहेत ना.''

''म्हणजे प्रत्यक्षात फाइल्सच्या आडचा व्यवहार अब्जावधीचा असणार!''

''नक्कीच!''

''पण प्रस्तावात पैशाचा उल्लेखच नाही. केवळ बार्टर म्हणजे वस्तू विनिमयासारखं दाखवलं गेलंय. संबंधित बिल्डर कर्मचाऱ्यांच्या निवासस्थानासाठी एवढे टॉवर्स उभारणार म्हणून त्याला तिथं सध्याच्या इमारती पाडून मोकळी होणारी अमुक एवढी जागा विकसनासाठी द्यायची, असं गोंडस चित्र रंगवलं गेलंय, पण प्रत्यक्षात हा व्यवहार म्हणजे बिल्डरसाठी 'दानावर दक्षिणा' असा प्रकार आहे.''

''ते कसं?''

''आठ-दहा टॉवर्स उभारून बिल्डर अख्खी गव्हर्नमेन्ट कॉलनी त्यात कोंबेल आणि उरलेल्या विस्तीर्ण जागेवर...''

''काय?''

''स्वत:च्या मर्जीनुसार हवं ते डेव्हलप करेल. 'स्पेस मार्केटिंग' करून कुणालाही जागा देऊ शकेल.''

''आयला, हा व्यवहार तर शेकडो कोटींच्या घरात जाईल.''

''शेकडो नाही, हजारो कोटींच्या!''

''बाप रे!''

''खासगीकरणाच्या माध्यमातून एखादी डेव्हलपमेन्ट किंवा एखादा प्रकल्प व्हायलाच नको या मताचा मी नाही; पण व्यवहार अशा रीतीचा नको. शासनाच्या तिजोरीत छदामही नाही आणि यातील भामट्या लाभार्थ्यांना उद्या नोटा ठेवायला खास मोठ्या जागा घ्याव्या लागतील, असा मामला आहे.''

''करेक्ट...''

''हे कुठंतरी थांबायलाच हवं.''

“हो, आणि तुमची बदलीसुद्धा त्यासाठी थांबायला हवी.”

“म्हणूनच हे मिसाइल देतोय तुमच्या ताब्यात. पाहा आता काय करायचं ते.”

“आम्हाला काय, लोकहित महत्त्वाचं. त्यासाठी जर तुम्ही सुसाइड बॉम्बर व्हायला तयार असाल, तर आमच्या ‘स्पेस’चं संरक्षण कव्हर तुम्हाला देणं हे आमचं कर्तव्यच ठरतं.”

“गुड! मग कधी डागणार मिसाइल?”

“अगदी उद्याच, पण त्यामुळे घायाळ कोण कोण होणार?”

“सीएस, जीएडी व पीडब्लूडी सेक्रेटरी, रेव्हेन्यू सेक्रेटरी, तिन्ही खात्यांचे मंत्री, बिल्डर लॉबी, त्यांचे दलाल आणि कदाचित...”

“बोला... बोला...”

“सीएम साहेब आणि त्यांचे दिल्लीतले गॉड फादरही!”

“नक्कीच! विरोधकांना तर अधिवेशनाच्या तोंडावर चांगलंच कोलीत मिळेल. तुम्ही आमच्याकडे मिसाइल सोपवलंय, ते डागण्याचं काम आम्ही इमानेइतबारे करू. बघू या कोण कोण घायाळ होतंय ते...”

“ओके. लेट्स सी...”

बांद्रा कॉलनी पुनर्विकासाची फाइल महेशकडून घेऊन ऑफिसला निघालेल्या जयाचा फोन गाडीत बसता बसता पुन्हा खणखणला. एरवी सहसा कुणाचा फोन न टाळणाऱ्या जयाने एकाच रिंगमध्ये फोन कट केल्याचं पाहून अभीच्या भुवया उंचावल्या. तेवढ्यात पुन्हा रिंग वाजली, जयाने पुन्हा कट केली.

“कुणाचा?”

“ऑफिस. दुसरं कोण?”

“मग...”

“संध्याकाळची मीटिंग सुरू झाली असणार. मघाशीसुद्धा पाच-सहा कॉल येऊन गेले. मी सायलेन्ट मोडला लावला होता त्यामुळे बरं झालं.”

“आपल्याला माहीत होतं, आत्ता इथं यायचंय, मग सांगून का नाही आलास?”

“साहेब नव्हते. कुणाला सांगणार? तो सबनीस किंवा बोक्या काही माझे बॉस नाहीत.”

“पण निरोप सांगायला काय जातंय. दुसऱ्या कुणाकडे तरी द्यायचा ना निरोप.”

“येडं xxx कारभार आहे आपल्याकडे सगळा, माहितेय ना?”

“पण ते ब्लँक राहतात ना.”

“जाऊ दे, मी पाहतो, तू नको टेन्शन घेऊस. असंही तुला वरळीला उतरायंचय

ना बाइक घ्यायला, माझं मी सांगेन काय ते.''

''हां, आता हे मिसाइलच असं आहे, की सगळ्यांची बोलती बंद होणार.''

''हो पण, स्टोरी मी आताच डिस्क्लोज नाही करणार, अगदी अंक छपाईला जायची वेळ झाली की देणार.''

''म्हणजे तोपर्यंत नेहमीप्रमाणे सगळ्यांना लटकत ठेवणार?''

''शेवटी उरतात कोण सगळे? तिघंच तर असतात आणि ते परवडतं एकवेळी...''

''पण...''

''मी काय चूतिया वाटतो तुला अनेकदा स्टोऱ्या ऐनवेळी फाइल करायला? अरे, हे किती थंडे हरामी आहेत ते तुला पुरतं माहीत नाही अजून... मी सगळ्यांना चांगलं ओळखून आहे.''

''अं...!''

''आपल्या बातमीची 'टिप' दुसरीकडे द्यायला बसलेत हे...''

''म्हणजे महसूलमंत्र्यांकडे?''

''त्यांचं काय घेऊन बसलायस; सीएम, विरोधी पक्षनेत्यांपर्यंतही पोहोचतील. पण, मला त्याचं फारसं टेन्शन नाही.''

''मग?''

''दुसऱ्या पेपर्सना किंवा टीव्हीवाल्यांना मसाला पुरवायला कमी करणार नाहीत हे.''

''आयला...''

''आता कळलं, अनेकदा महत्त्वाच्या स्टोऱ्या मी अगदी ऐनवेळी का फाइल करतो ते?''

''ओह! पण, त्यामुळे लेटलतीफ म्हणून बोंब होते.''

''त्याला कोण घाबरतो. माझं उत्तर ठरलेलं असतं, वेळ किंवा जागा नसेल तर फेकून द्या स्टोरी.''

''काय बिशाद त्यांची!''

''म्हणूनच आपण दादागिरी करतोय ना! आता आजची स्टोरी, अगदी डेडलाइन निघून गेल्यावर दिली तरी पान लावणाऱ्याच्या बापाला नव्हे, आज्जालाही घ्यावीच लागेल.''

''प्रश्नच नाही.''

''आणि स्टोरीचं मला काहीच नाही. आता तुला ड्रॉप केलं, की ऑफिसला जायला पाऊण तास लागेल. तोवर बातमीचा अँगल, इंट्रो, हेडिंग हे सगळं माझं ठरलं असेल. ऑफिसात गेल्यावर अर्ध्या तासात कॉपी फायनल होईल; पण मी देणार मात्र साडेबारा वाजता.''

“साहेबांचं काय?”

“आता संध्याकाळची मीटिंग आटोपून बाकी भुतावळ बाहेर पडली की मी त्यांच्या कानावर घालणार स्टोरी. पुढे साहेब काय करणार ते आपल्याला माहीत आहे. जाता जाता राउंडला येऊन न्यूज एडिटर आणि चीफ सबला सांगणार... अरे, मघाचं आपल्या मीटिंगमध्ये ठरलेलं तुमचं ते सगळं काढून टाका किंवा जाऊ द्या आतल्या पानात. पहिलं अर्धं पान, अप्पर फोल्ड पूर्ण रिकामा करा जयासाठी. फॅन्टास्टिक स्टोरी आहे त्याच्याकडे. संबंधित फोटो, दोन बॉक्स आणि तीन अँगलने तो स्टोरी देईल. ले-आउट कसा अगदी अंगावर आला पाहिजे. टॉप स्टोरी आहे. जागेचं कारण अजिबात पुढे करायचं नाही. वाटलं तर आणखी एखादी बातमी आतमध्ये जाऊ द्या, जबरदस्त स्कूप आहे. जेवढं सजवता येईल तेवढं पानं सजवा.”

“म्हणजे, नेहमीप्रमाणे त्यांची सॉलिड जळणार...”

“जळू दे, जळू दे, जेवढी आग भडकेल तेवढी आपली स्टोरी चांगली पकेल. काय?”

“आयला, कठीण आहे एकंदरीत. चल, सोड मला या सिग्नलला, पुढे वन वे आहे, मी जाईन त्या गल्लीतनं बाइक घ्यायला.”

“ओके उतर, पण आत्ताच अर्धं पाकीट गोल्ड फ्लेक लाइट घेऊन ठेव, रात्री उशीर होईलच आपल्याला, तेव्हा उगीच शोधाशोध नको.”

“मीपण थांबू रात्री?”

“तुला जायचंय कुठं? ठरलंय का काही?”

“नाही, जायचं नाही. पण...”

“मग काय, दुसरं पार्सलही बरोबर ठेव. रात्री निघालो की पहिले माझ्या फ्लॅटवर जाऊ, कार्यक्रम करू, दोन-दोन घास खाऊ आणि तू पुढे जा.”

“ठीक आहे. चल, मी उतरतो इथं.”

अभीची पाठमोरी आकृती जसजशी दूर दूर जाऊ लागते तसतशी जयाच्या डोक्यातली विचारचक्रं वेगाने फिरतात. कोणता अँगल घ्यायचा, आणखी कुणाकुणाशी बोलायचं, ॲडिशनल इन्फर्मेशन कुणाकडे मिळू शकेल, वगैरे. त्याच तंद्रीत तो ऑफिसमध्ये शिरला. त्याला पाहताच शिपायाने खुणेनं मीटिंग सुरू झाल्याचं सांगितलं.”

“किती वेळ झाला?”

“आता संपतच आली आसंल.”

बरं झालं, जरा डोकावून यावं म्हणत जयाने संपादकांच्या केबिनच्या दारावर टक्टक् केली आणि आत शिरला. दिवसभरात फारशा काही खास घडामोडी नसल्याने पान कसं भरायचं त्याचीच चर्चा सुरू होती. जया नसल्याने रिपोर्टिंग

सेक्शनचं काय ते बघा बुवा, अशी सूचना सबनीसांनी आतापर्यंत तीन वेळा केली होती. तेवढ्यात जया तिथं अवतरल्याचं पाहून सबनीसांनी टॉन्ट मारला, ''घ्या, आले आपल्या बॉम्बशोध पथकाचे प्रमुख...''

''याच्या त्याच्या नावानं नुसती बोंब मारण्यापेक्षा बॉम्बशी खेळणं कधीही चांगलंच!'' स्टोरीच्या किक्‌मध्ये असलेल्या जयाने ताड्‌कन चेंडू टोलवला.

एरवीपेक्षा जयाचा नूर काहीसा वेगळा दिसल्याने इतर मंडळींनी आपले शब्द ओठावरून पुन्हा पोटात ढकलले. काही वेळानंतर संपादकांनी शांततेचा भंग केला, ''जया, आज कुठे काही खास नाही. नॅशनल, इंटरनॅशनल इश्यूही थंडच आहेत. तुझ्याकडे काय विशेष?''

''एक क्लू मिळालाय सर, चांगली दणदणीत स्टोरी होईलसं वाटतंय. त्याच फॉलोअपमध्ये होतो म्हणून उशीर झाला मीटिंगला यायला. अजून काही गोष्टींचं कन्फर्मेशन व्हायचं आहे. ते झालं की होईल स्टोरी.''

''म्हणजे नेहमीप्रमाणे साडेदहा-अकरा वाजणारच.'' इति बोक्या.

''बारा वाजणार बारा!'' सबनीसांची खवचट टिप्पणी.

त्यावर जयाचं उत्तर, ''बारा तर वाजणारच आणि वाजवणारही!''

''कुणाचे?'' पंडितांचा प्रश्न.

सबनीस आणि बोक्याला आपादमस्तक न्याहाळत संपादकांकडे एक कटाक्ष टाकून जया म्हणाला, ''सगळ्यांचेच!''

''ओके. बघू या, चला आता लागा कामाला आपापल्या.'' म्हणत संपादकांनी मीटिंग आवरती घेतली.

केबिनमधून बाहेर येताच जयाने संपादकांचा सेक्रेटरी निनादला विचारलं, ''साहेब कधी निघणारेत?''

''काही बोलले नाहीत; पण बहुधा आठच्या सुमारास निघतील, कारण एक अपॉइन्टमेन्ट आहे, 'ताज'ला...''

''ठीक आहे. त्यांची निघायची तयारी सुरू झाली की मला बोलव, जरा बोलायचंय महत्त्वाचं.'' म्हणत जयाने बाहेर येऊन पार्किंगच्या दिशेने मोर्चा वळवला. बाहेर येताच खिशातनं पाकीट काढून सिगारेट शिलगावली आणि बातमीचा फोकस नेमका कशावर ठेवावा त्या विचारात गढून गेला. सिगारेट संपता संपता मनाशी काही बाबी निश्चित केल्या अन् सिगारेटचं थोटूक फेकून थेट कॉम्प्युटरसमोर येऊन बसला. नवी फाइल उघडताच जयाची बोटं सफाईदारपणे फिरू लागली.

'कहाणी हजारो कोटींच्या बदली'ची
(जय देशमुख)

मुंबई, १४ मार्च : वांद्रे येथील शासकीय वसाहतीच्या बहुचर्चित पुनर्निर्माण प्रकल्पात बहुमजली इमारती बांधण्याच्या बदल्यात संबंधित विकासकाला तिथे मोकळी होणारी हजारो कोटी रुपये बाजारमूल्याची जागा आंदण देण्याचे सरकारी पातळीवरून घाटत आहे. कागदोपत्री वस्तुविनिमय पद्धतीच्या भासणाऱ्या या प्रकल्पाचा आराखडा सध्या अंतिम टप्प्यात आहे. मात्र, त्यामध्ये वादग्रस्त सुपरस्पेशालिटी हॉस्पिटल आरक्षण स्थलांतर प्रकरणी कठोर भूमिका घेणारे जिल्हाधिकारी महेश राऊत हे प्रमुख अडथळा ठरण्याच्या शंकेने संबंधितांना ग्रासले आहे. परिणामी, मंत्रिमंडळाच्या येत्या बैठकीत हा प्रस्ताव 'पॉझिटिव्ह' अंगाने सादर व्हावा यासाठी बांद्र्याच्या जिल्हाधिकाऱ्यांची बदली करून हजारो कोटींच्या या संशयास्पद व्यवहारातील प्रमुख अडसर दूर करण्याचे काम प्रशासकीय स्तरावरून युद्धपातळीवर हाती घेण्यात आल्याचे समजते.

बातमीचा इंट्रो अर्थात पहिल्या परिच्छेदावरून पुन्हा एकदा नजर मारल्यावर पुढे ती कशी रंगवत न्यायची याची आखणी मनोमन करत असतानाच निनादने त्याला साहेब निघण्याच्या तयारीत असल्याचं सांगितलं. जयाने घड्याळावर नजर टाकली तर ७:४० झाले होते. बराच वेळ गेला, असं पुटपुटत त्याने इंट्रोची प्रिंटआउट घेतली आणि संपादकांच्या केबिनकडे कूच केले. दरवाजावर टक्टक् करून आत आला, तर तिथे सांस्कृतिक खात्याचे सचिव बसलेले दिसले. अर्धवट उघड्या दारातून जयाला पाहून संपादक म्हणाले, ''इंडो-फ्रेंच सांस्कृतिक मंडळाची मीटिंग आहे. तिकडे निघालो होतो यांच्याबरोबर... काही काम होतं?''

''काम तर होतं; पण...''

''बोल ना मग...''

''ते मघाशी त्या बातमीबद्दल म्हटलं होतं ते कन्फर्म झालंय. म्हटलं तुम्हाला सांगावं.''

''कर की मग बातमी, आडकाठी कसली आहे?''

''पान एकचा वरचा अर्धा भाग पूर्ण मला पाहिजे. चांगला आठ कॉलमी मथळा हवा.''

''काय स्टोरी आहे?''

''मोठ्ठा स्कूप आहे. खळबळ उडणार, म्हणून म्हटलं तुमचं मार्गदर्शन घ्यावं. दुसऱ्या कुणाशी बोललेलो नाही. उगाच विषय 'डिस्क्लोज' नको व्हायला.''

जयाची बॉडी लँग्वेज आणि टोन पाहता सचिव देशपांडे समजायचं ते समजले. ''तुमचं डिस्कशन चालू दे, मी बाहेर वेटिंग रूममध्ये थांबतो,'' म्हणत ते उठून गेले.

देशपांडे गेल्यावर जयाने बातमीची प्रिंटआउट साहेबांसमोर ठेवली. बातमीचा

मथळा आणि इंट्रो वाचून संपादकही एक्साइट झाले. ''सॉलिड स्टोरी आहे. दोन-तीन अँगलनी कर. मुख्य बातमीत शासकीय वसाहत पुनर्निर्माण प्रस्तावातल्या सगळ्या महत्त्वाच्या बाबी आणि कलेक्टरच्या बदलीची चर्चा दे. या व्यवहारात अंदाजे कितीचा मलिदा कुणाकुणाला मिळू शकतो, त्याचे कोष्टक जरा सूचक पद्धतीनं साइडला दे. शिवाय एक चौकट कर. त्यात सीएम, डीसीएम, सरकारमधल्या तिन्ही पक्षांचे प्रमुख यांचे कोट दे.''

''मला वाटतं ते उद्याच्या फॉलोअपमध्ये द्यावं.''

''नको, उद्या बातमी छापून आल्यावर त्याचा इम्पॅक्ट येईल, चर्चा सुरू होईल. मग ही मंडळी सावध प्रतिक्रिया देतील. वाटलं तर दोन दिवसांनी पुन्हा या सगळ्यांची या विषयावरची मते छापू. म्हणजे कोण कसं कोलांटउड्या मारतंय ते आपोआप समोर येईल.''

''म्हणजे भूमिका बदलू पाहणारे उघडे पडतील.''

''करेक्ट, पण एक कर. कागदपत्रांची सगळी फाइल व्यवस्थित बघून घे आणि जपूनही ठेव. बातमी चमचमीत कर; पण उगाच कुणी टार्गेट होणार नाही हेही बघ. कारण आपल्याला विषय लावून धरावा लागेल. वादात उगाच दिशा भरकटायला नको.''

''येस सर. फक्त तुम्ही स्वत: एकदा डेस्कला इन्स्ट्रक्शन्स द्या, आठ कॉलमी हेडिंगच्या...''

ओके, म्हणत संपादक उठले आणि केबिनच्या बाहेर येऊन सबनीसांना हाक मारली. ''आजचं पान एक जयाचं आहे. वरचे आठ कॉलम म्हणजे अर्धं पान त्याच्या स्टोरीला द्यायचं. सोबत चांगले फोटो घ्या, डिझाइन चांगलं करा.'' वगैरे सूचना दिली.

''येस सर... पण, स्टोरी वेळेत मिळाली तर पान चांगलं सजवता येईल.''

''स्टोरी वेळेत द्यायला मी सांगितलंच आहे; पण त्याला अजून भरपूर काम करायचंय त्याच्यावर, कदाचित थोडा उशीरही होईल. मात्र दणदणीत स्कूप आहे. पान कसं अगदी अंगावर यायला पाहिजे.''

संपादक जाताच सबनीस पुटपुटले, ''आली अंगावर यांची बातमी...''

त्यावर बाजूला बसलेले ज्येष्ठ उपसंपादक पेणकर मिश्कीलपणे म्हणाले, ''मग घ्या की शिंगावर...''

''शिंग मोडून वासरात शिरलेत ते अलीकडे...'' म्हणत आणखी हा विषय वाढवण्यात इन्टरेस्ट नसलेला जया पट्कन तिथून आपल्या जागेकडे जायला वळला.

रात्री पावणेअकराला अखेर मुख्यमंत्र्यांना मोबाइलवर गाठून जयाने त्यांचा कोट घेतला. सव्वाअकराच्या सुमारास स्टोरी फायनल झाली. प्रिंटआउट घेऊन अभीला हाक मारली आणि त्याला बातमीवर एक नजर टाकायला सांगितली. बातमी वाचल्यावर झक्कास म्हणत खूश होऊन अभीने त्याला टाळी दिली. पंधरा-वीस मिनिटात स्टोरी सबमिट केली, तोवर 'तुझं सगळं आवरून घे' असं सांगत जयाने त्याला विचारलं, "तुझी तयारी झाली सगळी?"

"हो. मघाशी मोन्याचापण फोन होता. बसायचा आग्रह करत होता. त्याला सांगितलं, मी तुझ्याकडे जाणार आहे; तर म्हणाला, मीपण येतो तिकडेच सगळा स्टॉक घेऊन."

"हरकत नाही. मोन्या आपलाच माणूस आहे. फक्त त्याच्यासमोर या सोर्सबद्दल चर्चा नको. मी आवरतो पाच मिनिटात. तोवर तू हॉलिडे प्लाझामध्ये फोन करून एक फुल चिकन तंदुरी आणि एका हंडीची ऑर्डर देऊन ठेव. जाता जाता पार्सल घेऊन जाऊ म्हणजे गप्पात उशीर झाला तरी पंचाईत नको."

"ओके."

डेस्कला स्टोरी सबमिट करून जया बाहेर आला. तिथे मोटारसायकल घेऊन तयारच असलेल्या अभीने त्याला पाहताच किक् मारली आणि बाइक जयाच्या निवासस्थानाकडे भरधाव सुटली.

सकाळी पावणेनऊच्या सुमारास घरातला लॅन्डलाइन फोन खणखणल्याने जागा झालेल्या जयाने पडल्या पडल्याच रिसीव्हर उचलून कानाला लावला, "हॅलो..."

जयाचा जडावलेला स्वर ऐकून पलीकडून निनाद, "काय महाराज... उठा आता नऊ वाजलेत पहाटेचे..." असं मिश्कीलपणे म्हणाला.

"कोण बोलतंय?" जयाचा जड स्वर काहीसा जास्तच त्रासिक झाला.

"झोप उडाली नाही वाटतं अजून, मी निनाद."

"हां बोल, अरे रात्री खूप उशीर झाला, बोल काय रे?"

"सकाळपासून साहेबांनी तीन वेळा तुला मोबाइल लावला."

"हां, तो..."

"नेहमीप्रमाणे रात्री सायलेन्टला टाकला असशील. त्यांच्याही ते लक्षात आलं. शेवटी आत्ता मला फोन करून म्हणाले की, तुझा दुसरा कुठला नंबर असेल तर फोन कर आणि लगेच माझ्याशी बोलायला सांग म्हणून मग लॅन्डलाइन लावला."

"हं, करतो."

"बाय द वे, बॉम्बगोळा जबरदस्त हं आजचा!"

"थँक्यू... पण, साहेब काय जास्त वैतागलेत?"

“तसं काही फार वाटलं नाही बोलण्यावरून; पण काही तरी अर्जंट विचारायचंय वाटतं तुला. बघ ना फोन करून.”

“हो, करतो लगेच.”

“ठीक आहे. मग भेटू चल ऑफिसमध्ये.”

निनादचा फोन ठेवल्यावर एक दीर्घ उसासा टाकून जयाने मानेला आळोखेपिळोखे दिले, हात उंचावून मस्तपैकी आळस दिला आणि मनातल्या मनात विचार करत संपादकांचा नंबर डायल केला.

“हॅलो...”

“सर, जया बोलतोय, निनादचा निरोप...”

“हो, मीच म्हटलं त्याला तुला झोपेतून उठव म्हणून.”

“बोला ना सर.”

“सकाळपासून बोंब सुरू झालीये नुसती तुझ्या बातमीनं!”

“ते अपेक्षितच होतं नं...”

“हो, पण सकाळी सव्वासातलाच थेट सीएमचा फोन आला.”

“हं!”

“मला त्यांच्या बोलण्याचा नेमका थांग लागला नाही, म्हणून म्हटलं तुला विचारावं.”

“काय म्हणत होते? जाम वैतागले असतील.”

“तसे फारसे चिडले वगैरे नव्हते; पण अस्वस्थ नक्कीच होते.”

“कशावरून?”

“बोलण्यातून जाणवत होतं ना! बातमी खूपच रंगवलीये असं सुरुवातीला म्हणाले. अजून तसं काही निश्चित नाही वगैरे सांगत होते. नंतर हळूहळू अगदीच आतल्या घडामोडी बाहेर आल्याचं सांगून शंका विचारत होते, किंबहुना खात्री करून घेत होते.”

“कशाची?”

“बातमीच्या ‘सोर्स’ची...”

“मग?”

प्रश्न करताना जयाच्या स्वरातली अस्वस्थता लपून न राहिल्याने संपादकांनी संभाषणाची दिशा थोडी बदलली. “हे केस काही उन्हात नाहीत केले पांढरे... की कुणाचा वशिला लावून, चापलुसी करून नाही बसलो संपादकाच्या खुर्चीवर... ३२ वर्षांच्या पत्रकारितेत किमान सहा मुख्यमंत्र्यांशी नेहमीची ऊठबस राहिली आहे. त्यामुळे कुणाचा हेतू काय, कोण काय विचारतोय, त्यामागे काय भावना असतात, ते एका शब्दावरूनसुद्धा उमजतं.”

“सॉरी सर, मला तसं नव्हतं म्हणायचं.”

“ओके, मला माहिती आहे बातमीची काय किंमत असते ते. मीपण अनेकदा या फेजमधून गेलोय... डझन्ट मॅटर... तर मी काय सांगत होतो... हां, त्यांना खात्री करून घ्यायची होती.”

“कसली?”

“तेच... आपल्यापर्यंत प्रस्ताव कसा आला, जिल्हाधिकाऱ्यांच्या बदलीची फाइल फिरतेय हे कसं समजलं वगैरे...”

“हं...”

“मीच उलट त्यांना म्हटलं, तुम्हाला लगेच लक्षात आलं असणार... तर म्हणाले, पहिल्यांदा तर सहा-सात नावं डोळ्यांसमोर आली; पण शांतपणे विचार केल्यावर दोनच नावं उरलीयेत.”

“कोणती?”

“हाच प्रश्न मी त्यांना विचारला, तर म्हणाले तुम्हाला कोणती दोन नावं वाटताहेत ते सांगा.”

“मग...”

“मी म्हटलं जिल्हाधिकारी महेश यांचं नाव तुमच्या डोक्यात फिट्ट असणार...”

“हं...”

“...तर हसले आणि म्हणाले सगळी बातमी वाचल्यावर हा वहीम तर बारकं पोरगंसुद्धा घेईल. मी लगेच संधी साधून म्हटलं, मग एका दगडात अनेक पक्षी घायाळ करणाऱ्या मुख्यमंत्र्यांना काय वाटतं? त्यावर जरा विचार करून म्हणाले की, उपमुख्यमंत्र्यांच्या यंत्रणेतून फाइल देशमुखांपर्यंत पोहोचली का, त्याची खात्री करून घ्यायची होती.”

“आयला!”

“बघ किती अर्थ निघतात ते...”

“फिर तो आज बहुत मजा आयेगा...”

“हो, बाकी इतर मंडळींचेही फोन होते. भेटलो की ते डिस्कस करू या सविस्तर... एनी वे, तुमच्या सोर्सची काय प्रतिक्रिया?”

“निनादच्या फोनमुळे तर जागा झालो, निरोप मिळाल्यावर लगेच तुम्हालाच पहिला फोन लावला. अजून कुणाशीच बोलणं झालेलं नाही.”

“ठीक आहे, चल भेटू मग दुपारच्या मीटिंगला, दीड वाजता.”

कलेक्टरांचा फोन येऊन गेलेला असणार या विचाराने जयाने उशाशी पडलेला मोबाइल हातात घेतला. नेहमीप्रमाणे मिस्ड कॉल्सची यादी दोन आकडी झालेली

होती. अपेक्षेनुसार त्यात महेशचा नंबर तर होताच, पण आणखी दोन महत्त्वाची नावं होती. एक होतं, शासकीय कर्मचारी महासंघाच्या सरचिटणिसांचं आणि दुसरा ज्येष्ठ समाजसेवक अप्पासाहेब शेंडे यांचं सगळं काम सांभाळणारे ज्ञानेश्वर बागूल यांचं...

या दोघांच्या काय रिॲक्शन असतील त्याचा विचार करत जयाने कलेक्टरांचा मोबाइल डायल केला. पहिल्याच रिंगला फोन उचलला गेला.

"हॅलो..."

"बोला साहेब..."

"सॉलिड! सॉलिड!"

"हो, तुमचं एक्स्प्लोसिव्ह मटेरियलच तसं होतं."

"पण, धमाका फारच जोरात झालाय!"

"कशावरून?"

"वर्षाचा फोन होता सकाळी, सकाळी..."

"वर्षा म्हणजे... अच्छा मुख्यमंत्री बंगला."

"नाही हो, मुख्यमंत्र्यांचा बंगला नाही, माहिती जनसंपर्क महासंचालक वर्षा..."

"ओह... अच्छा..."

"माझी बॅचमेट आहे ती आयएएसची..."

"ओह..."

"पण, ते महत्त्वाचं नाही, एवढ्या सकाळी तिचा फोन होता ते विशेष..."

"का?"

"पार्टी लाइफ पुरेपूर एंजॉय करणाऱ्यांची पहाट नऊ-साडेनऊशिवाय होत नाही ना..."

"हं..."

"तिला सकाळी फादर सीएसचा फोन होता. बातमीमुळे फादर जाम वैतागलेत. महसूलमंत्र्यांनी बोलावलं त्यांना सक्काळी सक्काळी फाइल घेऊन, बातमीवर खुलासा करायचाय म्हणे."

"जयाच्या बातमीवर पब्लिसिटी डिपार्टमेन्ट खुलासा करणार! करा, करा म्हणावं, बघतोच."

"तिचा फोन त्यासाठी नव्हता. ही आपली जनरल माहिती."

"मग?"

"बांद्रा कॉलनी प्रस्तावापेक्षाही माझ्या बदलीची खबर बाहेर कशी फुटली, ते विचारण्यासाठी सीएसनी वर्षाला फोन केला होता."

"हं..."

“कारण बदलीची फाइल मूव्ह झालीये हे फक्त महसूलमंत्री, सीएस, सीएसचा सेक्रेटरी, पीए, वर्षा आणि कदाचित सीएम ऑफिसमधल्या एक-दोन मोस्ट सीनिअर ऑफिसर्सनाच ठाऊक होतं.”

“हं...”

“सीएस ऑफिसशी माझा तसा फारसा संबंध नाही; पण वर्षा आणि मी बॅचमेट आहोत हे सर्वज्ञात आहे. त्यामुळे ते तिला खोदून खोदून विचारत होते.”

“म्हणजे आता वर्षा मॅडमवर संक्रांत...”

“छे... छे... त्याची चिंता आपल्याला नको. त्यासाठी ती ‘सर्वार्थानं’ सक्षम आहे.”

“हो, तेही खरंच म्हणा...”

“कुणी काहीही म्हणा... तिच्याबाबत चर्चा, प्रवाद खूप आहेत... तुमच्यापर्यंतही काही पोहोचलंच असेल... पण मी तिला खूप चांगलं ओळखतो... ती शो-ऑफ खूप करेल; पण लक्ष्मणरेषा ओलांडणार नाही कधीच...”

“हं...”

“तर ती सांगत होती, सीएस तिला विचारत होते बदलीच्या इन्फर्मेशनबद्दल.”

“मग?”

“तिनं सांगितलं महेश एकदम ध्येयवादी माणूस आहे. अशा माणसांशी आपलं फारसं पटत नाही. बाकी कॉन्फिडेन्शिअल बोलणं तर दूरच...”

“सीएसला पटलं ते?”

“नुसत्या फोनवरच्या आवाजातल्या चढ-उतारातून वर्षा कुणालाही पटवू शकते. समोर गेल्यावर तर बोलायलाच नको.”

“मग, आता पुढे?”

“सकाळच्या मीटिंगला कात्रणांची फाइल घेऊन आणि माझ्या आतापर्यंतच्या ट्रॅक रेकॉर्डबद्दलही सांगायला बोलावलयं सीएसनी...”

“म्हणजे तो तिची ढाल करणार...”

“हो अर्थातच; पण आपल्या दृष्टीनं एक बरंय, जी काय डेव्हलपमेन्ट होईल ती तरी कळेल.”

“हां, म्हणजे आजही चांगला फॉलोअप होईल.”

“हो पण, आज जो काय निर्णय होईल त्याच्या बातमीचा लगेच आग्रह धरू नका. कारण त्यामुळे वर्षाचीच पंचाईत होईल. यापुढे ती बोलणार नाही आपल्याशी... सोर्स तर तुटेलच, शिवाय पुढच्या घडामोडीही नेमक्या कळणार नाहीत.”

“हं... ठीक आहे; पण आपल्या माहितीसाठी तरी बाईंशी बोलून ठेवा.”

“हो, नक्कीच. बाकी तुमचा काय फीड बॅक?”

“आमच्या संपादकांना डायरेक्ट सीएमचा फोन होता. त्यांनाही नेमका सोर्स कोण ते जाणून घ्यायचं होतं.”

“माझ्याबाबत काही...”

“फार सिरिअस नव्हतं. संध्याकाळी भेटल्यावर सविस्तर बोलू.”

“ठीक आहे.”

“आणखी काही महत्त्वाचे नंबर्स दिसताहेत मिस्ड कॉल्समध्ये, आता घेतो एकेकाला...”

“ओके. मग संध्याकाळी भेटू; पण ऑफिसला नको. इथे घरीच या साडेसहा-पावणेसात वाजता.”

“ठीक आहे, भेटू मग.”

कलेक्टरांचा फोन चालू असतानाच पुन्हा एकदा बागूलांचा फोन येऊन गेल्याचं पाहून जयाने त्यांचा फोन डायल करतो.

“हॅलो...”

“नमस्कार... नमस्कार... काय राजे, किती वेळा फोन डायल केला सकाळपासून तुमचा!”

“हं... बोला काय म्हणताय?”

“आम्ही काय म्हणणार... तुम्ही आज एवढं सगळं उघडं करून ठेवलं अन् आम्हाला काम लागलं...”

“तुम्हाला कसं काम लागलं?”

“व्वा... बास का राव... तुम्हाला अप्पासाहेबांचं माहिती आहे ना... पहाटेच सगळे पेपर पुढ्यात घेऊन बसतात ते. त्यातही ‘प्रखर’सारख्या मोठ्या पेपरात जराही काही वेडंवाकडं छापून आलं, की लगेच माझी झोपमोड होते, तपशिलातली माहिती गोळा करण्यासाठी. आजही तसंच झालं.”

“म्हणजे आम्ही वेडंवाकडं काही तरी छापलंय?”

“तसं नाही, तसं नाही, वेडंवाकडं म्हणजे...”

“हे तुमचे मंत्री, आमदार, नेते जी कामं करतात ती वेडवाकडी असतात, आम्ही फक्त आहे तसं छापतो.”

“हां, मलाही तसंच म्हणायचं होतं. पण आमचं शिक्षण कमी, भाषा गावाकडची. नाही सुचत तुमच्यासारखं पटापट बोलायला.”

“बरं, जाऊ द्या, मुद्द्यावर या.”

“हां... तर अप्पासाहेबांनी याबाबतची अधिक माहिती विचारली आहे आणि काही संबंधित कागदपत्रं असतील तर त्यांना ती हवी आहेत.”

“कागदपत्रं अजून माझ्याही हाती पडायचीयेत. अधिक माहितीचं म्हणाल तर आणखी काय हवंय ते सांगा.”

“हेच की, एकूण डील कितीचं आहे... त्यात कोण कोण सहभागी आहे... कुणाला किती मलिदा मिळाला... वगैरे...”

“पण, हे सगळं फोनवर कसं सांगणार?”

“मग तुम्ही या ना अप्पासाहेबांकडे...”

“वेळा जमायला पाहिजेत.”

“अप्पासाहेब आहेत सध्या इथंच. आठवडाभर तरी कुठेच दौरा नाही, शिवाय तुम्ही येणार म्हटल्यावर ते सवड नक्की काढतील.”

“हो, पण सध्या माझीच गडबड आहे. बघतो पण मी, एक-दोन दिवसात जमवतो काही तरी.”

“चालेल.”

“आणखी काय म्हणाले अप्पासाहेब बातमीबद्दल?”

“सांगतो काय, माझी झोपमोड केली म्हणजे नक्कीच अस्वस्थ झाले असणार. आणखी माहिती काढ, आपल्याला मुद्दा उचलायला हवा, वगैरे म्हणत होते. मी आता त्यांच्याकडेच निघालोय, भेटल्यावर बोलतील सविस्तर.”

“हं, कळवा मला काय ते.”

“हो, नक्की. मी सांगतो त्यांना आपलं बोलणं झालंय, तुम्ही भेटायला तयार आहात त्यांना म्हणून.”

“सांगा... सांगा!”

“बरंय...”

“ओके.”

त्यानंतर जयाने आणखी एक फोन डायल केला. तो बऱ्याच प्रतीक्षेनंतर उचलला गेला.

“हॅलो...”

“शासकीय कर्मचारी महासंघाचे सरचिटणीस थोरातसाहेबांचा नंबर ना?”

“बोला... बोला... देशमुखसाहेब, अहो तुमचा नंबर आहे म्हटलं आमच्याकडे.”

“काय म्हणताय! मी मिस्ड कॉल पाहिला आपला...”

“खरं तर पेपरात छापून आलेल्या बातम्यांच्या नादी आम्ही मंडळी फार लागत नाही; पण आज जरा...”

“रिॲक्शन द्यावीशी वाटली?”

“हो, एवढ्या मोठ्या विषयाला वाचा फोडल्याबद्दल प्रथम तुमचं अभिनंदन!”

“मुद्द्यावर या ना साहेब...”

''तेच सांगतोय, अहो आमच्या दृष्टिकोनातून फार जिव्हाळ्याचा विषय आहे हा...''

''लोकांच्या दृष्टीनंही असे अनेक विषय महत्त्वाचे असतात साहेब; पण तुमची शासकीय यंत्रणा...''

''आता काय साहेब, तुम्हाला तर सगळं माहीतच आहे.''

''जाऊ द्या, बोला काय आज सकाळी सकाळी?''

''दुसरं काय असणार? आपलं हेच की ते बांद्रा कॉलनी... आम्ही खूप दिवसांपासून लढतोय; पण आमचा आवाज पडतो दुबळा... त्यामुळे आमचं तोंड दाबून हा प्रस्ताव जवळपास फायनल व्हायला आला होता. आता मात्र त्याला करकचून ब्रेक लागेल असं वाटतंय.''

''तेवढ्यावर समाधान?''

''नाही. त्यासाठीच फोन केला. बांद्रा कॉलनी डेव्हलपमेन्टची अगदी पहिल्या दिवसापासूनची फाइल माझ्याकडे आहे. यापूर्वीच्या दोन प्रस्तावांचाही त्यात समावेश आहे. त्याचा अभ्यास केला तर तुम्हाला आणखीही बरचं काही सापडेल. तुमची इच्छा असेल तर...''

''इच्छा म्हणजे काय, एकदा हात घातलाय म्हटल्यावर आता तो विषय तडीला न्यावाच लागेल.''

''ते माहितीये की आम्हाला, म्हणूनच म्हटलं तुम्हाला त्या फाइलमध्ये बरंच काही मिळू शकेल.''

''ओके. द्या मला फाइल, बघतो.''

''ठीक आहे तर, मी तुमच्यापर्यंत पोहचवतो झेरॉक्स सगळ्या...''

''जरूर... जरूर... धन्यवाद!''

फोन ठेवताच जया पुटपुटला, ''आता सगळी कागदपत्रं अशीच येतील चालत आपल्याकडे. चमत्काराशिवाय नमस्कार नाही हेच खरं...''

बांद्रा जिल्हाधिकारी कार्यालयाच्या आवारातून महेशची गाडी नेहमीप्रमाणे झोकात आतमध्ये आली. पोर्चमध्ये थांबलेल्या शिपायाने अदबीनं दार उघडलं. पण का कोण जाणे, गाडीखाली पाऊल ठेवताच आज बाकी सगळं वातावरण नेहमीसारखं नसल्याचं महेशला वाटून गेलं. कदाचित बातमी प्रसिद्ध झाल्यामुळे सकाळपासून आलेल्या प्रतिक्रियांचं ओझं आणि ऑफिसच्या खुर्चीवर बसल्यावर त्याबाबत सगळ्यांना द्यावी लागणारी उत्तरं याचा नाही म्हटलं तरी मनावर आलेला ताण यामुळे तसं वाटत असावं, अशा विचारात तो केबिनच्या दरवाजाजवळ आला. बाजूच्या कक्षातले पीए, क्लार्क वगैरे सवयीने उभे राहिले. त्यांच्याकडे एक कटाक्ष टाकल्यावरही पुन्हा एकदा

महेशला आजचा दिवस नेहमीसारखा नसल्याचं वाटून गेलं. आत येऊन खुर्चीवर स्थानापन्न होत महेशने एक मोठ्ठा सुस्कारा सोडला. सुस्कारा पूर्ण व्हायच्या आतच दरवाजावर टक्‌टक्‌ झाली.

"येस..." आपसूकच त्याची नजर दरवाजाच्या दिशेने वळली.

टिपणवही समोर घेऊन पीए उभा राहिला. न बोलावता आतमध्ये आलेला पीए आणि त्याची बॉडी लँग्वेज न्याहाळण्यात काही सेकंद गेले. पुढचा अर्धा मिनिट गूढगर्भ शांततेत गेल्यावर महेशने त्याच्याकडे प्रश्नार्थक चेहऱ्याने पाहून भुवया उंचावल्या.

मानेची एकदा होकारार्थी, एकदा नकारार्थी अशी खूण करणाऱ्या पीएच्या चेहऱ्यावरील गोंधळ आता त्याला सहज वाचता येत होता.

"येस पाटील, बोला, काय?"

मोठा आवंढा गिळून पाटील म्हणाला, "सर, काही महत्त्वाचे फोन होते."

"अच्छा..."

"हो... महसूलमंत्री कदमसाहेबांच्या पीएचा, जीएडी सेक्रेटरींचा आणि सीएस ऑफिसमधूनही..."

"बरं..."

"सर..."

"हं... सांगा ना काय ते..."

"सगळ्यांनी तुम्ही आलात की लगेच फोन जोडून द्यायला सांगितलयं, अर्जंट..."

"ठीक आहे. ते जीएडी सेक्रेटरींचं राहू द्या, मी पाहतो ते... बाकीचे दोन द्या जोडून."

बरं... म्हणत बाहेर पडताना पाटलांचा जीव काहीसा भांड्यात पडला. इकडे मनगटावरच्या घड्याळावर नजर टाकताना महेशच्या मनात विचार डोकावून गेला की, आज सीएस ऑफिसचं झुंजूमुंजू जरा लवकर झालेलं दिसतंय. सव्वाअकराला येणारे 'चिंचपोकळी' आणि 'मुंबई सेंट्रल' आज दहालाच ऑफिसला आलेले दिसताहेत. त्याच्या चेहऱ्यावर नकळत एक हलकीशी स्मितरेषा उमटून गेली. तेवढ्यात टेबलावरचा फोन वाजला.

"हॅलो..."

"सर... सीएस साहेबांच्या ऑफिसला लागलाय, जोडतो हं..."

"हॅलो..."

"हॅलो, सर सीएस साहेबांकडून बोलतोय..."

"येस..."

''सरांना तुमच्याशी बोलायचं होतं अर्जंट, म्हणून मघाशी तुमच्या मोबाइलवरही लावला होता, पण नो रिप्लाय मिळाला.''

''हां, फोन सायलेन्ट मोडवर आहे.''

''ओके, मी सरांकडे ट्रान्स्फर करतो.''

''प्लीज...'' म्हणताना, च्यायला... आज सव्वादहा वाजताच चक्क फादरही खुर्चीत, या विचाराने महेशच्या चेहऱ्यावरची स्मितरेषा काहीशी मोठी होत असतानाच पलीकडून फोनवर आवाज आला.

''हॅलो...''

''सर... महेश हिअर...''

''ओ... यंग चॅप... हाऊ आर यू...''

प्रश्नात सहजता आणि सुरात शांतता असली तरी ती प्रयत्नपूर्वक आणली गेल्याचं महेशला जाणवलं. मनातल्या मनात त्याने त्याची नोंद घेतली.

''फाइन सर...''

''बट आय एम नॉट फाइन... म्हणूनच सकाळी सकाळी तुला याद करावं लागलं.''

''सर...''

''आता व्हॉट हॅपन्ड असं तरी विचारू नकोस...''

''नो सर... बट व्हॉट इज रॉंग इन इट... सो आय...''

''लिसन ऑफिसर...'' नकळत सीएसच्या आवाजात काहीशी कठोरता जाणवल्याने महेशने पुढचे शब्द गिळून टाकले. एक दीर्घ पॉज...

''सर...''

''लास्ट टाइम मी तुला खूप गुड अॅडव्हॉइस दिला होता.''

''सर...''

''मीडिया आणि प्रेसच्या मागे जाऊ नको म्हणून... तरी तू परत तेच केलं.''

''सर मी...''

''लिसन! डोन्ट बी स्मार्ट इन फ्रन्ट ऑफ मी... मला कोणते एक्स्प्लनेशन नकोय... तुझ्याशिवाय कुणाचीच ही करतूत असू शकत नाही. तेवढं समजलं नसतं तर या खुर्चीवर काय पागल म्हणून बसतो का मी...''

''बट सर... बांद्रा कॉलनीबाबत चर्चा तर अगोदरपासूनच आहे. त्यात काय सिक्रेट? आणि तिथला रहिवासी संघ, शासकीय कर्मचारी संघटना वगैरेंनी त्याची माहिती अगोदरच माहितीच्या अधिकारात घेतली आहे. त्यामुळे ती माहिती फक्त प्रशानसनाकडेच आहे असं नाही. परत तो प्रस्ताव म्हणजे शेवटी पब्लिक डॉक्युमेन्ट. त्यामुळे त्यात 'गोपनीय' असं काही नाही...''

"ओह! आता मला हे तुझ्यासारख्या ज्युनिअर ऑफिसरकडून शिकावं लागणार..."

"माझं इन्टेन्शन तसं नव्हतं सर..."

पुन्हा एक मोठ्ठा पॉज...

"सर..."

"टेल, टेल मी... सांगून टाक मग तुझं इन्टेन्शन नक्की काय होतं ते..."

"सर... शेवटी ती जागा गव्हर्नमेन्टची आहे. म्हणजे पब्लिक प्रॉपर्टी... आज बाजारात तिची किंमत हजारो कोटींच्या घरात आहे. असं असताना बिल्डरशी कराराचा जो प्रस्ताव आहे तो पाहिला तर शंभर रुपयाची वस्तू एक पैशाला विकण्यासारखं आहे."

"ओह! हाऊ ट्रस्टवर्दी ऑफिसर यू आर!"

"सर..."

"मिन्स, या चांगल्या इन्टेन्शननी तू हे मॅटर प्रेसकडे नेलंस, राइट?"

फादरच्या आवाजातले चढ-उतार आणि स्वरातला बोचरेपणा जाणवत असताना इन्टेन्शनच्या मुद्द्यावरून फादरने टाकलेल्या गुगलीवर आपण पूर्णपणे चकल्याची भावना झाल्यामुळे काहीशा दबावाखाली आलेल्या महेशचा आवाज जरा जडच झाला, "बट सर..."

"हा... हा... हा... डायरेक्ट नाही तरी इन्डायरेक्टली तरी तुला ते ॲडमिट करावंच लागलं."

'करावंच लागलं'वर मुद्दाम दिलेला जोर महेशला जाणवल्यावाचून राहिला नाही. पण शब्दात पकडला गेल्यामुळे महेशचा डाउन झालेला टोन पाहता त्याला आणखी विचार करण्याची सवड न देता सीएसकडून थेट पुढचा प्रश्न आला,

"मला इन्टरेस्ट त्या बांद्रा कॉलनीच्या बातमीपेक्षा तुझ्या बदलीच्या खबरमध्ये आहे. टेल मी अबाउट इट..."

पहिल्या गुगलीवर चकलेला महेश जरा कॉन्शस होत सीएसचा हा बाउन्सर टोलवायचा मोह टाळून बॉल सरळ आपल्या डोक्यावरून जाऊ देणं पसंत करतो.

"ॲब्सोल्युटली डोन्ट नो सर... ॲक्चुअली आय ॲम व्हेरी मच सरप्राइज्ड..."

"कम ऑन यंग मॅन..."

"रिअली सर... मी स्वत:च खूप अस्वस्थ झालो वाचून."

"ओके. ओके. रिलॅक्स... जो होना था वो हो गया है... इधर तो बडी आग भडकी है... आफ्टर ऑल आन्सरेबल तो मैं ही हूं ना... देखता हूं..."

"सर..."

"सीएस ऑफिस को वैसे भी फायर ब्रिगेड कहा जाता है. तुमच्यासारख्या लोकांकडून आगी लागल्या तरी शेवटी त्या आम्हालाच कन्ट्रोल कराव्या लागतात."

एक प्रकारे हा गर्भित इशारा देतानाच तुला मी अजूनही कसा सांभाळून घेतोय ते दर्शवत उपकाराचा हात डोक्यावर ठेवण्याची संधी सीएसनी साधली. त्याची मनोमन जाणीव झाल्यामुळे महेशने पुढे विचारलं...

"नाऊ, व्हॉट शुड आय डू सर?"

"लेट्स सी... बट डोन्ट टेक टेन्शन... आय विल मॅनेज इट... उद्या सकाळी अकरा वाजता इकडे ये मला भेटायला... आणि त्याच्या आत काही जरूर पडली तर मीच तुला फोन करीन... तुझा मोबाइल नंबर बाहेर माझ्या पीएकडे देऊन ठेव..."

"थँक यू सर..."

"इट्स ओके, विल मीट टुमारो..."

फोन क्रेडलवर ठेवताना आता एकंदर जो संवाद झाला तो आपल्या दृष्टीने किती प्लस, किती मायनस त्याचा हिशेब करण्यात महेशचं मन गुरफटलं... पण दोनंच मिनिटात पुन्हा फोनची रिंग वाजली.

"सर... महसूलमंत्र्यांचे पीएस मोहितेसाहेब लाइनवर आहेत."

"हां... द्या..."

"हॅलो..."

"सर..."

"श्रीधर मोहिते बोलतोय..."

"हां... बोला..."

"कदमसाहेब आठवण काढत होते तुमची सकाळी सकाळी..."

"हं..."

"प्रखरच्या बातमीबद्दल विचारत होते."

"त्यात मी काय सांगणार?"

"तुम्ही काही सांगणं अपेक्षित नाहीच, फक्त एक्स्प्लनेशनची तयारी ठेवा."

"म्हणजे?"

"साहेबांनी आजच्या या बातमीचा खुलासा तुम्हालाच करायला सांगितलाय."

"मला...?"

"हो... साहेबांचं म्हणणं आहे, तुम्ही विषय सुरू केलाय. आता मीडियाला तुम्हीच फेस करा."

"पण, मी कुठे विषय सुरू केलाय."

"आपण सगळे शासन, प्रशासनातच काम करतो."

"म्हणजे?"

"तुम्हाला चांगलंच समजतंय मी काय म्हणतोय ते... जाऊ द्या; तर साहेबांचा निरोप आहे तुम्हाला, आजच्या आज खुलासा करा म्हणून."

“ते काम तर आपल्या पब्लिसिटी डिपार्टमेन्टच... मंत्रालयातून चालतं...”

“मला जे आदेश होते, तसं मी तुम्हाला सांगितलं. खुलासा झाला पाहिजे... आता तो नेमका कसा करायचा, काय करायचा ते तुमचं तुम्ही पाहा.”

“ओके देन...”

“राइट... थँक यू!”

महसूलमंत्र्यांच्या ऑर्डरनुसार आता खुलासा तर करावाच लागणार या विचारात महेशने जयाचा मोबाइल डायल केला. पहिल्याच रिंगला फोन उचलला गेला.

“बोला साहेब...”

“सगळी धावपळ उडालीये आपल्या बातमीवरून. बरंच काही सांगण्यासारखं आहे; पण फोनवर नको. प्रत्यक्षात आलात तर बरं होईल.”

“आत्ता?”

“हो.”

“माझा विचार संध्याकाळी भेटायचा होता. म्हणजे दिवसभरातल्या सगळ्या घडामोडी एकदमच समजल्या असत्या. आणखी अपडेट्स मिळाली असती.”

“महसूलमंत्र्यांनी तातडीनं खुलासा करायला सांगितलाय, त्याबद्दलही बोलायचं होतं.”

घड्याळावर नजर टाकून क्षणभर विचार केल्यानंतर जया म्हणाला, “अं... खरं म्हणजे आत्ता मीटिंग होती ऑफिसमध्ये. त्यासाठीच मी बाहेर पडायच्या तयारीत होतो. पण ठीक आहे, आता आधी वेस्टर्न पकडून तुमच्याकडे येतो, मग तिथून जाईन ऑफिसला.”

“तुम्हाला वाटलं तर इथून पुढं जायला मी गाडीची व्यवस्था करतो.”

“नको, नको, आपली लोकल बरी. ट्रॅफिकचं मुंबईत काही खरं नाही. एकदा अडकलो की अडकलो.”

“तुम्ही येईपर्यंत बारा वाजलेले असतील, तोवर ट्रॅफिकचा लोड कमी झालेला असतो.”

“बरं बघू या, मी लगेच निघतो मग... पाऊण तासात पोहचतो तुमच्या ऑफिसला.”

“ठीक आहे या. मी वाट बघतो.”

फोन ठेवल्यावर मिनिटभर डोळे मिटून महेश शांत बसला. त्यानंतर पुढ्यातल्या फाइल्सच्या गठ्ठ्यातील एक-दोन फायली चाळल्या; पण कामात लक्ष लागत नसल्याने पुन्हा गठ्ठा बाजूला सारला आणि जरा सैलावूनच खुर्चीत बसला. तेवढ्यात इंटरकॉम वाजला.

“सर, एक शिष्टमंडळ आलंय भेटायला.”

"मी बिझी आहे म्हणावं त्यांना, आरडीसींकडे द्या पाठवून."

"मी सांगितलं सर, पण ते म्हणताहेत की तुम्हालाच भेटायचंय."

"काय मॅटर आहे?"

"तुमचं अभिनंदन करायचं आणि काही माहिती द्यायची म्हणताहेत... तशी मोठी माणसं आहेत सगळी, बिल्डर लॉबीतली..."

"ठीक आहे पाठवा... पण लवकर आवरतं घ्यायची सूचना द्या."

"ओके सर..."

बिल्डर लॉबीची या प्रकरणात नेमकी काय भूमिका असावी, याचा आडाखा मनाशी बांधत असतानाच दरवाजावर टक्टक् करून सहा-सात जणांचा घोळका आणि त्यातल्या जवळपास प्रत्येकाने मारलेल्या डार्क परफ्यूमचा भपका एकाच वेळी आत आला. सिल्क झब्ब्याचा एकमेव अपवाद वगळता इतरांचे कपडे भडकपणात एकमेकांशी जणू स्पर्धाच करत होते. पैकी एकाच्या हाती असलेला भला मोठा बुके महेशच्या पुढे करून सगळी मंडळी 'नमस्कार साहेब' म्हणून नाटकी हसली. त्याच पद्धतीने त्यांचं स्वागत करून बुके टेबलावर ठेवत महेशने सगळ्यांना समोरच्या खुर्च्यांवर बसायची खूण केली. खुर्चीवर बसता बसता सगळे एकमेकांकडे पाहत एकदुसऱ्याचा अंदाज घेत होते. त्यांची चलबिचल पाहून महेशनेच विषयाला हात घातला.

"काय काम काढलंत?"

"काम काय नाय सर... आजची न्यूज वाचली. म्हटलं, तुमी दाखवलेल्या डेरिंगसाठी तुमचा अभिनंदन करायला हवा." बुके देणारा गुजराती वळणाच्या मराठीत बोलला.

"बातमीचा तसा प्रत्यक्षात माझ्याशी काही संबंध नाही; पण तुमचे धन्यवाद. मला आपला परिचय करून दिलात तर बरं होईल," महेशने सावध पवित्रा घेतला.

"हो... साहेब जरूर. माय सेल्फ विरल शहा, असोसिएशनचा अध्यक्ष. कृष्णा बिल्डकॉन फर्म इथं बांद्रा वेस्टलाच आपला कार्पोरेट ऑफिस आहे. आपल्या बाकीच्या साहेबलोकांशी माझा येकदम चांगला दोस्ताना... कधी तकतक नाय का टेन्शन नाय."

"अच्छा..."

"हां... आमची सोच होती या कारणामुळे तुमच्याशीबी इन्ट्रोडक्शन होनार."

"हो... हो... जरूर..."

"आता यांच्याशी ओळख करून देतो. हे आमचे मनसुखभाई पटेल. त्यांच्या बाजूला जितूभाई खेमाणी, ते बन्सीलाल अग्रवाल, लेफ्ट साइडचे हे आपले अन्नाजी म्हंजे गोपाळशेठ शेट्टी आणि झब्बावाल्यांकडे हात करून हे आमचे व्हाइस प्रेसिडेन्ट

इरफानभाई शेख, शेखसाहेबांच्या तीन फर्म आहेत.''

''अरे वाह! सगळी मोठी मंडळी आलेली दिसताहेत. खरं म्हणजे तुमच्यासारखे लोक आम्हाला सायंकाळी किंवा रात्री भेटायला इच्छुक असतात. तुम्ही मात्र सकाळी सकाळी मोर्चा काढलात.''

आपण टाकलेल्या खड्यामुळे कुणाच्या चेहऱ्यावरचे रंग कसे बदलतायत त्याचे महेश निरीक्षण करत असताना विरलभाईंनी मध्येच हॅऽ हॅऽ हॅऽ केलं. ''त्यात काय साहेब... रात को तो कभी भी बोलो... तुम्ही नुसतं सांगायचं. पण तुमच्याच ऑफिसमधले काही लोक बोलले, की साहेबाला म्हंजे तुम्हाला तसं काही चालत नाही.''

विरलभाईचा चेष्टेचा सूर ऐकून आवाजात काहीशी जरब आणत महेश म्हणाला, ''मला तसं नाही म्हणायचं. मी एवढंच म्हणालो की, तुमच्यासारखे लोक इच्छुक असतात संध्याकाळी भेटायला. मी असं कुणाला भेटत नाही तो भाग वेगळा. जाऊ द्या, तुम्ही लोक सकाळी सकाळी एवढ्या तातडीनं कसे आलात ते मला जाणून घ्यायचं होतं.''

महेशचा टोन बघून घसा खाकरत इरफानभाई मध्ये पडले, ''वो क्या है सरजी, वो बांद्रा कालोनी का मेटर बहोत दिन से चालू है. बिल्डर चांदनानी, चड्ढा-राणा ग्रुप, वो अपना बाटलीवाला और दो-तीन बडे खिलाडी उसके पीछे थे. उसी के वास्ते क्या हो रहा था, एक ने हाथ डाला तो दुसरा टांग अडाता था. मिनिस्ट्रीवाले हो, आपके लोग हो या कार्पोरेशनवाले हो. सब उसमें अपने अपने तरीके से दांव खेलते थे. इसके वास्ते मॅटर अटक गया था. आज की तारीख में तो उस जमीन के भाव इतने बढ गये हैं, की कोई गिनती ही नहीं, बस मूँह मांगा दाम!''

''मै समझा नहीं ठीक से...''

क्षणभर इतरांकडे पाहत त्यांची मूकसंमती गृहीत धरून इरफानभाई पुढे म्हणाले, ''इन लोगों के झमेले मे मैटर इतना उलझ गया था की लगता था कभी सुलझेगा ही नहीं. लेकिन चांदनानी ने ये मिनस्टर कदम साहब को ऐसा मॅनेज किया की बस... और कदम साब के काम का तरीका तो सब को मालूम है, हमारी नजरिया में तो वो पॉलिटिकल गॅंगस्टर है.''

''तो?''

पुढच्या शब्दांची जुळवाजुळव करण्यासाठी इरफानभाईंनी मोठ्ठा पॉज घेतला, तेवढ्यात टेबलावरचा फोन खणखणला.

''हॅलो...''

''सर, डेप्युटी सीएम साहेबांना बोलायचंय अर्जंट.''

समोरच्या सगळ्यांकडे नजर फिरवून महेशने मुद्दाम ऑपरेटरला विचारलं,

"स्वत: डीसीएम साहेब आहेत की त्यांच्या वतीनं कुणाला बोलायचंय?"

"डीसीएम साहेब स्वत: बोलणारेत."

"ओके, द्या मग डीसीएम साहेब स्वत: आहेत म्हटल्यावर काय!"

डीसीएमचा उल्लेख ऐकताच समोर बसलेले सगळे बिल्डर्स जरा सावरून बसले.

"सर, बांद्रा कलेक्टर महेश हिअर..."

"... ... ..."

"सर..."

"... ... ..."

"सर..."

"... ... ..."

"श्युअर सर, डेफिनिटली..."

"... ... ..."

"पण सर..."

"..."

"नाही, तसं नाही सर..."

"..."

"म्हणजे?"

"... ... ..."

"दॅट इज नॉट ए प्रॉब्लेम सर..."

"... ... ..."

"सर"

"... ... ..."

"मला आजच्या आज प्रेसकडे खुलासा पाठवायच्या स्टॅन्डिंग ऑर्डर्स आहेत ना..."

"... ... ..."

"ॲक्चुअली माझीही तशी इच्छा नाही; पण मला सांगण्यात आलंय सर, प्रेसकडे भूमिका क्लिअर करा म्हणून..."

"... ... ..."

"सर..."

"... ... ..."

"येस सर!"

"... ... ..."

"आज तर मला सगळा दिवस हेच मॅटर पुरणार असं दिसतंय."

"... ... ..."

"उद्या सकाळी एक इम्पॉर्टंट मीटिंग आहे सर मंत्रालयात."

"... ... ..."

"ओके सर, ती मीटिंग आटोपली की मी येतो तुमच्याकडे. तुम्ही किती वाजता असाल तिथे?"

"... ... ..."

"साधारण बारापर्यंत मी फ्री होईन असं वाटतंय."

"... ... ..."

"येस सर, देन विल मीट..."

"... ..."

"ओके सर, थँक्यू."

ऐकायला आलेल्या एकतर्फी संवादातून प्रत्येक जण मनातल्या मनात आपापल्या पद्धतीने डीसीएमच्या बोलण्याचा अर्थ लावत होता. फोनमुळे महत्त्वाच्या विषयाची लिंक तुटल्याचे पाहून महेश पुन्हा त्या विषयाकडे वळला.

"तर काय सांगत होता इरफानभाई तुम्ही..."

फोनवरचा संवाद, त्यामुळे मिळालेली ब्रीदिंग स्पेस यामुळे सगळेच काहीसे कॉन्शस झाले होते. विरलभाई व इतरांशी नजरानजर करून इरफानभाईंनी सारवासारव केली. "उसका क्या सर वो तो चलता ही रहता है. सर, ये बिल्डरलाइन, धंदा, गव्हर्नमेन्ट, अफसर और हमारे नेता लोग... हमेशा का ही है... आपको भी अभी जल्दी है..."

"वैसा कुछ नहीं, बोलो..."

"कैसा है साब, जो बताया उससे आपको जनरल आयडिया तो आया होगा. अभी डिटेल में बोलेगे तो बहुत टाइम जायेगा. दो-चार दिन जाने दो, हमे शांती से टाइम दे दो. चाहे तो रात को नहीं, सुबह सुबह का टाइम दे दो, बहुत कुछ बतायेंगे."

सकाळची वेळ द्या आणि बहोत कुछ शब्दांवरून इरफानभाई एकदम चाणाक्ष असल्याचं महेशने ताडलं. आता जास्त आग्रह धरला तर उगाच मस्का लावल्यासारखं होईल, असा विचार करून महेश म्हणाला, "दोन दिवस माझी खूप गडबड आहे. परवानंतर कधीतरी फोन करून ठरवू."

"थँक्यू साब... फिर से एक बार सलाम..."

"ओके. जाताना तुमची व्हिजिटिंग कार्ड्स बाहेर पीएकडे देऊन जा. काही लागलं तर संपर्क साधता येईल."

“येस सर, थँक्यू.” म्हणत सगळे उठून गेले.

ते बाहेर गेल्यावर आता घडामोडी कशाकशा वळणाने जाणार त्याचा अंदाज बांधत महेश खुर्चीत जरा रेलून बसला अन् त्रयस्थपणे साऱ्या प्रकाराचा विचार करू लागला. कितीही नाही म्हटलं तरी तेच ते विचार त्याच्या डोक्यात येत होते. या विषयाची सुरुवात करून आपण एकाच वेळी अनेक बड्या धेंडांच्या कॉलरला हात घातल्यामुळे आता हे सगळे एलिमेन्ट्स आपापल्या पद्धतीने अंगावर येणार. त्यातून निभावून कसं न्यायचं? केवळ प्रेस-मीडियाच्या भरवशावर आपण सध्या हिरो ठरू शकू, पण पुढे काय? आपल्याला अजून जवळपास २० वर्षं प्रशासनात काढायचीयेत. प्रशासकीय मर्यादांच्या भक्कम चौकटीत आपण कसे तरणार? की ही चौकट भेदून आताच बाहेर पडावं? पण बाहेर पडून तरी काय करणार? दुसरीकडे कॉर्पोरेटमध्ये नोकरी मिळणं कठीण नाही, त्यात वैयक्तिक तोटाही नाही; पण मग त्या लोकसेवा मिशनचं काय? अशा असंख्य प्रश्नांची मनात गर्दी झाल्याने तणावात अप्रत्यक्षरीत्या भरच पडली. त्यातून एक प्रकारच्या अस्वस्थतेने केबिन भारून जात असतानाच शिपाई आतमध्ये आला व बाहेर जया देशमुख आल्याची वर्दी दिली. त्याला आतमध्ये पाठवण्याची खूण करून महेशने दरवाजाकडे नजर लावली.

दारावर टक्‌टक् करून आत येतायेताच जयाने मोबाइल सायलेन्ट मोडवर टाकला. महेशच्या समोरच्या खुर्चीवर बसताना, ‘सकाळपासून वाजतोच आहे, तेव्हा आता सायलेन्टला टाकलेला बरा’, असं मनाशी पुटपुटला. ते ऐकून, “हो... बरोबरच आहे. एवढ्या मोठ्या धमाक्यानंतर शांततेची आवश्यकता असतेच.” महेश कौतुकमिश्रित स्वरात म्हणाला.

महेशच्या कॉमेन्टवर स्मितहास्य करून जयाने विषयाला हात घातला, “एवढ्यात शांततेची गरज वाटायला लागली तर क्रांती कशी होणार?”

“शांतीत क्रांती व्हायला हवी आहे सगळ्यांना. असो. क्रांती घडवणारे आम्ही कोण म्हणा? आम्ही तर सरकारचे चाकर... फक्त एकच गोष्ट लक्षात ठेवायची, की सरकार लोकांचं आहे आणि म्हणून ही चाकरी करताना लोकांचं हित जपायचं आहे.”

“सध्याच्या जमान्यात हे विचारसुद्धा क्रांतिकारच म्हणायला हवेत.”

“मला एवढं मोठं किंवा त्या क्रांतीला एवढं छोटं करू नका.”

“या विषयावर खरं तर खूप बोलता येईल, पण आत्ता नको. बोला आमच्यासाठी काय आदेश?”

“आदेशाचे गुलाम तर आम्ही. तुम्ही खऱ्या अर्थानं मुक्त, स्वतंत्र...”

“की अनिर्बंध?”

“नाही, किमान तुमची पत्रकारिता तरी अनिर्बंध नक्कीच नाही.”

“ध्येयवाद नको, वास्तववादावर बोला.”

“तेच सांगतोय. आम्ही आदेशाचे गुलाम. वरून महसूलमंत्र्यांचा आदेश आलाय की बातमीवर खुलासा करा. म्हणून तुम्हाला त्रास दिला.”

“तुम्हाला काय वाटतं?

“आता आदेश म्हटल्यावर ते पाळावेच लागणार.”

“पण, इतरांचं काय?”

“सकाळपासून तुमच्या अनेक मंडळींचे फोन आले. टीव्ही चॅनलवाले मागे लागलेत, पण मी अजून कुणाला काहीच रिप्लाय दिलेला नाही.”

“आजच्या बातमीनंतर सगळा मीडिया तुमच्यामागे धावणार हे माहीत आहे. मी ते नाही विचारलं. तुमच्या इतर बॉसेसचं काय ते विचारायचं होतं मला.”

“अच्छा, आमच्या फादरचं. म्हणजे सीएस साहेबांचं म्हणणं आहे की शुड नॉट एन्टरटेन एनी मीडिया. सीएम साहेबांची भूमिका अजून स्पष्ट झालेली नाही, पण मला डीसीएमचा फोन होता.”

“त्यांचं काय?”

“जनरल इन्फर्मेशनसाठी फोन केला म्हणाले. कारण टीव्हीवाले वगैरे त्यांच्या मागे लागलेत प्रतिक्रिया देण्यासाठी म्हणे...”

“त्यांचं काय विचारता, ते प्रचंड मीडिया सॅव्ही आहेत. आतापर्यंत सगळ्यांना बोलावून घेऊन प्रतिक्रिया दिल्या असणार.”

“मलाही बोलावलंय भेटायला त्यांनी उद्या.”

“काय सांगता!”

“मी मंत्रालयात येणारच आहे हे त्यांना बोलता बोलता सांगितलं तर म्हणाले, तुमचं काम आटोपलं की या भेटायला.”

“भेटायला जरूर जा; पण बोलायला आणि बोलण्याच्या ओघात आपल्याला हवं ते काढून घेण्यात फार तरबेज आहेत ते. अनेकदा आम्हालाही नंतर कळतं, की अमुक एक माहिती विचारण्याचा त्यांचा उद्देश काय होता ते, पक्की गावगुंडी.”

“आय नो. माझी प्रोबेशनची पोस्टिंग त्यांच्याच जिल्ह्यात होती.”

“हं...”

“जाऊ द्या, आता बोला, आमच्या महसूलमंत्री साहेबांच्या आदेशाची पूर्तता कशी करायची?”

“खरंतर त्याकडे संधी म्हणून पाहायला हवं.”

“मलाही तसंच काहीसं वाटतंय. दुपारी प्रेस कॉन्फरन्स बोलावू का?”

“अं”

“एनी प्रॉब्लेम?”

''मला काही प्रॉब्लेम नाही; पण मीडियाला तुम्ही आताच फेस टु फेस गेलात तर बातम्या कदाचित ट्विस्ट होऊ शकतात.''

''म्हणजे?''

''आमचं क्षेत्र म्हणजे दलालांची आणि चोरांची मांदियाळी आहे. बहुतेक जण कुणाच्या ना कुणाच्या ऑब्लिगेशनमध्ये असतात. निम्म्याअधिक मंडळींनी दहा टक्के कोट्यातून घरं घेतलीयेत, अनेकांची मंत्र्या-संत्र्यांच्या नावावर दुकानदारी सुरू असते, तर बाकीच्यांचं वेगवेगळं फिक्सिंग सुरू असतं.''

''पण या बाबतीत...''

''काही सांगू नका. जो तो आपला वैयक्तिक अजेंडा पुढे रेटत असतो. पब्लिक इन्टरेस्ट वगैरे काही नाही. आजच प्रेस कॉन्फरन्स म्हटल्यावर आमच्यातली मंत्र्यांकडची पंटर मंडळी येऊन तुम्हाला भंडावून सोडतील.''

''मग काय करायचं?''

''एक सोपा मार्ग आहे.''

''कोणता?''

''मंत्रालयातला पब्लिसिटी ऑफिसर बोलावून घ्या एखादा. आपण त्याच्याकडे या बाबतची सविस्तर टिप्पणी देऊ.''

''त्यात काय लिहायचं?''

''हेच की, सध्या सुरू असलेला सौदा सरकारच्या बाजूनं कसा आतबट्ट्याचा आहे. तो होऊ नये म्हणून प्रशासन कशी पावलं उचलतंय वगैरे...''

''पण, त्यामुळे महसूलमंत्र्यांचं समाधान कसं होईल?''

''जरा डिप्लोमॅटिकपणे सांगायचं. अगोदर सगळं हे वर्णन लिहायचं. मग त्याखाली टाकायचं की, याबाबत काही ठिकाणी प्रसिद्ध झालेल्या वृत्तांमध्ये माननीय महसूलमंत्र्यांच्या हस्तक्षेपाचा उल्लेख आहे. प्रत्यक्षात मात्र तसे काही नाही. त्यांचा अथवा त्यांच्या कार्यालयाचा यात काहीच संबंध नाही. उलट अशा कामाला मला आमच्या सगळ्या वरिष्ठांचं पाठबळच मिळतं.''

''पण, त्यामुळे आजची तुमची बातमी काउंटर होईल.''

''त्याची चिंता सोडा, मला माहितीये त्याचं काय करायचं ते.''

''पब्लिसिटीवाल्यांना जमेल आपण म्हणतोय ते?''

''तुम्ही संबंधित अधिकाऱ्याला ब्रीफिंग करा. प्रेसनोट तयार झाल्यावर एकदा दाखवायला सांगा. तुम्ही ती चेक करा. काय हवं नको ते सुचवा व मगच फायनल करायला सांगा. पब्लिसिटी थ्रू गेल्याचे दोन फायदे आहेत.''

''कोणते?''

''एक म्हणजे तुम्ही आताच थेट 'फ्रंटफूट'वर येणार नाही. समजा, उद्या

पब्लिसिटीच्या प्रेसनोटकडे नेहमीप्रमाणे मीडियाने दुर्लक्ष केलं तरी तुम्ही महसूलमंत्र्यांना सांगू शकता की, मी खुलासा करून नियमाप्रमाणे पब्लिसिटीला दिला होता. पुढे काय झालं त्याचं दायित्व तुमच्यावर येत नाही म्हणून...''

''येस करेक्ट.''

''मग?''

''मी आताच वर्षाला फोन लावतो आणि एक चांगला ऑफिसर पाठवायला सांगतो.''

''ओके. हे ठीक होईल. मी निघतो आता.''

ठरल्याप्रमाणे दुपारी दोनच्या सुमारास माहिती व जनसंपर्क महासंचालनालयातील सीनिअर मोस्ट असिस्टन्ट डायरेक्टर महेशच्या दालनात दाखल झाले. महसूल खात्याचं 'लायझनिंग' बरीच वर्षं केलेल्या या अधिकाऱ्याला आजची बातमी आणि त्यामुळे उडालेला गहजब याची चांगलीच जाणीव होती. त्या पार्श्वभूमीवर आपल्याकडून नेमकी काय अपेक्षा आहे, याचा अंदाज घेत त्याने महेशला आपली ओळख करून दिली.

''सर, मी हेमंत जाधव. पब्लिसिटीला सीनिअर असिस्टन्ट डायरेक्टर आहे. आमच्या डीजी मॅडमनी पर्सनल इन्स्ट्रक्शन्स दिल्यात तुम्हाला भेटण्याच्या.''

''येस मिस्टर जाधव. या बसा. आता तुम्ही एवढी वर्षं पब्लिसिटीत आहात म्हणजे कशाला बोलावलंय त्याचा अंदाज तुम्हाला आलाच असणार.''

''हो... पण, सर नेमकं काय करायचंय ते समजलं तर मला लगेच कामाला लागता येईल.''

''ओके. आज प्रखर पेपरमध्ये आलेली बांद्रा शासकीय वसाहतीची बातमी तुम्ही वाचली असेलच. त्या बातमीशी आपला तसा काही थेट संबंध नाही, पण महसूल विभाग, महानगरपालिका, नगरविकास विभाग अशी सगळीकडे त्याची चर्चा सुरू झाली आहे.''

''हो... खूप खळबळ उडालीये सर. अकरा वर्षांपासून मी महसूल विभागाचं लायझनिंग करतोय, त्यामुळे मला चांगलीच कल्पना आहे त्याची.''

''काय?''

''या बातमीवर काय रिॲक्शन्स आहेत आणि तिचा काय इम्पॅक्ट होणार आहे ते...''

''म्हणजे?''

''फक्त महसूलमध्येच नाही. सगळ्या मंत्रालयात आज सकाळपासून एवढा एकच विषय सुरू आहे. त्यातच आता काही न्यूज चॅनेल्सनादेखील ही स्टोरी

झळकायला सुरुवात झाली आहे. त्यामुळे आणखीनच जोरात रिॲक्शन येऊ लागल्या आहेत.''

''काय आहेत एकंदर रिॲक्शन्स?''

''आता खरं सांगायचं तर प्रशासनातले काही जण दुखावले गेलेत आणि बाकी मंडळींना आनंदाच्या उकळ्या फुटत आहेत.''

''कोण नाराज झालंय?''

''सर, मघाशी तुम्ही ज्या ज्या डिपार्टमेन्टचा उल्लेख केलात त्याचे तमाम बॉसेस वैतागलेत. कारण एवढ्या मुश्किलीनं सगळं जमवून आणण्यात आलं होतं, पण आता हा डाव विस्कटायची चिन्हं दिसताहेत.''

''कसा काय?''

''सर, हा विषय खूप मोठा होता. शासन, प्रशासन, बिल्डर्स, दलाल, पत्रकार अशा अनेकांचे हितसंबंध त्यात दडले असल्यामुळे संबंधित मंडळींमध्ये चांगलीच अस्वस्थता पसरली आहे.''

''ओह, आय सी... मग आनंद कुणाला झाला म्हणता?''

''त्यात दोन प्रकारचे लोक आहेत. एक म्हणजे हा व्यवहार होऊ नये असं ज्यांना वाटतं ते आणि दुसरे आहेत ते व्यवहार व्हावा; पण आपल्या सहभागाविना होऊ नये असं ज्यांना वाटतं ते.''

''अच्छा, असेसुद्धा लोक आहेत तर...''

''हो भरपूर आणि आजच्या बातमीवर चर्चा करण्यात आणि चर्चा घडवून आणण्यात त्यांचाच खरा पुढाकार आहे.''

''कोण आहेत ते लोक नेमके?''

''कुणी एक असेल तर सांगणार ना सर... प्रत्येक डिपार्टमेन्टमधले असंतुष्ट, बिल्डर लॉबीवाले, त्यांच्या दलालीचं काम करणारे असे बरेच आहेत ना...''

''ओके. बघू या... आता आपल्याला एक सर्क्युलर द्यायचंय प्रेसकडे आपल्या क्लॅरिफिकेशनचं.''

''हो... सर, त्यासाठीच तर आलोय मी इथं.''

''कसं तयार करणार तुम्ही ते प्रेस रिलीज का काय ते...''

''आपल्याला नेमका काय खुलासा करायचाय, त्यात कुठले मुद्दे हायलाइट करायचेत ते कळलं तर त्याप्रमाणे करता येईल.''

''आपले मुद्दे तसे दोनच आहेत. एक म्हणजे बांद्रा शासकीय वसाहतीचं पुनर्निर्माण होताना त्यात शासनाला अधिकाधिक लाभ मिळवून देणे व दुसरा म्हणजे त्यासाठी सगळी शासकीय यंत्रणा आपल्या पाठीशी असल्याचं स्पष्ट करणे...''

''ठीक आहे सर, मी करतो तयार प्रेसनोट.''

"एक करा... हे स्टॅटिस्टिक्स ॲड करा त्यात. या कागदावर मी काही आकडे लिहून दिलेत. बांद्रा कॉलनी आसपासच्या परिसरातील जागांचे सध्याचे बाजारातले सर्वसाधारण दर आणि प्रस्तुत करारात संबंधित विकसकानं दिलेला परतावा याची तुलना आहे त्यात. त्यामुळे लोकांना आपोआपच त्यातली तफावत लक्षात येईल."

"पण... सर, आपल्या वरिष्ठांना ते चालेल का?"

"ते सगळं तुम्ही माझ्या तोंडी टाका. खुलासा करताना जिल्हाधिकाऱ्यांनी हे स्पष्ट केल्याचं नमूद करा. म्हणजे तुमची मान अडकणार नाही."

"तसं नाही सर... मी पुढचा धोका म्हणून तुम्हाला सावध करण्याचा प्रयत्न केला."

"धोक्याच्या इशाऱ्याबद्दल धन्यवाद. पण मला क्लॅरिफिकेशन करण्याचे आदेश वरूनच आले आहेत. त्यामुळे मी सांगेन काय ते, कुणी विचारलं तर, यू नीड नॉट वरी अबाउट दॅट."

"सर, आणखी कुणाची नावं वगैरे टाकायचीयेत बातमीत?"

"कशासंदर्भात?"

"तुम्ही मघाशी म्हणालात ना, सगळ्यांचा सपोर्ट आहे म्हणून."

"हो, आपल्या महसूलमंत्री साहेबांचं नाव टाका, सीएस सरांचं नाव टाका व अन्य वरिष्ठांनी म्हणा."

"त्यांचे कोट्स घ्यायचे?"

"कशाला नसत्या फंदात पडता जाधव?"

"तसं नाही सर, पण उद्या त्यांच्याकडून त्या विषयी विचारणा झाली तर माझ्याकडे काहीतरी उत्तर हवं ना."

"काय करता येईल?"

"आपण म्हणाल तसं करतो सर."

"एक करा, या सगळ्यांनी सपोर्ट केल्याचं मीच सांगितलं असं लिहा, म्हणजे तुमची अडचण होणार नाही."

"चालेल सर, मी प्रेसनोट रिलीज करतो संध्याकाळपर्यंत."

"चालेल, पण फायनल करण्यापूर्वी एकदा मला दाखवून द्या."

"सर, आता मी मंत्रालयात जाणार, परत तिकडनं इकडं यायचं म्हणजे..."

"एक काम करा ना, काय करायचंय ते तुम्हाला आता क्लिअर झालंय. बाहेर बसलेल्या माझ्या स्टेनोला डिक्टेशन द्या, तुमचं झालं की एक प्रिंटआउट काढून मला दाखवा, आपण फायनल करू आणि मग तुमच्या डिपार्टमेन्ट थ्रू बाय प्रोसिजर रिलीज करा. इथल्या इथं काम झालं, की तुम्हीही मोकळे आणि मीसुद्धा..."

"चार वाजता दुसरी एक अपॉइन्टमेन्ट होती मला, समाजकल्याण विभागाच्या बैठकीची."

"जाधव, तुम्ही पक्की सरकारी पद्धतीची उत्तरं देत आहात. काही अडचण असेल तर सांगा मला स्पष्टपणे, वर्षा मॅडमशी बोलतो लगेच."

"तसं नाही सर, पण ठीक आहे. ती मीटिंग मी माझ्या असिस्टन्टला अटेन्ड करायला सांगतो."

"दॅट्स गुड. बाहेर स्टेनो आहेत, त्यांना सांगा मी हे काम प्रायोरिटीनं सांगितलंय म्हणून."

"सर."

जाधव उठून गेल्यावर समोर पडलेल्या पाच-सहा फाइल्समधल्या क्युरीज नोंदवून काही फाइल्स क्लिअर करायचं काम महेशने सुरू केलं. थोड्याच वेळात जाधव प्रेसनोटची प्रत घेऊन आले. त्यावर नजर फिरवत एक-दोन किरकोळ बदल सुचवून महेशने ती फायनल केली आणि जाधवांना जाण्याची अनुमती दिली. मंत्रालयात येऊन जाधवांनी महेशने सुचवलेले बदल केले आणि फायनल कॉपी वृत्त विभागात सादर करून वर्षा मॅडमच्या पीएंकडेदेखील त्याची एक प्रत पाठवली.

इकडे सारखे फोन, तीच तीच उत्तरं आणि अनेकांचे अनेक सल्ले यामुळे महेशचं दुसऱ्या कामात लक्षच लागत नव्हतं. विचार करून डोकं जरा जड झाल्यासारखं वाटू लागलं. त्याने घड्याळाकडे नजर टाकली. संध्याकाळचे पावणेपाच वाजले होते. चहा सांगावा म्हणून बेल मारली, पण शिपाई येईपर्यंत त्याचा विचार बदलला आणि चहाऐवजी एक फ्रेश लाइम सोडा आणायला सांगितला. सोडा प्यायल्यावर त्याला जरा तरतरी वाटायला लागली. पुन्हा फाइल्समध्ये डोकं घातलं; पण तरीही लक्ष लागत नसल्याचं पाहून त्याने घरी जायचा निर्णय घेतला. ड्रायव्हरला गाडी लावायची सूचना देऊन जयाचा मोबाइल डायल केला आणि त्याला सहाच्या सुमारास घरीच यायला सांगितलं.

जयाला महेशच्या घरी पोहोचायला जवळपास साडेसहा वाजले. सकाळपासून अस्वस्थ असलेलं महेशचं मन घरी आल्यापासून जरा जास्तच बेचैन झालं होतं. त्यातच जयाला अर्धा तास उशीर झाल्यामुळे नाना प्रश्नांचं आणि शंकांचं काहूर उठलेलं त्याच्या चेहऱ्यावर स्पष्ट दिसत होतं. ते पाहता, आत येऊन बसता बसताच जयाने विचारलं,

"तब्येत ठीक नाही?"

"जरा डोकं दुखतंय आणि नर्व्हसही वाटतंय."

"चेहऱ्यावरूनच खूप थकलेले दिसताय."

"ऑफिसमध्येच बसलो होतो. त्यामुळे थकायचं तसं काही कारण नाही. पण का कोण जाणे एक अस्वस्थता जाणवते आहे."

"मानसिक ताण शारीरिक श्रमापेक्षा जास्त थकवतो माणसाला."

''तसा कधी फार ताण घेत नाही मी; पण आज सकाळपासून सारखे तेच ते विचार आणि प्रश्न डोक्यात शिरून बसले आहेत.''

''त्याचाच अप्रत्यक्ष तणाव असतो मनावर. म्हणून फार विचार करायचा नाही.''

''आपण तसं ठरवलं तरी लोक स्वस्थ बसू देत नाहीत. या मॅटरमुळे सारा दिवसच जणू प्रश्नोत्तरात गेला. इतरांना आपण टाळू शकतो; पण बॉसेस आणि काही लोक असे असतात, की ज्यांना आन्सरेबल राहावंच लागतं.''

तेवढ्यात दबक्या पावलांनी तिथं येऊन नोकराने सांगितलं, ''साहेब, फोन आहे.''

''तुला म्हटलं ना, फोन देऊ नकोस कुणाचे म्हणून...''

''साहेब, मघापासून सगळ्यांना तुम्ही घरी नाहीत म्हणूनच सांगतोय. पण या फोनवरच्या मॅडम डायरेक्ट म्हणाल्या, माझं आताच बोलणं चालू होतं मोबाइलवर. नीट रेंज मिळत नाही म्हणून तुम्हीच घरचा नंबर लावायला सांगितलाय.''

''अँ? ओके दे चल जोडून इकडे.''

नोकराची पाठ फिरताच महेशचं लक्ष जयाच्या प्रश्नार्थक चेहऱ्याकडे गेलं. ''वर्षाशिवाय दुसरं कुणीच असू शकत नाही. कुणाकडे कसा ॲक्सेस मिळवायचा हे तिला चांगलंच ठाऊक आहे.'' महेश उत्तरला.

तेवढ्यात टी-पॉयवरच्या फोनची रिंग वाजली.

''हॅलो...''

''काय साहेब, आज फारच बिझी दिसताय.''

''वर्षा बोल, शिपायाला तू जे सांगितलंस त्यावरूनच ओळखलं फोन तुझाच असणार.''

''मग काय करणार, तुझा मोबाइल बंद. ऑफिसमध्ये केला तर म्हणे, साहेब लवकर गेले. म्हटलं, तू काही इतरांसारखा संध्याकाळी-रात्री 'एंगेज्ड' नसतोस. म्हणजे घरीच दडी मारली असणार.''

''दडी मारायला मी काय उंदीरबिंदीर वाटलो?''

''हाऽ हाऽ हाऽ कमॉन... तसं नाही. अरे, तुम्ही तर शेर आहात शेर... म्हणूनच थेट महसूलमंत्री, सीएस, सीएम अशा मंडळींना पंजा मारू धजावता ना...''

''मॅडम, नेमकं बोला ना काय ते.'' महेशनेही खेळीमेळीच्या टोनमध्ये विचारलं.

''अरे, केव्हाचा मोबाइल ट्राय करतेय...''

''मोबाइल आज सकाळपासून इतका बिझी होता, की त्याची बॅटरीच संपली आणि बोलायची माझी कपॅसिटीही संपत आलीये.''

''ओके.''

''बोल, काय खास?''

"खास, खासगी वगैरे सगळं तुमच्याकडे, आमचं सगळं सार्वजनिक. त्यामुळेच तर आमच्या विभागाला 'पब्लिसिटी' म्हणतात ना..."

"मग, आमच्यासाठी काय नवीन माहिती?"

"तुझी प्रेसनोट पाहिली, अजून रिलीज केलेली नाही. म्हटलं एकदा तुझ्याशी बोलून घ्यावं."

"का? काही प्रॉब्लेम?"

"मला काहीच प्रॉब्लेम नाही. पण मिस्टर, उद्या उगीच तुम्ही कशाला आणखी खोल रुतत जाताय."

"का?"

"तू आत्ता ज्या पद्धतीनं प्रेसनोट काढायला सांगितली आहेस, ती प्रोव्होकिंग आहे."

"कुणासाठी?"

"कमॉन महेश, तुलाही माहिती आहे ते चांगलंच."

"पण मी तर सरकारचा फायदा कशात आहे तेच दाखवलं, त्यात काय चुकलं?"

"टेक्निकली तुझं काही चुकलेलं नाही, पण प्रॅक्टिकली..."

"काय?"

"सगळीच गडबड आहे. हे बघ, अशा प्रकारानं तू आपल्या बॉसेसना अधिकच एक्स्पोज करतोयस."

"पण, आजच्या बातमीवर खुलासा करण्याचा आग्रह कदम साहेबांचाच होता."

"खुलासा आम्ही नेहमीच्या सरकारी पद्धतीनं केला असता; पण तू बाजारभाव आणि शासकीय दरातील तफावत वगैरे दाखवून 'नेकेड टुथ' समोर आणतोयस."

"त्याशिवाय माझ्याकडे पर्याय काय?"

"तू सांगू शकतोस, बांद्रा शासकीय वसाहतीचा अद्याप केवळ प्रस्ताव बनवण्याचं काम चालू आहे. तो अजून पूर्ण झालेला नाही. मी व आमचे वरिष्ठ पुन्हा एकदा त्याचा आढावा घेऊ. काही त्रुटी असतील तर त्या दूर केल्या जातील."

"तसं असतं तर डायरेक्ट तुमच्याच डिपार्टमेन्टला खुलासा लिहून पाठवायला सांगितला असता ना, पण मला तसं नकोय."

"मग काय हवंय? बदली, सस्पेन्शन की आणखी काही सनसनाटी..."

"जे काय होईल ते पाहू..."

"म्हणजे तुझा इरादा पक्का आहे तर..."

"येस, तू ती प्रेसनोट लवकरात लवकर रिलीज कर. अर्थात, तुझी काही

अडचण होणार नसेल तर...''

''माझी कसली अडचण... तुझा आग्रह असेल तर मी देते लगेच प्रसिद्धीला... पण अजूनही मला वाटतंय...''

''तुला प्रॉब्लेम नाही ना... मग देऊन टाक बिनधास्त. माझं मी बघून घेईन.''

''ओके. पण आपण एकदा प्रत्यक्ष भेटायला हवं.''

''तू सांग केव्हा भेटायचं?''

''डिनरला येतोस रात्री, ट्रायडंटला जाऊ, मी ट्रीट देते हवं तर...''

''डिनरला नको.''

''हाऽ हाऽ हाऽ''

''काय झालं?''

''हाच तुमचा प्रॉब्लेम आहे मिस्टर महेश. जरा मोकळेपणानं राहत जा, लोकांशी मिळूनमिसळून वागत जा.''

''तसं नाही. काय आहे जरा माझं डोकं दुखतंय, ॲसिडिटीही वाढलीय... अस्वस्थ वाटतंय...''

''ठीक ठीक... मी काही डॉक्टर नाही, आयएएस आहे तुझ्याचसारखी.''

''येस, पण आपण उद्या भेटू शकतो.''

''डिनरला?''

''मी सकाळी मंत्रालयात येणारच आहे. फादरनी बोलावलंय मला. ते झालं की डीसीएम साहेबांची अपॉइन्टमेन्ट आहे.''

''हं... डिनर नहीं तो लंच सही...''

''लंच वगैरे...''

''ओ साहेब... मी काही शिपाई नाही, आपल्याच कॅटेगरीतली आहे.''

''ओके... ओके... जास्त ॲम्बॅरेस करू नकोस आता.''

''हाऽ हाऽ हाऽ ऑल राइट. उद्या दुपारी भेटू नक्की. खूप बोलायचंय, बाय.''

''ओके.''

फोन ठेवल्यावर महेश स्वत:शीच हसला. ''आपली प्रेसनोटही उद्या चांगलीच आग लावणार असं दिसतंय.''

''अजून पोहोचली नाही ती प्रेसकडे.''

''कशी येणार? अजून रिलीजच नाही केलेली. नक्की अशीच करायची का, म्हणून पुन्हा एकदा खात्री करून घ्यायला तर फोन होता वर्षाचा.''

''मग?''

''एकदा ठरलं की ठरलं. मागे वळायंच नाही. बाय द वे... ही घ्या त्या प्रेसनोटची अनऑफिशिअल कॉपी.''

महेशनं पुढे केलेला कागद हाती घेऊन जयाने त्यावरून नजर फिरवली. बाजारमूल्य व सरकारला मिळणारा लाभ यातील तफावत वाचून तो खूश झाला. "खूप बेस्ट काम झालं हे. तुम्ही हे दर नमूद केल्यामुळेच मॅडमला धास्ती पडली असेल."

"तिचा प्रॉब्लेम असायचं काय कारण? सगळा रोख तर मी माझ्यावर घेतलाय."

"तसं नाही, तुमचं जरी हे म्हणणं असलं तरी, प्रेसनोट अशी काढायची काय गरज होती, असं उद्या कुणी विचारलं तर त्याची जबाबदारी त्यांच्यावरच येणार ना."

"मग?"

"जाऊ द्या, बघू या..."

"ओके. बोला, तुमचा काय फीड बॅक दिवसभरात?"

"एकदम जबरदस्त."

"म्हणजे?"

"सगळीकडून जोरदार रिॲक्शन्स आहेत. मला किमान अर्धा डझन मंत्र्यांचे फोन आले. तुमच्या डीसीएम साहेबांचाही होता. प्रशासनातले आणखी काही मित्र, शासकीय कर्मचारी संघटना सगळ्यांकडून विचारणा झाली."

"सॉलिड!"

"हो, आमच्या साहेबांना तर सीएमचा फोन येऊन गेल्याचं मी तुम्हाला सकाळी सांगितलंच."

"येस."

"उद्या बहुतेक आमच्याकडे अग्रलेखही असेल या विषयावरच."

"व्वा!"

"पण, त्यामुळे आता आपल्याला जास्तच कॉन्शस राहावं लागेल."

"हो..."

"उद्या सकाळी मंत्रालयात जाताना तुम्हाला खूप प्रश्नांची उत्तरं तयार ठेवावी लागतील."

"प्रश्न तर अनेक येणार, नव्हे त्यांची सरबत्तीच होणार. पण परीक्षेला जशी आपण एखाद्या विषयाची समरी काढतो तशी माझी समरी तयार आहे. सगळ्यांकडे एकच टेप वाजवायची की, सरकारचा यामध्ये फायदा कसा आहे."

"खरं आहे, पण बरं नाही."

"मग..."

"नाही, तसं नाही. तूर्त हा स्टॅन्ड ठीक आहे. पुढचं पुढे बघता येईल."

"मलाही तेच वाटतंय. उद्या प्रत्यक्ष भेटी झाल्यावर कुणाचं नेमकं काय धोरण आहे त्याचा अंदाज येईल."

''ठीक आहे. उद्याची बातमी द्यायचीय मला... फॉलोअप म्हणून तुमची ही प्रेसनोट चांगली आहे. निघतो मी आता. तुम्हीही जरा विश्रांती घ्या.''

''ओके.''

हलकासा आहार घेतल्यावर जरा रिलॅक्स होण्यासाठी महेश टीव्हीसमोर येऊन बसला. न्यूज चॅनेल बघत असताना सर्व प्रमुख मराठी चॅनेल्सवर बांद्रा कॉलनीच्या अनुषंगाने चर्चा, प्रतिक्रियांचं दळण सुरू होतं. तो विषय नको म्हणून महेश हिंदी न्यूज चॅनेलकडे वळला. तिथेही एक-दोन ठिकाणी ही बातमी झळकताना पाहून शेवटी स्पोर्ट्स चॅनेल लावला. त्यावर आयपीएल सिरीजमधली कुठली तरी मॅच सुरू होती. एखादी ओव्हर पाहून होत नाही तोच फोन वाजला.

''हॅलो...''

''सर, जया बोलतोय...''

''बोला, काय म्हणताय?''

''सॉरी, जरा तुम्हाला पुन्हा डिस्टर्ब केलं.''

''तसं काही नाही, बोला...''

''काय म्हणतीये तब्येत?''

''ठीक आहे. जरा मॅचचा आनंद घेतोय टीव्हीवर. त्यामुळे लक्ष जरा दुसरीकडे वळलंय.''

''अरेरे! मग चुकीच्या वेळी फोन केला.''

''छे...छे... तसं काही नाही, बोला.''

''आत्ता थोड्या वेळापूर्वी तुमची प्रेसनोट बघितली.''

''मी तर ती तुम्हाला मघाशीच दिली होती.''

''म्हणूनच तर फोन केला.''

''अं...?''

''तुम्ही दिलेली प्रत आणि आलेली प्रेसनोट यात बरंच अंतर आहे.''

''असं कसं? मी स्वत: बघून फायनल करून दिली होती. जाधव का कोण पब्लिसिटी ऑफिसर होता, त्याच्याकडे... हे लोक असे उद्योग करतात.''

''सर... मला वाटतं, जाधवांचा यात संबंध नसावा. मी खूप वर्षांपासून ओळखतो त्या माणसाला. अगदी नाकासमोर चालणारा आहे. आपण बरं आणि आपलं काम बरं... मला वाटतं तुमच्या मैत्रिणीचा यात रोल असावा.''

''वर्षा? पण मघाशी एवढं स्पष्ट बोलणं झालं ना!''

''सर, मी तुम्हाला तेव्हाच बोललो होतो ना, की शेवटी प्रेसनोटला ॲन्सरेबल त्यांना राहावं लागणार.''

"काय आहे त्या प्रेसनोटमध्ये?"

"मूळ प्रेसनोटमधली खालची बाजू वर घेतलीये... की शासन-प्रशासनातून या संदर्भात तुमच्यावर कोणताही दबाव नाही म्हणून... शिवाय अद्याप तो प्रस्ताव अंतिम मंजुरीसाठी आलेला नाही, प्रशासनानेच तो तयार केलाय, प्रस्ताव अवलोकनार्थ आल्यावर त्यात आवश्यक ते फेरबदल करू असं महसूलमंत्र्यांनी म्हटलंय वगैरे. शिवाय तुमच्या बदलीच्या काही हालाचाली नाहीत, ही चुकीची माहिती आहे, असंही त्यांच्या तोंडी नमूद केलंय..."

"च्यायला, हे तर एकदम उफराटं झालं."

"पब्लिसिटी डिपार्टमेन्ट आहे सर ते... त्यांना सगळ्यांनाच सांभाळावं लागतं."

"हो... आणि आमची मैत्रीण म्हणजे कदमांची 'लॉलिपॉप' आहे ना!"

"काय?"

"ही इथं येण्यापूर्वी त्यांच्या जिल्ह्यात कलेक्टर असताना आपल्या खास मंडळींमध्ये बोलताना कदमसाहेब तिचा उल्लेख लॉलिपॉप असा करायचे. मीटिंगला आज मजा नाही आली, लॉलिपॉप नव्हतं ना... अशी शेरेबाजी चालायची."

"मॅडमसमोर?"

"समोर नाही, पण मागे मात्र निश्चितच. आमच्या सगळ्या लॉबीत तिचं हे टोपणनाव प्रसिद्ध झालंय तेव्हापासून..."

"त्यांना ठाऊक आहे?"

"असेलही कदाचित; पण असलं तरी ती त्याची फार काही केअर करणार नाही. एकदम बिनधास्त आहे तशी... पण ते जाऊ दे... आपलं स्टॅटिस्टिक्स तरी आहे की नाही त्या प्रेसनोटमध्ये?"

"अधिकृत प्रेसनोटमध्ये नाही; पण मी माझ्या बातमीत ते वापरणारेय."

"आयला, म्हणजे माझं म्हणणं चक्क गाळून टाकलं पब्लिसिटीनं. उद्या जाईन तेव्हा तिला विचारायलाच हवं."

"एका दृष्टीनं जे झालं ते बरंच झालं सर, दोन्ही दरांतली तफावत थेट तुमच्या तोंडी येण्यापेक्षा अगोदर 'प्रखर'मध्ये प्रसिद्ध होऊ द्या... उद्या तुम्ही मंत्रालयात जाल तेव्हा इलेक्ट्रॉनिक मीडियाचे भुंगे तुमच्या मागे लागतीलच, तेव्हा त्यांना हाच बाइट द्या. शिवाय हे माझं म्हणणं नाही. पेपरमध्येच छापून आलंय असाही पवित्रा घेता येईल."

"बरं आता तसंच करावं लागेल."

"मला तर वाटतं, उलट हा स्टॅन्ड खूप योग्य असेल. उद्या प्रत्यक्ष भेटल्यावर तुम्हालाही या मंडळींचा अंदाज येईल."

"हो, खरंय. उद्या दुपारी बोलू. मग आता आपण संध्याकाळी केव्हा भेटायचं

तेही ठरवू.''

''ठीक आहे. गुड नाइट.''

ठरल्या वेळेनुसार दुसऱ्या दिवशी सकाळी महेश मंत्रालयात हजर झाला. मुख्य प्रवेशद्वारातून आत येत असताना त्याला सीएससोबतची मागची भेट आठवली. तिथल्या शिपायापासून पीएपर्यंत सगळ्यांची मंत्रालयीन वातावरणाला साजेशी वर्तणूक, एकीकडे सबुरीचा सल्ला देत दुसरीकडे गोडीत xxx मारण्याचा सीएसचा डाव... याची मनातल्या मनात उजळणी करत तो लिफ्टपाशी पोहोचला. दोन दिवसात बांद्रा कॉलनीविषयी प्रसिद्ध झालेल्या बातम्या, त्यावरच्या प्रतिक्रिया, अडचणीत आलेले मंत्री, वरिष्ठ अधिकारी ही सगळी पार्श्वभूमी पाहता, सीएस आपल्यावर आता अधिकाधिक प्रेशर आणणार, गोडीगोडीत सांगताना काही गर्भित इशारेही देणार. पण त्यामुळे आपण अस्वस्थ व्हायचं नाही. उसळून जायचं नाही, कारण तसं झालं तर गेल्या वेळेप्रमाणे सीएसच्या गुगलीवर आपली विकेट पडेल. ते नको असेल तर त्याच पद्धतीने आज सगळ्यांना टॅकल करावं लागणार म्हणजे या मंडळींची गोड बोलून खोड मोडावी लागणार. असं घोकत आणि मनाला पुन:पुन्हा बजावत महेश सीएसच्या दालनाजवळ आला. एरवी साडेअकराशिवाय हालचालही सुरू न होणाऱ्या या ठिकाणी आज अंमळ तासभर लवकर चहलपहल सुरू झाली होती. महेशसाठीच साहेब लवकर येऊन बसल्याची जाणीव व त्याला ताबडतोब आतमध्ये सोडण्याच्या सूचना असल्याने महेशला आज एकदम व्हीआयपी ट्रीटमेन्ट मिळाली. त्याला पाहताच स्मितहास्य करून पीएने लगेच इन्टरकॉमवर महेश आल्याची वर्दी दिली व लगेचच त्याला आतमध्ये जायला सांगितलं. त्यानुसार केबिनकडे वळून दार नॉक करण्यापूर्वी महेशने मोबाइल सायलेन्टवर टाकला. तेवढ्यात दरवाजा उघडून शिपाई बाहेर आला. महेशला पाहताच पाठोपाठ बंद होत असलेला दरवाजा त्याने पुन्हा उघडून लोटून धरला. आत येता येताच महेश व सीएसची नजरानजर झाली. किंचितसं हसून त्याला समोर बसण्याची खूण करता करता सीएसनी समोरची फाइल बंद केली आणि महेशला आपादमस्तक न्याहाळलं. त्यामुळे काहीशा संकोचलेल्या महेशने पुढ्यात येऊन उभा राहत संभाषणाला प्रारंभ केला.

''सर...''

''येस, येस मिस्टर कलेक्टर, प्लीज बी सीटेड, अँन्ड थँक्स!''

धन्यवादाची कोणतीही अपेक्षा नसल्याने महेशच्या तोंडून अवचित शब्द बाहेर पडले, ''थँक्स फॉर व्हॉट सर?''

''अरे ऐसा क्या करते हो भाई, आम्ही बोलावलं आणि तुम्ही आलात ना!'' सीएसचा मिश्कील टोन.

''सर, आय हॅव टु ओबे.''

महेशवर ताबा मिळवण्याची हीच योग्य वेळ असल्याचे ओळखून सीएस लगेच म्हणाले, ''तुम्ही लोक मिनिस्टर, सीएम साहेब यांचेसुद्धा आदेश मानत नाही, दॅट्स व्हाय आय थिंक...''

''नो सर... आणि प्लीज असा गैरसमज करून घेऊ नका...'' सीएसनी कितीही उचकावून द्यायचं ठरवलं तरी आपला संयम सुटता कामा नये असं मनातल्या मनात पुन्हा एकदा घोकत महेशने सीएसचा अंदाज घेतला. सीएसदेखील त्याचा अंदाज घेत असल्यामुळे सुमारे मिनिटभर केबिनमध्ये धीरगंभीर शांतता पसरली. तेवढ्यात शिपाई पाणी आणि दोन कप चहा घेऊन आला. कप टेबलावर ठेवून तो जाईपर्यंत महेश आणि सीएसची दोन वेळा नजरानजर झाली. दोघेही परस्परांना जोखत होते. शिपाई गेल्यावर सीएस विषय बदलत एकदम मेन ट्रॅकवर आले. ''सो मिस्टर महेश, दो दिन से आप एकदम छा गये हो... मीडियामध्ये फ्रंट पेज कव्हरेज, टीव्हीवर तुमच्या जाँबाजपणाचं कौतुक, एकदम हिरो बनल्यासारखं वाटत असेल ना?''

हिरो शब्दातली खोच जाणवूनही ती लक्षात न आल्यासारखं दाखवत महेश शांतपणे म्हणाला, ''कसचं काय सर, हे मीडियावाले त्यांचा पेपर खपण्यासाठी किंवा टीआरपी वाढण्यासाठी काहीही दाखवत असतात, एक्झॅगरेट करून. खरंतर त्यात एवढं काय मोठं मॅटर आहे? पण तरीही त्यांनी मला आता हिरो बनवायचं ठरवलेलं दिसतंय. बाहेर अजून तसं मला काही जाणवलं नाही; पण इथं आल्यावर मात्र मला तुम्ही म्हणता तशी हिरोसारखी ट्रीटमेन्ट मिळाली.'

महेशचं बोलणं नीटसं न उमजल्याने त्याला त्याबाबत स्पष्टता करायला सांगण्यासाठी सीएसनी केवळ त्याच्याकडे रोखून पाहत भुवया उंचावल्या

''सर गेल्या वेळी मी आपल्या आदेशाप्रमाणे इथं भेटायला आलो तर तुमचा शिपाईसुद्धा मला धड उत्तरं देत नव्हता. जवळपास वीस मिनिटं मी बाहेर उभा होतो. मग कुठे वेटिंग रूममध्ये बसायची संधी मिळाली. आज मात्र एकदम ट्रान्स्फर सीन होता.''

आपण टाकलेला खडा नेमके किती तरंग उठवतो त्याचा अंदाज घेण्यासाठी महेशने पॉज घेतलेला असताना चर्चा भलतीकडेच भरकटत असल्याचं पाहून सीएसनीदेखील दुसरा खडा टाकला, ''चढते सूरज को सलाम करना हमारे लोग बहुत अच्छी तरह से जानते है, लेकिन जब वो ढलने लगता है तो ये ही लोग दोनों हाथों से तालियाँ पीट कर उसे अलविदा कर देते हैं.''

सीएसच्या बोलण्यातला गर्भित अर्थ लक्षात येऊनही महेशने त्यावर काहीच प्रतिक्रिया दिली नाही. पुन्हा काही क्षण शांततेत गेल्यावर सीएस थेट मूळ मुद्द्यावर आले,

"बांद्रा कॉलनी मॅटरचा पर्दाफाश केल्यावर आज तू त्याचा स्टॅटिस्टिक्सही मांडून टाकलास!"

"नो सर, मी काहीच नाही बोललो."

"मग पेपरात काय आलंय?"

"सर, मला वाटतं, कदाचित आपल्याला नेमकं ब्रीफिंग झालं नसावं किंवा आपण नीट वाचलं नसावं."

पुन्हा एकदा उभयतांची नजरानजर. भुवयांनीच महेशला पुढे बोलण्याचा इशारा...

"वास्तविक कालच्या बातमीचाही माझा डायरेक्ट संबंध नाही. पेपरवाल्यांनी सगळी माहिती काढली होतीच. केवळ क्लॅरिफिकेशनसाठी त्यांनी माझ्याशी संपर्क साधला म्हणून मी क्लिअर केलं. यामध्ये शासनाची काय भूमिका आहे ते सांगा म्हणून विचारलं त्यांनी. ते नसतं क्लिअर केलं तर आणखीनच वेगळी बातमी छापून आली असती..."

"ओह, आय सी!"

"खरंतर तुमचा मीडियाशी न बोलण्याचा ॲडव्हाइस मला चांगला लक्षात होता; पण चुकीच्या माहितीवरची बातमी आणखी गैरसमज पसरवणारी ठरली असती. त्यातच हा विषय एवढा हॉट, अनेकांच्या इन्टरेस्टचा... त्यातून प्रॉब्लेम अजूनच वाढले असते. मग म्हटलं, नेमकं काय ते स्पष्ट करायला हवं... म्हणून बोललो मीडियाशी." महेशची सारवासारव.

"देन, आज परत तुमचं स्टेटमेन्ट आहे."

"ते तर मला आपल्या मंत्रीमहोदयांनी, कदमसाहेबांनीच आदेश दिले होते. त्यामुळे मी पब्लिसिटी थ्रू खुलासा पाठवला."

"आय नो दॅट. मी पाहिली ती प्रेसनोट संध्याकाळी; पण सरकारला मिळणारा नजराणा आणि मार्केट रेट यातला डिफरन्स मीडियाकडे कसा गेला?"

महेशचं मौन.

"यू आर आन्सरेबल मिस्टर महेश..." सीएसचा करडा स्वर.

"सर, नक्कीच मी आपल्याला आन्सरेबल आहे; पण ते वैयक्तिक पातळीवर... सार्वजनिक बाबतीतलं, दुसऱ्यांबाबतचं मी कसं सांगू?"

"मिन्स...?"

"आपला प्रश्न आहे की, या व्यवहारातून सरकारला मिळणारा नजराणा आणि मार्केट रेट यातली तफावत मीडियाकडे कशी गेली?"

"येस..."

"बट सर हाऊ कॅन आय एक्स्प्लेन अबाउट इट... मार्केट रेट तर सगळ्यांनाच ठाऊक आहेत आणि कशासाठी किती नजराणा, कशा पद्धतीनं भरायचा तेसुद्धा

जमीन खरेदी-विक्री, विशेषत: सरकारी जमिनींचा वापर करणाऱ्या मंडळींना तोंडपाठ असतं. अनेकदा हेच लोक आपल्या संबंधित डेस्क ऑफिसर्स, कर्मचाऱ्यांना त्यासंबंधीचे नियम आणि त्यातल्या पळवाटाही लक्षात आणून देतात. पत्रकार लोक तर काय सगळीकडेच फिरत असतात. त्यामुळे त्यांना हवी ती माहिती लगेच मिळते. शिवाय ती कुणाकडून कशी काढून घ्यायची हे त्यांचं स्कील असतं. किंबहुना तेच तर त्यांचं काम आहे. त्यामुळे अशा कामासाठी ते कुणा सरकारी बाबूवरच अवलंबून राहतील असं मला वाटत नाही.''

''आय सी... यंग स्मार्ट चॅप... हे सगळं बोलायला ठीक आहे; पण ज्या पद्धतीनं ते 'प्रखर'मध्ये छापून आलंय ते पाहून तुझ्या या एक्स्प्लनेशनवर तर छोटे बच्चे भी हंस पडेंगे...''

''अभी तो ज्यादा तर लोग रो रहे है मेरे नाम से...'' एक्साइटमेन्टमध्ये महेश बोलून गेला.

महेशचा एकंदर मूड बघता त्याला आता अधिक काही सांगणे शहाणपणाचे नाही हे सीएसच्या लक्षात आले. त्यामुळे सीएसनी शांतपणे डोळ्यावरचा चश्मा बाजूला टेबलावर काढून ठेवला आणि महेशकडे रोखून पाहत एकच प्रश्न विचारला, ''बट व्हाय ऑल धिस...?''

''फॉर पब्लिक इन्टरेस्ट, लोकहितासाठी.'' महेशचा स्पष्ट आणि ठाम सूर ऐकून सीएसनी चर्चेवर पडदा टाकण्याच्या उद्देशाने विषय बदलला, ''तुम्ही सांभाळा पब्लिक इन्टरेस्ट, मोठ्या लोकांचं आम्हालाच पाहावं लागेल.''

''सर, आता तुम्ही एवढ्या मोठ्या पदावर आहात...''

महेशनं अर्ध्यावरच सोडलेल्या वाक्याचा मथितार्थ जाणून हा टोला आपल्याला असल्याचे सीएसच्या लक्षात आलं; पण त्यावर रिॲक्ट न होता ते सफाईदारपणे दुसऱ्या विषयाकडे वळले, ''एनी वे, तू २००३ च्या बॅचचा की २००४ च्या बॅचचा?''

''२००३ च्या सर.''

''गुड! तुमच्या बॅचच्या प्रमोशनची फाइल मी काल संध्याकाळीच बोलावून घेतली. पंधरा दिवसात ऑर्डर निघेल. तेव्हा काँग्रॅच्युलेशन्स इन ॲडव्हान्स!''

''थँक यू सो मच सर, बट मला प्रमोशनचा मोह नाही.''

''ओह, तू स्वत:ला एवढं प्रमोट केलंयस की प्रमोशनचं काय नाही का... ठीक आहे, मी सांगितलेल्या दोन्ही फाइल्स आणल्या असतील तर बाहेर माझ्या पीएकडे दे.''

हे वाक्य म्हणजे तूर्त आपल्यासाठी 'जय हिंद! जय महाराष्ट्र!!'चा इशारा असल्याचे ओळखून महेश ''सर...'' म्हणत उठला आणि पीएला फाइल्स सोपवून

बाहेर लिफ्टची वाट पाहत उभा राहिला.

सीएसच्या दालनातून बाहेर पडल्यावर महेशला काहीसं हलकं वाटलं. पण त्याचवेळी एक प्रकारची अस्वस्थताही खोलवर जाणवली. लिफ्टमध्ये प्रवेश केल्यावर तर त्याच्या अस्वस्थतेत आणखीच भर पडली. तळमजल्यावर येऊन लिफ्टचा दरवाजा उघडताच महेश का कोण जाणे पण लगबगीनं बाहेर आला आणि वर्षाच्या केबिनकडे चालू लागला. बाहेर उभ्या असलेल्या शिपायाला मॅडम आहेत का, अशी विचारणा केली. त्यावर शेजारच्या ओएसडींच्या केबिनकडे बोट करून तिकडे विचारणा करण्याचे शिपायाने सुचवले. कालच खुलाशाच्या प्रेसनोटसाठी येऊन गेलेले जाधव ओएसडी चव्हाणांच्या समोर बसून गप्पा मारत होते. महेशला आत आलेलं बघून ते लगबगीने उठले आणि चव्हाणांना महेशचा परिचय करून दिला. महेशने उभ्याउभ्याच विचारलं, ''मॅडम आहेत?''

''अजून आल्या नाहीत सर.''

''कधी येतात?''

''आता यायला हव्यात एवढ्यात.''

''जरा फोन लावून बघा त्यांना, निरोप द्या मी आल्याचा.''

फोन लावा म्हटल्यावर चव्हाण काहीसे घुटमळले. त्यांची अडचण लक्षात आल्याने महेश स्वत:शीच हसला आणि खिशातला मोबाइल काढून वर्षाचा नंबर डायल केला. बराच वेळ रिंग गेल्यावर वर्षाचा आवाज आला, ''बोल महेश.''

''मॅडम, तुमच्या केबिनच्या दरवाजात उभा आहे.''

''ओह, आलायस तू, सीएसची मीटिंग संपली?''

''लगेच आटोपली. आपलं काय, कामापुरतं बोलायचं, दहा मिनिटांत मोकळा.''

''येस मिस्टर, आपण फारच कामाचे आहात. आम्ही आहोत रिकामटेकडे म्हणून बसतो फिरत इकडेतिकडे.''

''प्लीज, डोन्ट ट्विस्ट धिस.''

''नोऽ नोऽ नोऽ नोऽ नो... मी फक्त फॅक्ट सांगितली. जाऊ दे. मला आवरून निघायला अजून अर्धा तास म्हणजे पोहोचायला पाऊण तास लागेल. नाही तरी आपल्याला लंचलाच जायचंय. तोवर तू मंत्रालयातली तुझी इतर कामं उरकून घे.''

''ओके. मला डीसीएम साहेबांकडे जायचंय. बघतो त्यांचं काय शेड्युल आहे ते.''

''डीसीएम साहेब आलेत मंत्रालयात अर्ध्या तासापूर्वीच.''

''तुला घरात बसून माहितीये?''

''सभी बडे लोगों की खबर रखनी पडती है बाबा! वैसे भी हमारे जासूस चारों

ओर फैले हुए हैं. हाऽऽ हाऽऽ हाऽऽ'' वर्षाचे गडगडाटी हास्य.

''दॅट्स ग्रेट.''

''ग्रेटबिट काही नाही. आमचे डीएलओ म्हणजे लायझनिंग ऑफिसर्स असतात प्रत्येक मिनिस्टरकडे. त्यातल्या सीएम, डीसीएम आणि दोघा-तिघा वजनदार मंत्र्यांच्या डीएलओंना दररोज आल्या आल्या आणि संध्याकाळी जाताना मला फोनवर दिवसभरातलं सगळं ब्रीफ करायचं असा नियम घालून दिलाय. त्यामुळे मी अपडेट असते.''

''या, यू आर ऑल्वेज अप टु डेट!''

''थँक्स, म्हणूनच येतोयस वाटतं आज दुपारी माझ्याबरोबर 'डेट'वर... हाऽ हाऽ हाऽ मजाक सोड... बट फोन जरा एक मिनिट त्या चव्हाणांकडे दे. मी सांगते त्यांना वर फोन करून तू आल्याची वर्दी द्यायला डीसीएम ऑफिसला.''

जस्ट अ मिनिट, म्हणून महेशने फोन चव्हाणांकडे दिला. वर्षाने दिलेल्या सूचना व्यवस्थित ऐकून चव्हाणांनी फोन परत महेशकडे दिला. दोघांचं बोलणं सुरू असतानाच चव्हाणांनी डीसीएम ऑफिसच्या पीआरओंचा फोन लावला. त्यांना एकंदर तिथे किती गर्दी आहे वगैरे विचारून महेश सरांना साहेबांना तातडीने भेटायचं असल्याचं सांगितलं. तोवर महेशचाही वर्षाशी फोन झाला. डीसीएम पीआरओंचा फोन होल्ड करून चव्हाणांनी महेशला विचारलं, ''सर, आपण लगेच जाणार आहात डीसीएम सरांकडे?''

''काय परिस्थिती आहे तिथे?''

''अजून फारशी गर्दी झालेली नाही, साहेब लवकर आलेत ना... पण आता गर्दी होईल असं सांगताहेत.''

''माझं काल साहेबांशी बोलणं झालं होतं, त्यांनीच बोलावलं होतं.''

''ओके जस्ट अ मिनिट...'' असं म्हणून पीआरओंना फोनवर तशी कल्पना दिली व मिनिटभर फोन होल्ड करून नंतर ओके म्हणून फोन ठेवला.

''ते बोलले साहेबांशी, त्यांनी लगेच बोलावलंय आपल्याला...'' चव्हाणांनी माहिती दिली.

थँक्यू म्हणून महेश जायला वळला. तेवढ्यात बाजूल्या बसलेल्या जाधवांकडे त्याचं लक्ष गेलं. नजरानजर झाल्यावर 'चांगली प्रेसनोट काढलीत काल...' असा टोमणा मारल्यावाचून महेशला राहवलं नाही.

हा टोला लक्षात घेऊन जरा अजिजीच्या सुरात जाधव म्हणाले, ''सर, आपण सांगितलं होतं तसंच केलं होतं. तेवढंच माझ्या हाती होतं. जे माझ्या बियाँड कन्ट्रोल आहे, त्याबाबत मी काय सांगणार?''

जाधवांच्या चेहऱ्यावरचे बदलते भाव बघून महेश 'टेक इट इझी' म्हणत हसत

हसत पुन्हा लिफ्टपाशी येऊन उभा राहिला.

पाचच मिनिटात तो वर उपमुख्यमंत्री बाजीराव झगडे यांच्या कार्यालयात जाऊन पोहोचला. पाणीपुरवठा विभागाचे सचिव, जीएडी गृह विभागाचे सचिव, सेक्रेटरी बाहेर वेटिंगमध्ये असल्याचं त्याला दिसलं. आपले सीनिअर्स इथे अगोदरपासून ताटकळत असल्याचं पाहून बराच वेळ वाट पाहावी लागणार असा विचार त्याच्या मनात आला. तोपर्यंत महेश या मंडळींसमोर पोहोचला. त्यांना गुडमॉर्निंग करून डीसीएम पीआरओंकडे आपलं कार्ड दिलं. पाणीपुरवठा विभागाचे सचिव जयदत्त ठाकरे महेशला चांगलं ओळखत होते. अचानक त्याला तिथं आलेला पाहून गेल्या दोन दिवसांतील घटनांचा पट क्षणार्धात त्यांच्या डोळ्यांपुढून सरकला आणि आवाजाची पट्टी खालची ठेवतच त्यांनी महेशच्या गुड मॉर्निंगला रिप्लाय दिला. शेजारी बसलेल्या गृहसचिवांनी मात्र जरा चेष्टेच्या सुरात अशा डॅशिंग ऑफिसर्सची खरी गरज मंत्रालयात असल्याची कॉमेन्ट केली. त्यावर काही न बोलता फक्त स्मितहास्य करणं महेशने पसंत केलं. परत ठाकरेंनी विचारलं, ''इकडे काय विशेष?''

''तसं फार काही नाही.'' महेशने कामापुरतंच उत्तर दिलं.

''हं, सध्या काय तुम्ही टॉक ऑफ द टाउन आहात!''

''सर, तुमच्यासारख्या ज्येष्ठांना असे किती तरी अनुभव असणार,'' असं म्हणून महेश विषय आवरता घेत असतानाच शिपाई आला व महेशकडे पाहून तुम्हाला साहेबांनी बोलावल्याची वर्दी दिली. लगेच ठाकरे म्हणाले, ''बघा, मी म्हटलं ना, आता आम्ही इथं अगोदरपासून वेटिंगला आहोत, पण आल्याबरोबर तुम्हाला डायरेक्ट एन्ट्री!''

''तसं नाही सर, कालच आमचं भेटायचं ठरलं होतं.''

''महाशय, आमची मीटिंग तर गेल्याच आठवड्यात ठरलीये, पण आम्ही काय हुकमाचे ताबेदार आणि तुम्ही...''

विषय आणखी वाढायला नको म्हणून महेश सरळ म्हणाला, ''सर, मला आता जायला हवं.''

''ओ... येस... शुअर...शुअर...''

दालनाच्या दारावर टक्टक् करून महेशने अर्धवट दरवाजा उघडला. त्याला पाहताच डीसीएम झगडेंनी मानेने खूण करून आत यायला सांगितलं. डीसीएमच्या बाजूला त्यांचा पुतण्या पवन बसलेला होता. पीएला एक-दोन सूचना देऊन झगडेंनी त्याला जायला सांगितलं आणि महेशकडे वळून विषयाला सुरुवात केली, ''या, आणलीत फाइल?''

नेमका अर्थ न लागल्याने महेशने जरा विचार करून प्रश्न केला, ''कसली सर?''

''आता तुम्ही एवढी खळबळ उडवून दिलीत, दुसरी कोणती फाइल असणार?''

''सॉरी सर, पण मला तशा काही सूचना नव्हत्या आणि काल आपणही काही तसं इन्डिकेट केलं नाही.''

महेशला पुढे बोलू न देता पवन चढ्या आवाजात मध्येच बोलला, ''साहेबांनी बोलावलंय म्हटल्यावर तुमच्या ते लक्षात यायला हवं होतं. आमच्या इथल्या कारकुनांनासुद्धा ते समजतं.''

''मी कारकून नाही, आयएएस आहे.'' महेशच्याही आवाजाला लगेच धार चढली. त्यावर उसळून पवन काही बोलायला जाणार तोच झगडेंनी हाताने त्याला थांबण्याची खूण केली. ''ठीक आहे साहेब. यापुढे मात्र जरा ते लक्षात ठेवत चला.''

''सर, फाइलचं काय, तुम्हाला हवी असली तर उद्या एक कॉपी पोहोचवण्याची व्यवस्था करतो.''

''आज संध्याकाळपर्यंत पाठवा.''

''सर, ती फाइल गोपनीय आहे. त्यामुळे माझ्या कस्टडीत आहे. मी असल्याशिवाय ते काम होणार नाही. आजचा माझा दिवस तर इथंच जाईल असं दिसतंय. कल्पना असती तर सोबतच आणली असती फाइल. मी म्हटलं आपल्याला चर्चा करायचीय तेव्हा...''

''ठीक आहे. फाइल उद्या पाठवा. आता मला सांगा फाइलवर नेमके कुणाचे अन् काय शेरे आहेत?''

पवनकडे एक दृष्टिक्षेप टाकून महेशने पॉज घेतला, ''सर, ते मी फक्त आपल्याला एकट्यालाच सांगू शकतो.''

ते ऐकताच रागाने मानेला झटका देत पवन गरजला, ''फार नियमाचा कंड आहे ना तुम्हाला, आता असा नियम दाखवतो ना...''

त्याला मध्येच अडवत झगडे म्हणाले, ''साहेब, गोपनीयतेच्या शपथा आम्ही प्रत्येक मंत्रिपदाच्या वेळी घेतल्या आहेत. समजा, तुम्ही मला सांगितलं आणि ते मी याला सांगितलं तर तुम्ही काय करणार?''

''तो तुमचा आणि तुमच्या सद्सद्विवेकबुद्धीचा प्रश्न आहे, सर...''

''ए सद्सद्वाल्या'' म्हणत अरेतुरेवर आलेला पवन संतापाने उसळत असल्याचं पाहून मामला बिघडायला नको म्हणून मुरब्बी झगडेंनी त्याला मध्येच थांबवलं. ''त्यांनी मघाशीच सांगितलं ना, ते कारकून नाहीत, कलेक्टर आहेत. कळलं नाही तुला? कशाला उगीच डोकं लावतोस, जा तू अॅन्टी चेंबरला जाऊन बस आरामात. मी बघतो. चल...''

झगडेंकडे एक रागीट कटाक्ष टाकून पवन उठला आणि दातओठ खात विखारी नजरेने महेशकडे पाहत बघून घेईन या अर्थी मान हलवत ॲन्टी चेंबरकडे गेला.

''पोराला समज नाही अजून. जवान रक्त आहे. कडक साहेब आम्ही पूर्वी खूप बघितलेत; पण हल्ली तुमचे सगळे ऑफिसर्स उंदीर बनताहेत जणू... तुमच्यासारखा वाघ एखादाच दिसतो. त्यामुळे या पोरांना सवय नाही असं काही ऐकायची. जाऊ द्या. मनावर नका घेऊ फार, पाहिजे तर मी सॉरी म्हणतो.'' झगडेंनी टिपिकल गावगुंडीच्या राजकारणाचा सूर लावला.

''सर...''

महेशचा टोन लगोलग बदलल्यामुळे आपली मात्रा लागू पडल्याचं ताडून झगडेंनी लगेच गाडी मूळ मुद्द्यावर आणली, ''जरा स्पष्ट सांगाल का मला, तुमच्या त्या बांद्रा कॉलनी प्रकरणात खरा रोल कोण प्ले करतोय ते?''

''म्हणजे?''

''हेच की, काल तुम्ही म्हणालात महसूलमंत्र्यांनी बातमीचा खुलासा करायला सांगितलाय म्हणून म्हटलं.''

''हो सर, त्यांनीच तशा सूचना दिल्या होत्या.''

''कदमाला मी चांगला ओळखतो. तो स्वत:हून कधीच प्रेसकडे जाण्याच्या भानगडीत पडणार नाही. त्याला माहितीये स्वत:च्या खाली काय जळतंय ते...''

''बट सर...''

''म्हणूनच म्हटलं, मित्र म्हणून विचारतो, सरळ सरळ सांगा...''

विचार करायला अवधी मिळावा म्हणून महेशने समोरचा पाण्याचा ग्लास उचलून तोंडाला लावला. पाणी पिऊन झाल्यावर पुन्हा विचारलं, ''सर, आपल्याला नेमकं काय म्हणायचंय?''

''मुख्यमंत्र्यांचा काही निरोप, सांगावा, फोन काही होतं...?''

''नाही सर.''

''हां, म्हणजे कदमाची पुरती xxx मारण्याचा प्लॅन दिसतोय. ठीक आहे. बातमी प्रेसकडे कशी लीक झाली?''

''सर, बातमी लीक झाली हे खरंय; पण ती कशी आणि कुठून ते आपल्यालाच जास्त माहीत असणार. मुंबईत तुमच्याएवढा प्रेसमध्ये पीआर दुसऱ्या कुणाचा नसावा.''

''हं... हं''

''ॲम आय राइट सर?''

''जाऊ द्या, 'प्रखर'च्या जया देशमुखला कधीपासून ओळखता?''

''फार काही परिचय नाही, एक-दोनदा भेट झालीये...'' महेशचा सावध पवित्रा.

त्यावर त्याच्या डोळ्यांत रोखून पाहत झगडेंनी अचानक बाउन्सर सोडला, "अच्छा... म्हणून काल दुपारी तुमची गाडी जयाच्या दिमतीला होती तर..."

'आयला!' महेश मनातल्या मनात उद्गारला आणि चाटच पडला.

आपला बाण किती खोलवर घुसला आहे ते महेशच्या चेहऱ्यावर वाचत झगडेंनी खर्जातला सूर लावला, "साहेब, गेल्या ३० वर्षांत राजकारण, प्रशासन अन् प्रेस-मीडिया पार कोळून प्यालोय आम्ही..."

"सर, पण ते..."

"एक्स्प्लनेशन ऐकायची इच्छा नाही. जया माझाही चांगला मित्र आहे. इतरांसारखा भामटा नक्कीच नाही. दोन वेळा त्याला १० टक्के कोट्यातला फ्लॅट ऑफर केला होता स्वत:हून, पण नाकारला पठ्ठ्यानं!"

"म्हणूनच आमचं जमतं." महेश अवचित बोलून जातो.

"आँ...! तुमच्या तर एक-दोनच भेटी झाल्यात ना..."

बोलण्याच्या ओघात आपली साफ विकेट गेल्याचं पाहून महेशने गप्प राहणंच पसंत केलं. मिनिटभर शांततेत गेल्यावर काहीशा मिश्कील सुरात डीसीएमनी आपलं मत मांडलं. "तुम्ही आणि तो जया काही आता थांबणार नाही, तुमची बदलीही आता होणार नाही अन् तो व्यवहारही सुटणार नाही. म्हणूनच आम्हाला ती फाइल पाहायची होती."

"सर..."

"द्या मग उद्या-परवा तुमच्या सवडीनं द्या... आम्हाला घाई काहीच नाही... फक्त एक लक्षात असू द्या, आमचं सगळीकडे अगदी बारीक लक्ष असतं."

"सर..."

"जाऊ द्या, पण जे केलंत ते चांगलं केलंत. त्यात सरकारचा म्हणजे तुमचा-आमचाच फायदा आहे. कधीही गरज लागली तर मला याद करा आणि हो, इथून पुढे माझ्याकडे येताना सगळ्या तयारीनिशी येत जा."

महेशचा चेहरा पुन्हा एकदा खजील झाल्याचं पाहून झगडे गालातल्या गालात हसले. "तुम्हालाही भरपूर कामं असणार."

"हो सर, निघतो मी."

"ठीक आहे. मलाही जरा फ्रेश व्हायला हवं. बाहेर टीव्हीवाली मंडळी आलेली असणार. त्यांना बाइट हवाय माझा बांद्रा कॉलनीसंबंधात."

"ओके सर, हॅव अ गुड डे!"

"हाऽऽ हाऽऽ निघाऽऽ"

डीसीएम झगडेंनी दिलेल्या वेळानुसार बाहेर वेगवेगळ्या न्यूज चॅनेल्सच्या पत्रकार

आणि कॅमेरापर्सनची फौज येऊन थांबली होती. आपल्या अगोदरपासूनच महेश आतमध्ये असल्याचं कळल्याने तर दिवसभराचा मसाला इथंच मिळणार याचा त्यांना अंदाज आला. त्या अपेक्षेनेच महेश कधी बाहेर पडतोय ते टिपण्यासाठी सगळे कॅमेरे सरसावून उभे होते. महेशला पाहताच त्या सगळ्यांचा त्याला गराडा पडला. अगोदरच झगडेंनी बोलण्याच्या नादात काढलेली विकेट आणि आता हा अनपेक्षित गराडा यामुळे भांबावलेल्या महेशने चिडक्या सुरात 'नो कॉमेन्ट्स' म्हणत तिथून बाहेर पडायचा प्रयत्न केला; पण कॅमेरामन आणि पत्रकार यांनी त्याच्या मागेपुढे पळत चिकाटीने प्रश्नांची सरबत्ती सुरू ठेवली. अखेर महेशलाही थोडं थबकून त्यांच्या प्रश्नांची उत्तरं देण्याशिवाय गत्यंतर राहिलं नाही. तो थांबल्याचं पाहताच प्रश्नांची सरबत्ती सुरू झाली.

'सर, बांद्रा कॉलनीचं नेमकं काय होणार?'

'बिल्डरला किती एफएसआय मिळणार?'

'शासकीय कर्मचाऱ्यांच्या कायम निवासव्यवस्थेचं काय?'

'बाजारभावाच्या तुलनेत या स्कीममध्ये शासनाचा किती महसूल बुडणार?'

सगळ्यांचे प्रश्न संपेपर्यंत महेश शांतपणे उभा राहिला आणि शेवटी सगळ्या प्रश्नांचं आपल्याकडे एकच उत्तर असल्याचं अगदी कोऱ्या चेहऱ्याने सांगितलं. "बांद्रा कॉलनीच्या ठिकाणी मल्टी स्टोअरीड टॉवर्स उभारून सध्याच्या रहिवाशांची तिथे सोय झाली की उर्वरित मोकळी जागा संबंधित विकासकाला त्या बदल्यात द्यायची. तिथे त्यानं आपल्या मर्जीनुसार प्रकल्प उभारायचे वा डेव्हलपमेन्ट करायची असा प्रस्ताव आहे. त्यामध्ये काही त्रुटी आढळल्यानं मी त्यावर स्पष्टीकरण मागवलं आहे. सध्याच्या प्रस्तावानुसार प्रकल्प साकारला तर त्यामध्ये शासनाचं, पर्यायानं लोकांचं काही हजार कोटींचं नुकसान होणार आहे. त्यामुळे हा प्रकल्प होणारच असेल तर तो नियमानुसार व्हावा एवढाच आपला आग्रह आहे आणि जोवर मी त्या खुर्चीवर आहे तोवर असा गैरव्यवहार होऊ नये यासाठी जरूर ते सर्व प्रयत्न करीन."

महेशचं निवेदन संपताच पुढचा प्रश्न आला, "म्हणूनच तुमच्या बदलीच्या हालचाली सुरू झाल्यात का?"

"त्याबाबत मला काहीच कल्पना नाही. जो विषय माझ्या अखत्यारीत येत नाही त्याविषयी मी काय सांगू?"

"या व्यवहारात नेमके कुठले बिल्डर्स वा कंपन्यांचं उखळ पांढरं होणार आहे?"

"अजून प्रस्ताव फायनल नाही, मग ते आताच का ठरवायचं?"

"सरकारमधले कुणी किंवा प्रशासनातले वरिष्ठ यांचा आपल्यावर दबाव आहे का?"

“अजिबात नाही. मी सरकारच्या हिताचाच विचार करतोय. त्यामुळे मला नाही वाटत कुठलेही वरिष्ठ अधिकारी वा सन्माननीय मंत्री माझ्यावर नाराज असतील. उलट अशा चांगल्या कामांसाठी सर्वांचा नेहमी चांगला पाठिंबाच मिळतो, असा माझा आजवरचा अनुभव आहे.”

“महसूलमंत्र्यांचं काय म्हणणं आहे?”

“ते मी कसं सांगणार?”

“उपमुख्यमंत्र्यांशी आपली आत्ता याच विषयावर चर्चा झाली का?”

“मी अन्य काही प्रशासकीय स्वरूपाच्या कामांसाठी त्यांच्याकडे आलो होतो. हा लोकहिताचा विषय असल्यामुळे प्लीज त्यामध्ये कुणी राजकारण आणू नये.”

“म्हणजे यामध्ये आता राजकारण सुरू झालंय तर!” एका पत्रकाराची खोचक विचारणा.

त्यावर “माझ्याकडे आता अधिक काही सांगण्यासारखं नाही.” एवढं बोलून महेश पुढे चालू लागला.

नाही, नाही म्हणता जोरदार बाइट मिळाल्याच्या आनंदात लगेच पत्रकार आपापल्या पद्धतीने निष्कर्ष काढायला लागले. बातमी सांगताना मग कुणी या सगळ्यामध्ये आता राजकारण शिरल्याचं महेश यांनी अप्रत्यक्षपणे सुचवल्याचं सांगितलं, तर कुणी एकुणातच हे प्रकरण आणि बदलीची चर्चा या पार्श्वभूमीवर महेशने डीसीएमची भेट घेतल्याने या प्रकरणाला आता आणखी वेगळं वळण लागल्याची शक्यता व्यक्त केली.

पाचच मिनिटात डीसीएम झगडेंकडून आत येण्याचा निरोप आला आणि पत्रकारांची झुंड त्यांच्या दालनात प्रवेशली. तोंड वगैरे धुऊन हलकासा मेकअप केलेले झगडे नेहमीप्रमाणे फ्रेश वाटत होते. त्यांचा पुतण्या पवन बरोबर कॅमेऱ्याच्या फ्रेममध्ये सामावले जाऊ अशा पद्धतीने झगडेंच्या थोडं मागे, पण अगदी खेटून बसलेला असतो. मंडळी समोर येऊन बसताच दिलखुलास हसत झगडेंनी सगळ्यांचं स्वागत केलं. “अरे वाह! झाडून सगळी मीडिया आली वाटतं आज?”

“काय करणार साहेब, मामलाच तसा आहे.”

तेवढ्यात तिथे आलेल्या शिपायाला झगडेंनी ही बैठक संपताच लगेच उपस्थितांच्या चहा-नाश्त्याचं बघायचं फर्मान सोडलं. खुर्चीतल्या खुर्चीत जरा सावरून बसून त्यांनी चर्चेला प्रारंभ केला.

“सर, बांद्रा कॉलनीचा विषय दोन दिवसांपासून सगळीकडे गाजतोय, हे नेमकं काय गौडबंगाल आहे?”

घसा खाकरत झगडे सांगू लागले, “हे पाहा, एक गोष्ट पहिल्यांदा लक्षात घेतली

पाहिजे की, गौडबंगाल वगैरे काही नाही, जे काय आहे ते सगळं कागदावर आहे.''

''पण, ते कितपत योग्य आणि व्यवहार्य समजायचं?''

''असं बघा, सध्याची बांद्रा शासकीय वसाहत डेव्हलप करणं ही तसं पाहिलं तर काळाची गरज आहे. त्यामुळे आमच्या कर्मचाऱ्यांना आधुनिक सोई-सुविधांनी युक्त अशी प्रशस्त घरं विनासायास मिळतील यात शंका नाही. पण तुम्ही म्हणताय त्याप्रमाणे हा प्रकल्प व्यवहार्य हवा, त्यात सरकारचं नुकसान होता कामा नये.''

''म्हणजे सध्याचा जो प्रस्ताव आहे त्यात सरकारचं नुकसान होताना दिसतंय?''

''मी असं कधी म्हणालो? आमच्या पक्षाचं एवढंच मत आहे की, हे सरकार आघाडीचं सरकार असल्यानं किमान असे मोठे, कित्येक हजार कोटींचे निर्णय घेताना त्यात सर्वांना विचारात आणि विश्वासात घ्यायला हवं. शिवाय आम्ही सरकारमधले लोक सगळ्याच बाबतीत जाणकार असतो असं नाही. अशा वेळी मग चार लोकांना, त्या त्या क्षेत्रातल्या तज्ज्ञ मंडळींना विचारलं, त्यांचा सल्ला घेतला तर त्यातून सरकारचाच जास्तीत जास्त लाभ होईल.''

''म्हणजे, तुमच्या मित्र पक्षानं याबाबत अजून तुम्हाला अंधारातच ठेवलंय तर...''

''तूर्त तरी आम्हाला यातलं तपशीलवार काही माहिती नाही. पण किती दिवस असं चालणार? शेवटी विषय कॅबिनेटसमोर मांडावाच लागेल ना! तेव्हा बघू काय करायचं ते.''

''म्हणजे तुमचा आणि तुमच्या पक्षाचा या प्रस्तावाला विरोध आहे?''

''आम्ही कधीच विरोधासाठी विरोध करत नाही. मी मघाशी म्हटलं तसं, खरं तर बांद्रा कॉलनीचं रिडेव्हलपमेन्ट आवश्यक आहे. पण ते करताना काही चुकीच्या गोष्टी होणार असतील तर त्याला आम्ही नक्कीच विरोध करू, प्रसंगी तसा प्रस्तावही हाणून पाडू.''

पत्रकारांना चटपटीत बातमीसाठी काय लागतं ते देण्यात तरबेज असल्याने झगडेंनी बरोबर तशाच इशाऱ्यावर प्रश्नोत्तरांची सांगता केली. अगोदरचा महेशचा पवित्रा आणि पाठोपाठ झगडेंचा इशारा यामुळे गरमागरम फॉलोअप मिळाल्याच्या खुशीत पत्रकार तिथून निघाले अन् पाचच मिनिटांत वेगवेगळ्या चॅनेल्सवर बातम्या झळकायला लागल्या,

बांद्रा कॉलनी प्रस्तावाविरोधात उपमुख्यमंत्र्यांनी थोपटले दंड...

बांद्रा कॉलनी डेव्हलपमेन्टबद्दल उपमुख्यमंत्री आक्रमक...

प्रसंगी बांद्रा कॉलनी विकासाचा प्रस्ताव हाणून पाडण्याचा उपमुख्यमंत्र्यांचा इशारा...

बांद्रा कॉलनी प्रकरणावरून सत्ताधाऱ्यांतच दोन गट...

बांद्रा कॉलनी मुद्यावरून सत्ताधारी आघाडीतील तणावात भर...

पत्रकारांच्या गराड्यातून बाहेर पडून वर्षाच्या केबिनकडे जाण्यासाठी लिफ्टकडे वळताना महेशचं लक्ष एका व्यक्तीकडे गेलं. पहिली बातमी आल्यानंतर बिल्डर लॉबीचं जे शिष्टमंडळ भेटायला आलं होतं त्यातला एक जाडगेल्या, गोल, गोरागोमट्या चेहऱ्याने महेशचं लक्ष वेधून घेतलं; पण याचं नेमकं नाव काय ते त्याला चट्कन क्लिक् झालं नाही. लिफ्टकडे येतायेता महेशने नाव आठवायचा प्रयत्न केला. पण त्या दिवशी एकदम सात-आठ जणांनी एकापाठोपाठ नावं सांगितलेली असल्याने त्याला स्मृतीवर जोर देऊनही नाव काही आठवत नव्हतं. त्याच विचाराच्या तंद्रीत महेश लिफ्टमध्ये शिरला आणि तळमजल्यावर येऊन वर्षाच्या केबिनसमोर उभा राहिला. त्याला पाहताच शिपायाने अदबीने केबिनचा दरवाजा उघडून दिला. महेशला आत येताना पाहून एकीकडे फोनवर बोलताना वर्षाने मानेने त्याला आत येण्याची खूण केली. आत येताच त्याच्याआधी समोर येऊन बसलेल्या आपल्या डिपार्टमेन्टच्या दोघा लायझनिंग ऑफिसर्सना बोटाने बाहेर जायचा इशारा दिला. महेशला बसण्याची खूण करून तिने फोनवरचं संभाषण सुरूच ठवलं.

"सर, हो सर. अगदी, अगदी..."

... ...

"डोन्ट वरी सर..."

... ...

"ते माझ्यावर सोडा सर, तुम्ही फक्त मला सांगा तुम्हाला कधीपर्यंत पूर्ण होणं अपेक्षित आहे."

... ...

"टीव्हीवर तर नाही शक्य होणार; पण आपण प्रयत्न करून बघू. कारण टीव्ही चॅनेल्स खासगी आहेत. दूरदर्शनमध्येही दिल्लीचा कन्ट्रोल आहे; पण आपण नक्की ट्राय करू सर तिथे."

... ...

"अहो आम्ही सांगून काय होणार?"

... ...

"बरं, बरं सर, करू या आपण. मी बोलते तसं संबंधितांशी. नाही तरी आत्ता लगेच मला सीएम साहेबांनी बोलावलंच आहे, मी घालते त्यांच्याही कानावर या कार्यक्रमाचं. ते बोलले तर फरक पडेल."

... ...

"ओके. आय सी... मग नंतर बोलू या त्यांच्याशी..."

... ...

"थँक्यू, वेलकम..."

फोन खाली ठेवतानाचा वर्षाचा नाटकी टोन आणि चेहऱ्यावरचे नाटकी हावभाव पाहून हिने नेहमीप्रमाणे कुणाला तरी वाटेला लावल्याचं महेशने मनोमन ताडलं. त्यामुळे नकळत त्याच्या गालावर स्मितरेषा उमटली. ते पाहून वर्षा म्हणाली, "काय महाराज, आज फार खुशीत दिसताय!"

"तुझ्या बोलण्याला हसतोय."

"अरे, त्या समाजकल्याणमंत्र्यांचा फोन होता. परवा त्यांचा वाढदिवस आहे म्हणून पेपरात आणि टीव्हीवर मुलाखती दाखवा म्हणत होते."

"मग?"

"बाहेरचा खासगी मीडिया काय आपल्या घरचा आहे?"

"तसं त्यांना सांगायचं ना!"

"ही पीआरची पोस्ट आहे, असं डायरेक्ट नाही कसं सांगता येईल? म्हणून आज हो, हो म्हणायचं. उद्या परत फोन आला की सांगायचं, मोठ्या पेपरला द्यायचं तर जाहिराती द्याव्या लागतील, त्याला पैसे पडतात भरपूर... अन् टीव्हीवाले अशा मुलाखती दाखवत नाहीत."

"पण ते पैसे द्या म्हणाले तर..."

"छोडो यार, बघू उद्याचं उद्या. कशाला त्याचं टेन्शन घ्यायचं आत्तापासून? तुम्ही सांगा काय खबरबात तुमच्याकडे? दोन दिवसांपासून मीडियात अगदी हिरो बनून फिरताय."

"कसला हिरो अन् काय, इथे मिनिटामिनिटाला प्रेशर वाढतंय."

"आता आज काय नवीन?"

"काही नाही, त्या मॅटरमध्येच सीएस आणि डीसीएम साहेबांनी बोलावलं होतं."

"मग?"

"माझं काय, तुलाही माहितीये. माझा कॉन्शस क्लिअर आहे."

"मग सीएस साहेब काय म्हणाले तुमच्या डिबेटमध्ये?"

"अनेकदा सांगूनही मी बधत नाही म्हटल्यावर आपल्या बॅचच्या प्रमोशनची खबर देऊन अभिनंदन केलं."

"हां! अरे ती फाइल दोन महिन्यांपासून पडून आहे त्यांच्या टेबलावर, चला तुझ्या निमित्तानं तरी ती हलेल आता."

"मला त्यात फारसा इन्टरेस्ट नाही."

"म्हणजे! तू प्रमोशन नाकारणार?"

"नाकारू कशाला? पण प्रमोशन देणार आणि माझी बदली गडचिरोलीला होणार हे नक्की. म्हणजे त्यांच्या मार्गातले काटे दूर होतील."

"असं करायला तुला एवढे सगळे दूधखुळे वाटतात?"

"अं?"

"आताच तसं केलं तर सरळसरळ ब्लेम गेम सुरू होईल. तुम्ही अगदी नॅशनल लेव्हलला हिरो व्हाल. त्यातून तेच जास्त अडचणीत येतील."

"मग?"

"आता हे वादळ शांत होईपर्यंत तुझी बदलीही नाही अन् आपलं कुणाचं प्रमोशनही नाही."

"पण, मला तर ते म्हणाले..."

"तुलाच नाही, आपल्या बॅचचे जे भेटतायत, त्यांना दोन दिवसांपासून हेच सांगताहेत ते..."

"का?"

"आम्ही तुला समजवावं, चार शब्द सांगावेत म्हणून..."

"ओह, आयसी..."

"बरं, तुम्हाला काय बघायचं ते नंतर बघा. आता आपण जेवायला जाऊ या मस्तपैकी. काय खाणार ते सांग म्हणजे त्याप्रमाणे हॉटेल चूझ करायला."

"माझं काय अगदी आपलं साधंच हवं..."

"चला मग चर्चगेट किंवा व्हीटीच्या बाहेर हातगाड्यावर पावभाजी नाही तर वडापाव खाऊ."

"चालेल."

"कमॉन यार, जस्ट किडिंग... चल, तुला आज मी एका मस्त ठिकाणी घेऊन जाते. जवळच आहे इथून."

"चला..."

महेश उठला आणि मुकाट्याने तिच्या मागे चालायला लागला.

गाडीत बसताच वर्षाने ड्रायव्हरला हॉटेलचं नाव सांगितलं. त्यानुसार पाचच मिनिटात गाडी मरिन लाइन्स परिसरातल्या एका पॉश थ्री स्टार हॉटेलच्या आवारात येऊन थांबली. खाली उतरून पोर्चमधून डाव्या हाताला वळून दोघे रेस्तराँच्या दिशेने चालू लागले. पायाखालच्या जाजमापासून छताच्या झुंबरापर्यंत हॉटेलचे डिझाइन करताना उच्चभ्रूपणा ठिकठिकाणी दिसून येईल याची काळजी घेतलेली होती. रेस्तराँमध्ये

फारशी गर्दी नव्हती. एका टेबलावर सूट-टाय घातलेले दोघे जण बिअरचा आस्वाद घेत होते आणि कोपऱ्यातल्या टेबलावर एका 'अफेअर'चं गुलुगुलु चाललेलं होतं. त्याच्या अपोझिट साइडचं टेबल वर्षाने निवडलं आणि दोघे तिथं बसले. मेन्यूकार्ड आल्यावर वर्षाने ते महेशच्या पुढे केलं. महेशने ते तसंच तिच्याकडे सरकवलं आणि आपल्याला अशा ठिकाणी काय ऑर्डर द्यायची ते समजत नसल्याचं प्रांजळपणे कबूल केलं. त्यावर दिलखुलास हसत वर्षाने मेन्यू कार्ड बाजूला ठेवलं आणि वेटरला खुणावलं. वर्षाचं इथं नेहमी येणं-जाणं असल्याने वेटरही अदबीने उभा राहिला.

इथले 'ओनियन रिंग' स्पेशल आहेत. स्टार्टरला आपण ते सांगू. त्यासोबत ग्रीन सलाड आणि नंतर एक काश्मिरी कोफ्ता, एक व्हेज दिलरुबा, दोन बटर नान, एक व्हेज बिर्याणी आणि रायता तिने अशी ऑर्डर एका दमात देऊन टाकली. वेटर गेल्यावर महेशकडे वळून "तू बरोबर आहेस. त्यामुळे शाकाहारीच राहावं लागणार," म्हणत तिने विषयाला हात घातला, "सो मिस्टर महेश, नक्की इरादा काय आहे तुमचा?"

"आमचा इरादा नेहमीच नेक असतो."

"त्या विषयी शंकाच नाही डियर, काल सलीलचा आणि माझाही तोच विषय झाला."

सध्या मुंबई महापालिकेत जॉइन्ट कमिशनर असलेला सलील म्हणजे त्यांचा बॅचमेट आणि वर्षाचा नवरा. सलीलचं नाव ऐकल्यावर महेश म्हणाला, "काय चाललंय त्याचं?"

"बीएमसी म्हणजे काय विचारता, एकदम मजेत आहे. स्क्वेअर फूटचा हिशेब गुणिले हे, गुणिले ते सुरूच असतं. त्यामुळे आता त्याची तब्येतही दोन वर्षांत गुणाकारानं वाढली आहे."

"माझी भेटच नाही एवढ्यात."

"आता ओळखणारच नाहीस तू त्याला पट्कन, एवढा जाडा झालाय!"

"तुझा कन्ट्रोल नाही?"

"त्याचा आहे माझ्यावर?"

"ते कसं शक्य आहे?"

"तसंच! मीपण जास्त लक्ष देत नाही. हल्ली शक्यतो आम्ही बरोबर नसतोच रात्री जेवायला. पूर्वी एकत्र पार्टीत असल्यावर माझे डोळे मोठे झाले की पेगवर आणि खाण्यावर नाही म्हटलं तरी कन्ट्रोल यायचा. आता काय बीएमसीत गेल्यापासून कॉन्ट्रॅक्टर, बिल्डर्सबरोबर जाणं-येणं होतं. तसल्या लोकांबरोबर जायचं मी टाळते. मग काय मोकळाच ना तो..."

"पण तू कन्ट्रोल करायला सांग ना..."

"अरे, बीएमसीत पैसा मिळतो चिकार; पण टेन्शनही खूप असतं. एवढे नेते, नगरसेवक, सगळ्यांना तोंड द्यावं लागतं. मग मी कटकट करून त्याचं टेन्शन कशाला वाढवू?"

"मंत्रालयापेक्षा जास्त पैसे मिळतात बीएमसीमध्ये?"

"कुठेही गेलास तरी पोस्ट कुठली त्यावर अवलंबून असतं ना... आता माझंच बघ, केबिन मोठी, मीडियाचा फोकस, ग्लॅमर वगैरे आहे. त्यातून आपण आपलं स्वत:चं ब्रँडिंग करून घ्यायचं; पण या पब्लिसिटीमध्ये बाकी काय सोर्स? एकदम भिक्कार डिपार्टमेन्ट त्या दृष्टीनं. मग इकडची कसर तिकडं निघते."

"कशी?"

"दररोज प्रत्येक स्क्वेअर फुटामागे किमान दहा रुपये वाढायला हवेत हा बिल्डर, कॉन्ट्रॅक्टर, नगरसेवक, अधिकारी अशा सगळ्यांचा हिशेब असतो. बाकी इतर टेंडर्स, टीडीआर, लायसेन्स वगैरे वेगळंच. आता करा हिशेब... आणि असे हिशेब ऑफिसपेक्षा पार्टी टेबलवरच जास्त लवकर टॅली होतात."

एक मोठ्ठा सुस्कारा टाकून महेशने विचारलं, "आणि तुझं पार्टिइंग?"

"छे... मी कशाला माझं सोडू... आमचा दोन ठिकाणचा मस्त ग्रुप आहे. शिवाय इतरही फंक्शन्स असतातच ना. मी माझं पुरेपूर एंजॉय करते."

"मुलगा?"

"त्याला नाशिकच्या एका इन्टरनॅशनल रेसिडेन्शिअल स्कूलमध्ये ठेवलं आहे. अगदी फाइव्ह स्टार व्यवस्था आहे तिथं. त्यांचाही ग्रुप जमलाय. अगदी खूश असतो. सुटीतही त्याला यावंसं वाटत नाही हल्ली."

"पण पार्ट्याबिर्ट्या सांभाळूनही तू स्वत:ला अगदी व्यवस्थित मेन्टेन ठेवलंयस..."

"थँक्स. पण माझं कसं सगळं कन्ट्रोलमध्ये असल्यानं हे जमतं. शक्यतो हल्ली हार्ड ड्रिंकऐवजी वाइनच प्रिफर करते. हार्ड घेतली तरी दीड-दोन पेगच्या वर नाही. शिवाय जेवण हलकं. रात्री अनेकदा बाहेरच होतं म्हणून सकाळी शक्यतो लिक्विड डाएटच होतं ज्यूस वगैरे. त्यामुळे अभी भी बहोत लोग अपनी फिगर पे मरते है यार..." खट्याळपणे हसत महेशकडे पाहून तिने डोळा मिचकावला.

"तसं नाही, मी आपलं सहज..."

"ओके ओके कूल यार..."

तेवढ्यात वेटरने स्टार्टर्स आणून ठेवले. तो गेल्यावर वर्षा पुन्हा म्हणाली, "पण तू आता काय ठरवलंयस?"

"म्हणजे?"

"कुठवर एकटा लढणारेयस?"

"जोपर्यंत माझं मन सांगतं तोपर्यंत."

''हे प्रकरण इतकं मोठं आहे नं... आणि त्यात सगळ्यांचेच इतके इन्टरेस्ट गुंतले आहेत नं... खूप प्रश्न निर्माण होतील बाबा...''

''प्रत्येक प्रश्नाला उत्तर हे असतंच.''

''हो, पण कठीण प्रश्नांची उत्तरंही कठीण होत जातात.''

''सगळ्या प्रश्नांना माझं उत्तर एकच आहे. सच्चाई आणि इमानदारी, बस्स!''

''तुमच्या सच्चाई आणि इमानदारीला सलाम साहेब; पण अशा कोरड्या सलामांतून काहीच हाती पडत नाही.''

''मी माझ्या गरजा खूप मर्यादित ठेवल्यात. त्यामुळे सरकार जो पगार देते त्यातही माझी थोडीफार का होईना बचत होतेच.''

''तुमच्या तत्त्वज्ञानाला पुन्हा लाख लाख सलाम; पण त्यातून लाख लाख मोलाची माणसंही दुखावली जातात त्याचं काय?''

''मला त्याची पर्वा नाही.''

''पण आम्हाला तुझी पर्वा आहे. नुसती पर्वाच नाही तर चिंताही आहे.'' एवढं बोलून वर्षा पट्कन थांबली. महेशच्या ते लक्षात आलं; पण त्याने जास्त काही न बोलता गप्प राहणं पसंत केलं. त्यानंतर एक प्रकारच्या अस्वस्थतेने भरलेल्या वातावरणातच दोघांनी फारसं न बोलता जेवण उरकलं. तिथून निघाल्यावर पुन्हा दोघे मंत्रालयात आले. वर्षाच्या केबिनला आल्यावर पाचच मिनिटांत महेशने आपल्या ड्रायव्हरला फोन करून गाडी लावायला सांगितली आणि तिचा निरोप घेतला. महेश उठल्यावर वर्षाने पुन्हा त्याला काहीशा निर्वाणीच्या सुरात सांगितलं, ''तू ऐकणार नाहीस, पण एवढं तरी कर, जरा 'गो-स्लो मोशन' ठेव. काय काय होतंय बघ आणि जपून पुढची पावलं टाक.''

''येस थँक्यू...'' म्हणून महेश तिथून निघाला.

त्याच्या पाठमोऱ्या आकृतीकडे पाहून 'टेक केअर डिअर' असं मनाशी म्हणताना वर्षाचा चेहरा नाही म्हटलं तरी चिंताक्रांत झालेला होता.

गाडी मंत्रालयाच्या फाटकातून बाहेर पडताना महेशने हातातल्या घड्याळावर नजर टाकली. सव्वातीन वाजले होते. म्हणजे बांद्रा येईपर्यंत किमान चार वाजणार. दिवसभरातल्या घडामोडींमुळे त्याच्या मनावर ताण येऊन अस्वस्थता जाणवत होती. त्यामुळे आता पुन्हा ऑफिसला जाऊन नवीन काही तरी भानगड मागे लागू नये, असा विचार करून त्याने ड्रायव्हरला गाडी थेट घराकडे घ्यायला सांगितली. अनेक विचारांचा कल्लोळ, तणाव आणि अस्वस्थता यामुळे त्याला खूपच मानसिक थकवा आल्यासारखं जाणवलं. त्याने जरा रिलॅक्स होत हेडरेस्टला डोकं टेकवलं आणि डोळे मिटून घेतले. पण डोळे मिटल्यावर शांतता मिळण्याऐवजी सगळ्या घटनाक्रमातले

ठळक प्रसंग एकामागोमाग त्याच्या मन:पटलावर आदळायला लागले. त्यामुळे दोनच मिनिटात त्याने पुन्हा डोळे उघडले आणि ड्रायव्हरला एसी बंद करायला सांगून काच खाली केली. उघड्या काचेतून बाहेर पाहत मरिन ड्राइव्हच्या कडेने जाताना समुद्राचं अथांग रूप डोळ्यात साठवण्याचा त्याने प्रयत्न सुरू केला. पुढच्या सिग्नलवर गाडी थांबली. त्याच्या शेजारच्या गाडीतला ड्रायव्हर मोबाइलवर बोलत होता. ते पाहून त्याला अचानक आपण सकाळपासून मोबाइल सायलेन्टला ठेवल्याची आठवण झाली. त्याबरोबर त्याने चट्कन खिशातून मोबाइल काढून बघितला, तर तब्बल २७ मिस्ड कॉल्स. त्यात एक महसूलमंत्र्यांच्या ऑफिसचा, एक सीएस ऑफिसचा, दोन जयाचे, आणखी एक-दोन पत्रकारांचे, काही अनोळखी नंबर आणि जवळपास चार फोन बायकोचे होते. अगदीच अर्जंट काम असल्याशिवाय नीतू एवढ्या वेळा फोन करणार नाही हे ओळखून त्याने पहिल्यांदा तिला फोन डायल केला. दुसऱ्याच रिंगला फोन उचलला गेला. "अहो, कुठं आहात सकाळपासून, मी चार-पाच वेळा फोन लावला."

तिच्या आवाजातली अस्वस्थता महेशच्या लक्षात आल्यावाचून राहिली नाही; "जरा गडबडीत होतो कामाच्या, का काय झालं?"

"दोन कारणांसाठी फोन करत होते. एक म्हणजे मुख्य सचिवांच्या ऑफिसमधून फोन होता. तुम्ही ऑफिसला नाहीत आणि मोबाइलही रिसीव्ह करत नाही म्हणून घरी निरोप ठेवलाय सीएस साहेबांना अर्जंट बोलायचंय असा."

"बरं बोलतो, अजून?"

"अहो, त्या सगळ्या टीव्ही चॅनेल्सवर तुमच्या बांद्रा कॉलनीची हेडलाइन चालू आहे. तुमचा इरादा, त्यावर उपमुख्यमंत्री, आणखी कुणाकुणाचं काय म्हणणं आहे, मुलाखती वगैरे आणि शेवटी त्यात तुम्हाला हे सगळं कसं त्रासदायक ठरू शकतं त्याचं चित्र रंगवलं जातंय."

"ओके. ते टीव्हीवाले काहीही भडकपणे दाखवतात. त्यांचं जास्त मनावर घेऊ नकोस. डोन्ट वरी ॲन्ड रिलॅक्स. मी पोहोचतोच आहे अर्ध्या तासात घरी. आल्यावर मस्तपैकी चहा कर आलं टाकून. चहा घेताना बोलू आणखी, ओके..."

नीतूचा फोन ठेवल्यावर आता पुन्हा सीएसचं काय उपटलं असं म्हणून त्याने सीएस ऑफिसचा नंबर डायल केला. ऑपरेटरला नाव सांगताच त्याने, "हो, सर दुपारपासून तुम्ही ट्रेस होत नव्हतात, मी बराच ट्राय केला" असे म्हणत सीएस साहेबांकडे फोन ट्रान्स्फर केला,

"... येस"

"सर, महेश हिअर."

"ओ महेश, व्हेअर आर यू?"

एकंदर परिस्थितीचा अंदाज महेशने सरळ ठोकून दिली, "आता बांद्र्याला पोहोचतोच आहे."

"ओह..."

"एनी प्रॉब्लेम सर?"

"प्रॉब्लेम... प्रॉब्लेम तर आहेच."

"काय सर?"

"बच्चा, तू माझं ऐकत नाय. सारखा सारखा मीडियाकडे जातो आणि माझा प्रॉब्लेम वाढवतो."

"सर, मी नाही गेलो मीडियाकडे."

"मग, दुपारपासून टीव्हीवर तुझी हेडलाइन न्यूज कशी चालू आहे, इन्टरव्ह्यू सोबत?"

"सर, मी नव्हतो त्यांच्याकडे गेलो. डीसीएम साहेबांकडून निघाल्यावर त्यांनीच गाठलं मला."

"म्हणजे मामला तोच झाला."

"मी अगोदर नो कॉमेन्ट म्हणालो; पण त्यांनी एवढे प्रश्न सुरू केले की मला क्लेरिफिकेशन देण्यावाचून पर्यायच राहिला नाही."

"कुत्ता भुंकतो ना? ते त्याचं कामच असतं. या मीडियावाल्यांचं ते कामच आहे. आपण त्यात फसायचं नाही. तुला एकतरी मीडियावाला दिसतो का माझ्याकडे कधी?"

"बट सर, मी जे काही सांगितलं त्यात सरकारचाच फायदा..."

महेशचं वाक्य अर्ध्यावरच तोडत कठोर स्वरात सीएसनी तंबी दिली, "लिसन मिस्टर महेश, डू नॉट प्रोव्होक मी टु टेक सिरियस ॲक्शन अगेन्स्ट यू..."

"कशाबद्दल सर?"

"प्रशासनात एखाद्यावर ॲक्शन घ्यायची म्हटली तर कशावरूनही घेता येते आणि एखाद्याला वाचवायचं म्हटलं तर कसंही वाचवता येतं..."

"आय नो सर."

"आपल्या कोड ऑफ कन्डक्टमध्ये अशा अनेक गोष्टी आहेत, की ज्याची दररोज अंमलबजावणी करणं त्या गॉडलासुद्धा शक्य होणार नाही."

"बट सर..."

"ओन्ली लिसन मिस्टर महेश. आमच्याकडे पेशन्स खूप आहेत, पण..."

"..."

"हॅलो..."

"सर"

"मला वाटलं डिस्कनेक्ट झाला फोन..."

"नाही सर, तुमचा प्रत्येक शब्द मी लक्षपूर्वक ऐकतोय आणि नीट लक्षात ठेवतोय."

"दॅट्स गुड, आय थिंक यू कॅन नाऊ अन्डरस्टॅन्ड व्हॉट आय एम गोइंग टु से..."

"येस सर, बट..."

"व्हॉट?"

"माय कॉन्शस इज व्हेरी क्लिअर सर, ॲन्ड आय विल नेव्हर कॉम्प्रमाइज विथ माय व्हॅल्यूज."

"ओह... देन सी महेश... व्हॉट विल आय डू... गुड बाय..."

अत्यंत तुटक स्वरात संभाषण संपवून सीएसनी खाड्कन फोन आदळला. या संभाषणानंतर महेशच्या अस्वस्थतेत अधिकच भर पडली. तेवढ्यात रस्त्यात मध्येच घुसलेल्या बाइकवाल्याला एक कचकचीत शिवी हासडून त्याने आपल्या रागाला काहीशी मोकळी वाट करून दिली. साहेबांच्या तोंडून शिवी ऐकून ड्रायव्हरने आश्चर्याने आरशातून मागे पाहिलं आणि त्याचवेळी महेशही आरशातून पाहत असल्यामुळे क्षणभर नजरानजर होताच ड्रायव्हरने पुन्हा रस्त्यावर नजर स्थिर केली. दोन मिनिटांनी महेशने जयाचा नंबर डायल केला; पण का कोण जाणे रिंग जायच्या आत पुन्हा कट केला आणि मोबाइल खिशात टाकून उघड्या खिडकीतून बाहेर पाहू लागला.

गाडी घराच्या आवारात येऊन थांबल्यावर महेशची तंद्री भंग पावली. घरात पाऊल टाकताच मनातली अस्वस्थता आणखीनच वाढली. त्याला पाहताच न राहवून नीतूने विचारलं, "अहो, काय चाललंय हे?"

"काम..."

"पण, ते टीव्हीवर तर सगळीकडे..."

"शूऽऽ... जरा मला शांत बसू दे."

"बरं वाटत नाही का?"

"हो."

"काय होतंय?"

"काही नाही गं..."

"मग ...?"

"... ... ..."

"टेन्शन आलंय का? कुणी काही बोललं का? ऑफिसमध्ये काही..."

"ऑफिसच्या सगळ्या प्रश्नांना माझ्याकडे उत्तरं आहेत; पण तुझे हे प्रश्न."

"सॉरी."

"ओके. मला आता अगोदर ग्लासभर थंड पाणी आणि नंतर तुझ्याच हातचा चहा करून दे."

तत्परतेने नीतूने आणलेलं पाणी प्यायल्यावर महेश टीव्हीसमोरच्या सोफ्यावर सैलावून बसला आणि तो जरा रिलॅक्स झाल्याचं पाहून नीतू आतमध्ये चहा टाकायला गेली. चहा येईपर्यंत महेशने मराठी, हिंदी, इंग्रजी सगळ्या न्यूज चॅनेल्सवर नजर टाकली. एक-दोन चॅनेल्स वगळता सगळीकडे बांद्रा कॉलनी प्रकरणाशी निगडित काहीना काही चालू होतं. प्रत्येकाने आपापल्या पद्धतीने स्टोरी अधिक रंगवण्याचा प्रयत्न केला होता. चहाचा पहिला घोट घेतल्याबरोबर महेशला जरा बरं वाटलं. नीतू त्याच्या समोर येऊन बसली.

"हं... बोल आता."

"नको. सारखा तोच विषय. तुम्ही रिलॅक्स व्हा."

"मी झालो रिलॅक्स तुझ्या या फक्कड चहानं! बोल."

"टेन्शन वाढेल असं काम का करता?"

"मी तर अगदी सरळ प्रामाणिकपणे काम करत असतो; पण त्यामुळे कधीकधी इतर जण अडचणीत येतात. आता असे प्रसंग घडले की थोडा वेळ टेन्शन येतं. पण आपण काही चुकीचं करत नाही हे पुन्हा एकदा लक्षात घेतलं, की टेन्शन जातं पळून. त्याऐवजी चुकीचं काम केलं तर जरा वेळ बरं वाटेल; मात्र नंतर मनावरचं दडपण कधीच कमी होणार नाही."

"बरोबर आहे तुमचं. पण..."

"काय?"

"काही नाही, जाऊ द्या."

"असं काय, सांग स्पष्ट काय ते."

"मला काही सुचत नाही हो."

"मग जास्त विचार करू नकोस. तुझं रुटीन व्यवस्थित चालू ठेव. मला काही होत नाही. माझा विचार करून तू टेन्शन घेतलंस तर ते पाहून मात्र मी खरोखरच अस्वस्थ होतो."

"ओके ठीक." म्हणून नीतूने छानसं स्मित केलं आणि चहाचे दोन्ही कप उचलून आत घेऊन गेली. तिच्या पाठमोऱ्या आकृतीकडे बघत महेश मनाशी हसला अणि एकदम काहीतरी आठवल्यासारखं करून जयाचा नंबर डायल केला.

"हॅलो, बोला साहेब."

"फोन केला होतात? मी दोन मिस्ड् कॉल्स पाहिले."

"हो, आमच्या दुपारच्या मीटिंगमध्ये तुमचा विषय निघाला, कारण सगळ्या टीव्ही चॅनेल्सवर तुम्हीच चमकत होतात ना. चर्चेबरोबर अनेक अफवाही उठत होत्या. म्हणून म्हटलं जरा तुम्हाला त्रास द्यावा."

"काय चर्चा होती?"

"प्रत्येक जण आपापल्या परीनं आणि सोईनं निष्कर्ष काढतोय."

"आणि अफवा?"

"तुम्ही दीर्घ मुदतीच्या रजेवर गेल्याची."

"आँ?"

"खरंतर तुम्हाला सक्तीच्या रजेवर पाठवल्याची."

"कशाबद्दल? मीडियाशी बोललो म्हणून?"

"नाही, नाही, कारण काहीच नाही... आणि आजच्या स्थितीत तर मीडियाशी बोलले म्हणून हे लोक काहीच ॲक्शन घेऊ शकत नाहीत."

"मग?"

"अहो साहेब अफवाच ती. त्यामुळे तिथे काय लॉजिक वगैरे चालणार?"

"अच्छा. पण अफवा पसरली कुठून?"

"..."

"हॅलो"

"हं, तुमच्या मंत्रालयातूनच."

"म्हणजे?"

"पब्लिसिटी डिपार्टमेन्टमधून! कदाचित तुमची मैत्रीणही असेल त्यामागे!"

"छे! आम्ही तर बरोबरच होतो लंचला."

"एखाद्यापाशी फिलर सोडायला किंवा कुजबुज करायला अर्धा मिनिटही फार होतो."

"पण ती असं कशाला करेल?"

"कदाचित त्या नसतीलही. अन्य कुणी उठवली असेल; पण चर्चा सुरू मात्र झाली पब्लिसिटीतूनच."

"ओह, आय सी."

"आय थिंक, यू विल हॅव टु नोटीस इट सिरिअसली सर..."

"ओके, ओके, बाकी काय म्हणताय?"

"तुम्ही म्हणाल तर भेटू."

"हो...हो... नक्की, मी घरी आलोय, तुम्हीही घरीच या."

"ठीक आहे, जरा हातातलं काम आवरतो आणि येतो."

"हो हो, जरूर या."

"ठीक आहे."

फोन ठेवल्यावर कोचावर आडवा होत महेशने अंग आणखी सैल सोडलं आणि डोळे मिटून पुढच्या विचारात गढून गेला.

जयाला महेशच्या घरी पोहोचायला तसा उशीरच झाला होता. जवळपास सव्वासातच्या सुमारास तो तिथे आला तेव्हा महेश बऱ्यापैकी नॉर्मलला आला होता. आल्याबरोबर घड्याळाकडे नजर टाकत जयाने आपल्याला का उशीर झाला ते सांगायला सुरुवात केली, "तुमच्या पाठोपाठ मीसुद्धा आज मंत्रालयात चक्कर मारली. बऱ्याच दिवसांनी तिथे गेल्यामुळे अनेकांनी गराडा घातला. अगोदर डीसीएम, नंतर चक्क तुमच्या महसूलमंत्र्यांचही बोलावणं आलं. म्हणून यायला जरा उशीर झाला."

"इट्स ओके. मीपण आज काही कामात नव्हतो. उलट मंत्रालयातून थेट घरीच आल्यामुळे वेळेचा तसा प्रश्न नव्हता. बोला, काय म्हणताहेत मंत्रालयातली मंडळी?"

"आमच्याजवळ काय, प्रत्येक जण सोईचं तेवढं बोलणार. अगोदर तुम्ही सांगा."

"मी काय, सीएस, वर्षा आणि डीसीएम अशा तिघांना भेटलो. पैकी वर्षा आणि डीसीएमकडे काही खास नाही; पण फादर सीएस मात्र जाम वैतागला आहे."

"काही बोलले?"

"प्रत्यक्ष भेटीत तसं थेटपणे काही नाही; पण डीसीएम साहेबांना भेटल्यानंतर टीव्हीवर जे काही सुरू झालं त्यामुळे खूपच संतापले आहेत. दुपारी फोनवर मला उघडपणे ताकीद दिली. टोनिंगवरून तर त्यांचा बॅलन्स सुटल्याचं स्पष्ट जाणवत होतं."

"काय म्हणाले?"

"ते थेट काही बोलत नाहीत; पण 'बिट्विन द लाइन्स' भरपूर असतं. असंच चालू राहिलं तर तुझ्यावर काहीही कारवाई करू शकतो, असं जोर देऊन बोलत होते."

"मग?"

"माझं काय, तुम्हाला म्हटलं तसं आपली 'समरी' तयार आहे. तीच टेप पुन्हा पुन्हा वाजवत राहिलो, की सरकारचा फायदा बघण्याचं आपलं काम आहे, मी तेच करतोय वगैरे..."

"हं..."

"जाम चिडले मग, तुझं काय करायचं ते मी बघतोच म्हणून फोन डिस्कनेक्ट केला."

“अं!”

“हो. पण आता यातलं काही लगेच छापू नका.”

“येस, ते आलं लक्षात. बाकी टीव्हीवाल्यांनी आज चांगलंच उचललंय हे प्रकरण. तुमचा बाइटही जोरात चालू आहे.”

“आपली, म्हणजे माझी जरा घाई तर नाही झाली ना?”

“का?”

“नाही, एका बाजूनं तसं वाटतंय.”

“मला नाही तसं वाटत. उलट योग्य वेळी बाण सुटला. नाही तर आपण ‘बायस्ड’ वाटलो असतो. आता हा मुद्दा केवळ ‘प्रखर’पुरताच मर्यादित न राहता त्यामुळे अख्खा मीडिया व्यापून गेलाय.”

“हो ते झालं; पण त्यामुळेच तर सीएसपासून सगळे आणखी अस्वस्थ झालेत ना!”

“त्याचा काही फार प्रॉब्लेम आता या स्टेजला वाटत नाही. बाकी तुमची मैत्रीण काय म्हणतेय?”

“शी इज फाइन ॲज यूज्वल. पण तुम्ही म्हणत होतात, की माझ्या सक्तीच्या रजेची बातमी तिनं पेरली म्हणून...”

“हो, मला अजूनही तसंच वाटतंय; नव्हे माझी खात्री आहे आणि आत्ता पब्लिसिटीतल्याच एका सोर्सनंदेखील त्याला दुजोरा दिला.”

“पण, आम्ही तर दुपारी लंचला सोबतच होतो, तुम्ही म्हणता त्यानुसार जेव्हा ही अफवा उठली तेव्हा...”

“त्याचं काय साहेब, मी मघाशी म्हटलं तसं, अर्धा मिनिट, एक वाक्य किंवा एखादा एसएमएसही पुरे की त्यासाठी.”

“पण यामागे तिचं काय इन्टेन्शन असणार?”

“चर्चेचा फोकस मूळ मुद्द्यावरून दुसरीकडे वळवण्याचं. शिवाय सीएसला दिलासा देण्याचं, तुम्हाला डिस्टर्ब करण्याचं अन् इतरांना कन्फ्यूज करण्याचंही...”

“ओह, मी तो विचारच केला नव्हता.”

“जाऊ द्या; पण त्यामुळे फारसं काही बिघडत नाही.”

“येस राइट, बाकी जाऊ दे, मंत्रालयातला तुमचा काय फीड बॅक?”

“जोरदार! एकदम जोरदार, म्हणजे बातमीच्या पातळीवर. सगळीकडे नुसती तीच चर्चा सुरू होती, मला पाहिल्यावर तर विचारूच नका...”

“साहजिकच आहे.”

“मंत्रालयात आल्यावर पाचव्या मिनिटाला डीसीएमचा फोन आला. वर चहाला यायलाच पाहिजे म्हणाले.”

“अरे वाह! त्यांनी पाहिलं वाटतं...”

“छे... छे... त्यांचे खबरे, पंटर लोक आमच्या बिरादरीत भरपूर आहेत. कुणीतरी खबर पोहोचवली असणार, तशीच ती महसूलमंत्र्यांकडेही गेली असावी...”

“मग?”

“मग काय, डीसीएमकडे गेलो. चहा-बिस्किटं, गप्पाटप्पा झाल्या. अभिनंदन करून आणि आणखी जोरात लढायचा संदेश देऊन त्यांनी आपला उल्लू सिधा करून घ्यायचा प्रयत्न केला.”

“...आणि महसूलमंत्री काय म्हणाले?”

“चांगलेच वैतागलेत ते; पण उघडपणे बोलूनही दाखवू शकत नव्हते.”

“अच्छा!”

“तुमचं-आमचं काय भांडण, कशाला उगाच मागे लागता वगैरे म्हणाले...”

“...”

“मी सांगितलं, हे काही आपलं पर्सनल मॅटर नाही. पब्लिक इन्टरेस्ट असल्यानं बातमी द्यावी लागणार. डील कॅन्सलची घोषणा करा, उद्या ती हेडलाइन करतो...”

“मग...”

“काय बोलणार, विषय आता सीएमच्या अखत्यारीत असल्याचं सांगून हात झटकण्याचा प्रयत्न केला.”

“हॅऽ हॅऽ हॅऽ”

“तुम्हाला माहिती कुठून मिळते म्हणून सरळ विचारलं त्यांनी.”

“आँ!”

“हो. मीपण तेवढंच सरळपणे सांगितलं, तुमच्याच मित्रमंडळींकडून मिळते, मंत्रालयातूनच म्हणून...”

“मग?”

“त्यांच्या लक्षात आलं, हा काही हाती लागत नाही. मग इतर गप्पा, जाहिरातीची कामं असे विषय सुरू झाले आणि मी उठलो.”

“ओह.”

“हो, पण उद्याच्या बातमीचं काय? फॉलोअप तर द्यावाच लागेल चांगला.”

“आता तुम्हीच ठरवा.”

“मला वाटतं, आपण त्या सक्तीच्या रजेचा मुद्दा उचलावा...”

“बरं...”

“आपल्यालाही त्यातून इतरांना कन्फ्यूज करता येईल. शिवाय एखादा दिवस जरा कूल जाऊ द्यावा... तुम्हालाही थोडा विचार करायला वेळ मिळेल आणि इतरांनाही जरा दिलासा...”

“ओके. फाइन.”

“सीएसना एखादं बोट टोचायचं का?”

“तसं न केलेलं जरा बरं होईल.”

“ठीक आहे. चला निघतो. ही आणि इतरही दोन-तीन बातम्या करायच्या आहेत.”

“बरंय...”

जवळपास आठवडाभरानंतर महेशचा दिवस प्रथमच शांततेत सुरू झाला. सर्व वर्तमानपत्रांत बांद्रा कॉलनी प्रकरण असलं तरी गेल्या दोन-तीन दिवसांच्या मानाने पडसाद काहीसे कमी होते. उलट महेशच्या रजेची अफवाच सगळ्यांनी तिखटमीठ लावून रंगवल्याने बातमीचा फोकस जरा डायव्हर्ट झाला होता. सगळ्या पेपरांवर नजर टाकून नेहमीपेक्षा लवकर महेशने गाडी लावायला सांगितली आणि ऑफिसकडे रवाना झाला. एक-दोन स्थानिक समित्यांच्या बैठकी, काही पत्रकारांचे फोन, एका पक्षाचे शिष्टमंडळ असे नेहमीचे सोपस्कार पार पाडले. सहज म्हणून त्या दिवशी आलेल्या बिल्डर लॉबीची चाचपणी करावी, असं महेशच्या मनात आलं. बिल्डर असोसिएशनच्या अध्यक्षाला फोन जोडून दे, असं पीएला सांगण्यासाठी फोन उचलला तेवढ्यात अध्यक्षापेक्षा उपाध्यक्ष इरफानभाई अधिक बोलघेवडा असल्याचं लक्षात घेऊन त्याला फोन करायला सांगितलं. दुसऱ्याच मिनिटाला पीएने इरफानभाईला फोन जोडून दिला,

“हॅलो...”

“हा... हैलो सरजी... बोलो बंदे को कैसे याद फर्माया?”

“कुछ खास नहीं. उस दिन आप लोग आए तो बहोत काम चल रहा था. आज थोडा वक्त था... और सामने आपका व्हिजिटिंग कार्ड नजर आया तो सोचा चलो बात कर लेते हैं...”

“शुक्रिया सरजी... बोलो क्या हुकूम हमारे वास्ते...”

“हुकूम देने वाले हम कौन... वो बांद्रा कॉलनी मॅटर का दो-तीन दिनों से बाहर तो चर्चा बहोत है, लेकिन आपके बिल्डर लॉबी में क्या चल रहा है... सोचा आप से बात कर लूं... एकदम अच्छी तरह से मालूम पडेगा सबकुछ...”

“अरे साब... क्या बोलने का... यहाँ तो सब हलचल मच गई है... मानों भूचाल आया है...”

“अच्छा...”

“सच में एकदम.”

“मतलब क्या, थोडा डिटेल में बोलो ना...”

एक मोठ्ठा पॉज... नंतर जरा विचार करून इरफानभाई सुचवतो, "सर, एक बिनती करूं क्या सच में..."

"बोलो बोलो..."

"सर, ऐसी बातें फोन पे करना उचित नहीं होगा. कहो तो हम मिलनें आते हैं. आप बस टाइम बता दो..."

"अं... अच्छा. आज दोपहर चार से पाँच बजे के बीच आ सकते हो?"

"हां... हां... जरूर क्यूं, नहीं?"

"लेकीन..."

"हुक्म करो सरजी..."

"ऐसा है... की आप सब मिल के आओगे तो ये चर्चा का विषय बन जायेगा. उससे बेहतर है की एक-दो लोग ही आ जाओ..."

"वैसी कोई बात नहीं सर, आप कहते हो तो अकेला भी आ जाऊंगा..."

"वो ज्यादा ठीक रहेगा..."

"बंदा हाजिर होगा सर चार बजे."

"ओके"

"शुक्रिया सरजी..."

फोन ठेवल्यानंतर महेशने पंधरवड्यापासून पेन्डिंग असलेल्या दोन फाइल्स पुढे घेऊन त्यामध्ये डोकं खुपसलं. थोड्या वेळाने पीए आतमध्ये आला आणि अर्बन डेव्हलपमेन्ट सेक्रेटरींच्या ऑफिसमधून फोन होता व आपले डिटेल्स मागत होते, असं दबक्या आवाजात सांगितलं. ते ऐकताच महेशने विचारलं,

"कशासाठी?"

"मी विचारलं, पण त्या डेस्क ऑफिसरला ते माहीत नव्हतं. साहेबांनी फक्त डिटेल्स मागवलेत म्हणाले."

"काय, काय हवंय त्यांना?"

"तुमचा सीव्ही, मोबाइल नंबर, पॅन कार्ड आणि पासपोर्टची झेरॉक्स कॉपी."

"यूडी सेक्रेटरींना हवंय हे?"

महेशचा आश्चर्यमिश्रित टोन ऐकून आणखीनच बावरून गेलेला पीए फक्त "येस सर." एवढंच कसंबसं बोलू शकला. एक मोठ्ठा पॉज घेऊन त्याच्याकडे रोखून पाहत "परत फोन आला तर माझ्याशी बोलायला सांग," असं म्हणून महेशने पीएला वाटे लावलं. पण यूडीला आपले डिटेल्स कशाला हवे असतील याचा काही त्याला अंदाज लागला नाही. त्याच विचारात त्याने रुटीन काम सुरू केलं. बऱ्याच फाइल तो एकापाठोपाठ हातावेगळ्या करत असताना शिपायाने आतमध्ये येऊन त्याच्यासमोर इरफानभाईचं कार्ड ठेवलं. ते पाहताच घड्याळावर नजर टाकत महेशने

त्यांना आतमध्ये पाठवण्याची खूण केली. पुढच्याच मिनिटाला केबिनचे दार किलकिले करून अत्यंत अदबीने इरफानभाईंनी विचारलं, "आ सकते हैं?"

"ओह... याऽ याऽ आओ... आओ..."

डोक्यावरच्या गोल टोपीपासून पायातल्या टोकदार बुटापर्यंत सगळं काही पांढरंशुभ्र मॅचिंग असलेले इरफानभाई जणू सफेदीत न्हाऊन निघाल्यासारखे दिसत होते. त्या शुभ्रतेची मनातल्या मनात नोंद घेत महेशने समोरच्या खुर्चीकडे हात करून त्यांना बसायची खूण केली.

"शुक्रिया सर."

"बैठो... बैठो... क्या लोगे, चाय या कॉफी?"

"अभी खाना खाया, इस वक्त और कुछ नहीं, सिर्फ ये थंडा पानी पिता हूं."

"या... शुअर..."

एकाच दमात समोरचा सगळा ग्लास रिता करून खाली ठेवत परिस्थितीचा अंदाज घेता घेता इरफानभाईंनी विषयाला हात घातला, "वो दोपहर में आपका फोन आया तो बडा आश्चर्य हुआ."

"क्यूँ?"

"नहीं. मेरा मतलब था बडा आनंद हुआ, अच्छा लगा. क्योंकि कभी सोचा नहीं था, आप डायरेक्ट फोन करेंगे करके."

"हां, मैने सोचा आज थोडी फुरसत है, इसी बहाने आप से मुलाकात हो जायेगी. और सच बोलू तो बिल्डर लॉबी के अंदर क्या हो रहा है, ये आप से बेहतर कौन अच्छी तरह से बता सकता है."

"अरे सर, बांद्रा कॉलनी का सब्जेक्ट तो अभी हमारी सर्कल में बहुत ही हॉट बन गया है. चारों ओर ये ही चर्चा है."

"क्या?"

"आप बहुत जबरदस्त अफसर है. काफी जोर से लड रहे हैं."

"अच्छा!"

"हां, चांदनानी की परेशानियाँ बढ गई तो चड्ढा-राणा ग्रुप के फोलोअर बहुत खुश है. हाजी साहब के पंटर भी ऐसा ही बोल रहें हैं. कल रात को ही हमारे बोर्ड मेंबर्स की पार्टी थी ओबेराय में, वहाँ भी ये ही सुनाई दे रहा था. सब आपकी तारीफ कर रहे थें."

"अच्छा!"

"हाँ, आप तो छा गये है सर, लेकिन..."

"बोलो बोलो इरफानभाई, बिनधास्त बोलो, आप हमारे बडे भाई जैसे हो."

रूढी, परंपरा, अदब मानणाऱ्या इरफानभाईला महेशचे हे शब्द थेट काळजात

जाऊन भिडले. जागेवरून उठत त्याने महेशचे हात हातात घेतले आणि वर पाहून अल्लाहकडे दुवा मागितली. इमोशन्स दाटून आल्याने आवाजात काहीसा कंप असतानाच तो पुढे म्हणाला, ‘‘सरजी, अपुन इधर-उधर सब जगह रहते है. लेकिन आखिर चांदनानी, चड्ढा-राणा, हाजी साहब इनके सामने तो हम बहुत ही छोटे है. बस ढाई-तीनसौ करोड के टर्न ओवर में खेलते रहतें है. उनका हजारों करोड का हिसाब चलता है. और... और साब वो लोग कुछ भी कर सकते है... कुछ भी...’’

‘‘आप चिंता मत करो, मैने मन की सब तय्यारी कर रखी है.’’

‘‘अभी इधर आने के बाद, आपने बडे भाई का सम्मान देने के बाद मेरी चिंता सौ गुना बढ गई सर...’’

‘‘अरे, ऐसा इमोशनल मत बनो. इमोशन में आदमी गहरी सोच खो बैठता है. ठीक तरह से निर्णय नहीं ले पाता. आप मुझे साफ साफ बताओगे तो हम हमारी रणनीति तय कर सकते है.’’

बराच विचार केल्यानंतर इरफानभाईच्या तोंडी शब्द आले, ‘‘हां सर, अभी तक तो आपके इस मामले में ऐसा कुछ नहीं सुना, लेकिन इससे पहले ऐसे बहुत किस्से हुए है की...’’

‘‘बोलो बोलो, बताओ जो है वो.’’

‘‘सर, ये चांदनानी सबसे बडा है, लेकिन उतनाही नीचें गिर सकता है. सात-आठ साल पहले ऐसे ही उसके अंधेरी मॉल के प्रोजेक्ट में वहाँ का कार्पोरेटर टांग अडा रहा था. उसने हर तरह से उसको मॅनेज करने की कोशिश की. पैसे से माना नहीं तो अच्छी अच्छी मॉडल, हिरोइनें ऑफर की, मगर फायदा नहीं हुआ. वो रूलिंग पार्टी में था तो मेयर और उसके पार्टी लीडर को पटाया. लेकिन उस प्रोजेक्ट में वो कार्पोरेटर के अध्यापक की जगह जा रहीं थी, जिसने उस को इतना बडा किया था, तो उसकी भावना अटक गई थी. बहुत समझाया मगर वो सुनता ही नहीं था. आखिर मास्टरजी की लडकी पे रेप करवा दिया. मुहल्ले में खबर फैला दी. मास्टरजी की फैमिली उसी रात घरबार छोड कर गाँव चली गई. दुसरे दिन वो कार्पोरेटर पाटील उनको ढूंढने अपनी गाडी से उनके गाँव जा रहा था तभी उस की गाडी को एकसाथ दो ट्रकों ने ठोंक दिया. पाटील और दो कार्यकर्ता गाडी में ही...’’

‘‘ओफ...’’

‘‘उसके दो साल बाद प्रभादेवी एरिया के उसके प्रोजेक्ट को कम्प्लिशन नहीं मिल रहा था. अफसर... क्या नाम था उसका... हां दलवी, सुन ही नहीं रहा था... दो दिन बाद दलवी के घर में लुटेरे घुस गये. फैमिली के तिनों पर उन्होनें हमला किया. एक भी जिंदा नहीं बचा. पुरी फैमिली खतम. उसके चौथे दिन ही चांदनानी के प्रोजेक्ट को कम्प्लिशन मिल गया.’’

“हां, वो डकैती मैने अखबार में पढी थी, मगर उसके पीछे का ये षडयंत्र मालूम नहीं था.”

“जाने दो साब, ऐसे छोटे-मोटे बहुत किस्से है. इसलिए बोला फोन पर ऐसी बातें नहीं होती.”

“हां...”

“सर, बडे भाई के नाते से मैं अब एक बिन्ती करता हूँ, ना मत करना.”

“क्या है?”

“आप तुरंत पुरे फैमिली को पुलिस प्रोटेक्शन ले लो, और पहले मीडिया में ये खबर आने दो की आपको धमकियाँ आयी है. जान को खतरा है.”

“लेकिन मैं उनसे डरता नहीं हूँ.”

“प्लीज सर...”

“और आपने तो कहाँ की अभी मेरे बारे में या इस मामले में आप के कानों तक भी नहीं पहुंचा.”

“साब, वो बहुत चालाक लोग है. पहले सब काम निपटा लेंगे, बताते थोडी ही बैठेंगे ना? ये किस्से तो बाद में मालूम पडते है. सर प्लीज...”

“अरे लेकिन वो...”

“आपको भाभीजी की कसम साब, मैने जो कहाँ वो मान लो.”

“कसमे वगैरे मैं मानता नहीं हूँ, लेकिन मेरे लिए घर वालों की जान भी खतरे में नहीं डाल सकता. आप कहते है वैसे पहले मीडिया में जान के खतरे की खबर देता हूं. उससे वो लोग बॅक फूट पे जायेंगे. उधर बोलता हूँ की अगर हमारा कुछ हो गया तो ऐसे ऐसे लोग जिम्मेदार होंगे. धमकीवरोंने इस मामले से संबंधित नाम भी लिए.”

“बहोत खूब सर, ऐसा करोगे तो फिर वह आगे कुछ नहीं कर पाएंगे.”

“मगर...”

“क्या सर?”

“उसके लिए कुछ एविडन्स भी तो होना मंगता है ना!”

“आप चिंता मत करो सर, अगले दो घंटे में आपके मोबाइल पर धमकी के तीन कॉल आ जायेंगे अलग अलग जगहों से.”

“लेकिन...”

“आ जायेंगे मतलब आ जायेंगे. छोटा आदमी होने के बावजूद उतना तो जरूर कर सकता हूँ. और उसके बाद आप भी पुलिस के पास जाओ और मीडिया में बोल दो, उससे दो फायदे होंगे.”

“क्या?”

"एक तो पुरे फैमिली को फुल प्रोटेक्शन मिल जायेगी वो भी मांगने के बगैर. और दुसरी बात ये है की उनको अपना पैटर्न बदलना पडेगा. अगर वो कुछ ऐसा वैसा सोच भी रहें होंगे तो खुद ब खुद ही हैरान होंगे, और उनके कदम पीछे हटेंगे."

"ठीक है, देखता हूँ."

"देखो मत, सोचो मत, सात बजे सभी न्यूज चैनलों पर ये हेड लाइन होनी चाहिये."

"अरे पहले वो धमकी के फोन तो आने दो."

"मुझे सिर्फ डेढ घंटा दो." म्हणत इरफानभाईने उठता उठता पुन्हा एकदा दोन्ही हात छताकडे उंचावून डोळे मिटून अल्लाह तालाकडे दुवा मागितली आणि महेशला सलाम करून तडक बाहेर पडला. इरफानभाईच्या भेटीने काहीसा सुन्न झालेला महेश झालं ते बरं झालं की कसं त्या विचारात गढून गेला. काही वेळानंतर त्याचा मोबाइल वाजला. मोबाइल उचलताच जाड्याभरड्या आवाजात बांद्रा कॉलनी प्रकरणी धमकी, पाठोपाठ शिव्यांची लाखोली आणि जिवे मारण्याची भाषा सुरू झाली. महेशनेही जशास तसे उत्तर दिलं आणि फोन बंद केला. दुसऱ्याच मिनिटाला पुन्हा फोन वाजला. पुन्हा धमकी दिली. तो फोन ठेवताच महेशने बेल मारून शिपायाला व पीएला यायला सांगितलं. ते दोघे आत येतायेताच परत फोनची घंटी वाजली. पुन्हा एक अनोळखी नंबर बघून महेशने अगोदर दोनदा धमकीचे फोन येऊन गेल्याचं सांगून फोनचा स्पीकर ऑन केला आणि पीएला बोलायला सांगितलं. हॅलो म्हणताच पलीकडून धमकावणी, शिवीगाळ सुरू झाली. पीए आणि शिपाई घाबरून गेले. पीएचा तर हात थरथरायला लागला. जागेवरून उठून महेशने त्याच्या हातातून फोन घेतला आणि तुम्ही कोण बोलताय, समोर येऊन बोला म्हणत फोन कट केला. घडल्या प्रकाराने घाबरलेल्या त्या दोघांना महेशने जरा शांत केलं. घड्याळाकडे नजर टाकली आणि पत्रकार यायची वेळ झाली असल्याचं पाहून कुणी आलं तर आत पाठवा असं सांगितलं. तेवढ्यात शिपाई म्हणाला, "सर ते दोघे टीव्हीवाले मघापासून दोनदा येऊन गेले; पण तुम्ही बिझी होतात म्हणून ..."

"हो का, असतील बाहेर कुणी तर बघ, पाठवून दे."

शिपाई जाताच पीएकडे बघून घडला प्रकार पत्रकारांना तुम्हीच कथन करा असं महेशने सांगितलं. तेवढ्यात शिपाई त्या दोघा टीव्हीवाल्यांना घेऊन आला. पाठोपाठ आणखी एका वृत्तपत्राचा प्रतिनिधीही आला. येता येता शिपायाने थोडी कल्पना दिल्याने पत्रकार मंडळींनी हॉट न्यूजच्या आशेने जरा लगबगीने येऊन कॅमेरे सेट केले. कॅमेरा सुरू करण्यापूर्वी महेशने त्यांना थोडक्यात घटनाक्रम सांगितला आणि काय झालं ते यांना विचारा म्हणून पीएकडे अंगुलीनिर्देश केला.

कॅमेरा सुरू होताच पीएने चाचरत चाचरत धमकीचे फोन आल्याचं सांगितलं.

त्यानंतर महेशचा आणि मग प्रत्यक्षदर्शी म्हणून शिपायाचाही 'बाइट' पदरात पाडून घाईने पत्रकार तिथून बाहेर पडले. तिसऱ्या-चौथ्या मिनिटाला टीव्हीवर ब्रेकिंग न्यूज झळकली आणि दिवसभर तशी विश्रांती मिळालेला महेशचा मोबाइल पुन्हा खणखणू लागला. दहाच मिनिटात जयाचाही फोन आला.

"काय सर, तुम्हाला धमक्या आल्या म्हणे, आम्हाला ते टीव्हीवरनं कळलं!"

जयाच्या सुरातली नाराजी पाहून सावरून घेत महेश म्हणाला, "अहो, सारं इतकं अचानक घडलं की बास. पाठोपाठ तीन फोन आले धमकीचे. शेवटचा फोन तर पीएनेच घेतला. नेमके त्याच वेळी ते न्यूज चॅनेलवालेही इथं आले आणि सगळी गडबड सुरू झाली. तुम्हाला फोन करायचं डोक्यात होतं, पण घरून, इकडून तिकडून फोन सुरू झाले अन् काही सुचेनासच झालं."

"हं, ठीक आहे. म्हणजे न्यूज कन्फर्म आहे तर."

"हो, पण आपण भेटू ना! सायंकाळी उशिरा घरी येता?"

"आज नको. आता तुमचीही गडबड असेल आणि आमच्याकडेही माणसांचा तुटवडा आहे. शिवाय उद्या आता हीच लीड स्टोरी होणार. त्याला बाकीचा मसाला मलाच लावावा लागेल. आजच्या ऐवजी उद्या भेटू; पण काळजी घ्या. सांभाळून राहा. बरंय."

"ओके थँक्स."

न्यूज चॅनेल्सवर धमकीच्या बातम्या झळकताच वेगाने चक्र फिरायला सुरुवात झाली. मंत्रालयातली वार्ताहर मंडळींनी थेट गृहमंत्र्यांना गाठून त्याबाबत विचारणा केली.

'अद्याप आपल्याला तशी कुणी अधिकृत माहिती दिलेली नाही; पण मी माहिती घेतो आहे. महेशसारख्या कर्तव्यनिष्ठ अधिकाऱ्याच्या केसालाही धक्का लागणार नाही याची काळजी सरकार घेईल. कुणी त्याबाबत चिंता करू नये.' असं ठरावीक पठडीतलं उत्तर देऊन गृहमंत्र्यांनी पत्रकारांना वाटे लावलं आणि आपल्या पीआरओंना तातडीने या संदर्भात रिपोर्ट करायला सांगितला. पोलीस आयुक्तांशी चर्चा करून महेशला तातडीने संरक्षण द्यायचे फर्मान सुटले आणि दहाव्या मिनिटाला पश्चिम विभागाचे एसीपी स्वत: बांद्रा जिल्हाधिकारी कार्यालयात हजर झाले. महेशसह जिल्हाधिकारी कार्यालयातील पीए, संबंधित शिपायाचं म्हणणं नोंदवून लगेच महेशच्या संरक्षणासाठी दोन हत्यारी पोलिसांच्या बंदोबस्ताची ऑर्डर निघाली. मुंबई सोडून बाहेर जाण्यापूर्वी पोलिसांना सूचित करण्याबरोबरच महेशने यापुढे काय काय खबरदारी घ्यायची त्याच्या सूचनाही दिल्या गेल्या. माझ्यापेक्षा घरच्यांना संरक्षणाची अधिक गरज असल्याचं महेशने एसीपी पवारांना सांगितलं. त्यावर घरी अगोदरच अधिकचा बंदोबस्त तैनात केल्याचं पवारांनी स्पष्ट केलं. खांदे आणि भुवया उडवून

महेश ओठातल्या ओठात अस्पष्ट हसला व निरोपाच्या शेकहॅन्डसाठी हात पुढे केला. एक कडक सॅल्यूट ठोकून पवार माघारी वळले आणि महेशने गाडी काढायला सांगितली.

सध्याचा ऑफिसच्या वातावरणाचा बदलता नूर ड्रायव्हर रमेश याच्याशिवाय कुणीच चांगला सांगू शकत नाही, या विचाराने गाडी सुरू होताच महेशने विचारलं, "काय रमेशराव कसं काय?"

"साहेब हे लै वंगाळ झालं."

"काय?"

"त्ये धमकीचे फोनबिन..."

"तुमच्यापर्यंत आलं वाटतं?"

"आता सारीकडे बोंबाबोंब, त्या टीव्हीवरबी सुरू हायेत बातम्या, मग हापिसात कळनार न्हाय व्हय?"

"खरंय. पण बाकी काय म्हणतंय ऑफिस? सध्या माझी जरा दुसरीकडंच धावपळ सुरू आहे."

"जाम टरकून हायत सगळी तुमाला सर."

"म्हणजे?"

"हे बांद्रा कालनी परकरनापासून तर जो तो येकदम चिडिचूप असतो. कुनी कुनाशी उगा जास्त बोलतबी न्हाई. बरेच जन तर आपलं काम बरं आन् आपन बरं असंच वागून ऱ्हायलेत.

"अच्छा!"

"हां, येकदम."

"मग, बरेच जण मनातून नाराज असतील माझ्यावर."

"खरं बोलू का साहेब? आपल्या आफिसमदी जास्त लोक चांगली हायेत. आता बऱ्याचदा लोकहून पैशे आनून घेत्यात तर कोन न्हाई म्हननार? पन, ही बडी मंडळी कधी त्यांना इचारत न्हाईत. मग तुमी अशा मोठ्या लोकांना दनका देताय म्हनल्यावर लै जन आनंदात हायेत. तो आपला नवीन लागलेला भाऊसाहेब, काय नाव त्याचं? हां, संतोष. तर गडी लै जोरात हाये. आमचे सर अशे अन् तशे असं सगळ्यांना सांगत असतो."

"अच्छा!"

"पन चांडाळचौकडी मात्र लै वैतागात हाय. तुमच्यापुडं बोलायची किंवा 'म्यानेज' करायची काय त्यांची ताकद न्हाई, म्हनून लै जाम झालेत."

"कोण?"

"देवरे भाऊसाहेब, गायकवाडबाई, सामंत आन् देसाईसाहेब."

"ओहो!"

"हां साहेब, देसाईसाहेब तर मोठ्ठ्या सुटीवर जायच्या तयारीत हायेत म्हन्तात."

हे ऐकून महेश जरा विचारात पडला. तेवढ्यात गाडी घरापुढे उभी राहिली. बाहेरच दोन हत्यारबंद कॉन्स्टेबल उभे दिसले. खाली उतरता उतरता महेश म्हणाला, "रमेशराव, आता या मंडळींशी गट्टी जमवून घ्या. बरेच दिवस त्यांना बरोबर घेऊन फिरावं लागणार."

संध्याकाळच्या टीव्हीच्या बातम्या, रात्रीचे टॉक शोज यामध्ये महेशला आलेल्या धमकीच्या फोनचंच दळण दळलं जात होतं. दुसरीकडे फोनही सतत वाजत होते. बॅचमेट्स, गावाकडची मित्रमंडळी, काही परिचित, वरिष्ठ अधिकारी, एक-दोन मंत्री, आमदार, विरोधी पक्षनेते आणि झाडून साऱ्या मीडियावाल्यांचे फोन येऊन गेले होते. रात्री दहानंतर फोनला जरा उसंत मिळाली. मग जेवण वगैरे करून पुन्हा एकदा टीव्ही बघून सव्वाअकराच्या सुमारास महेश झोपायला जायच्या तयारीत असतानाच परत एकदा मोबाइल वाजला. आता कोण म्हणत महेशने बघितलं तर वर्षाचा नंबर!

"हॅलो"

"महेश, वर्षा हिअर"

"आय नो, बोलो डिअर."

"ए, थट्टा कसली सुचतीये?"

"थट्टा काय त्यात, तू खरोखरच एक चांगली मैत्रीण..."

"पुरे, पुरे!"

"ओके बोल, एवढ्या उशिरा फोन केलास!"

"हो, अरे म्हणजे तसा उशीरच झाला बघ. संध्याकाळी कळलं तेव्हा पहिल्यांदा वाटलं अफवा असेल; पण लगेचच गृहमंत्रालयातून चक्रं फिरायला लागली. मग होम मिनिस्टरचं प्रेस ब्रीफिंग, त्याची बातमी, सीएम ऑफिस, डीसीएम ऑफिस, सीएस ऑफिसला रिपोर्टिंग, आणखी कुणाकुणाचे फोन... असं करत करत आत्ता करू मग करू म्हणत उशीर झाला फोन करायला, सॉरी. बाकी सगळ्यांचे फोन येऊन गेले असतील ना, अगोदरच?"

"अगं, मी त्या अर्थाने नाही म्हणालो उशीर झाला म्हणून, मला माहितीये आपली कामाची गडबड काय असते ते. सव्वाअकरा वाजलेत आत्ता, म्हणून म्हटलं एवढा उशीर!"

"ओफ्! सव्वाअकरा म्हणजे कसला उशीर रे? मी तर अजून चाललेय एके ठिकाणी डिनरला.

"अच्छा!"

“हो. तू त्या संदेशला ओळखतोस? आपल्याला एक बॅच ज्युनिअर आहे. सध्या इथंच आहे, एमएमआरडीएमध्ये. माझा फॅन आहे तो. शिवाय त्याची बायको म्हणजे रिटायर्ड रेव्हेन्यू सेक्रेटरी काणे साहेबांची मुलगी. ती इन्टेरिअर डेकोरेटर आहे. आमच्या सात-आठ मित्रमैत्रिणींची पार्टी ठेवलीय, जुहूच्या जे डब्लू मेरिएटमध्ये. तिथेच पोहोचतेय मी आत्ता.”

“ओके मॅडम, मग पोहोचा तिथे आणि एंजॉय करा पार्टी. माझी काळजी करू नका. मी अजिबात टेन्शनमध्ये नाही. उलट आता पोलीस बंदोबस्त मिळाल्याने छाती आणखी दोन इंच फुगली आहे.”

“बहोत खूब. तू रिलॅक्स आहेस ते बघून बरं वाटलं. पण मला एक सांग, ते फोन तू रेकॉर्ड केले आहेस का?”

“नाही.”

“का?”

“माझ्याकडे आपला साधा मोबाइल आहे.”

“कमॉन महेश, हल्ली प्रत्येक हॅन्डसेटला ती सोय असते.”

“पण मला त्यातलं फारसं माहीत नाही.”

“बरं, पण नंबर तर सेव्ह असतील, त्यावरून आपल्याला टेल्कॉम कंपनीकडून ते ट्रेस आउट करता येईल.”

“पण काय करायचं? त्याचा काय उपयोग?”

“नेमकं काय बोलणं झालयं ते हवंय काही अतिवरिष्ठ मंडळींना.”

“ओह!”

“हां, दोन मिनिस्टर आहेत आणि...”

“काय?”

“आपले ‘फादर’सुद्धा आहेत.”

“ओह, घेऊ दे त्यांना त्या कंपन्यांकडून. मी काय खोटं बोलतो?”

“तसं नाही. त्यांना फोन कुठून आले? कोणत्या एरियातून आले? त्याचा नेमका कन्टेंट काय वगैरे तपशील हवा आहे. मी म्हटलं तू रेकॉर्ड केले असतील तर प्रोसिजर थोडक्यात आटोपेल.”

“सॉरी मॅडम.”

“इट्स ओके. चल मी पोहोचले जे डब्लूला. उद्या भेटू. टेक केअर. बाय.”

दुसऱ्या दिवशी सकाळी पोलीस बंदोबस्तात ऑफिसला जाताना महेशला जरासं अवघडल्यासारखं वाटलं; पण केबिनमध्ये आल्यावर त्याने बरोबरच्या दोघाही हत्यारी पोलिसांना बाहेरच थांबायला सांगितलं आणि खुर्चीवर विसावला. पाच मिनिटे होत नाहीत तोच एक फाइल घेऊन अतिरिक्त जिल्हाधिकारी देसाई आले. फाइल

महेशच्या पुढे ठेवून अदबीने उभे राहिले. फाइल उघडता उघडता महेशने थेट विचारलं, "काय, रजेचा अर्ज वाटतं?"

या अनपेक्षित बाउन्सरने गडबडलेल्या देसाईंनी नाही, नाही सर, म्हणत अंशकालीन कर्मचाऱ्यांच्या भत्त्याची फाइल असल्याचं सांगितलं. त्यावर एक नजर टाकून फाइल बाजूला टाकत महेशने दुसरा बाउन्सर सोडला, "किती दिवस जाणार रजेवर? दोन महिने की तीन?"

"नाही, नाही सर. आपल्याला कुणी तरी काही तरी चुकीचं सांगितलेलं दिसतंय."

बोलताना बदललेला स्वर व चेहऱ्यावरचा उडालेला रंग पाहून देसाई मनातून चांगलेच सटपटल्याचं महेशच्या लक्षात आलं. "तुमच्याच जवळच्या माणसांनी सांगितलं म्हणून मला वाटलं." महेशच्या या टोल्याने देसाई आणखी कन्फ्यूज.

"नाही सर, तसं काही नाही."

"ओके, या मग आता."

"सर."

देसाईंच्या पाठमोऱ्या आकृतीकडे पाहताना महेशच्या चेहऱ्यावर नकळतपणे एक स्मितरेषा उमटून गेली. अंशकालीन कर्मचाऱ्यांच्या फाइलवर पॉझिटिव्ह शेरा मारून महेश इतरही तुंबलेल्या फाइल्स काढण्यात व्यग्र झाला. साधारणत: दुपारी साडेबाराच्या सुमारास अर्बन डेव्हलपमेन्ट सेक्रेटरी तांबे साहेबांच्या कार्यालयातून फोन आल्याचं पीएने सांगितलं.

"हॅलो, महेश हिअर."

"येस, तांबे बोलतोय."

"बोला सर."

"कसे आहात?"

"ठीक आहे सर, कामं सुरू आहेत रोजचीच."

"नाही म्हटलं, सध्या तुम्ही बांद्र्याची कलेक्टरशिप चांगलीच गाजवताय, तुमचं अभिनंदन करावं."

"पण सर, मी फक्त माझं काम करतोय."

"आय नो यंग मॅन. पंधरा वर्षांपूर्वी मी त्या खुर्चीवर होतो. तेव्हाच तिथल्या लॅन्डची काय परिस्थिती होती, मला चांगलंच माहितीये. आता तर काय ती देशातली सर्वांत हॉट प्रॉपर्टी झालीये. अशा स्थितीत तुमच्यावर किती प्रेशर असणार हे तिथे काम केलेला माझ्यासारखा एखादा अधिकारीच समजू शकेल."

"सर."

"म्हणून म्हटलं, तुम्ही अजून स्टॅन्ड स्टिल आहात हे पाहून आनंद वाटला."

"थँक्यू सर, माझ्याकडे काही आणखी काम होतं?"

"हो, म्हणजे माझं स्वत:चं नाही, काम सरकारीच आहे."

"सांगा ना सर, मला जरूर आवडेल ते करायला."

"अरे, कुणालाही आवडण्यासारखंच काम आहे ते!"

"म्हणजे?"

"आमच्या डिपार्टमेन्टतर्फे दोन आठवड्यांची फॉरिन टूर जातेय, अभ्यास दौरा... चायना, मकाऊ, सिंगापूर, मलेशिया, थायलंड, हाँगकाँग... त्यासाठी तुमची निवड झालीये."

"पण या टूरशी माझा काय संबंध?"

"असं कसं? मी मघाशीच म्हटलं, सध्या सगळ्यात हॉट प्रॉपर्टी तुमची आहे बांद्रा. या टूरचा सब्जेक्ट 'न्यू डायमेन्शन्स ऑफ अर्बन डेव्हलपमेन्ट' असा आहे. त्यामुळे ऑब्व्हिअसली तुमचा रोल येतोच. आमचे राज्यमंत्री, शहर विकास समितीचे आठ आमदार, मी, माझे ॲडिशनल सेक्रेटरी चव्हाण, बीएमसी कमिशनर किंवा डेप्युटी कमिशनर, एमएमआरडीएचे चीफ इंजिनिअर, पीडब्लूडीचे चीफ इंजिनिअर व चीफ आर्किटेक्ट, बांद्रा, पुणे, ठाणे, नागपूर व नाशिकचे कलेक्टर आणि कॉर्पोरेशन कमिशनर, एक शासनाचा पीआरओ, आणखी काही संबंधित अधिकारी असे सगळे आहेत."

"पण सर, माझ्या फारसा इन्टरेस्टचा विषय नाही हा."

"आयएएस ऑफिसरला खतं, बी-बियाणांपासून जेनेटिक इंजिनिअरिंगपर्यंत आणि लॉ ॲन्ड ऑर्डरपासून प्रोटोकॉलपर्यंत सगळ्यातच लक्ष घालावं लागतं. त्यात इन्टरेस्टचा प्रश्न येतोच कुठं?"

"नाही, तसं नाही. आमचे एक अधिकारी आहेत, त्यांना अर्बन डेव्हलपमेन्टमध्ये खरंच खूप रस आहे, शिवाय त्यांचा अभ्यासही आहे. ते खूप चांगला न्याय देऊ शकतील या स्टडी टूरला..."

"त्याचं केडर आयएएस आहे?"

"नाही, पण ते क्लास वन आहेत."

"मग मुश्कील आहे. तुम्हालाच यावं लागणार."

"पर्यायच नसेल तर मग काय?"

"देअर इज नो अदर ऑप्शन..."

"ओके, पण कधी आहे दौरा?"

"पुढल्या शनिवारी संध्याकाळची फ्लाइट आहे."

"एवढ्या तातडीने?"

"हो. अगोदर खरंतर तो पुढच्या महिन्यात प्रपोज होता; पण नंतर मिनिस्टर

साहेबांना अजिबात वेळ नाही. दोन-तीन दिवसांपूर्वी त्यांनी तो अलीकडे म्हणजे या महिन्याच्या अखेरीस अरेंज करा असं सांगितलं. म्हणून सगळ्यांचे पासपोर्ट वगैरे कागदपत्रांची जुळवाजुळव सुरू केली होती. तेवढ्यात सकाळी स्वत: मिनिस्टर साहेबांचा फोन आला, जेवढ्या लवकर दौरा ठरवता येईल तेवढ्या लवकर ठरवा म्हणाले.''

''अच्छा.''

''हो, मग काय पर्यायच नव्हता.''

''पण तिकडची मंडळी, जिथे आपल्याला भेटी द्यायच्यात तिथले अधिकारी वगैरे एवढे फ्लेग्झिबल आहेत? त्यांच्या वेळा वगैरे.''

''त्यात काय मोठं? आपल्याला नुसतं पाह्यचं तर आहे... आणि तुम्ही यापूर्वीही सरकारी 'स्टडी टूर्स' केल्या असतीलच. त्यामुळे हे दौरे कसे होतात ते तुम्हाला चांगलेच ठाऊक असेल. एक-दोन औपचारिक मीटिंग्ज अन् बाकी सारी मज्जाच मज्जा!''

''म्हणूनच मला त्यात इन्टरेस्ट वाटत नाही.''

''बट यू हॅव टु कम विथ अस... तशा इन्स्ट्रक्शन्स आहेत मला.''

''पर्टिक्युलरली माझ्या बाबतीत? कुणाच्या?''

बोलण्याच्या ओघात आपण काहीसं जास्तच बालून गेल्याची जाणीव होताच सावरून घेत तांबेंनी स्वरात शक्य तेवढी सहजता आणली. ''इन्स्ट्रक्शन्स तुमच्या एकट्याच्या नव्हे, मघाशी सांगितलं त्या सगळ्यांच्याच बाबतीत आहेत.''

''ओह.''

''येस. आमचे एक अधिकारी दुपारी येतील तुमच्या ऑफिसला. व्हिसा आणि आणखी काही डॉक्युमेन्ट्सवर सह्या हव्या आहेत. त्या घेऊन टूरचा डिटेल प्रोग्रॅमही तुम्हाला देतील ते.''

''येस सर.''

''ओके देन, फाइन.''

''सर.''

फोन ठेवताच महेशच्या डोक्यात विचारचक्र चालू झालं. बोलता बोलता तांबे इन्स्ट्रक्शन्सबाबत खरं बोलून गेल्याचं त्याला राहून राहून वाटत होतं. फक्त या इन्स्ट्रक्शन्स नक्की कुणाच्या, त्याचा अंदाज त्याला लावायचा होता. विचारचक्रात गढून गेल्याने त्याचं हातातल्या कामावरचं लक्ष उडालं आणि समोरच्या फाइल्स बाजूला सारत महेशने जेवायला जाण्यासाठी गाडी लावायच्या सूचना दिल्या. घरी गेल्यावर जेवतानासुद्धा त्याच्या मनात तेच विचार चालू होते. जेवण उरकून पुन्हा ऑफिसमध्ये येऊन बसल्यावरदेखील फॉरिन टूर काही त्याच्या डोक्यातून जात

नव्हती. आलेल्या दोन-तीन शिष्टमंडळांशी चर्चा, महागाईविरोधातील निदर्शकांचं निवेदन हे सोपस्कार नेहमीप्रमाणे पार पडले. चारच्या सुमारास जया व अभी त्याच्यासमोर येऊन उभे राहिले. त्यांना अचानक आलेले पाहून जरा आश्चर्यकारक सुरात, "अरे, आज एकदम लवकर येणं केलंत..." म्हणत महेशने त्यांना बसायची खूण केली.

बसता बसता जयाने लवकर येण्याचं कारण सांगितलं, "याला एक असाइन्मेन्ट होती इथे बीकेसीमध्ये दुपारी तीन वाजता. आमची दुपारची मीटिंग संपवून बाहेर पडलो तर हा म्हणाला, मी चाललोय बीकेसीला. मग म्हटलं, मीपण येतो तुझ्याबरोबर. नाही तरी मला संध्याकाळी तुमच्याकडे यायचंच होतं. लोकलपेक्षा मग याची बाइक बरी म्हणून आलो जरा लवकर."

"अच्छा."

"काही विशेष कामात आहात?"

"खास काही नाही, रुटीन..."

"बाहेर जोरदार निदर्शनं चालू आहेत, महागाईविरोधात." इति अभी

"हो, त्यांचे नेते येऊन, निवेदन देऊन फोटो काढून गेलेत मघाशीच..."

"हं, बाकी काय विशेष सर."

"तसं काही खास नाही, आप सुनाओ..."

"आज सगळं शांत शांत आहे सकाळपासून. म्हटलं, आपल्या आघाडीवर काय चाललंय बघावं. जरा फॉलोअप घ्यावा..."

"मग..."

"नाही, अजून सुरुवात नाही केली. म्हटलं आधी तुम्हालाच भेटून चर्चा करू आणि मग बाकीचा फीडबॅक घेऊ."

"अच्छा."

"काय नवीन डेव्हलपमेन्ट?"

"चलो शांघाय..."

"म्हणजे?"

"शासनाच्या अर्बन डेव्हलपमेन्ट विभागातर्फे जाणाऱ्या स्टडी टूरसाठी आमची निवड झाली आहे."

"अरे वा, अभिनंदन!"

"चायना, हाँगकाँग, सिंगापूर, मलेशिया अशी टूर आहे. जवळपास दीड-दोन आठवड्यांची."

"हं, कधी जाणार?"

"लगेच निघायचंय, पुढच्या आठवड्यात."

“अरे वा! तुम्हाला दहा-बारा दिवस तिकडे पाठवून जरा वातावरण थंड करण्याचा प्रयत्न दिसतोय हा.”

“मलाही तसंच वाटतंय. कारण मलाही बरोबर घ्यायच्या खास इन्स्ट्रक्शन्स आहेत म्हणे!”

“कुणाच्या?”

“तेच शोधायचंय. नेमका अंदाज येत नाहीये. तुम्ही जरा तुमच्या पद्धतीने माहिती काढा. पण मी तुम्हाला टूरचं सांगितलं असं नको. अमुक अमुक मंत्री आणि अधिकारी आहेत, त्यापैकी मी एक असं समजा.”

“ओके प्रयत्न करू या.”

“कसले?”

“माहिती काढण्याचे. चांगली स्टोरी आहे उद्यासाठी.”

“पण, फोकस माझ्यावर ठेवला नाही तर बरं होईल.”

“काही काळजी करू नका. मी अर्बन डेव्हलपमेन्ट राज्यमंत्री कांबळेंशी बोलतो. एकदम दोस्त आहेत आपले. विशेष म्हणजे, ते भरभरून बोलतील दौऱ्याबद्दल. त्यांचाच कोट टाकतो बातमीत. म्हणजे तुम्ही मोकळे. शिवाय ते खूप ‘रसिक’ही आहेत म्हटल्यावर आजची संध्याकाळ मस्त जाणार. बातमीही जरा तशीच खुसखुशीत करतो.”

“त्यात तर तुम्ही माहीर आहात.”

“हं... बरं, तुमच्याकडे आणखी एक काम होतं छोटंस.”

“आमचे एक मित्र आहेत जवळचे. ट्रान्स्पोर्टचा बिझनेस आहे त्यांचा चांगला. त्यांना वेपनचा परवाना हवा आहे. तुमची शिफारस असली तर काम सोप्पं होईल.”

“नो प्रॉब्लेम. अर्ज करायला सांगा. माझं तर म्हणणं आहे या परिस्थितीत त्यांच्यासोबत तुम्हीसुद्धा अर्ज करा.”

“मला काय गरज त्याची?” म्हणत जयाने शर्टच्या खिशाला लावलेल्या पेनला हात लावला आणि “हे शस्त्र काय त्याहून कमी आहे?” अशी विचारणा केली.

“तेसुद्धा बरोबर आहे.”

“ठीक आहे. चला, आता तुमच्या त्या ‘इन्ट्रक्शन्स’च्या मागे नेमकं कोण आहे, त्याच्याही मागे लागतो.”

“ओके काही कळलं तर मलाही जरा कळवा. सहज उत्सुकता म्हणून.”

“नक्की, बरंय येतो.”

“ओके.”

महेशकडून बाहेर पडल्यावर अभीने आपल्या भावना प्रांजळपणे व्यक्त केल्या,

“प्रकरण सॉलिड तापलंय. च्यायला पहिल्या दिवशी सगळं ऐकलं तेव्हा वाटलं नव्हतं एवढ्यापर्यंत जाईल म्हणून.”

“हो ना, दोरीचा तुकडा म्हणून सुरुंगाची वात उचलावी अन् त्याखाली सुरुंग पेरणीची अख्खी मालिकाच हाती लागावी तसं झालं.”

“करेक्ट. पण आता काय करणार? महेश सर टूरवर चालले.”

“ऑर्डर निघालीये म्हटल्यावर जावंच लागणार.”

“पण मग त्यांच्या अनुपस्थितीत इकडे काय?”

“दोन आठवड्यांसाठी ते त्यांचा चार्ज कुणाला तरी हॅन्डओव्हर करतील.”

“पण एवढा बभ्रा झाल्यावर आणि मीडिया वॉच असल्यामुळे कुणी येईल का पुढे चार्ज घ्यायला?”

“मंदीतही संधी शोधणाऱ्या मंडळींची कमी नाही आपल्याकडे.”

“तसं झालं तर आपल्याला बरंच आहे फॉलोअपसाठी.”

“बघू या, पण मला वाटतं तूर्त हे सारं फक्त ठंडा करके खाओ या धोरणानुसार चाललं असावं. महेश तिकडे जाऊन येणार म्हणजे इथे जवळपास पंधरा दिवसांचा कालावधी जाणार. तेवढ्या वेळात नाही म्हटलं तरी डोकी जरा शांत होतात. आपल्या मीडियावाल्यांनासुद्धा या प्रकरणात काही नवं मिळणार नाही, मग फोकस दुसरीकडे डायव्हर्ट होणार. तेवढाच जरा दम मारता येईल असा विचार करूनच महेशची पाठवणी होत असणार.”

“हो, तसंच दिसतंय. बरं आता काय कार्यक्रम?”

“तू एक काम कर, मला माहीम स्टेशनला सोड आणि तू जा तुझ्या कामाला, मी जरा मंत्रालयात चक्कर टाकून येतो. या दौऱ्याचं नेमकं गौडबंगाल उलगडतं का ते पाहतो.”

“मलाही मरिन लाइन्सला जायचंय, इस्लाम जिमखान्याच्या सेक्रेटरींना भेटायला. मग तुला मंत्रालयात सोडतो अन् थोडा उलटा येतो. कशाला लोकलची भानगड?”

“ओके ठीक आहे, चल.”

मंत्रालयाच्या पश्चिमेकडल्या गार्डन गेटवर जयाला ड्रॉप करून अभीने मोटारसायकल पुन्हा उलटी फिरवली. जयाने संथपणे पावलं टाकत राज्यमंत्री कांबळे यांच्या दुसऱ्या मजल्यावरील केबिनकडे मोर्चा वळवला. लिफ्टमधून बाहेर पडताना घड्याळाकडे पाहत सव्वापाच म्हणजे कांबळेसाहेब केबिनला असण्याची ९० टक्के शक्यता, असा मनातल्या मनात विचार करून तो डाव्या बाजूच्या कॉरिडॉरकडे वळला. केबिनमध्ये डोकावल्यावर बारा-पंधरा डोकी दिसली. पुढच्या तीन खुर्च्यांवर त्यांचं नेहमीचं कोंडाळं होतं. त्यात एक त्यांचा साला गौतम, दुसरा कॉन्ट्रॅक्टर कम फायनान्सर काळे आणि तिसरा त्यांचा लहानपणाचा मित्र व कर सल्लागार आबा

देशमुख. एका बाजूच्या खुर्चीवर पीए संदीप डांगळे बसलेला होता. जयाला आत आलेलं पाहताच कांबळेंनी दोन्ही हात उंचावून त्याचं स्वागत केलं, ''या, या पत्रकार बंधू, आज आमच्या केबिनला तुमचे पाय लागले बऱ्याच दिवसांनी!''

''बास काय साहेब, दुसऱ्या मजल्यावर आलो की इकडे डोकावल्याशिवाय कधीच जात नाही. तुम्हीच हल्ली जास्त बिझी झालेले दिसता. नुसते इकडे फिर, तिकडे फिर.''

''बसा, बसा. अहो फिरणं काय आम्हाला चुकलंय होय. लोकांची बोलावणी, कार्यकर्त्यांचे कार्यक्रम, समित्यांच्या मीटिंगा, झालंच तर हाउस, सगळं असतंच की मागे. शिवाय आठवड्याला एकदा तरी मतदारसंघांत तोंड दाखवावंच लागतं.''

''हं... खरंय, पण म्हणून आता पूर्वीसारख्या भेटी होत नाहीत ना आपल्या...''

''आता पूर्वी आमदार असल्यावर कसं कुठंही जाता यायचं, बसता यायचं. आता हा लाल दिवा असतो ना पाळतीवर, त्यामुळे खूप बांधल्यासारखं होतं.''

बसता यायचं यावर कांबळेंनी दिलेला जोर ध्यानात घेऊन जयाने तोच धागा पकडला, ''बसायचं काय आपल्याला अजून वावडं नाही हां!''

''तेच म्हणलं ना मी, पण आता खुलेआम जाता येत नाही. एकतर चार भिंतींत नाही तर एकदम फाइव्ह स्टारमध्ये.''

''मग एखाद दिवशी आम्हालाही बोलवा ना, बंगल्यावर, चार भिंतींत...''

''छ्याऽ छ्या... बंगल्यावर कसलं बसता? तुम्हाला माहीत नाही आमचे कार्यकर्ते. एकदा त्यांना कळलं की आपण इथं बसतो तर उद्या जो तो आपली चपटी घेऊन बसेल तिथे, नाही तर आपल्यालाबी मागायला कमी करणार नाही. बंगला म्हंजे पार दारूचा गुत्ता बनून जाईल. त्यापेक्षा तुमच्याकडे जागा असेल तर सांगा, तिथे जाऊन बसू, न्हायतर तुम्हाला फाइव्ह स्टारला घेऊन जाऊ.''

''जाऊ दे, त्याचं काही एवढं विशेष नाही, सहज म्हटलं मी. बाकी सांगा काय विशेष?''

''आता आमच्याकडे काय असणार? आम्ही आपले गरीब राज्यमंत्री, कॅबिनेट तर सगळं तुम्हाला माहीतचं आहे. सध्या तर तुम्ही लै गाजवताय.''

''ते तर आपलं चालूच असतं अधनंमधनं.''

''हां... अहो, तुमच्यासारखे मीडियावाले असल्यामुळं जरा तरी वचकून आहेत आमचे साहेबलोक, नाही तर आतापर्यंत सगळं राज्य विकून खाल्लं असतं अन् गेले असते परदेशात राहायला. हाऽ हाऽ हाऽ''

''तुम्ही केव्हा जाताय फॉरिनला?''

''आँ? अहो, आपण अजून इथं मुंबईतच राहायला दचकतो जरा अन् फॉरिनला कुठं जाता?''

"राहायला नव्हे हो, पण दौऱ्यावर तरी निघताय ना?"

"हां! तुमच्याकडं आली वाटतं खबर लगोलग?"

"आमचा धंदाच आहे तो कांबळेसाहेब."

"हां, बरोबर आहे म्हणा. अहो त्या दौऱ्याची लै गंमत झाली. महिनाभराने निघायचं प्लॅनिंग होतं; पण नंतर दोन आठवडे अगोदर आला अन् आता सीएमनी सांगितलं, लगोलग निघा. मग काय लगेच निघावंच लागणार."

"डायरेक्ट सीएमनी सांगितलं लवकर निघायला?"

"हां, तीपण एक गंमतच झाली. आमचं डिपार्टमेन्ट सीएम साहेबांकडेच असल्यानं समितीच्या सगळ्या मीटिंगा डायरेक्ट त्यांच्याकडेच असतात. अशीच मीटिंग होती म्हणून गेलो तर तिथं त्या तुमच्या बांद्रा कॉलनीचाच पॉइंट होता ज्याच्या त्याच्या तोंडी. सीएम साहेबांनीबी इन्स्ट्रक्शन दिल्या सगळ्या अधिकाऱ्यांना, सगळं नीट तपासून पाहा म्हणून, आपल्याकडून काही उलटंपालटं व्हायला नको या प्रकरणात आणि काही आपल्यापर्यंत यायलाही नको."

"मग?"

"आता आमचे अधिकारी किती भारी आहेत. ते म्हणाले की, सर सगळं बारीक तपासायचं तर आठ-धा दिवसांची तरी सवड लागेल; पण तोपर्यंत पेपरातून आणि टीव्हीवरून अशाच बातम्या सुरू राह्यल्या तर गुंतागुंत वाढत जाईल."

"हं."

"बातम्यांचं काय करायचं त्यासाठी मग सीएम साहेबांनी 'हिरोईन'ला बोलावलं."

हिरोईन म्हणताना आपोआप बारीक झालेला आवाज आणि किंचित मोठे झालेले डोळे पाहून त्यांना कुणाबद्दल बोलायचंय ते जयाच्या क्षणात लक्षात आलं. पण कांबळेंचा बोलघेवडा स्वभाव माहीत असल्याने त्यांना अधिक बोलतं करण्यासाठी त्याने विचारलं, "बातम्यांचा अन् हिरोईनचा काय संबंध? कोण हिरोईन बोलावली होती इथं मंत्रालयात तुमच्या बैठकीला?"

"बाहेरून कशाला आणायला पाहिजे? इथं काय कमी आहेत? आपली पब्लिशिटी डायरेक्टर काय हिरोईन नाही?"

"कोण डायरेक्टर, त्या सुरवसेबाई? त्यांच्यात काय राहिलंय आता! फक्त सगळ्या दंतकथाच उरल्यात."

"अहो कोण ही सुरवसेबाई काढली? मी त्या वर्षा म्याडमचं बोलतोय."

"अच्छा! अहो, पण त्या डायरेक्टर नाही, डीजी आहेत."

"हां, त्येच ते. तर सीएम साहेबानी बोलावलं तिला अन् तीबी आली लगेच नेहमीप्रमाणे ठुमकत, स्लिवलेस ब्लाउज घालून."

"पण, तिला काय सीएमपेक्षा जास्त कळतं यातलं?"

"तसं नाही. अहो, अशा चेहऱ्यांना बोलवायचं निमित्तच लागतं की सगळ्यांना! मग त्यात सीएम साहेबानं का मागे राहायचं?"

"हं, मग?"

"मग काय, सीएमनी पहिले बाईंना सांगितलं की आता लवकरात लवकर हे प्रकरण कसं थंड होईल ते पाहा. कमीत कमी आठ-दहा दिवस तरी शांतता पाहिजे. कारण आमच्या अधिकाऱ्यांना अभ्यास तर करायचा आहेच, शिवाय पुढच्या हप्त्यात दिल्लीचं शिष्टमंडळ येतंय दोन दिवस मुंबईत. तेव्हा उगाच बोंब नको जास्त."

"हं."

"मग काय, बाई तर लै स्मार्ट! लगेच बोलल्या, दोन पर्याय आहेत. एक तर काही जणांना रजेवर पाठवायचं; नाही तर बाहेर पाठवायचं दौऱ्यावर कुठं तरी."

"आस्सं."

"हां, मग काय पुढच्या महिन्यात जायची आमची टूर लवकरात लवकर काढायचं फर्मान सुटलं अन् सुरू झाली आमची सामानाची बांधाबांध."

"बरं, मग कुठे कुठे जाणार?"

"आयला राव, तुम्ही असं विचारलंत, की एकदम त्या रेखाच्या लावणीचीच आठवण झाली, कुठं कुठं जायाचं हनिमूनला..."

"आता तुमच्यासारखी रसिक मंडळी असल्यावर त्यात काय कमतरता राहणार होय?"

जयाच्या या खोचक प्रश्नाला जणू कॉम्लिमेन्ट समजून एक डोळा बारीक करत आवाजाची पट्टी खाली आणून कांबळे म्हणाले, "त्यासाठीच काही ठिकाणं अडजस्ट केली दौऱ्यात, नाही तर अगोदर नुसतीच अभ्यासाची ठिकाणं होती. आता ते चीन पाहण्यात अन् साप अन् उंदीर खाण्यात कुणाला रस आहे? आपल्याला कसं सगळं 'रसरशीत' पाहिजेल..."

"पण, तुमचा तर सगळा दिवस तिथली शहरं, त्यांनी राबवलेली धोरणं, उपक्रम पाहण्यातच जाईल ना?"

"त्याच्याशी आपल्याला काय फार देणं-घेणं नाही. एक तर इंग्रजीची आपली बोंब! त्यासाठी अधिकाऱ्यांचा ताफा आहे ना, अन् दिवसभराचं आपल्याला काय करायचं? आपला दिवस सुरू होणार संध्याकाळी. जशी रात्र चढत जाईल, तसं आपणबी..."

"हं... या या फिरून या, धमाल करा. च्यायला कधीकधी आम्हा पत्रकारांनाही घेऊन जा की."

"बास का राव... आता तुमच्यासारख्यांनी फक्त बोलायचा उशीर. अहो, तुमच्यासाठी खास म्हणाल तिकडं दौरा काढतील. सरकारी दौऱ्याचं नाही जमलं तर

कुणीही तुम्हाला खासगी टूरवर घेऊन जाईल. कॅबिनेटमध्ये फक्त कळायचा उशीर, मंडळी तुमच्या मागं लागतील.''

''असू दे, चला निघतो आम्ही आता. या मग जाऊन निवांत. आल्यावर एकदा बोलवा बसायला, तेव्हा बोलू सगळं.''

''आता या जमान्यात एवढा उशीर कशाला? तुम्हाला तिकडून ब्रेकिंग न्यूज देऊ की काही आसलं तसं तर. म्हणाल तर काही 'गमती' लाइव्हबी दाखवू मोबाइलवर. त्यासाठी तर आपला तुमचा तो अधिकारी घेतलाय ना बरोबर रासकल...''

''कोण रासकल?''

''अहो, आम्ही त्याला गमतीनं रासकल म्हणतो. त्याचं खरं नाव रासकर आहे. पण लै अफलातून माणूस आहे, एकदम कलाकार.'' ओठाजवळ अंगठा आणि नाकावर तर्जनी ठेवून कांबळेंनी खुणावलं. ''या दोन गोष्टींत त्याचा हात कुणीच धरू शकत नाही अख्ख्या मंत्रालयात. म्हणून त्याला लै डिमांड असतो अशा टायमाला. सध्या डेप्युटेशनवर उपमुख्यमंत्री साहेबाकडं असला तरी अशा दौऱ्यांसाठी त्याला खास बोलावणं असतं. ते बेणंबी बरोबर सगळं मॅनेज करतं.''

''च्यायला, कमाल आहे. त्याच्याकडे पाहून तर तसं वाटत नाही. हे 'क्वालिफिकेशन' असल्यामुळेच मग कामाची बोंब असूनही हा कधी सीएम, तर कधी डीसीएम, तर कधी होम डिपार्टमेन्टला डेप्युटेशनवर फिरत असतो वाटतं.''

''आता दिसतं तसं नसतं ना साहेब.''

''खरंय, चला उठतोच आता. तुमच्याकडे आल्यावर टाइमपास कसा होतो कळत नाही अजिबात. मला अजून तीन-चार बातम्या द्यायच्यात ऑफिसला गेल्यावर.''

''हां, पण साहेब हे सगळं बोलणं आपलं खासगी होतं बरं का! नाही तर द्या उद्या पेपरात चौकट टाकून, की झालीच आमची बोंब.''

''दौऱ्याची बातमी तर द्यायचीच आहे मला; पण मी ती वेगळ्या अँगलने देईन.''

''म्हंजे?''

''अहो कांबळेसाहेब, का एवढी काळजी करता? आमच्यावर विश्वास नाही का? आणि आजपर्यंत अशा एवढ्या चर्चा झाल्या, एकदा तरी अडचणीत आणलं का तुम्हाला? आम्हाला अशा अनेक आतल्या खबरा माहीत असतात; पण सगळंच काही छापायचं नसतं. नाही तर उद्या आमचंच दुकान बंद करावं लागेल.''

''हां, पण जरा जपूनच टाका बातमी.''

''टेन्शन घेऊ नका कांबळेसाहेब, मी करतो बरोबर. चला निघतो आता.''

ऑफिसमध्ये येता येताच बातमीचा मायना जयाच्या मनात तयार झाला होता. खरंतर चांगली सणसणीत आणि खणखणीत बातमी करण्याचं त्याच्या मनात होतं;

पण आपणही जरा शांततेने घेऊ, उगाच आताच आगीत तेल ओतून भडका उडवण्यापेक्षा पुढे याच इंधनावर आणखी मोठे स्फोट घडवता येतील, या विचाराने त्याने परदेश दौऱ्याची बातमी जरा साधी केली. अर्थात, त्यामध्ये काही सूचक बाबींचा उल्लेख करून कोपरखळ्या जरूर मारल्या होत्या; पण त्याच वेळी कुणी जास्त 'हर्ट' होणार नाही याची काळजीसुद्धा घेतली होती. हातातलं काम संपल्यावर जयाने घड्याळावर नजर टाकली. सव्वानऊ वाजले होते. दौऱ्याच्या बातमीमागची बातमी महेशला कळवायला हवी या विचाराने जयाने महेशचा नंबर डायल केला.

"बोला, काय विशेष?"

"काही खास नाही, झालं जेवण वगैरे..."

"हो, आताच थोड्या वेळापूर्वी. बोला काय म्हणताय?"

"तुमच्या दौऱ्याची बातमी हातावेगळी केली आताच, म्हटलं जरा तुमच्या कानावर घालावं."

"अच्छा. फार खमंग नाही ना केलीत बातमी?"

"नाही, नाही. अगदी दालफ्राय आहे, त्याला तडकासुद्धा नाही मारलेला."

"हाऽऽ हा."

"पण, तुमचा दौरा थेट सीएमच्या सांगण्यावरून आखला गेलाय, एवढ्या तातडीनं!"

"हो?"

"नक्की. एकदम पक्की खबर आहे. हे सगळं याचि डोळा पाहणाऱ्या आमच्या एका मित्रानंच सांगितलं."

"काय?"

"अर्बन डेव्हलपमेन्टच्या अधिकाऱ्यांना म्हणे बांद्रा कॉलनी प्रकरणाचा सखोल अभ्यास करायचाय, त्यासाठी त्यांना अधिक कॉम्प्लिकेशन न करता जरा फुरसत हवी होती."

"अच्छा...!"

"आणि त्यापेक्षाही महत्त्वाचं म्हणजे दिल्लीहून श्रेष्ठींचं शिष्टमंडळ येतंय पुढल्या आठवड्यात राज्याच्या दौऱ्यावर. तेव्हा उगाच त्यांच्यासमोर आणखी भानगड नको हा मूळ उद्देश."

"ओह! आय सी, पण हे सगळं तुम्ही बातमीत..."

"नाही नाही, यातलं काहीच दिलं नाही. म्हटलं आपणही जरा निवांत होऊ. शिवाय आपले सगळे सोर्सेस बाहेर असताना या बातम्या देऊ एकेक करून. म्हणजे पुन्हा बातम्या कोण पुरवतं त्याचं भूत बाकीच्यांच्या मानगुटीवर बसेल आणि समोरची मंडळी अधिकच कन्फ्यूज होतील."

"हां, हे बरं आहे."

"येस सर, पण या सगळ्यातली खरी गंमत तर मी तुम्हाला सांगितलेलीच नाही."

"कोणती?"

"दौऱ्याची कल्पना कुणाची ते..."

"कुणाची?"

"गेस करा जरा..."

"आमचे फादर सीएस?"

"अंहं."

"मग डीसीएम साहेब?"

"चूक."

"अं, नाही कल्पना बुवा, तुम्हीच सांगा."

"तुमची जवळची मैत्रीण."

"कोण वर्षा...?"

"हन्ड्रेड पर्सेंट."

"पण तिचा काय संबंध?"

"त्यांनीच ही सुपीक कल्पना सीएमसमोर मांडली."

"ओ येस, वर्षाशिवाय हे डोकं कुणीच चालवू शकत नाही. शी इज सिम्पली ग्रेट."

"ही कॉम्प्लिमेन्ट की..."

"नाही, दुसरं काही नाही. खरंच कॉम्प्लिमेन्ट. परिस्थिती कशीही असो, वेळ मारून न्यावी तर ती वर्षानेच."

"ओके... ओके..."

"येस, चलो गुड नाइट."

"गुड नाइट."

परदेश दौरा अगदी तोंडावर आल्याने महेश ऑफिसमध्ये सगळ्या तातडीच्या फाइल्स क्लिअर करत बसला होता. त्यातच अधेमधे संबंधित अधिकाऱ्यांना विचारणा, काही पुढारी, शिष्टमंडळांच्या भेटी असं सुरू होतं. या व्यग्रतेत दिवसभराचे कामकाज निपटून घरी निघण्याच्या तयारीत असताना शिपाई आत आला व त्याने ज्येष्ठ समाजसेवक अप्पासाहेबांचे सचिव बागूल भेटायला आल्याचं सांगितलं. त्यांना आतमध्ये पाठवण्याची खूण करत महेशने ट्रेमधले कागद पुढे ओढून त्यावर नजर

मारली. तेवढ्यात त्याच्या समोर बसत बागूलांनी नमस्काराचा पुकारा करून हात जोडले. त्यांचे स्मितहास्याने स्वागत करून महेशने, ''बोला, काय म्हणताय?'' अशी औपचारिक सुरुवात केली.

''काही नाही, म्हटलं आपली भेट घ्यावी. गेल्या आठवडाभरापासून सारखं अप्पासाहेबांचं चाललं होतं तुमच्याकडे जाऊन या म्हणून. तसे दोनदा तुम्हाला फोनही केले; पण तुम्ही खूपच गडबडीत होतात. नंतर ते धमकी वगैरेचं सुरू झालं. मग तुमच्या अडचणीत आणखी भर नको म्हणून परत तीन-चार दिवस थांबलो. आज पेपरात तुमच्या परदेशवारीबद्दल वाचलं अन् म्हटलं तत्पूर्वी एकदा तुमची भेट घ्यायलाच हवी.''

'परदेशवारी' शब्दावर बागूलांनी बोलता बोलता दिलेला जोर काहीसा खटकल्याने महेश एक मोठ्ठा पॉज घेतो.

''काय झालं साहेब?'' बागूलांची पृच्छा.

''काहीच नाही. तुमचं ऐकतोय. बोला.''

''साहेब, एवढं सगळं धडाक्यात सुरू असताना तुमच्या या परदेशवारीमुळे उगाच अनेकांच्या मनात शंका-कुशंका अन् प्रश्नचिन्ह निर्माण होत आहेत.''

महेशची काहीच प्रतिक्रिया नसल्याने १५-२० सेकंद एकदम शांतता पसरली. शेवटी पुन्हा बागूलच म्हणाले, ''आज दुपारी आमच्या कार्यकर्त्यांच्या बैठकीतही हा विषय निघाला. अप्पासाहेबांनाही तुमचा दौरा एकंदर रुचलेला दिसत नाही.''

''बरं!''

''नाही, म्हणजे ते तसं काही बोलले नाहीत; पण या विषयावर गप्प राहणं त्यांनी पसंत केलं. त्यामुळे जरा तसं वाटतंय.''

''हे बघा बागूल, मी काही कुणाच्या राजी-नाराजीसाठी किंवा प्रसिद्धीसाठी काम करत नाही. लोकहितासाठी झगडतो. मी इतर खासगी नोकऱ्यांचे पर्याय सोडून सरकारमध्ये काम करण्याचा पर्याय स्वीकारला, त्यातही लोकहिताचाच उद्देश होता. कारण चौकटीबाहेर राहून तत्त्वाच्या गप्पा मारणं; हे करा, ते करा, हे करू नका म्हणणं सोपं आहे. त्यापेक्षा शासन-प्रशासनाच्या चौकटीत राहून काम करणं, एखादा निर्णय घेणं, त्याला जबाबदार राहणं फार अवघड आहे. ही चौकट एकदा स्वीकारल्यानंतर त्यामुळे येणाऱ्या मर्यादांकडे दुर्लक्ष करून चालत नाही. तसं केलं तरच तुमचा अंतिम उद्देश साध्य होतो. तिरीमिरीत काही करायचं म्हटलं तर तात्पुरती प्रसिद्धी-वाहवा मिळते; पण कालांतराने मूळ हेतूपासून तुम्ही लांब जाता. मला ते व्हायला नको असल्याने वरिष्ठांच्या आदेशानुसार मी दौऱ्यावर जाण्याचं ठरवलं आहे. याउपर त्यामुळे माझ्या आजवरच्या कामावर कुणी प्रश्नचिन्ह उपस्थित करत असेल वा नाराजी व्यक्त करत असेल, तर तो प्रश्न त्यांचा आहे; माझा नाही.

कारण मुळातच माझा इरादा पक्का आहे आणि त्यापासून मी तसूभरदेखील ढळलेलो नाही.''

महेशचे सडेतोड स्पष्टीकरण आणि आवाजातला करारीपणा यामुळे बागूल पुरते भांबावून गेले अन् त्यांनी सारवासारवीचा सूर लावला, ''मला तसं नव्हतं म्हणायचं साहेब. मी फक्त सांगितलं, काही लोकांना तसं वाटतं तुमच्याबद्दल, वैयक्तिक.''

''हे पाहा बागूल, मला या खुर्चीवर बसून काय करायचं ते पक्क ठाऊक आहे. कारण सध्या माझ्या हाती जी निर्णयक्षमता आहे, ती त्या खुर्चीची ताकद आहे; वैयक्तिक महेशची नाही, हे मी चांगल्या प्रकारे जाणून आहे. कोणत्याही भ्रमात राहत नाही मी. त्यामुळे कुणाला काय वाटतं त्यापेक्षा माझं ध्येय पुढं नेणं मला अधिक महत्त्वाचं वाटतं.''

''खरं आहे साहेब तुम्ही म्हणता ते. मी हा निरोप जरूर अप्पासाहेबांना देतो. असाच्या असा संवाद त्यांना सांगतो, म्हणजे किंतु-परंतु राहणार नाहीत.''

''जरूर सांगा.''

''नक्की साहेब. तुम्हाला कधीही काहीही सांगावसं वाटलं तर बेलाशक आवाज द्या; आम्ही पूर्णपणे तुमच्या पाठीशी आहोत हे सांगण्यासाठी मी आलो होतो.''

''धन्यवाद!''

''आपण दौऱ्याहून परतणार कधी?''

''अकरा दिवसांनी.''

''ठीक आहे. मग आल्यावर एकदा अप्पासाहेबांना भेटण्यासाठी सवड काढा. त्यांना सविस्तर चर्चा अपेक्षित आहे. तेव्हा आल्यावर दोन-तीन दिवसात शक्यतो जमवा.''

''हो...हो... नक्कीच. अप्पासाहेबांच्या कामाबद्दल आणि त्यांच्याबद्दल मला व्यक्तिशः खूपच आदर आहे... आणि तुम्ही जाताना बाहेर पीएंना आताच कल्पना द्या की, मी आल्यावर एक-दोन दिवसात लगेच तुम्हाला फोन करायची नोंद करून ठेवा म्हणून.''

''जरूर साहेब... आणि हो, तुमच्या परदेश दौऱ्यासाठी शुभेच्छा!''

''थँक्यू!''

बागूलांची पाठ वळताच महेशने आवरासावर सुरू केली. आणखी काय राहिले अथवा काय करता येईल त्याचा विचार बॅक ऑफ द माइंड सुरूच होता. दोन दिवसांपासून सुपरस्पेशालिटी हॉस्पिटल, तसेच बांद्रा कॉलनीचा मुद्दा तसा जरा थंड पडला होता. त्यातच पुन्हा पुढचे दहा-बारा दिवस आपण इथे नाही, म्हणजे

जवळपास पंधरवड्याचा कालावधी जाईल. मामला असाच राहिला तर या मुद्द्याची धार नक्कीच बोथट होईल. ते होऊ नये यासाठी काय करता येईल त्या दिशेने विचारचक्र सुरू असतानाच त्याने जयाची या संदर्भात काय प्रतिक्रिया आहे ते जाणून घेण्यासाठी त्याचा फोन डायल केला. बराच वेळ रिंग वाजल्यानंतर फोन उचलला गेला,

"हॅलो सर, बोला."

"काय बिझी दिसताय..."

"फार नाही आणि तुमच्यासाठी तर नक्कीच नाही. बोला काय आदेश?"

"आदेशबिदेश कसले?"

"बोला सर, काय म्हणताय, काय खास?"

"तसं काही खास नाही. परवा भल्या पहाटे निघायचं आहे. माझी उद्या कदाचित बरीच गडबड असेल. तुमचाही उद्या विकली ऑफ असतो ना. मग जमलं तर आज भेटू म्हणून फोन केला."

"ओ... येस. झाली का तयारी तुमची त्या बहुचर्चित परदेश दौऱ्याची?"

"आपल्याला काय, तयारी म्हणजे चार कपडे, काही पुस्तकं घेतली की झालं."

"खरंय, सांगा मग कधी भेटू या ते, मला प्रॉब्लेम नाही."

"तासाभरानं घरी याल?"

"अं... चालेल; पण मी खरंतर आत्ता बांद्र्यातच आहे. आमचे जुने साहेब, म्हणजे माजी संपादक कोळपकरांकडे आलो होतो, एक पुस्तक द्यायला. काम आटोपलंच आहे. म्हणाल तर पाच-सात मिनिटात पोहोचू शकतो तुमच्या ऑफिसला. ते जास्त सोपं जाईल."

"वास्तविक मी निघायच्या तयारीत होतो; पण या मग थांबतो."

"तसं काही नाही. तुमची तयारी झाली असेल तर निघा, आपण घरी भेटू या."

"नाही, नाही... या तुम्ही इकडे. एवढी काही घाई नाही घरी जायची."

"ओके. पण सध्याच्या वातावरणात मी तिथं आल्यानं काही अडचण नाही ना? की घरी येऊ मोकळेपणी बोलायला?"

"तसं अजिबात नाही. या, मी थांबतो इथंच."

"ओके निघालोच."

हातातलं सगळं काम उरकलं असल्याने जरा रिलॅक्स व्हावे म्हणून महेशने खुर्चीत मान मागे टाकली आणि सगळे अंग ढिले सोडून डोळे मिटून घेतले. त्याबरोबर त्याचे विचारचक्र गतिमान झाले. आतापर्यंत या संदर्भात घडलेल्या घडामोडी आणि त्या अनुषंगाने भविष्यात काय काय होईल त्याचा अंदाज बांधता

बांधता आठ-दहा मिनिटे चट्कन निघून गेली. तेवढ्यात जया तिथे आल्याची वर्दी देण्यासाठी शिपाई दरवाजा ढकलून आत आला अन् साहेबांना कधी नव्हे ते असे रिलॅक्स बसल्याचे पाहून पुढे जावे की न जावे अशा गोंधळात जागेवरच थबकला. पण त्याची चाहूल लागल्याने महेशने डोळे उघडून भुवया उंचावून त्याच्याकडे प्रश्नार्थक नजरेने पाहिलं. शिपायाने बाहेर जया देशमुख आल्याचं सांगितलं. त्यावर ''दोन मस्त कमी साखरेचे कडक चहा घेऊन ये आणि त्यांना आत पाठव.'' असे सांगत महेशने दोन्ही हात वर ताणून मस्तपैकी आळस दिला. दोनच सेकंदांत जया आतमध्ये आला.

''या, या... अगदी बरोबर दहाव्या मिनिटाला आलात.''

''हो इथे बाजूलाच राहतात कोळपकरसाहेब.''

''मी बरंच ऐकून आहे त्यांच्याबद्दल.''

''हो, एकदम छान आहेत. प्रचंड वाचन, व्यासंग, मनन, चिंतन, लिखाण, असं सगळं सतत सुरू असतं. प्रत्येक विषयाची सखोल माहिती असते त्यांच्याकडे. खरोखरच अफाट बुद्धिमत्ता आहे! शिवाय स्वतंत्रपणे आणि सर्वांगाने विचार करूनच आपली मतं बनवत असतात. विशेष म्हणजे, एवढं सगळं असतानाही पाय नेहमी जमिनीवर. त्यामुळे आजही त्यांच्याविषयी मनात तेवढीच आस्था आहे. संधी मिळेल तेव्हा त्यांची भेट घेतोच. एका पुस्तकाबाबत नेहमी चर्चा व्हायची आमची. त्यांना ते हवं होतं; पण आउट ऑफ प्रिंट असल्यानं मिळत नव्हतं. परवा मी असाच एका कामानिमित्त दादरला मित्राकडे गेलो होतो. त्याच्या वडिलांशी बोलताना हा रेफरन्स निघाला. त्यांच्या एका मित्राकडे हे पुस्तक त्यांनी पाहिलं होतं. मग लगेच फोनाफोनी झाली. पुस्तक जीर्ण झाल्याने आणि संग्राह्य असल्याने ते बाहेर देण्यास तयार नव्हते. मग कुणाला पाहिजे ते सांगितलं. त्याच्या झेरॉक्स काढून लगेच पुस्तक तिथल्या तिथे परत देण्याचा मार्ग निघाला. त्यानुसार काल संध्याकाळी त्यांच्याकडे जाऊन पुस्तक झेरॉक्स करून घेतलं आणि आज लगेच ते साहेबांना देऊन आलो. जाम खूश झाले.''

''हो, असा आनंद काही वेगळाच असतो.''

''नक्कीच. पण आपल्या गप्पा अशाच सुरू राहतील. तुम्हीही निघाला होतात, उगाच तुम्हाला आणखी उशीर व्हायचा. बोला साहेब काय म्हणताय? कशी आठवण काढलीत?''

तेवढ्यात शिपाई चहाचे वाफाळलेले कप घेऊन आला. चहाचा आस्वाद घेता घेता पुन्हा गप्पा सुरू झाल्या.

''मी परवा पहाटे निघणार आणि जवळपास दीड आठवड्याने परत येणार. तोपर्यंत आपला विषय अगदीच थंड पडायला नको. त्यासाठी तुमच्याशी बोलावं

म्हटलं. कारण वेळकाढूपणा करून विषय थंड बस्त्यात टाकण्याची चाल तुम्ही म्हणता त्याप्रमाणे यामागे असावी.''

''हं.''

''त्यामुळे असं काही तरी करायला पाहिजे की मी येईपर्यंत या विषयामध्ये धुगधुगी राहायला पाहिजे.''

''नुसती धुगधुगी नाही, चांगली धग लागायला पाहिजे तरच उपयोग होईल.''

''तसं झालं तर उत्तमच; पण त्यासाठी काय करायला हवं?''

''तुमची काही कल्पना असेल तर सांगा.''

''माझ्याकडे मघाशीच अप्पासाहेबांचे पीए बागूल येऊन गेले. अप्पासाहेबांना हा विषय उचलायचाय म्हणाले. मी दौऱ्यावर जाणं त्यांना तसं फारसं रुचलेलं नाही. पण जे काय आहे, प्रशासकीय चौकट वगैरेची मी त्यांना जाणीव करून दिली. मला वाटतं, ते अप्पासाहेबांना सांगतील तसं. आपण अप्पासाहेबांना यावर बोलतं करावं.''

''म्हणजे?''

''दोन-चार दिवसांत त्यांचा एखादा स्पेशल इन्टरव्ह्यू वगैरे, या प्रश्नावर केला तर...''

''ते तर काय कधीही करता येईल; पण त्यासाठी त्यांना व्यवस्थित बोलतं करायला हवं. फोकस्ड झालं पाहिजे. शिवाय काही नवे मुद्देही हवेत. नाही तर त्याचा म्हणावा तसा इम्पॅक्ट येणार नाही.

''ते मांडतील ना त्यांची भूमिका!''

''ती तर सगळ्यांना अगोदरच ठाऊक आहे. आत्ता इथे बसल्या बसल्या मी त्यांची भूमिका मांडू शकतो. या प्रकरणी सखोल चौकशी झाली पाहिजे, भ्रष्टाचाऱ्यांची उचलबांगडी व्हावी, जनतेचा पैसा असा बिल्डरांच्या घशात जाऊ नये, आता मी लक्ष घालतोय, प्रसंगी आंदोलन, उपोषण करेन, वगैरे वगैरे.''

''मग?''

''अप्पांचा टीआरपी तसा बरा असला तरी तो वाढेल कसा त्याच्या ते कायम शोधात असतात. त्यासाठी आपल्याला एक करता येईल.''

''काय?''

''तुम्ही जाण्याच्या आदल्या दिवशी म्हणजे उद्याच त्यांची भेट घ्या. त्यांना संबंधित फाइलमधील काही कागद देऊन चर्चा करा.''

''पण, ते जरा जिकिरीचं आहे.''

''का?''

''आताच तर मी त्या बागूलांना वाटेला लावलं, म्हटलं तूर्त गडबड आहे जरा कामाची, आल्यावर भेटू असं सांगून.''

"त्याची चिंता करू नका. थोड्या वेळाने फोन करा. थेट अप्पासाहेबांशी बोलायचंय म्हणा. अप्पा फोनवर आले की खासगी बोलल्याच्या सुरात आवाजाची पट्टी खाली आणून आपली तातडीची भेट हवी आहे. महत्त्वाची माहिती व कागदपत्रं द्यायचीयेत असं सांगा. बघा उद्या लगेच बोलावतील ते तुम्हाला."

"हो?"

"मग, मी म्हटलं ना, त्यांना टीआरपीची पडलेली असते. मग अशी सुवर्णसंधी ते कशी दवडणार?"

"हो, पण..."

"काय?"

"टीआरपीसाठी ते तिथं टीव्हीवाले, पत्रकार मंडळींना गोळा करतील. मग आमच्या सिस्टिममध्ये पुन्हा प्रॉब्लेम."

"त्याची चिंता नको. तुम्ही सांगा त्यांना की, अप्पासाहेब तुमच्याबद्दल नितांत आदर आणि विश्वास असल्याने तुमच्या एकट्याचीच भेट हवी. त्या वेळी सोबतच काय आसपासही कुणी नको. शिवाय भेट खासगी असल्याने ती गोपनीय राहायला हवी. असं सांगितलं की कसं विषयाचं गांभीर्यही अधिक वाढतं."

"हो, ही आयडिया उत्तम आहे; पण मग त्यांच्या टीआरपीचं आणि आपण म्हणत होतो तशा इंटरव्ह्यूचं वगैरे काय?"

"ते सगळं उलट जास्त जोरात होईल."

"कसं?"

"अहो, भेट 'गोपनीय' ती तुमच्या दृष्टीने. तुम्ही तिकडे विमानात बसलात की इकडे मीडियात तुमच्या भेटीची चर्चा सुरू होईल, याची व्यवस्था मी करतो. मग 'प्रखर'सह इतर दोन-तीन मोठ्या दैनिकांत तुमच्या दोघांच्या भेटीबाबत कळते-समजते अशा स्वरूपाच्या बातम्या... असं झालं की त्यात अधिकच रंग भरेल. तुम्ही तर त्या वेळी परदेशात असाल. म्हणजे तुमच्या बाजूने खुलाशाचा वगैरे प्रश्नच नाही. सगळा मीडिया मग अप्पांच्या मागे लागेल. आपोआपच सगळा धुरळा पुन्हा उडेल. शिवाय अशा 'स्पेक्युलेशन'मुळे टीव्ही, वृत्तपत्रांमध्ये विषय अधिक चमचमीतपणे रंगवला जाईल."

"हां, म्हणजे हा नहले पे दहला होईल, आपल्याला फॉरिनला पाठवून विषय थंड बस्त्यात टाकण्याच्या मनसुब्यांचा. ग्रेट. पण त्या वेळी अप्पांचा स्टॅन्ड काय असेल?"

"ते तेवढे माध्यमचतुर आहेत. भेटीचा मुद्दा अध्याहृत ठेवून ते भरपूर 'मायलेज' मिळवतील."

"ओके देन. मी उद्या भेटतो त्यांना, फक्त आता त्यांनी वेळ द्यायला हवा."

“मला नाही वाटत त्यात काही अडचण येईल. तुमचा नुसता फोन होऊ दे, वाट्टेल तेवढा वेळ देतील ते. नाही तरी त्यांना सध्या काय काम आहे?”

“ठीक आहे.”

“या सगळ्यामध्ये तीन-चार दिवस जातील. मग राजकीय वर्तुळात एन्ट्री करू.”

“म्हणजे?”

“अहो, अप्पांच्या स्टेटमेन्टची हवा जरा बसायला लागली की, त्यावर विरोधी पक्ष, त्यांची नेतेमंडळी, सत्ताधाऱ्यांचे पक्षांतर्गत विरोधक यांना बोलतं करायचं. काही नेहमीच्या एनजीओ आहेत, प्रसिद्धीसाठी वाटेल ते करणाऱ्या. त्या लोकांना जनहित याचिका वगैरेची भाषा सुरू करायला लावायची.”

“व्वा... हे पीआयएलचं बेस्ट होईल.”

“म्हणजे तुमच्या अनुपस्थितीत विषय आणखी तापेल आणि तुमच्यावर असणारा डायरेक्ट ‘फोकस’ही डायव्हर्ट होईल.”

“हो नक्कीच.”

“पुढे लगेच विधिमंडळाचं अधिवेशन सुरू होतंय. त्यामुळे सरकारची अधिकच कोंडी होईल.”

“येस करेक्ट.”

“मग तुम्ही उद्या अप्पांची गोपनीय भेट घ्याच.”

“नक्की घेतो.”

“एक बघा, त्यांना विश्वासात घेऊन सगळं सांगून टाका जरा खालच्या आवाजात, म्हणजे ते शंभर टक्के त्याच्या मागे लागतील.”

“ओके... ओके...”

“बाकी आम्ही आहोतच की, इथली आघाडी सांभाळायला.”

“हो... आणि मी तिकडे असलो तरी आपला मधून मधून संपर्क होत राहीलच फोन, ई-मेल वगैरेवर.”

“नक्की. तुम्हीपण नेटवर इथले पेपर बघू शकता. टीव्हीवर बातम्या ऐकू शकता. आणखी काही सुचले तर, काही नवीन घडामोडी असतील तर तिकडून जरूर सांगा.”

“नक्की. चला तुमच्याशी बोलल्यामुळे माझी चिंता कमी झाली. हा विषय गुंडाळला जायची जी धास्ती होती, ती दूर झाली.”

“हं, या सगळ्यामुळे तुमच्या मंडळींची तर आणखीनच पंचाईत होईल. कारण आता या साऱ्याला उघडपणे त्यांनाच सामोरं जावं लागेल. वर खापर तुमच्या डोक्यावरही फोडता येणार नाही. उलट त्यांना पस्तावा येईल तुम्हाला परदेश

दौऱ्यावर पाठवल्याचा.''

''हाऽऽ हाऽऽ''

''खरंच. म्हणजे यापुढे ते आपल्याबाबत कोणताही निर्णय घेताना आणखी कन्फ्यूज्ड होतील, टरकतीलही. थोडक्यात यामध्ये आपण संधी शोधली तर त्यांची अधिकच भंबेरी उडेल.''

''येस, तशी आशा करू या.''

''नक्कीच. चला निघतो मी, तुम्हाला ऑल द बेस्ट आणि हॅप्पी जर्नी.''

''थँक्यू सो मच.''

''उद्या तुमची अप्पांशी भेट झाली की एकदा फोन मारा. काय काय झालं ते जरा ब्रीफ करा म्हणजे मलाही रंगवता येईल. कारण बातमीचा टोन 'कळते-समजते' असला तरी बातमीत तथ्य असायलाच हवं.''

''जरूर... जरूर... ते तर होईलच. उद्या भेट झाली की कळवतो तुम्हाला.''

''ओके. चला, निघतो मी. आमचा दिवस आत्ता सुरू होईल. बरंच काम बाकी आहे.''

घरी येऊन थोडं फ्रेश झाल्यावर महेशला तरतरी आल्यासारखं वाटलं. त्याचं मुख्य कारण म्हणजे मनातला गुंता कमी झाला होता. पाच मिनिटं जरा अंग सैल सोडून ऐसपैस बसल्यानंतर तो आणखी रिलॅक्स झाला. उद्याच्या अप्पासाहेबांच्या भेटीसाठी बागूलांना आताच फोन लावायला पाहिजे, असे त्याला तीव्रतेने वाटून गेलं. त्यानुसार त्याने त्यांचा नंबर डायल केला,

''नमस्कार'' पलीकडून बागूलांचा आवाज.

''हॅलो, मी महेश बोलतोय, महेश राऊत.''

''हो... हो... साहेब, बोला बोला काय म्हणताय?''

''काही नाही. म्हटलं, मघाशी तुम्ही येऊन गेलात अन् तेव्हापासून अप्पासाहेबांना भेटायची इच्छा जास्तच तीव्रतेनं व्हायला लागली.''

''बघा साहेब, असं असतं. आत्ता मी इथंच आहे अप्पासाहेबांकडे. आमच्या मंडळाची बैठक संपली. बाकी मंडळी गेल्यावर मघाशी आपलं जे बोलणं झालं तेच मी अप्पासाहेबांना सांगत होतो. तेवढ्यात तुमचा फोन वाजला.''

''अच्छा, मग तुमची चर्चा सुरू असेल तर मी नंतर करतो फोन.''

''नाही नाही, तसं काही खास नाही. बोला ना काय काम...''

''तुमच्याशी बोलल्यापासून मला असं वाटतंय, मी दौऱ्यावर जाण्यापूर्वीच अप्पासाहेबांशी माझी भेट झाली असती तर बरं झालं असतं.''

''त्यात काय, हे पाहा इथेच आहेत ते. बोला त्यांच्याशीच.''

फोन अप्पासाहेबांच्या हाती देताना हळू आवाजात बागूलांनी महेशचा फोन असल्याचं सांगितलं. फोन घेताना अप्पासाहेबांच्या चेहऱ्यावर अगदी चमकदार छटा उमटल्या. पण आवाजात तसा कोणताही भाव न आणता त्यांनी नेहमीच्या पद्धतीने संथपणे संवाद सुरू केला,

''नमस्कार.''

''नमस्कार साहेब, मी जिल्हाधिकारी महेश राऊत.''

''हो, गेल्या काही दिवसांपासून बरंच ऐकतोय आपल्याबद्दल.''

''अप्पासाहेब, आपल्यासारख्यांचं प्रत्यक्ष-अप्रत्यक्ष पाठबळ आहे म्हणूनच असं काम करायचा हुरूप येतो.''

''कोणत्याही जनहिताच्या कामाला आमचं नेहमीच सहकार्य असतं. म्हणूनच आज मी बागूलांना आपल्याकडे पाठवलं होतं.''

''हो, हो साहेब आले होते ते, झालं आमचं बोलणं.''

''सांगितलं त्यांनी मला ते. पण आता काय म्हणे तुम्ही निघालात परदेशी...''

अप्पासाहेबांचा टोन ध्यानात घेऊन महेश लगेच म्हणाला, ''खरं सांगू का, त्यामध्ये मला काहीच रस नाही. उलट हा विषय थंड व्हावा, माझी ब्याद काही काळ का होईना जावी म्हणून ऐनवेळी मुद्दाम माझं नाव समाविष्ट केल्याचं माझ्या कानावर आलंय.''

''हो... ते तसं करणारच, पण आपण त्याला कशाला बळी पडायचं?''

''तसं नाही अप्पासाहेब. पण प्रशासन म्हटल्यावर अनेक मर्यादा पडतात, हे आपल्यासारख्यांना वेगळं सांगायला नको.''

''बरं.''

''म्हणूनच आपली भेट घ्यायची खूप इच्छा होती.''

''भेटू या ना, मला काहीच अडचण नाही; पण बागूल सांगत होते की, तुम्ही दौऱ्यावरून १०-१२ दिवसांनी येणार, मग पंधरा दिवसांनी कधीतरी भेटणार.''

''त्यामध्ये खूप कालापव्यय होईल.''

''मग?''

''म्हणूनच आता फोन केला, एक विनंती करायला.''

''बोला की...''

''आपली भेट उद्याच होईल का? पण मला किमान तासभर तरी वेळ लागेल तुम्हाला सगळं नीट समजावून सांगायला.''

''उद्याला मी इथंच आहे. दुपारी दोन कार्यक्रम आहेत. संध्याकाळी एक चर्चासत्र आहे टीव्हीवर... आणि काय आहे, इथे माझ्याकडे सकाळी आठपासूनच दरबार भरलेला असतो लोकांचा.''

''मग त्या अगोदर अगदी सकाळी लवकर भेटलो तर? मला काही महत्त्वाची

गोपनीय कागदपत्रंही सुपूर्द करायची आहेत आपल्याकडे.''

''सकाळी तर फारच उत्तम. कधीही या. माझा दिवस तर पहाटे साडेचार वाजताच सुरू होतो. तुम्ही सात वाजेपर्यंत आलात तरी चालेल. म्हणजे लोक येईपर्यंत आपलं बोलणं उरकेल.''

''सहा वाजताच आलो तर?''

''या, पण तुम्हाला त्यासाठी लवकर उठावं लागेल.''

''माझा प्रश्न नाही; पण...''

''बोला, मोकळेपणे सांगा.''

''मला असं वाटतं की भेट केवळ आपल्या दोघांचीच व्हावी. चर्चेच्या वेळी तिथं इतर कुणी नको. कारण बऱ्याच बाबी अत्यंत गोपनीय आहेत. तेव्हा आपली ही भेटसुद्धा गुप्त असावी. कुणाला त्याचा थांगपत्ता लागू नये. म्हणून म्हटलं, सहा वाजताच येतो. सात-सव्वासातपर्यंत निघून जाईन. म्हणजे कुणी पाहण्याचा व अन्य कशाचा, चर्चेचा वगैरे प्रश्नच नाही.''

''ठीक आहे, या!''

''धन्यवाद साहेब, भेटू मग सकाळी.''

फोन ठेवताच महेशने ऑर्डर्लीला हाक मारली. सुपरस्पेशालिटी हॉस्पिटल, बांद्रा कॉलनी विकास यासह आणखी काही फाइल्समधील कागद खुणा करून त्याच्या हाती सोपवत कोपऱ्यावरच्या दुकानातून त्याच्या झेरॉक्स काढून आणायला सांगितल्या. उद्याची चर्चा भरकटू नये म्हणून नेमके जे मुद्दे महत्त्वाचे आहेत ते एका कागदावर टिपून घेतले. रात्री बिछान्यावर जाईपर्यंत उद्या अप्पासाहेबांना नेमकं काय आणि कशा पद्धतीने सांगायचं त्याचाच विचार महेशच्या मनात घोळत होता. त्यामुळे बऱ्याच उशिराने त्याला झोप लागली. पहाटे पावणेपाच वाजता मोबाइलमध्ये गजर होताच तो पट्कन उठून बसला. गजराच्या आवाजाने जागी झालेल्या नीतूने प्रश्नार्थक चेहऱ्याने त्याच्याकडे बघितलं. ''मला जरा एका ठिकाणी जायचं आहे. साडेसातपर्यंत येईन. तू झोप,'' म्हणत महेश उठला आणि पटापट सगळं आवरायला लागला. साडेपाच वाजता तयार होऊन बाहेर पडण्याच्या बेतात असतानाच नीतू आतमधून चहाचा कप घेऊन आली. तिला पाहताच मंद स्मित करून नीतूचा हात हातात घेऊन महेशने तिला सोफ्यावर बसवून घेतलं.

''कशाला उठलीस?''

''असू दे. कुठं निघालात एवढ्या सकाळी?''

''जरा जायचंय एका ठिकाणी,'' एवढंच बोलून महेशने चहाचा घोट घेतला. त्याच्या संदिग्ध उत्तराने नीतूच्या चेहऱ्यावर चिंतेची काजळी दाटल्याचं बघून हसत

हसत महेशने तिला सांगितलं, "काळजी करू नकोस. कुठं छापाबिपा टाकायला चाललो नाही. आपले ते अप्पासाहेब आहेत ना, स्वातंत्र्यसैनिक आणि समाजसेवक, त्यांना भेटायला चाललोय. इतर कुणी नको म्हणून त्यांनी एवढ्या सकाळी बोलावलंय."

महेशच्या उत्तराने नीतू जरा रिलॅक्स झाली. राहिलेला अर्धा कप चहा तिच्यापुढे करून, 'आता हा तू संपव प्यार का वादा फिफ्टी फिफ्टी' म्हणत महेश मोठ्याने हसला. तिने लाजून तो कप हातात घेतला आणि महेश तिला बाय करून निघाला. बरोबर सहाला दोन-तीन मिनिटं कमी असताना महेश अप्पासाहेबांच्या ट्रस्टच्या इमारतीच्या आवारात गाडी घेऊन आला. स्वत:च ड्रायव्हिंग करत असल्याने गाडी जरा बाजूला लावली. गाडी खाली लावल्यावर अप्पासाहेब कुठं असतील त्याचा अंदाज घेत तिथे साफसफाई करणाऱ्याला अप्पासाहेब कुठे भेटतील, अशी विचारणा केली. त्या सेवकाने समोरचा जिना आणि वरची खोली याकडे अंगुलीनिर्देश केला. त्याच्याकडे हसून पाहत, हातातली पिशवी सांभाळत महेश झपाझप १०-१२ पायऱ्या चढून वरच्या दरवाजापाशी आला. जरा दम खाल्ल्यावर दारावर टक्‌टक्‌ केली. दुसऱ्याच मिनिटाला स्वत: अप्पासाहेबांनी दार उघडलं. त्यांना पाहताच त्याने आपली ओळख करून दिली. भिंतीवरच्या घड्याळाकडे नजर टाकत अप्पासाहेब म्हणाले, "व्वा... अगदी सहाच्या ठोक्याला आलात. या, बसा इथं."

बसता बसता महेश म्हणाला, "हो, उगाच आपला वेळ जायला नको."

"आम्हाला वेळेचं एवढं काही नाही. चोवीस तास चांगलं काही तरी करायचं एवढंच डोक्यात असतं बघा."

"म्हणून म्हटलं, सकाळी सकाळी जाऊ, म्हणजे व्यवस्थित बोलता येईल. कारण विषय तसा गंभीर आहे."

"नक्कीच. मी आणि माझी पूर्ण संघटना आपल्या पाठीशी आहे. बोला आम्ही काय करायचं?"

"ते मी काय सांगणार, आपण त्यासाठी समर्थ आहात."

"म्हणजे?"

"मी फक्त काही बाबी आपल्या निदर्शनास आणून देऊ इच्छितो. आता हे बघा ही सुपरस्पेशालिटी हॉस्पिटलची फाइल. ही शासकीय वसाहत पुनर्निर्माणाची आणि ही आणखी काही कागदपत्रे..."

"बरं..."

"अनियमितता, गैरव्यवहार, अपहार, हजारो कोटींची लूटमार आणि लोकांच्या डोळ्यात धूळफेक कशी सुरू आहे ते या कागदपत्रांवरून सहज लक्षात येईल."

"हो, पण ते नेमकं कसं ते जरा समजावून द्या, म्हणजे बरं होईल."

"येस. त्यासाठी मी रात्रीच काही टिपणं काढलीत आणि या काही प्रिंटआउट्स

काढून ठेवल्यात संक्षेपात. अगदी थोडक्यात आणि सहज-सोप्या भाषेत. जरा बघा.''

''व्वा... हे उत्तम,'' म्हणत अप्पासाहेबांनी डोळ्यांवर चश्मा चढवला आणि कागदपत्रांवरून नजर फिरवली.

''हे तर भयानक आहे.''

''म्हणूनच तर मी त्याला वाचा फोडली; पण आम्ही काय, शेवटी सरकारी मुलाजिम. प्रशासकीय पोलादी चौकटीच्या अनेक मर्यादा आम्हाला घट्ट बांधून ठेवतात. म्हणून म्हटलं ज्येष्ठ, सत्शील, जनहिताची कळकळ आणि लोकमान्यता असलेल्या अप्पासाहेबांनी यामध्ये लक्ष घातलं तर प्रकरण तडीस लागू शकतं.''

हे बोलताना लावलेल्या प्रत्येक विशेषणागणीक अप्पासाहेबांचा चेहरा फुलत गेल्याचं महेशला स्पष्टपणे जाणवलं. त्यांना अधिक मोठेपण देऊन महेश म्हणाला, ''अप्पासाहेब, माझ्या स्तरावर मी काय करायचं ते केलं, करतो आहे; पण शेवटी त्याला खूप मर्यादा आहेत. आपण जर हा मुद्दा हाती घेतलात तर नक्की गल्लीपासून दिल्लीपर्यंत सगळ्यांच्या झोपा उडतील.''

एवढा सज्जड पुरावा आणि टीआरपीचा मुद्दा हाती आल्याचे पाहून अगोदरच खूश झालेले अप्पासाहेब म्हणाले, ''मी मघाशीच सांगितलं ना, आम्ही पूर्णपणे तुमच्या पाठीशी आहोत.''

त्यांच्या मूडचा अंदाज घेऊन महेशने खडा टाकला, ''अप्पासाहेब, मला म्हणायचंय की, आता या टप्प्यावर तुम्ही केवळ पाठीशी न राहता सरळ पुढे आलं पाहिजे.''

''म्हणजे?''

''आता ही लढाई तुमची म्हणूनच तुम्ही सुरू करा.''

''ठीक आहे, आजच दुपारी प्रेस कॉन्फरन्स घेतो आणि देतो उडवून बार.''

अप्पासाहेब जरा जास्तच जोशात आल्याचं पाहून महेशने सावध पवित्रा घेतला.

''अप्पासाहेब आज नको. उद्या सकाळी माझी फ्लाइट आहे. मला इथून एकदा जाऊ द्या. मग तुम्ही बोला प्रेसशी. शक्यतो आपल्या या भेटीची बातमीही गुप्तच राहू द्या.''

''अं... ...''

''नाही, म्हणजे अगदीच गुप्त नाही; पण थेट उघडही व्हायला नको. अशा बाबतीत 'नरो वा कुंजरो वा' भूमिका बरी.''

''ठीक आहे.''

''तुमच्याकडे प्रेसवाले रोजच येत असतात. उद्या-परवा सहज चर्चेच्या ओघात मुद्दा उपस्थित करून एखादं स्टेटमेन्ट दिलंत तरी लगेच जोरजोरात सुरू होईल मीडियामध्ये...''

''बरं तसं करू या,'' असे आश्वासन अप्पासाहेबांकडून मिळाल्यावर जयाने सांगितल्यानुसार अप्पासाहेबांना अधिक विश्वासात घेत आणखी एक-दोन बाबी जरा खालच्या आवाजात सांगून महेशने घड्याळावर नजर टाकली. सव्वासात वाजले होते. जे बोलायचं होतं, सांगायचं होतं ते आटोपल्याचं पाहून महेश म्हणाला, ''ठीक आहे अप्पासाहेब, निघतो मग मी. असू द्या असेच आशीर्वाद आमच्यावर.''

''हो... हो... नक्कीच. तुम्ही परदेशातून येईपर्यंत मी हा मुद्दा लावून धरतो चांगलाच; पण तुम्ही आल्यावर मात्र अधिक जोमानं कारवाई व्हायला हवी.''

''हो, त्यात शंका नकोच.''

''ठीक आहे, तुमच्या परदेश दौऱ्याला शुभेच्छा!''

''धन्यवाद अप्पासाहेब!''

महेश गेल्यानंतर अप्पासाहेबांनी पुन्हा एकदा त्याने थोडक्यात दिलेल्या टिपणांवरून नजर फिरवली आणि स्वत:शीच खूश झाले. आजवर एवढा सज्जड पुरावा कोणत्याच प्रकरणाचा त्यांच्या हाती आलेला नव्हता. तरीही ते आपले म्हणणे रेटून नेत आले होते. त्यामुळे काही वेळा त्यांना टीकेचे धनीदेखील व्हावे लागले होते. हे प्रकरण म्हणजे या साऱ्याला उत्तर असल्याचे मनोमन ओळखून त्या आधारे आता पुढील रणनीती कशी आखावी त्याचा विचार त्यांनी सुरू केला.

इकडे घरी आल्यानंतर महेशने नीतूच्या मदतीने सगळे लगेज पॅक करून ठेवले. कारण भल्या पहाटेची फ्लाइट असल्याने रात्री लवकर झोपावं लागणार होतं. सगळं आवरून झाल्यावर महेश जरा उशिरानेच ऑफिसला निघाला. गेल्यावर अगदी तातडीच्या असणाऱ्या दोन फाइल्स त्याने क्लिअर केल्या. दरम्यानच्या काळात पीएने डिटेल टूर प्रोग्राम, अन्य संबंधित डॉक्युमेन्ट्स याचे एक व्यवस्थित पाकीट बनवून महेशकडे दिले. त्यावर नजर टाकताना सोबत तुषार पल्लेवार असल्याचं त्याच्या लक्षात आलं. त्याचा बॅचमेट असलेला तुषार तसा हरहुन्नरी गडी. एकदम मस्तमौला ऑफिसर अशी त्याची ख्याती होती. महेशची आणि त्याची जवळीक नसली तरी मैत्री होती. गेल्या दीड-दोन वर्षांत मात्र उभयतांचा काहीच संपर्क नव्हता. पुढ्यातल्या यादीमध्ये प्रत्येकाचे नाव आणि संपर्क क्रमांकही नमूद असल्याने महेशने त्याचा नंबर डायल केला. फोन उचलताच पलीकडून आवाज आला,

''बोला मोठे लोक... बोला...''

''अरे वा, माझा नंबर आहे वाटतं सेव्ह केलेला.''

''च्यायला, आपल्या अख्ख्या टीमचे नंबर आहेत माझ्याकडे. अगदी त्या खडूस अय्यंगारचा आणि चिकनी चमेलीचासुद्धा आहे.''

''काय सांगतोस?''

"सध्या ती शिमल्याला आहे. एकदा असाच फोन केला तर म्हणाली, माझी खूप लांब बदली झालीय, आता सध्या मी इकडे आहे शिमल्याला. मग म्हटलं येतो ना तिकडे खास तुला भेटायला, पाहायला!"

"आयला."

"अरे यार, अशा चेहऱ्यांसाठी शिमलाच काय, चंद्रावरही जाऊ आपण."

"चंद्राची सोड, उद्याची तयारी झाली का निघायची?"

"हो मग, तयारीबियारी काय त्यात करायची! अपुन की घरवाली सबकुछ संभाल लेती है यार."

"तुझं बोल, तू आहेस ना नक्की सोबत?"

"हो. आहे ना, का रे?"

"नाही, मी खरंतर पाच-सहा दिवसांपूर्वी तुला विचारणार होतो नक्की काय ते. तू येणार नाहीस अशी चर्चा कानावर आली होती; पण सध्या तुम्ही मीडियात एकदम हिरो आहात. माझ्यासोबत त्या वेळी काही मंडळीही होती, त्यांच्यासमोर नको उगाच तुला फोन करायला. तसं झालं असतं तर त्याचे वेगळे संदर्भ गेले असते. तुझा स्वभाव मला माहीत आहे, इतरांचं तसं नाही. म्हणून त्या वेळी टाळलं फोन करायचं आणि नंतर राहूनच गेलं यार."

"चर्चा बरोबर होती. खरंतर माझी इच्छाच नव्हती; पण आता काय थेट सीएम साहेबांचेच निर्देश आहेत म्हटल्यावर नाइलाज झाला."

"अरे, वेडा आहेस तू. असे दौरे का कुणी टाळतं? जायचं, मस्तपैकी फिरून यायचं, मजा करायची. नाही तर आपल्यामागे हे रोजचं झेंगट असतंच कामाचं. असे अभ्यासदौरे म्हणजे तेवढाच जरा चेंज."

"अभ्यास दौरा ठीक आहे, आता काय करावाच लागणार अभ्यास."

"ते करू रे बॉ! पण, म्हणजे एक नक्की तू येतोयस तर! चल, खूप दिवसांनी भेटतोय आपण, मजा येईल."

"येस... येस... शुअर, विल मीट देन."

"ओ... येस डिअर डेफिनिएटली."

ऑफिसमधली इतर कामं हातावेगळी करेपर्यंत पावणेपाच कसे वाजले, ते महेशच्या लक्षातही आलं नाही. घड्याळाकडे पाहिल्यावर एकदम त्याला जयाला फोन करायचं राहून गेल्याची जाणीव झाली. त्यामुळे त्याने लगबगीने त्याला फोन केला. बराच वेळ रिंग वाजल्यानंतर फोन उचलला.

"हं... बोला सर!"

"काय म्हणताय, आज काय विशेष?"

"काही नाही, सगळं अगदी रुटीन आहे. मघाशी तुम्हाला फोन करणार होतो,

पण म्हटलं तुमची निघायची गडबड असेल. संध्याकाळी मोकळे झालात की विचारू या काय ते. झाली का तयारी सगळी?''

''हो, झाली ना... आणि सकाळी अप्पासाहेबांची भेटही झाली अगदी सविस्तर. त्यांना आवश्यक ते सगळे डॉक्युमेन्ट्स दिले, शिवाय मराठीमध्ये काही महत्त्वाची टिपणंही काढून दिली. एकदम खूश झाले.''

''होणारच! एवढा मसाला मिळाला म्हटल्यावर ते आता चांगलाच तडका देतील त्याला.''

''हो हो, अगदी रंगात आले होते सगळं पाहून. दुपारीच प्रेस कॉन्फरन्स घेतो म्हणत होते.''

''मग.''

''नाही, नाही. मी थांबवलं त्यांना. म्हटलं मला जाऊ द्या, मग करा काय करायचं ते. पत्रकारांशी अनौपचारिक बोलताना सहज विषय छेडा आणि स्टेटमेन्ट करा असं सांगितलं. एकदम या विषयावर प्रेस कॉन्फरन्स नको.''

''गुड. हे चांगलं केलंत. नाहीतर या अप्पासाहेबानं आजच घेतली असती प्रेस उतावळेपणानं. पण एवढं घबाड हाती लागल्यावर मला नाही वाटत ते फार काळ स्वस्थ बसू शकतील. खूप पूर्वीपासून मला त्यांचा स्वभाव चांगला ठाऊक आहे.''

''म्हणजे...''

''नाही, तुम्ही सांगितलं म्हणून ते आजचा दिवस जाऊ देतील; पण उद्या लगेच ते मीडियातल्या त्यांच्या काही खास लोकांना सगळं सांगितल्याशिवाय राहणार नाहीत.''

''मी त्यांना आमची भेट अगदी गुप्त किंवा किमान संदिग्ध ठेवायला सांगितली आहे. त्यामुळे ते थेट तसं करतील असं वाटतं नाही.''

''हं... ठीक आहे. पण मी त्याच्यापूर्वी एक काम करतो. आज रात्री उशिरा माझ्या दोन-तीन प्रिंटमधल्या मित्रांना तुमच्या भेटीची स्पेक्युलेटिव्ह स्टोरी सांगतो बोलता बोलता. 'प्रखर'मध्येदेखील देतो. म्हणजे उद्या पहाटे तुमचं विमान उडालं की सकाळपासून इकडे या बाबतीत चर्चा आणि तर्क-वितर्कांचे पतंग उडायला लागतील. साहजिकच अप्पांना इलेक्ट्रॉनिक मीडिया गराडा घालेल म्हणजे विषयाला सुरुवात कशी करायची त्याबाबतची कोंडीही फुटेल अप्पासाहेबांची. काम सोपं होईल आणि आम्हालाही जरा क्रेडिट मिळेल. नाही तर अप्पा त्यांच्या मीडियातल्या काही खास मंडळींनाच ही माहिती देतील, ज्यामध्ये आमचा समावेश नाही. त्यांचे स्तुतिपाठक अन् दांडेधारी अर्धवट चॅनेलवाले जास्त आहेत.''

''ओके, ओके, तसं केलंत तरी मला काही प्रॉब्लेम नाही.''

''येस, मग मला आता जरा तुमच्या भेटीबाबत तपशिलात सांगा.''

महेशने जयाला भेटीची भल्या सकाळची वेळ, वन-टु-वन झालेली चर्चा, चर्चेचा तपशील व इतर माहिती सांगितली.

दोघांचं बोलणं आटोपल्यावर ऑफिसमधून तडक घरी येऊन जरा नीतूशी गप्पा मारल्या. लवकर जेवण करून पहाटे अडीचचा गजर लावून झोपी गेला. इकडे जयाचे मात्र विचारचक्र जोरात सुरू झाले. कळते-समजतेची ही बातमी म्हणजे खूपच छान मार्ग निघाल्याचं त्याचं मत झालं. त्यानुसार त्याने बातमीचा अँगल निश्चित केला. ती अधिकाधिक चुरचुरीत कशी होईल त्याचा विचार केला. रात्री दहाच्या सुमारास अन्य दोन वृत्तपत्रांमधल्या आपल्या विश्वासू मित्रांना बातमी कळली का, म्हणून फोन केला आणि महेश व अप्पांच्या भेटीचा थोडक्यात वृत्तान्त कथन करून फिलर सोडून दिला. वर इतरत्र बोलू नका, मी बातमी घेतोय म्हणत त्यांनाही त्यांच्याकडे बातमी घेण्याचा सूचक इशारा केला. त्यानुसार दुसऱ्या दिवशी जनमतसह अन्य दोन वृत्तपत्रांमध्ये या गुप्त भेटीची बातमी पहिल्या पानावर ठळकपणे छापली होती. पहाटे सव्वापाचला महेशचं फ्लाइट टेकऑफ झालं अन् इकडे सकाळी सातपासून पुन्हा टीव्हीवर या विषयाच्या चर्चेने टेकऑफ घेतलं.

'अप्पांशी खास गप्पा!' अशा मथळ्यासह दुसऱ्या दिवशीच्या 'प्रखर'मध्ये अप्पासाहेब आणि महेशच्या गुप्त भेटीची बातमी सेकंड लीड केली होती. पहिल्या पानावर अगदी वरच्या उजव्या कोपऱ्यात उभयतांच्या स्वतंत्र छायाचित्रांसह छापलेली ही बातमी अत्यंत खुसखुशीतपणे लिहिली होती. त्यामध्ये महेशला परदेशी पाठवण्याच्या वरिष्ठांच्या बहाण्यापासून ते दौऱ्यावर निघण्याच्या आदल्या दिवशी भल्या पहाटे महेश स्वत: गाडी चालवत कसे अप्पासाहेबांकडे गेले आणि तिथे उभयतांत कशा मनमोकळ्या गप्पा झाल्या या संदर्भात जागोजागी सूचक विधाने केली होती. त्यातही बातमी कळते-समजते छापाची असल्याने अधिकच संशयकल्लोळ उत्पन्न करणारी होती. कालचक्र आणि वृत्तवेध या दैनिकांमध्येही महेश व अप्पासाहेबांच्या भेटीची बातमी खमंग फोडणी देऊन पहिल्या पानावर ठळकपणे होती. साहजिकच सगळ्या वृत्तवाहिन्यांवर सकाळपासून याच विषयाचे दळण सुरू झाले. अप्पासाहेब भल्या पहाटेच उठत असल्याचे सर्वज्ञात असल्याने दोन-तीन चॅनेल्सचे क्रू सकाळी सकाळी त्यांच्याकडे रवाना झाले. सकाळी वृत्तपत्रे चाळत असताना अप्पासाहेबांना देखील दोघांच्या भेटीच्या बातम्या बघून सुखद धक्का बसला. या बातम्यांमुळे आता पुढच्या दोन-तीन दिवसांत मीडियाचा फोकस आपल्यावर असणार हे आजवरच्या अनुभवावरून त्यांनी ताडले. बातम्या वाचून ते मनोमन खूशदेखील झाले. येत्या दोन-तीन दिवसांत मीडियाला टप्प्याटप्प्याने खाद्य कसे द्यावे त्याची 'स्ट्रॅटेजी' पक्की करण्यात ते गढून गेले. तेवढ्यात ट्रस्टच्या सेक्रेटरीने आत येऊन त्यांना बाहेर तीन-चार टीव्हीवाले

येऊन उभे असल्याचे सांगितले. दरम्यानच्या काळात अप्पासाहेबांची मीडियातल्या आपल्या दोघातिघा खास दोस्तांशी चर्चा झाली. एक-दोन राजकीय धारेतले मित्र आणि मीडियातल्या खास मंडळींशी फोनवर संवाद साधून अप्पासाहेबांनी आज मीडियाला नेमके काय सांगायचे ती लाइन पक्की केली आणि छानपैकी गुळगुळीत दाढी वगैरे करून नाकावरचा चश्मा थोडा वर-खाली सरकवत स्वत:ची छबी दोन वेळा आरशात न्याहाळून घेतली. सारे काही मनासारखे जमल्याची खात्री झाल्यानंतर सुहास्य वदनाने खाली येत टीव्ही कॅमेऱ्यांना सामोरे गेले. उपस्थितांपैकी दोघातिघा ओळखीच्या चेहऱ्यांकडे पाहून स्मितहास्य केले. ''आपल्याला थोडा वेळ थांबावं लागलं त्याबद्दल दिलगीर आहे. आज तुम्ही सगळी मंडळी एकदम एवढ्या सकाळी सकाळी इकडे मोर्चा वळवाल याची कल्पना असती, तर जरा लवकर आवरली असती सकाळची आन्हिकं...''

त्यावर एक जण उत्तरला, ''तसं काही नाही, अप्पासाहेब. उलट आम्हीच आलो अनाहूतपणे तुम्हाला तसदी द्यायला. पर्यायच नव्हता.''

''का बुवा?'' अप्पांचा मिश्कील प्रश्न.

''आज सकाळचे पेपर आपण पाहिलेच असणार. त्यामध्ये तुमच्या कालच्या गुप्त भेटीच्या बातम्या रंगवून रंगवून छापल्या आहेत. जरा आम्हालाही सांगा की त्याबद्दल.''

त्यावर जरा सावरून बसत अप्पांनी मोठ्ठा पॉज घेतला. लगेच सगळे कॅमेरे आणि माइक त्यांच्यापुढे गडबडीने रोखले गेले. ही सगळी लगबग आटोपेपर्यंत मनात शब्दांची जुळवाजुळव करत घसा खाकरून चेहऱ्यावर खास ठेवणीतले मंद स्मित आणत अप्पांनी बाइट द्यायला सुरुवात केली, ''खरं तर माझा सगळा कारभार अगदी स्वच्छ, सरळ आणि उघड उघड चालतो. त्यामुळे इथे गुप्त वगैरे काही नसतं. माझ्या ट्रस्टच्या कार्यालयाचे दरवाजे सर्वांनाच खुले असतात आणि चांगलं काम करणाऱ्यांसाठी तर रात्र काय अन् पहाट काय, आम्ही नेहमीच तत्पर असतो.''

''म्हणूनच बांद्र्याचे जिल्हाधिकारी महेश राऊत आपल्याकडे भल्या पहाटे आले होते वाटतं?''

''मी सांगितलं ना. ट्रस्ट म्हणजे काय शेवटी विश्वास, विश्वस्त... आणि लोकांनी विश्वस्त याच नात्यानं माझ्याकडे हा कारभार सुपूर्द केलाय. त्यामुळे इथे कुणीही, कधीही येऊ शकतं. आम्ही कुणालाच आडकाठी करत नाही.''

''म्हणजे जिल्हाधिकारी महेश काल इथं येऊन गेले तर...''

''मी म्हटलं ना, कुणीही येऊ शकतं. दिवसभर इथे शेकडो लोक येतात, त्यात तेसुद्धा आले तर बिघडतं कुठं?''

''पण मग तुमची आणि त्यांची काय चर्चा झाली?''

“अं... काय म्हणालात?” असा उलट सवाल करत अप्पांनी विचार करायला थोडा अवधी घेतला. समोरच्या पत्रकाराने आपला प्रश्न रिपीट केला. त्यावर अप्पासाहेबांनी पुन्हा संदिग्ध उत्तर दिलं, “चर्चेतूनच प्रश्न सुटतात यावर माझा विश्वास आहे. त्यामुळे मी कुणाशीही कधीही चर्चेला तयार असतो.”

“हो, पण जिल्हाधिकाऱ्यांनी आपल्याकडे काही गोपनीय कागदपत्रेही सुपूर्द केलीत म्हणे.”

“आमचं कामच असं आहे की, अनेक माध्यमांतून अनेक जण इथं येतात, संबंधित कागदपत्रं, दस्तऐवज आणून देतात. तुम्ही पाहाल तर दररोज अर्धी ट्रक भरेल एवढी कागदपत्रं इथं येतात.”

“हो, पण महेश यांनी नेमकी कोणती कागदपत्रं दिली आपल्याकडे?”

“ते तुम्ही त्यांनाच विचारा.”

“म्हणजे त्यांनी नक्कीच काही ठोस पुरावे आपल्याला दिले असणार.”

“मी आताच या संदर्भात काही भाष्य करून कुणाला अडचणीत आणू इच्छित नाही.”

“पण आपली त्यांच्याशी भेट झाली हे तर खरं ना?”

“कुणाशी भेट होवो न होवो त्यामुळे काय फरक पडतोय? हां... एक मात्र खरं की सध्या गाजत असलेली बांद्र्याची दोन्ही प्रकरणे गंभीर आहेत आणि त्यामध्ये आता मी स्वत: जातीनं लक्ष घालणार आहे.”

“पण अप्पासाहेब...”

“आतापुरतं एवढंच... धन्यवाद!”

“अरे गणपत, या सगळ्या मंडळींना आपला तो आयुर्वेदिक काढा दे बघू गरमागरम. सकाळी सकाळी जरा कपभर आमचा काढा घ्या आणि बघा दिवसभर तुमची तरतरी कशी टिकून राहते ते...” अप्पासाहेबांनी शिताफीने दुसरीकडे विषय वळवत मीडियावाल्यांना ‘गुंडाळून’ टाकलं आणि बाहेर इतर मंडळी वाट बघताहेत म्हणत तिथून अलगद सटकले.

इकडे पुढच्या पाचच मिनिटात अप्पासाहेब आता बांद्रा कॉलनी प्रकरणात स्वत: लक्ष घालणार अशी ब्रेकिंग न्यूज सुरू झाली. सोबत अप्पांचा तुटक तुटक बाइट जो तो आपापल्या अँगलने दाखवत होता. त्यामुळे अप्पासाहेब आणि महेशची कथित भेट व एकुणात या विषयाला सर्वत्र चांगलीच हवा मिळाली.

स्थानिक वृत्तवाहिन्यांवर अप्पासाहेबांचा इशारा झळकू लागताच अप्पांचा टीआरपी लक्षात घेता राष्ट्रीय वृत्तवाहिन्यांनी देखील हा मुद्दा उचलून धरत बातमी ठळकपणे चालवली. साहजिकच दिल्लीपर्यंत वारे जाऊन पोहोचले. दिल्लीतून श्रेष्ठींचे सचिव, पक्ष प्रवक्ते यांनी लगेच आपापल्या मंडळींकडे याबाबत विचारणा केली. मुंबईतल्या

राजकीय आणि प्रशासकीय वर्तुळात एकच धांदल सुरू झाली. तत्पूर्वी, सकाळी प्रखर व अन्य पेपरात आलेल्या महेश आणि अप्पासाहेबांच्या भेटीच्या बातमीने अनेकांना अस्वस्थ केले होतेच. त्यात आता टीव्हीवाल्यांचेही शुक्लकाष्ठ मागे लागल्याने संबंधितांची अधिकच गोची झाली. आतापर्यंत आरोग्यमंत्री घोरपडे, महसूलमंत्री कदम टार्गेट होत होते; परंतु आता सार्वजनिक बांधकाममंत्री पुरुषोत्तम देसाई, या तिन्ही खात्यांचे आजी-माजी सचिव, सत्ताधारी आघाडीतील घटक पक्षांचे नेते म्हणून उपमुख्यमंत्री झगडे, एवढेच नव्हे तर मुख्यमंत्र्यांची नावेही याला प्रत्यक्ष-अप्रत्यक्ष जबाबदार म्हणून घेतली जाऊ लागली. मीडियातर्फे त्यांनासुद्धा लक्ष्य केले जाऊ लागल्याने जो तो आपापली कातडी वाचवण्याची धडपड करू लागला. त्याबरोबरच प्रत्येकाने आपल्या प्रतिस्पर्ध्यावर वार करण्याची ही एक संधी असल्याचे समजून लगेच डावपेचांची आखणी करत तसे पत्तेही फेकायला सुरुवात केली.

मीडियामध्ये या संदर्भात सर्वांत अगोदर राजकीय वक्तव्य आले ते उपमुख्यमंत्री झगडे यांचे. गावगुंडीच्या राजकारणात तयार झालेल्या झगडेंनी पक्षांतर्गत तसेच अन्य राजकीय विरोधकांवर शरसंधान करण्याची ही एक चांगली संधी असल्याचे ताडले. त्यानुसार अगदी ठरवून ते मीडियाला सामोरे गेले अन् सांगितले की, ''सध्या सगळीकडे गाजत असलेल्या बांद्रा कॉलनी पुनर्विकास आणि नियोजित सुपरस्पेशालिटी हॉस्पिटलच्या प्रकरणात सरकार म्हणून आमची भूमिका अगदी तटस्थ आहे. ज्येष्ठ समाजसेवक अप्पासाहेब यांनी या प्रकरणात लक्ष घातल्यास अधिक उत्तम होईल. कारण त्यामुळे सरकारवरचा पक्षपातीपणाचा शिक्का आपोआप पुसला जाईल. आजवर आमच्या पक्षाच्या एकाही नेत्याचं नाव संबंधित प्रकरणात आलं नव्हतं; पण जर सार्वजनिक बांधकाम खाते आमच्या पक्षाकडे आहे तर त्याच्याशी संबंधित सर्व साशंकता अप्पासाहेब म्हणताहेत त्याप्रमाणे त्वरित मिटवण्याचा आम्ही कसोशीनं प्रयत्न करू. गरज असल्यास संबंधितांना मीडियाच्या माध्यमातून तसे थेट लोकांसमोर काय ते स्पष्ट करायला भाग पाडले जाईल. बाकीच्या खात्यांशी आमचा वा आमच्या पक्षाचा थेट संबंध नसला तरी आता या सगळ्या बाबींची सखोल चौकशी व्हावी, अशी उपमुख्यमंत्री म्हणून माझी भूमिका आहे. आजच त्या संदर्भात मुख्यमंत्र्यांची भेट घेऊन मी चर्चा करणार आहे.''

झगडेंचे हे स्टेटमेंट म्हणजे मीडियासाठी आणखी एक चांगले खाद्य ठरले. त्यामुळे लगेच तशा अर्थाच्या बातम्या झळकू लागल्या,

'बांद्रा कॉलनी प्रश्नी चौकशीचा उपमुख्यमंत्र्यांचा आग्रह'

'बांद्रा कॉलनी निमित्ताने सरकारमधील घटकपक्षांतले मतभेद चव्हाट्यावर'

'उपमुख्यमंत्र्यांचे पक्षांतर्गत विरोधकांवर शरसंधान; बांद्रा कॉलनी प्रकरणी बांधकाममंत्र्यांची कोंडी करण्याचा प्रयत्न.'

'... आता लक्ष मुख्यमंत्र्यांच्या भूमिकेकडे'

वगैरे वगैरे बातम्या लगोलग टीव्हीवर झळकायला लागल्या. अप्पासाहेब व झगडे यांची वक्तव्ये समोरासमोर दर्शवून त्याचे अन्वयार्थ लावणे सुरू झाले. या सगळ्यामध्ये आपण कुठेही दिसत नाही, म्हटल्यावर विरोधी पक्षांच्या अस्वस्थतेत भर पडली. साहजिकच विधानसभेचे विरोधी पक्षनेते दिलीप महाजन यांनी या संदर्भात पत्रकार परिषद बोलावली. त्यात त्यांनी आरोप केला की, ''बांद्रा कॉलनी प्रकरण म्हणजे राज्यातील आघाडी सरकारच्या भ्रष्ट आणि घोटाळेबाज कारभाराचा आणखी एक पुरावा आहे. वरवर पाहिले तरी या प्रकरणात प्रचंड भ्रष्टाचार, गैरव्यवहार, अनियमितता झाल्याचे आढळते. मात्र एवढे असूनही सरकार ढिम्म आहे. किंबहुना, भ्रष्टाचारी मंत्री, अधिकारी व संबंधित ठेकेदार, दलाल यांना सरकार मुद्दाम पाठीशी घालत आहे. या संदर्भात विधिमंडळाच्या येत्या अधिवेशनात आम्ही सरकारला जाब विचारल्याशिवाय राहणार नाही. संबंधित प्रकरणाचे ठेकेदार, दलाल, लॉबिंग करणारी मंडळी, सत्ताधारी आणि अधिकारी या सगळ्यांची सखोल चौकशी व्हायला हवी. चौकशी पूर्ण होईपर्यंत ठेकेदारांना काळ्या यादीत टाकायला हवे. सरकारशी संबंधित अन्य कोणतीही कामे त्यांना मिळू नयेत. तसेच सध्या जी कामे सुरू असतील त्यांचीही सखोल चौकशी व्हावी. एवढेच नव्हे, तर त्यांचा निधीही रोखून धरला जावा, अशी आमची स्पष्ट भूमिका आहे.''

विरोधी पक्षनेत्यांचा सूर जरी सरकारविरोधाचा असला तरी टीकेचा खरा रोख व गर्भित इशारा मात्र संबंधित ठेकेदारांना असल्याचे ही सगळी चेन माहीत असलेल्यांना जाणवल्याशिवाय राहत नाही. याबाबत विरोधी पक्षनेता म्हणून जे 'मायलेज' मिळायचे ते मिळणारच आहे; मात्र ठेकेदारांना आपले उपद्रव'मूल्य' कळल्याशिवाय ते आपल्याकडे पाहणारही नाहीत, हे महाजन पुरेपूर जाणून होते. साम, दाम, दंड, भेद यापैकी कशाचाही वापर करून शेवटी हे प्रकरण ठेकेदार मंडळींनाच 'मॅनेज' करावे लागणार हे ते जाणून होते. मग अशावेळी सत्ताधाऱ्यांमध्ये भेद निर्माण करून सॉफ्ट टार्गेट असलेल्या ठेकेदारांकडून अधिकाधिक दाम वसूल करण्याची हीच योग्य वेळ असल्याचे एवढ्या वर्षांच्या अनुभवातून महाजनांना चांगलेच उमजले होते. त्यानुसार त्यांनी आपली लक्ष्यनिश्चिती करून घेतली.

इकडे उपमुख्यमंत्र्यांनी आपल्यालाच कॉर्नर केल्याचे पाहून त्यांचे पक्षांतर्गत विरोधक असलेले बांधकाममंत्री पुरुषोत्तम देसाईंचा चांगलाच तिळपापड झाला; पण आताच त्याबाबत बोलण्यापेक्षा थोडा धीर धरायला हवा, असा विचार करून मीडियाचा ससेमिरा चुकविण्यासाठी त्यांनी 'नॉट रीचेबल' होणे पसंत केले. खास गोटातल्या तीन-चार जणांसह हेलिकॉप्टरने ते थेट आपल्या गावी परतले. पण जाण्यापूर्वी काही जणांना पूर्णपणे जागरूक राहून आतले 'रिपोर्टिंग' वेळच्या वेळी

देत राहा, अशा सूचना द्यायला विसरले नाहीत. आता आपण नेमका काय स्टॅन्ड घ्यायचा आणि झगडेंवर कसा पलटवार करायचा त्याचे चिंतन देसाईंच्या खलबतखान्यात सुरू झाले होते.

दुसरीकडे आरोग्यमंत्री घोरपडेंचा तर प्रचंड त्रागा सुरू झाला होता. 'मायला या कलेक्टरच्या xxवर लाथ हाणून हुसकायला हवा होता वेळीच साल्याला. अप्पासाहेबाची भेट काय घेतो, नाटकं काय करतो. तो अप्पासाहेबबी लै नौटंकी साला, त्याला तर भ्रष्टाचाराचं तुनतुनं वाजवायला हवंच असतं. आमचा शीएम तर न बोलून शाना, आमच्या xxx मध्ये पानी ओततायत सगळे म्हटल्यावर त्याला तर आनंदाच्या उकळ्या फुटत असतील. पन, जरा थांब म्हनाव, हा घोरपडे असा हार जानारा न्हाई. बाजी उलटवतो बघ कशी.' असं स्वगत करत चरफडत घोरपडे आपल्या बंगल्याच्या आवारात येरझारा घालत होते. तेवढ्यात पीए सदाशिव समोर येऊन थांबला. त्याला खरंतर बोलायचं होतं; पण घोरपडेंचा मूड पाहून तो नुसताच उभा राहिला. दोन मिनिटांनी नजरेनेच घोरपडेनी त्याला काय असं विचारलं. त्यावर तो उत्तरला, ''साहेब, पत्रकार मंडळींचे लै फोन येऊन ऱ्हायलेत.''

''आयला, हा एक नुसता भुंगा मागं लागतो काही झालं की. काय भेटायचं न्हाई आत्ता मला या भडव्यांना. दलाल सारे हरामखोर. आपलंच खाऊन आपलीच मारतात. कुनाकुनाच्या सुपाऱ्या घेऊन येतात प्रश्न विचारायला ते आमाला म्हाईत न्हाई का? त्या शीएमनीच बत्ती दिली असंल, घोरपडेला बोलता करा म्हनून. मीपन येडा न्हाई, काय भेटनार न्हाई मी आता कुनाला आणि फोनबिनपन द्यायचा न्हाई आपल्याला असा कुनाचा, सांगून ठिवतो आताच. काय?''

साहेबांची बॉडीलँग्वेज आणि एकंदर नूर पाहून सदाशिव सारं काही समजला. आणखी इथे तोफेच्या तोंडी उभं राहिलो तर शिव्यांच्या लाखोलीची राळ आपल्यावर उडल्याशिवाय राहणार नाही हे लक्षात आल्याने, जी साहेब... एवढंच बोलून त्याने तातडीने काढता पाय घेतला.

महसूलमंत्री कदम मात्र आपल्या नेहमीच्या शैलीत मीडियाला सामोरे गेले. 'बांद्रा कॉलनी प्रकरणात कोणतीही अनियमितता झालेली नाही. कागदोपत्री आणि नियमानुसारच सारं काही होत आहे. काही मंडळी त्याला उगाचच भलतेसलते वळण द्यायचा प्रयत्न करत आहेत. हे एक प्रकारचे राजकीय षडयंत्र आहे. माझ्या खात्याचा यामध्ये जेवढा संबंध आहे, त्यामध्ये पूर्णपणे पारदर्शीपणा असल्याचं मी छातीठोकपणे सांगू इच्छितो. संबंधित ठेकेदारांनीदेखील निविदा असो की अन्य औपचारिकता, त्यामध्ये कुठेही नियमभंग केलेला नाही. उलट याबाबत सर्वांना विश्वासात घेऊनच काम सुरू आहे. शासकीय वसाहतीतील रहिवासी संघाशी यापूर्वी चर्चा झाली आहे. आताही वाटलं तर माझी चर्चेसाठी ना नाही; पण म्हणून मला

कुणी उगाच टार्गेट करत असेल तर मीसुद्धा त्यांच्याशी माझ्या पद्धतीनं 'खास' चर्चा करायला तयार आहे. राहता राहिला प्रश्न चौकशीचा. तर कर नाही त्याला डर कशाला? काय वाट्टेल ती चौकशी होऊन जाऊ द्या. फक्त ती गरजेनुसार म्हणजे खरंच आवश्यकता असल्यास आणि नियमानुसार व्हायला हवी. कुणी तरी टिक्कोजीराव उठतो आणि मागणी करतो म्हणून लगेच आम्ही त्यासाठी धावाधाव का करावी? प्रत्येक निर्णयावर असे प्रश्न उपस्थित व्हायला लागले, तर सरकार चालवणेच मुश्कील होईल. आणखी एक, प्रशासनातल्या अधिकाऱ्यांनीसुद्धा प्रशासकीय चौकटीत राहूनच काम करायला हवं. पुढारी बनण्याची हौस असली तर खुर्ची सोडा आणि बाहेर पडा म्हणावं. एकदा आखाड्यात आल्यावर मग बघूच, तुम्ही आहात आणि आम्ही आहोत.'

एवढा मसाला मिळाल्यावर त्याच्या ब्रेकिंग न्यूज न झाल्या तरच नवल.

'महसूलमंत्री आक्रमक...'

'ज्येष्ठ समाजसेवक अप्पासाहेबांची महसूलमंत्र्यांकडून टिक्कोजीराव अशी संभावना'

'अधिकाऱ्यांना महसूलमंत्र्यांची तंबी'

'महसूलमंत्र्यांनी पातळी सोडली, दमबाजी- बघून घेऊ अशी भाषा...'

या सगळ्या गलबल्यामुळे बांद्रा कॉलनी प्रकरणाचा कोलाहल अधिकच वाढत गेला.

या तापलेल्या वातावरणात तमाम मीडियाला शोध होता तो मुख्यमंत्र्यांचा. कारण आता मुख्यमंत्र्यांची याबाबतची भूमिका स्पष्ट होणे महत्त्वाचे होते. त्यामुळे एकजात सगळा मीडिया मुख्यमंत्र्यांना बोलतं करण्याच्या प्रयत्नात होता; पण राजकारणात तरबेज असलेल्या मुख्यमंत्र्यांनी मात्र तूर्त मीडियाला दूर ठेवणेच पसंत केले. वास्तविक राज्यातील दुष्काळग्रस्त भागाच्या पाहणी दौऱ्यावर गेलेले मुख्यमंत्री नियोजित कार्यक्रमानुसार सायंकाळी मुंबईत परतणे अपेक्षित होते; परंतु मुख्यमंत्र्यांनी हेतुपुरस्सर आपला हा दौरा अगदी निवांतपणे होऊ दिला. त्यानंतर तिथेच आयोजित वरिष्ठ अधिकाऱ्यांची बैठकदेखील प्रदीर्घ काळ लांबवली. वृत्तवाहिन्यांचा प्राइम टाइम निघून जाईपर्यंत स्थानिक पत्रकारांनाही भेटणे टाळले. रात्री अगदी उशिरा पत्रकारांची भेट घेऊन 'आज मी फार थकलोय या दौऱ्यामुळं, उद्या सकाळी निवांत बोलू,' म्हणत त्यांना वाटे लावलं.

दुसरीकडे राज्यभरात स्वतंत्र सत्ताकेंद्र म्हणून गणल्या जाणाऱ्या महसूलमंत्र्यांच्या गोटात या सगळ्या प्रकरणाने प्रचंड अस्वस्थता पसरलेली होती. त्यातच सकाळी अप्पासाहेबांना प्रत्युत्तर देताना कदमांनी जरा जोशात त्यांची केलेली टिक्कोजीराव ही संभावना लोकांमध्ये तीव्र संताप निर्माण करणारी असल्याच्या बातम्या मीडियातून

आल्या. त्यामुळे कदम अगदी कावून गेले होते. अशा वेळी आता जरा रिलॅक्स व्हावे व पुढची स्ट्रॅटेजी ठरवावी म्हणून त्यांनी आपल्या खास मित्रमंडळींना 'राष्ट्रीय कार्यक्रमा'साठी बोलावून घेतलं. मनी आणि मसल पॉवर हेच आजवरच्या राजकारणाचे सूत्र असलेले कदम, शासकीय वसाहतीच्या कामाचे ठेकदार, वाळूमाफिया म्हणून कुख्यात असलेला त्यांचा तरुणपणापासूनचा जीवश्चकंठश्च मित्र सुरेश नाईक, मद्यसम्राट बिरुदावली मिरविणारा गुल्लू वासवानी, पेट्रोलकिंग सुरिंदर पालेजा आणि अन्य अशाच कॅटेगरीतल्या दोन-तीन मित्रांसमवेत 'बैठक' सुरू होती. दुसऱ्या पेगच्या पहिल्या सिप पाठोपाठ एक खारवलेला काजू आणि तळलेल्या पापलेटचा मोठा तुकडा तोंडात सरकवत, "च्यायला, या अप्पाचा काहीतरी बंदोबस्त करायला हवा." म्हणत कदमांनी सुस्कारा सोडला.

"करायचा का उद्या आक्शिडन्ट? दौरा सांगा त्यांचा कुठं आहे त्येवढा." इति सुऱ्या.

"गप रे सुऱ्या, सुधर ना साल्या, आता काय आपण नाक्यावरचे भाई नाही राहिलो."

"मग काय करायचं? बसायचं हात xxx घालून... आयला आपल्याला ह्येच पटत न्हाई... xxx आपलं काम कसं xxx एक घाव, दोन तुकडे... मग सगळं येकदम शांत."

त्यावर एक ठेकेदार चाचरत म्हणतात, "सुरेशशेठ असा नका बोलू. वो अब बडा मुश्किल है. हम सब को प्रॉब्लेम आ जायेगी. इससे भी बडी..."

"कसला प्रॉब्लेम? आं... xxx xxx येकदा खपला म्हटला का थोडा दंगा होईल आन् मग सारं शांत. सगळं संपून जातं मानूस गेल्यावर. आतापर्यंत असे लै गेम वाजवले अन् पचवलेत आपन."

"ए गप रे सुऱ्या, साल्या तुला बोल्लो ना तुझं डोकं नको चालवू. उगाच आणखी डोक्याला ताप होईल माझ्या निस्तरता निस्तरता. दारू प्यायली की तुझा सैतानी दिमाग दौडायला लागतो, मग सुटतो तू काहीच्या बाही. आता गप बस एकदम. मी बघतो काय करायचं ते. आजच्या स्थितीत अप्पासाहेबाच्या केसाला जरी धक्का लागला तरी हा मीडिया आपले सगळ्यांचे सगळीकडचे केस भादरून ठेवेल. एवढं सोपंय का येड्या ते."

"हां, ये बराबर है," गुल्लू वासवानी मान डोलावतो.

"मला असं वाटतं की, अप्पासाहेबाला आणखी नवं काही मिळालं नाही तर दोन-तीन दिवसांपेक्षा जास्त तो ही रेकॉर्ड वाजवू शकणार नाही. मीडियापण तेच ते दाखवून वैतागेल. फारतर काय, अप्पा उपोषणाला बसेल. त्याला उपोषण कसं मागे घ्यायला लावायचं ते आपल्याला माहीत आहे. मागच्या दोन्ही वेळेस आपल्या

रंगनाथ जाधव आणि कंपनीनंच त्याचं सगळं काही मॅनेज केलं की...''

''रंगनाथ जाधव कोण, ते पत्रकार का?'' पालेजा विचारतात.

''हो, ते नुसते पत्रकारच नाहीत; पीआर, इव्हेन्ट मॅनेजमेन्ट अन् इमेज बिल्डिंग का काय म्हणतात ते, असं बरंच काही काही करतात ते. पण गडी मॅनेजमेन्टला लै पक्का अन् भारी, कुणाला कधी कसा मॅनेज करायचा ते त्याला बरोबर कळतं. एकमेकांच्या छाताडावर बसणारे राजकारणी असोत, हाडवैर असलेले संपादक असोत की कुणी अधिकारी वा अप्पासाहेबासारखा कुणी गांधीवादी असो, हा बरोबर तिथे फील्डिंग लावतो अन् काम वाजवतो.''

''फिर बोलो ना उनको, जो कुछ लगेला अपुन दे देंगे.''

''थांबा जरा, अजून त्याची वेळ आलेली नाही. तो प्रत्यक्ष काही घडवू शकत नाही. काही घडायला नको किंवा हवं तसं घडावं म्हणून फक्त मांडवली तेवढी करू शकतो. वेळ आल्यावर मी त्याला सांगीन ते. त्याची साली सीएम, डीसीएम सगळ्यांकडे ऊठबस असते. अजून सीएमनी पत्ते उघडलेले नाहीत. आपल्यावर बीततीय म्हटल्यावर तो आता जास्तीत जास्त गप्पच राहील म्हणा. लै बिलंदर आहे साला, पण ठीक आहे, आपल्याला तसा टरकून असतो.''

अशाही स्थितीत आपली वट दाखवण्याची संधी कदमांनी साधून घेतली. इतरांनी त्यांच्या होमध्ये हो मिसळला. कदमांचा दुसरा ग्लास रिकामा झाल्याचं पाहून लगेचच वासवानींनी पुन्हा तो लगबगीने भरून टाकला. ग्लास उचलून त्यातला आइस क्यूब बोटाने ढकलत कदमांनी एक मोठ्ठा सिप घेतला आणि पुन्हा पापलेटचा तुकडा तोंडात टाकत म्हणाले, ''आत्ता एक करायला पाहिजे असं मला वाटतं...''

सगळ्यांच्या नजरा उत्सुकतेने त्यांच्याकडे लागल्या. डाव्या हातातला ग्लास उजव्या हातात घेत पुन्हा एक मोठा सिप व पाठोपाठ काजूचा तुकडा तोंडात टाकत कदमांनी बोलायला सुरुवात केली, ''मी मघा म्हटलं त्याप्रमाणे अप्पासाहेबाला आता या प्रकरणात आणखी काही नवं हाती गवसायला नको.''

''म्हणजे?''

''त्याची ती रसद तोडायला पायजे. त्यासाठी जिल्हाधिकारी महेशवर जास्त लक्ष ठेवायला हवं.''

''तो तर सध्या गेलाय ना तिकडे परदेशात xxx घालायला... इकडे आग लावली भडव्यानं आणि स्वत: जाऊन बसला तिकडे...''

''ते एका दृष्टीनं बरंच आहे सुरेशशेठ...! सीएमचीच ती खेळी होती; पण पठ्ठ्या लै हुशार! बरोब्बर टायमिंग साधून अप्पासाहेबाला भेटला अन् सीएमच्या तंगड्या त्याच्याच गळ्यात बांधून गेला.''

''हां, पण इथं आपलेही लागून गेले ना xxx''

“थांब रे जरा सुऱ्या, असं सारखं डोक्यात राग घालून चालत नाही. आपली खोपडीपण तुला माहितीये, लै गरम होती आधी. पण राजकारणात लंबी रेस का घोडा बनायचं तर थंडपणा ठेवावा लागतो. नाही तर आतापर्यंत तुझ्यासारखी माझीपण जेलयात्रा झाली असती अनेकदा.”

“पण मग काय करायचं आता?”

“मी बोललो ना, त्या महेशला आवळायचा जरा.”

“वो कैसे मगर, क्या करना होगा?”

“तुम फिकर मत करो, अपनी सब फील्डिंग है... अपने दो खास आदमी उनके दौरे में शामिल है.”

“लेकिन उधर से क्या करने का?”

“मी म्हटलं ना आवळायचा जरा.” असं म्हणत स्वत:शीच खूश होत कदम सुऱ्याकडे पाहून डोळा मारतात.

“म्हंजे?”

“आपल्या त्या रासकरला फोन लावायला सांग रवीला. म्हणावं मला बोलायचंय. पण नको साला, हे फोनबिन हल्ली लै टॅप होतात. सुऱ्या तू एक काम कर, तुझ्या एखाद्या पंटरच्या फोनवरून त्याला फोन लाव. तिकडेही त्याचा फोन चालू असतो, आयएसडी कॉल लावावा लागेल.”

“लावला, पुढं काय?”

“त्या जिल्हाधिकारी महेशची झोप उडव म्हणा. दारू ते बेणं पितं का नाही माहीत नाही, बहुतेक नसेलच पीत. पण बाई... अशा बाया सोड तिकडच्या नाइट क्लबमधल्या त्याच्या अंगावर म्हणाव... की पार त्याची हालत पतली झाली पाहिजे. क्लबबिबला आला नाही तर त्याच्या हॉटेलच्या रूमवर पाठव म्हणाव. काय ते डायटीश... डायटीश... डायटीशन किंवा मसाजवाली म्हणून चांगली ‘रूम सर्विस’ करायला लाव म्हणाव. हॉटेलतर्फे लकी ड्रॉमध्ये तुमचा नंबर लागला असं काही तरी सांगा. पैशे कितीही लागू दे, आपण व्यवस्था करू इथून, आन् त्याचं रेकॉर्डिंग व्हायला हवं सगळं. बारक्या मोबाइलमध्ये झालं तरी लै होईल. मग बघू त्याच्याकडे.”

“पन, तो XXX बाईच्या नादाला लागेल का?”

“मसाजला अंग हवाली केलं की बघ कसं येडं करतात त्या बाया, आमच्या सुऱ्याला चांगला अनुभव आहे. पहिल्या फॉरेन ट्रिपला या हनुमानभक्ताची सगळी भक्ती ‘उठली’. नाही, नाही म्हणत रात्रभरात चांगला तीन वेळा मसाज केला अन् मग दर महिन्याला जायला लागला, आम्हाला टप्पा देऊन तिकडे.”

“हां खरंय, पण ते रेकॉर्डिंगचं काय?”

“हे बघ, तो रासकर वाट्टेल ते जमवू शकतो. त्याला म्हणावं पैशाची अजिबात

फिकीर करू नको. तू स्वत: बोलतोय म्हटल्यावर डायरेक्ट माझाच मेसेज असणार, हे त्याच्यासारख्या चतऱ्या माणसाला वेगळं सांगायला नको. तर त्याला सांग, कसंही कर आणि हे जमवच. काय पैशे लागतील ते सांग म्हणावं, लगेच हवाला करू आणि इकडे आल्यावर खास बक्षीस देऊ मोठ्ठं!''

''पण तिकडे तो कांबळे असेल ना, सीएमच्या XXX चोळून चोळून राज्यमंत्री झाला. आता एकदम खास आहे म्हणतात सीएमचा आणि या कांबळेसारखी गिऱ्हाइकं रासकरला कसा मोकळा सोडणार अशा टायमाला?''

''हो तेही खरंय, पण त्याला म्हणावं, कसंही कर; पण जमव हे. त्याचं एक खूप दिवसांचं काम पेन्डिंग आहे आपल्याकडे. नवी मुंबईतलं एक मोठं आरक्षण शिफ्ट करायचं म्हणून एका बड्या पार्टीला माझ्याकडे घेऊन आला होता. ते काम करून टाकू म्हणावं, आम्हाला काही नको, सगळं काही तूच घे त्यातलं. वाटलं तर वरतून आणखी काही चांगलं बक्षीस देऊ म्हणावं आणि तो कांबळे तसा चूतिया आहे. त्याच्यासारख्यांना गुंडाळणं रासकरला फार अवघड नाही. तो महेश नंगा सापडला पाहिजे म्हणावं फक्त, मग बघा धमाल.''

''आयला, हे लय भारी होईल, जमलं तर...''

''जमावावंच लागेल सुऱ्या, एवढं जमवावंच लागेल.'' म्हणत कदमांनी चौथा पेग रिकामा केला अन् चल लाग कामाला म्हणून बैठक आवरती घेतली. त्यांचा इशारा ओळखून इतरांनीसुद्धा आपापले ग्लास रिकामे केले आणि उठून उभे राहिले. स्वत: उठता उठता कदमांनी, उद्या दुपारपर्यंत रासकरला कसंही करून गाठा, असं म्हणून सगळ्यांना हाताने इशारा केला आणि वरच्या मजल्यावरील बेडरूमच्या दिशेने प्रयाण केले.

कदमांच्या या सुपर-डूपर कल्पनेने सुऱ्या चांगलाच पेटून उठला. पार्टी संपवून बाहेर आल्यावर गाडीत बसता बसता त्याने आपल्या पीए कम मॅनेजरला फोन लावला.

''बोला भाऊ...''

''कुठंयस रे राजा?''

''भाऊ 'नीलम'वर आहे. कलेक्शनला आल्तो. आज हप्त्याचा वार ना, हिसाब करून ऱ्हायलो.''

''मग...''

''धंदा मंदा हाय म्हन्तो. डान्सबार पुन्हा सुरू करण्याचा निर्णय घ्या, नुस्ता बार चालवण्यात मजा ऱ्हाई, साहेबाला सांगा म्हन्ला शेट्टी.''

''त्येच्या आयला त्येच्या डान्सबारच्या. बरं त्ये ऱ्हाऊ दे, आता येक काम कर, तो रासकर हाय ना रासकर मंत्रालयातला, त्याला फोन लावायचाय.''

"नंबर पाठवतो तुम्हाला लगेच"

"ए भडव्या, जरा ऐक ना नीट. तो नंबर काय माझ्या XXX घालून घेऊ का? का तुझ्या घालू..."

या मूडवरून साहेबाने चार-पाच पेग रिचवल्याचं राजाने क्षणात ताडलं. अजून काही बोललो तर उगाच लाखोली ऐकायला मिळायची म्हणून तो काहीच बोलला नाही.

"हॅलो... म्येला का काय?"

"बोला ना भाऊ, ऐकतोय."

"याच्या आयच्या XXXX काय सांगत होतो राव मी..."

"ते रासकरचा नंबर..."

"हां... तर त्या रासकरला फोन लावायचाय आत्ता..."

"... ... ..."

"ह्ये बघ, मी धा-पंद्रा मिन्टात नाक्यावर पोचतो. पोरं असतील आता पिऊन-खाऊन कॅरम-पत्ते खेळत. त्यांच्याशी धा-पाच मिन्ट गप्पा मारतो. तू आता तिथून डायरेक्ट नीघ आन् पोच लगेच."

"बरं भाऊ."

"ऐक जरा, नाक्यावर येताना समोरून येऊ नको. तिथं अड्ड्यावर आता मला पाहून पाचपन्नास पोरं लगेच गोळा व्हतील. मी पाच मिन्टात त्यांना वाटेला लावतो. तोवर तू मागून त्या हुसेनच्या दुकानावरून डायरेक्ट वरच्या नव्या फ्लॅटवर ये. एक चावी हायेच तुझ्याकडे. मी आलो की तिथूनच फोन लावू त्या रासकराला. आता हिसाब नको करू, ऱ्हायलेला हिसाब उद्या कर, ह्ये लै अर्जंट हाय. हां, अन् येताना शेट्टीकडून येकादा चांगला माल आन 'रगडायला' अंग लै जड पडलंय माजं, जरा चोळून दिलं की बरं वाटंल. काय तुमच्या भाषेत मसाजफसाज चांगला करील अशी दे म्हनावं. तिला तुज्याच गाडीत टाक आनि मागच्या रस्त्यानं डायरेक्ट ये फ्लॅटवर..."

"हां भाऊ."

"चल निघ लगेच."

फोन बंद होताच शेजारी बसलेल्या शेट्टीकडे राजाने मोर्चा वळवला. "भाऊंचा फोन होता. गाडी लै रंगात आहे. शेट्टीकडून फटाका आण म्हणाले."

"वो तो क्या उपरीच है. २०८, २०९, २१० में सात-आठ लडकियाँ होंगी. दो-तीन नयी आयेली है मस्त एकदम, देख के ले जाव. सुरेशसेठ को खूश कर दो."

"अरे अन्नाटन्ना तुम सब सेठ के लिए ही सोचते हो. गरीब का कौन देखेगा?"

"अरे राजाभय्या, मजाक करते हो क्या? सब तो आपका ही है. कभी ना बोला

है क्या? सेठ के पास पहले लेके जाव, उसको उधर छोडके आते वक्त फिर से इधर आव. एक रूम खोल लेना उप्पर की. आपको कौन पहचानता नहीं इधर? ढाई बजे तक तो मै हूँ. अगर ज्यादा टाइम हो गया तो ये रज्जाक रहेंगा. वो लडकियाँ भी यहाँ ही है. अगर और कोई आप जैसा आ गया तो भी एक-दो इधर उधर जायेंगी. आप बोल दो अभी उपर जाओगे तब, तो उसको नहीं भेजेंगे आज बाहर. उसमें क्या इतना, आप हमारे लिए इतना कुछ करते हो.''

''चल चल. ठीक है, वो भाऊ गालियाँ देंगे, ज्यादा टाइम हुवा तो. चल रज्जाक उपर दिखा दे मेरे को.''

रज्जाकबरोबर वर गेल्यावर पहिल्यांदा स्वत:साठी एक चॉइस करून 'इसको अभी इधर से कहीं नहीं भेजना' म्हणत त्यांच्यात जी दिसायला सगळ्यात लहान, नाजूक असते तिच्याकडे बघून 'इसको मेरी गाडी में बिठाव.' भाऊ की पसंद मालूम है. कोवळी काकडी दिली की खूश! असं स्वत:च्या मनाशी बोलत राजा खाली गाडीत जाऊन बसला.

पंचविसाव्या मिनिटाला गाडी फ्लॅटखाली उभी राहिली. इमारतीच्या मागच्या गेटने सोबतच्या मुलीला घेऊन राजा लिफ्टपाशी आला आणि शेवटच्या, बाराव्या मजल्याचं बटण दाबलं. लिफ्ट सुरू झाल्यावर त्याने तिला सांगितलं, ''देख झीनत, वो साब का ठीक से सेवा करना. जरा गुस्सीले है, लेकिन बहोत दिलदार है. अगर तू उनको खूश करेगी तो तुझको इतना कुछ देंगे की तू सोच भी नहीं सकती. लेकिन कोई नाटक किया तो, वापस जायेगी की नहीं, उसकी भी गारंटी नहीं.''

त्याच्या या वाक्यावर बिचकण्याऐवजी तिने एक बेफिकीर कटाक्ष टाकला अन् पुटपुटली, ''देखती हूँ, तेरे साब में कितना 'दम' है.''

तोवर लिफ्ट बाराव्या मजल्यावर पोहोचली. दरवाजा उघडून ते बाहेर आले. डावीकडच्या फ्लॅटची बेल दाबताच दुसऱ्या मिनिटाला सुऱ्याच्या ड्रायव्हरने दरवाजा उघडला. राजाला पाहून लगबगीने बाजूला होत भाऊ उजवीकडच्या मास्टर बेडरूममध्ये असल्याची खूण केली. राजाने आपल्यापाठोपाठ झीनतला येण्याची खूण केली. बेडरूममध्ये डोकावताच टीव्ही पाहत बसलेल्या सुऱ्याने त्यांना आत येण्याची खूण केली. आत येऊन उभ्या राहिलेल्या झीनतला खालून वर पाहत मनोमन खूश होत सुऱ्या म्हणाला, ''हिला जरा बाहेर बसव. काय खायचं-प्यायचं आसलं तर करून घ्ये म्हनावं. आपण पहिल्यांदा तो फोन करून घेऊ, मग हिला बघतो.''

राजाने मानेनेच तिला बाहेर बसायची खूण केली. एक धीट कटाक्ष भाऊकडे टाकून ती बाहेर हॉलच्या दिशेने गेली. राजाला आपल्या शेजारी बसायची खूण करून सुऱ्या म्हणाला, ''आयला, ह्ये शेट्टी लोकं पाखरं लै भारी आनतात धरून कवळी...कवळी...''

भाऊ मूडमध्ये आल्याचं पाहून राजाही रिलॅक्स झाला अन् त्यांच्या शेजारी बसत फोन काढला. "काय सांगायचं त्या रासकरला भाऊ?"

आपल्याला नेमकं काय हवं आहे ते सुऱ्याने राजाला खालच्या आवाजात सांगितलं. "तू आधी बोल त्याच्याशी, मग माझ्याकडे दे फोन. मी पन बोलतो." म्हणत पुन्हा टीव्हीवरचे गाणे पाहायला लागला.

राजा रासकरचा नंबर डायल करायला लागला, तेवढ्यात सुरेशला कदमांचं वाक्य आठवलं. 'आरं तो परदेशात असल्यानं काय तो कोन्ता नंबर लावावा लागतो.'

"हां... भाऊ आयएसडी कॉलच लावलाय. ही पाहा रिंग जातेय..." राजाने फोनचा स्पीकर ऑन केला. आठ-दहा रिंग वाजल्यावर फोन उचलला गेला.

"हॅलो..."

"हॅलो, रासकरसाहेब नमस्कार... मी..."

"हॅलो... हॅलो..." समोरून म्युझिकचा प्रचंड दणदणाट ऐकू येत होता.

हॅलो, हॅलो करता करता फोन कट झाला. राजाने पुन्हा नंबर डायल केला, पुन्हा तोच सीन झाला. नंतर मिनिटभराने रासकरचा एसएमएस आला की आत्ता इथून बोलणं अशक्य आहे, उद्या साडेअकराच्या सुमारास फोन करा. राजाने तो मेसेज सुऱ्याला वाचून दाखवला.

"क्लबबिबमदी आसंल भडवा, जाऊ द्ये. उद्या पाहू आता. तू नीघ. पन, उद्या सकाळी साडेदहालाच ये. अकराला बरुबर फोन लाऊ भडव्याला. त्येला सकाळी गाठलाच पायजे. न्हायतर उद्या मला शिव्या खाव्या लागतील."

"मी करतो सकाळी बरोबर सगळं."

"हां चल, तिला द्ये पाठवून मध्ये. मीबी जरा अर्धा तास थांबतो अन् जातो घरी."

"हां भाऊ" म्हणत राजा उठला.

दुसऱ्या दिवशी सकाळी राजा सुरेशच्या बिल्डिंगमध्ये आला. सुरेशने तळमजल्यावरच तीन फ्लॅट एकत्र करून मोठ्ठं संपर्क कार्यालय थाटलं होतं. सकाळपासून तिथे पोरांचा, पंटर लोकांचा, देवघेववाल्या मंडळींचा राबता सुरू झाला होता. आतमध्ये शिरता शिरता सगळ्यांकडे एक नजर टाकत राजाने शिपायाकडे आपल्या हातातली पिशवी दिली. भाऊंच्या केबिनमध्ये दिवा लागल्याचे पाहून भाऊ खाली आले का, अशी त्याच्याकडे विचारणा केली. त्यावर अजून नाही; पण आत्ताच फोन होता, खाली येताहेत, म्हणून लाइट लावला अशी माहिती शिपायाने पुरवली. ते ऐकून राजाचा जीव जरा भांड्यात पडला. तो आपल्या जागेवर जाऊन बसत नाही तोच सुरेशशेठ आत आले. सगळ्यांकडे बघून हसत हसत आपल्या केबिनकडे जाताना

राजाला हाताने आतमध्ये येण्याचा इशारा केला.

आतमध्ये येताच राजाने विचारलं, "भाऊ, त्या रासकरला लावू का फोन?"

"हां अगुदर तू बोल, मग मला द्ये."

"ठीक आहे."

त्याने नंबर डायल केल्यावर लगेच स्पीकर ऑन केला. बराच वेळ रिंग वाजून शेवटी फोन कट केला.

"परत लावू?"

"विचारतो काय, लाव भडव्याला. रात्री मजाहजा करून झोपला असेल म्हणून आता उचलत नाही."

राजाने पुन्हा नंबर डायल केला. बऱ्याच वेळानंतर रासकरने जड आवाजात फोन उचलला, "हॅलो..."

"सर, गुड मॉर्निंग राजेंद्र बोलतो सर, सुरेशशेठकडून..."

"कुणाकडून?"

"सुरेशशेठ... नाईकसाहेबांकडून... आपण भेटलो होतो बघा तळकोकणात फार्म हाउसवर..."

"हांऽ हांऽ अहो, पण सध्या मी परदेशात आहे."

"माहितीये साहेब आम्हाला. तुमच्याकडे तिकडेच एक जबाबदारी सोपवायची ऑर्डर आहे वरतून..."

"... ... ..."

"हॅलोऽऽ"

"हां बोला."

"तुमच्या आजूबाजूला कुणी नाही ना?"

"एक मिनिट जरा, बाल्कनीत येतो."

"... ... ..."

"हां बोला."

"एक मिनिट, शेठ बोलताहेत."

"हो, हो... द्या."

"काय रास्करसाहेब, धमाल चालल्येली दिसते!"

"काय साहेब, आपलं नेहमीचंच. पण आपल्या मागच्या दौऱ्यासारखी धमाल नाही हां इथे."

"आस्सं का..."

"मग, त्याला सोबतची कंपनीही तशीच लागते. आता कांबळेसाहेब आणि एक-दोघं आहेत म्हणा, त्यामुळे जरा बरंय."

“बाकीच्यांचं काय?”

“जे इन्टरेस्ट दाखवतात, त्यांना आपण ही दुनिया दाखवतो. बाकीच्यांच्या भानगडीत उगाच कशाला पडा. बरं सांगा काय आदेश?”

“जरा येक मॅटर ॲडजेस्ट करायचं व्हतं.”

“बोला की...”

“काय न्हाय, त्या जिल्हाधिकारी महेश राऊताला जरा बुचकळून आना एकदा तिकडं.”

महेशचं नाव ऐकताच रासकर एकदम सावध झाला. “आता त्यांच्यासारख्यांची काय बात, ते खरोखरच अभ्यास दौऱ्याला आल्यागत दिसतं. दोन दिवस झाले बघतोय, ठरलेल्या व्हिजिट्स झाल्या, डिस्कशन झालं, की जे आपल्या रूममध्ये शिरतात ते पुन्हा येतच नाहीत बाहेर.”

“मग काडा ना त्यांना बाहेर.”

“आपल्याला काय पडलीये? उलट आहे तेच बरं आहे. ते बाहेर आले तर आपणही अडकून पडणार.”

“न्हाई, माजं म्हणनं जरा वेगळंय.”

“बोला ना शेठ.”

“त्याला जरा तिकडचा चस्का लावा. एकदम कडक, टकाटक.”

“मुश्कील आहे.”

“आता काय मुश्कील साहेब तुमच्यासाठी!”

“मी म्हटलं ना, जो माणूस त्यातला नाही त्याला...”

“म्हणूनच तर तुमचं नाव सुचवलंय साहेबांनी. करा येवढं, बघा मूँह मांगा दाम मिळेल. पैशाची काळजी नको. अर्जंट असेल तर लगेच हवाला, पण करून टाकू.”

“तो प्रश्न नाही, पण...”

“तुमचं एक काम लै दिवसांपासून पेन्डिंग आहे म्हणे साहेबाकडे. नवी मुंबईचं कोणतं आरक्षण शिफ्ट करायचंय...”

“हो ना शेठ हो...”

“तुम्ही इकडं आल्यावर हफ्त्याभरात ते वाजवून देऊ, शब्द आपला.”

“हं, आयला पण हे महेशसाहेबाची केस फार अवघड आहे, कसा बाहेर काढायचा त्यांना?”

“ते जमत नसलं तर त्यांच्या रूममध्ये सोडा ना कुणाला तरी.”

“... ... ...”

“का हो, काय झालं?”

“फार कठीण आहे...”

''रासकरसाहेब, अहो आमच्यावर कसा तुम्ही तो 'मसाजबॉम्ब' का काय तो सोडला होता...''

''आता ते वेगळं अन् हे वेगळं ना शेठ.''

''च्यायला, काय वेगळंबिगळं नसतं. तुम्ही घ्या मनावर.''

''बरं, बघतो काय ते.''

''बघू नका, करूनच टाका. आणखी येक.''

''काय?''

''आपल्याला त्याचं शूटिंग हवंय.''

''अहो, काय शेठ, मजाक आहे का काय? कसं शक्य आहे? आपल्याला नाही जमणार. नका पाडू या फंदात.''

''अहो, मी काही तुम्हाला मोठ्या कॅमेऱ्यावर नाही सांगत शूटिंग करायला, मोबाइलच्या कॅमेऱ्यात करा. जी बाई पाठवाल तिच्याकडेच द्या हे काम. थोडंफार झालं तरी लै भारी!''

''नाही. नाही. शेठ, नाही जमायचं आपल्याला, सॉरी.''

''रासकरसाहेब, बघा, विचार करा. आतापर्यंतच्या आणि पुढच्या संबंधांचा विचार करा. हे कलेक्टरफिलेक्टर मोठे अधिकारी येतात अन् जातात. तुम्हाला आम्हाला इथंच राहायचंय. काय, आनि तुमी येवडं येक काम वाजवा, मग बघा तब्येत खूश करून टाकू तुमची. आयुष्यभर मजा कराल येवढा माल मिळेल. पैशाचा अन् खर्चाचा विचार अजिबात करू नका. फक्त आकडा बोला. आपल्याकडे तकतक नसते, तुम्हाला चांगलं माहीत आहे. परत ते नवी मुंबईचं डील आहेच. शिवाय माझ्या स्वत:कडून तुम्हाला येक स्पेशल गिफ्ट, येकदम भारीत भारी!''

''काय?''

''काय पायजेल ते बोला फक्त.''

''तुमची नवी साइट चालू आहे ना सी वूड्सला...''

''हां... बोला, बोला...''

''तिथं मी एका मित्राबरोबर आलो होतो गाळा पाहायला. स्टेशन साइडचा कॉर्नरचा गाळा.''

''दिला! वरतून त्याला एसी, फर्निचरही आपल्याकडूनच, बोला...''

''पण, तरी शेठ...''

''आता काय?''

''काही गडबड झाली तर मी मेलोच समजा. नुसता सस्पेंड नाही, डिस्मिसच होईन.''

''त्याची काळजी सोडा, तशी वेळ येनार न्हाईच. जरी काही झालं तरी

सांभाळायला वरती साहेब बसले हायेतच ना. पन अगदी तशी वेळ आलीच तरी तुमाला कबूल केलेल्या दोन कामांसोबत संपूर्ण शेटलमेंट देऊ जिंदगीभरची. आकडा तुमी बोलायचा, बास.''

''हिशेब अवघड जाईल तो.''

''तुमची अजून किती वर्ष राह्यली नोकरीची?''

''आं! तेरा वर्षे.''

''मग तसं काही झालं तर पुडच्या तेरा वर्षांचा सगळा पगार ॲडव्हान्स, एकखट्टी देऊ. तुमची वर्षाची वरकमाई, दिवाळी, पगारवाड, आनखी काय असेल-नसेल ते सांगा. एका फटक्यात रोकडा देनार, शब्द हाये आपला. तुमाला माहीत हाय, आपन जबानचे किती पक्के हाये ते.''

''अं''

''आता काय अडलं?''

''करतो प्रयत्न.''

''प्रयत्न न्हाई, आता काम करा आन् झाल्याच्या तोफांचे आवाज ऐकवा आम्हाला रात्री...''

''अहो शेठ, आज कसं जमेल? मला दोन दिवस तरी लागतील फील्डिंग लावायला. कारण आज तर संध्याकाळी आमची इथून पुढची फ्लाइट आहे. उद्या परत दिवसभर एकदम टाइट शेड्यूल आहे. परवा आम्ही उडू परत पुढे...''

''च्यायला, येवडा टाइम थोडाच आहे.''

''शेठ जरा शांततेत घ्या. मी काय सांगतो ते ऐका. परवा संध्याकाळी आम्ही उडून जाऊ मग तिकडे, नाइट हेवनमध्ये. शेवटचे तीन दिवस मुद्दाम तसे ठेवलेत टूरचे. दिवसभरात एखादी नुसती नावापुरती व्हिजिट, बाकी फुल एंजॉय! म्हणजे त्या वेळी सगळेच रिलॅक्स मूडमध्ये असतील. त्या दोन रात्रींत सगळा खेळ करावा लागेल. तिथे ते जरा सोप्पं आहे. कारण आपली नेहमीची फील्डिंग असेल तिकडं, त्यामुळे शूटिंगबिटिंगचे चान्सही घेता येतील.''

''बघा पण काम झालंच पाहिजे.''

''एक करा आणखीन, तिथे पाम बीच रिसॉर्टचा मॅनेजर आहे अब्दुल... आपला मुंबईवालाच आहे. मी या नंबरवर त्याचा मोबाइल नंबर एसएमएस करतो. त्याच्याशी बोला...''

''मी काय बोलणार?''

''जास्त काही नाही, पैशाचा हवाला कसा करायचा ते...''

''त्याची काळजी नको, आपले लै लोक हायेत, तुमी फक्त आकडा सांगा, तुमी तिथं पोचायच्या आत पैसे पोचले असतील.''

''त्यासाठीच म्हटलं अब्दुलशी बोला. पैसे माझ्याकडे नका देऊ. मी आकडा सांगतो. तेवढा त्याच्याकडे पोच करा.''

''हां, काही प्रश्न नाही, बोला किती पाठवू?''

''शेठ, काम जोखमीचं आहे. अगोदर त्यासाठी एकदम कडक माल शोधावा लागेल. शूटिंगचं सांगून तिला पटवावं लागेल. कारण त्यांच्या कायद्याप्रमाणे कस्टमरशी असं केलं आणि काय गडबड झाली तर तिचं लायसन्स कॅन्सल होईल, शिवाय क्रिमिनल प्रोसिजरही होईल. रिस्क फार मोठी आहे.''

''आता अशी कामं म्हंजे रिस्क तर राहतीच.''

''म्हणून म्हणतो. मलाही जरा चाचपून बघावं लागेल. अंदाज घ्यावा लागेल. आकडा लगेच सांगता येणार नाही. तिथल्या माझ्या मित्रमंडळींशी बोलतो आणि सांगतो.''

''हा चालेल.''

''पण, आकडा जरा मोठा असेल.''

''त्याची अजिबात फिकीर करू नका. काम वाजलं पाह्यजे बास.''

''ओकेऽ ओके.''

''चला मग, सांगा तुम्ही. हा राजाचा नंबर आहे. त्याला कळवा, मला लगेच निरोप लागेल. बाकी कसलीच काळजी करू नका, काम व्हायलाच हवं.''

''करू शेठ, प्रयत्न तर पुरते करू.''

''बरं बरं, करा करा.''

''ओके.''

स्पीकर आणि फोनही बंद होताच राजाची प्रतिक्रिया, ''च्यायला, लै तोंड वासतोय.''

''अरे या भाड्यांचं असंच असतं; पण सोड ते, अण्णानी आपल्याला काम वाजवायला सांगितलंय. पैशाचं काय त्याच्यापुढं, येवडं काम झालं तर त्याच्या धा पट फायदा करून दिल की अण्णा.''

''आपल्याला काय, तुमी सांगितलं आमी ऐकलं.''

''चल, मी निघतो अण्णाकडे. बाहेर जरा लोकांना भेटून घे. लाग कामाला. आणि त्या रासकरचा काही फोनबिन आला तर लगेच कळव मला. जरा मागावरच राहा त्याच्या.''

''हा भाऊ.''

कदमांच्या बंगल्याच्या पोर्चमध्ये दुपारी बाराच्या सुमारास सुरेश नाईकची गाडी येऊन उभी राहिली. गाडी थांबताच खाली उतरून सुरेश सराईतपणे हॉलच्या दिशेने जाऊ लागला. तेवढ्यात हातातल्या पाण्याचा ट्रे सावरत महिपत लगबगीने त्याच्याकडे

आला अन् भाऊ तुम्ही आल्याबरोबर अण्णांनी वर बोलावलंय असा निरोप दिला. क्षणभर जागेवरच थांबून सुरेश डाव्या हाताला वळला आणि जिन्याच्या दिशेने गेला. जिना चढता चढता आज असं थेट वर का बोलावलं असेल त्याचा विचार डोक्यात होता. पण वर पोहोचेपर्यंत त्याला त्याचा नेमका अंदाज आला नाही. वर पोहोचताच उजवीकडच्या खोलीतून कदमांचे बोलणे त्याच्या कानावर पडले. कदम कुणाशी तरी फोनवर जोरजोरात बोलत होते. सुरेशची पावले आपसूकपणे त्या दिशेने वळली. दारात सुरेशला पाहताच हातानेच आत येण्याची खूण करत कदमांनी लगेच फोन आवरता घेतला. फोन होताच सुरेशच्या गळ्यात हात टाकत बीच साइडला असलेल्या गॅलरीच्या दिशेने कदम चालू लागले. पाच-सहा सेकंद गेल्यावर सुरेशची अस्वस्थता अधिकच वाढली आणि त्याने न राहवून विचारलं, ''आज डायरेक्ट वर बोलावलंस, काय टेन्शनबिन्शन आहे का जास्त?''

एकांतात अजूनही तो कदमांना अरे-तुरेच संबोधत होता. त्याच्या प्रश्नावर काहीच न बोलता कदम गॅलरीतून थेट समुद्राच्या लाटांकडे बघत शांतपणे उभे होते. ही शांतता सुऱ्याला अधिकच अस्वस्थ करत होती. बाजूच्या कुंडीतलं एक जरा पिवळं पडत चाललेलं पान खुडून ते खाली टाकत कदम म्हणाले, ''च्यायला, पिकलं पान वेळेवर खुडलेलंच चांगलं असतं.''

''म्हंजे?''

''तो अप्पासाहेब, फोकणीचा, त्याला येवढा मोठा होऊ देण्याअगोदरच खुडायला हवा होता.''

''का, काय झालं आता नवं?''

''आजचा पेपर वाचला का? तू काय वाचणार म्हणा! आज त्या 'प्रखर'मध्ये त्याची मुलाखत आहे, मोठीच्या मोठी. या प्रकरणाच्या मुळापर्यंत जाणार, सरकारी महसूल बुडवणाऱ्यांना, भ्रष्टाचाऱ्यांना, ठेकेदारांना, मंत्र्यांना जेलची हवा खायला घातल्याशिवाय गप्प बसणार नाही म्हणतो.''

''मग...''

''सगळे परवडतील, पण हा 'झगा' परवडणारा नाही. हे बेणं असंच करत राहिलं तर अवघड होईल. मीडियावाल्यांनापण कामधंदा नाही दुसरा. बसतात अशी भुतं उभी करतं अन् याच्या त्याच्या XXX पाणी ओतत. सकाळी 'प्रखर'मध्ये मुलाखत आल्यापासून बाकी टीव्हीवालेपण धावले ना त्या अप्पासाहेबाकडे. मग त गडी लैच फार्मात आलाय. आता सगळीकडे त्याचीच हेडलाइन चालू आहे.''

''मग.''

''मग काय मग, त्याचा सारा रोख आपल्यावरच येतोय आता. गव्हर्न्मेंट कॉलनीची फाइल आलीये म्हणतो त्याच्याकडे.''

"हां..."

"ती त्या महेशनं दिली असणार; पण एक बरंय. ती नुसती पहिली प्रस्तावाची फाइल आहे कच्ची. पुढे जे झालंय, आपण बॅक डेटेड सगळं करवून घेतलंय ते अजूनपर्यंत खाली म्हणजे कलेक्टर, कॉर्पोरेशनपर्यंत गेलेलं नाही. अजूनपर्यंत ते फक्त आपल्या डिपार्टमेन्टकडेच आहे; पण आता कुणी घरचा भेदी नको निघायला."

"त्याच्या तर, xxx कोण साला असं करेल त्याची xxx"

"सुऱ्या, शिवीगाळ किंवा हातपाय चालवून हा प्रश्न सुटणार नाही. जरा शांततेनं घ्यावं लागेल. कारण तो बोका सीएम बघ अजून काहीच बोलत नाहीये, काहीच करत नाहीये. त्याला माहितेय आपणच आज त्याचे खरे स्पर्धक आहोत. त्या घोरपडेनं कितीही आपटली तरी त्याला झाटभरही फरक पडत नाही. कारण त्याची लै प्रकरणं, लै फायली सीएम, होम मिनिस्ट्रीकडे आहेत. शिवाय घोरपडेचा स्वभाव, त्याचं रेकॉर्ड असं भरपूर काही त्याच्या विरोधात आहे. सगळ्यात महत्त्वाचं म्हणजे सीएमनी पद्धतशीर त्याचे अधिकार कमी करून दुसऱ्या जिल्ह्याचं पालकमंत्री बनवून त्याची खाट पाडलीये. त्यामुळे सध्या पाच-सहा आमदार सोडले तर त्याला कुणाचा पाठिंबा नाही. आपलं तसं नाही. आपण फार बोलत नाही, एकदम कृतीच करतो. शिवाय, तुझ्यासारखे मित्र अंगावर केसेस घ्यायला तयार असल्यानं इतकी लफडी करूनसुद्धा अजून थेट माझ्यापर्यंत कधीच काही आलेलं नाही. आमदारांची कामं आपण फटाफट करतो. त्यामुळे त्यांचाही आपल्याला चांगला सपोर्ट आहे. वेळ आलीच तर पैशालाही आपण कमी पडणार नाही, हे सारं सीएम जाणून आहे."

"केसंचं काय घेऊन बसलास, अजून धा मर्डर अंगावर घेऊ आपण तुझ्यासाठी."

"सुऱ्या अरे, तुला नेमकं हेच समजत नाही. तो सीएम बघ कसा थंडा xxx xxx आहे एकदम. एवढं सगळं चालू आहे, पण अजून एकही स्टेटमेन्ट काढलेलं नाही. याचा अर्थ तो शांत आहे, असं अजिबात नाही. उलट या निमित्तानं आपली जास्तीत जास्त कशी मारता येईल तेच तो पाहत असणार. मला तर वाटतं, तोसुद्धा फाइल मिळवायच्या कामाला लागला असेल. कारण त्यामुळे आयतंच रेकॉर्ड त्याच्या हाती येईल."

"मग?"

"मग काही नाही, ते डॅमेज कन्ट्रोल काय करायचं ते मी बघतो माझ्या पद्धतीनं. त्यासाठी आपल्याला फक्त थोडा वेळ हवाय, जेणेकरून या प्रकरणावरून मीडियाचा फोकस दूर होईल. त्यासाठी मी काल सांगितलं होतं, त्या हरामखोर जिल्हाधिकारी महेशला तिकडं अडकवा सापळ्यात म्हणून, काय झालं त्याचं?"

"हां, त्या रासकरशी बोललो. काल रात्रीच फोन लावला, पण काही बोलणं झालं नाही. मग, आत्ता गाठला पुन्हा त्याला. सगळं सांगितलं समजून, तयारच होत

नव्हता गडी. नवी मुंबईच्या आरक्षणाचं सांगितलं. वर माझ्या सी वूडच्या नव्या स्कीममध्ये गाळा देतो म्हटलं माझ्याकडून बक्षीस.''

''हां.''

''तरी तयार होत नव्हता. नोकरीच जाईल म्हणाला. मग, मी म्हटलं तुझी तेरा वर्षं राहिलीत ना, त्याचा पगार देतो एकरकमी, चिंता करू नकोस.''

''हां, बिनधास्त.''

''तेव्हा कुठं बघतो म्हणाला.''

''पगाराचं काय पडलंय त्याच्यासारख्याला, महिन्याचा पगार तो दररोज कमवत असतो.''

''हां, पण लै मजा मारतो, बायांवर लै पैसा उडवतो.''

''xxx गेलं, आपल्याला काय घेणंय, त्याला म्हणा पैशाची फिकीर सोड, फक्त आकडा बोल.''

''सांगितलं मी त्याला, मग गडी लायनीवर आला.''

''गुड! आज-उद्या दे म्हणावं बॉम्ब शिलगावून, लगेच ते मीडियाकडे पोहोचेल याची व्यवस्था करू आपण. लै मजा येईल. सगळा फोकसच चेंज होईल. गदारोळात प्रकरणातली हवाच निघून जाईल. मग आपण मूव्ह करू फाइल पुढे. कारण आता आपणही त्यात असे वाईट फसलोय की बास. आतापर्यंत सव्वाशे कोटी पोरानं लावलेत तिकडं इंडोनेशियात खाणीवर. त्या डीलचं पुढचं सगळं गणितसुद्धा याच फायनान्सवर अवलंबून आहे. एकदा खाण आपल्या हाती आली की पैशाचीच खाण बनेल ती. मग, बघ दिल्ली कशी मॅनेज करतो अन् या सीएमला कसा हुसकावतो ते.''

''हां, हे लै भारी होईल.''

''पण आपण म्हटलं ते लवकर व्हायला पाहिजे. नायतर सीएम आपल्या xxx लै पाणी ओतेल...''

''हां, मी बोल्लो रासकरला. पण तीन-चार दिवस लागतील म्हणाला.''

''त्याच्या मायला, येवढा वेळ...''

''दोन रात्री तर आता प्रवासातच जाणार म्हणाला. परवा एके ठिकाणी येणारेत, तिथं आपली फील्डिंग आहे म्हणाला.''

''तेपण बरोबर आहे. अशा बाबतींत जास्त रिस्क नको. फोनवर बोलतानापण माझं नाव वगैरे नाही घेतलं ना कुठं?''

''अजिबात नाही, आता आम्हीपण शिकलो ना तेवढं.''

''गुड! पण म्हणजे अजून तीन-चार दिवस जरा बेताबेतानं, अंदाज घेतच राहावं लागणार. डोकं अजून शांत ठेवावं लागेल. मीडिया तर लै मागे लागलाय कुत्र्यागत,

त्यांनी आपल्यावरच नेम धरलाय. पण मी ठरवलंय, कुठं काही पट्कन रिॲक्शन द्यायची नाही.''

''त्या पेपरवाल्यांना भेटूच नको ना.''

''हो, पण मंत्रालयात किंवा कुठेही बाहेर कार्यक्रमाला गेलो की हे येतातच भुंगे, सोडता सोडत नाहीत.''

''मग आजारी पडायचं ना दोन दिवस.''

''नको, त्याचे तर अनेक अर्थ काढले जातील. ते देसाई गावाकडे गेले तर फरार झाले, तोंड लपवत फिरताहेत, अशी बोंब ठोकली ना मीडियानं लगेच!''

''मग?''

''काही नाही, अजून तीन-चार दिवस सांभाळायचं यांना. शिकायला पाहिजे या सीएमकडून, गोड बोलून एखाद्याची खोड कशी मोडायची ते.''

''मी राहतो त्या रासकरच्या मागावर.''

''हो, पण शक्यतो तुझ्या फोनवरूनही नको करू फोन त्याला.''

''ती खबरदारी घेतो मी, पण तू टेन्शन नको घेऊ, होईल सगळं बरोबर.''

''ठीक आहे, चल मला निघायचंय मंत्रालयात. तीन वाजता एक बैठक आहे महत्त्वाची. राज्यातल्या सगळ्या विभागीय महसूल आयुक्तांना बोलावलंय. वेळ लागेल त्याला बराच, तुझा काय कार्यक्रम?''

''काही नाही. मला चेंबूरला जायचंय धा मिनिटं माईकडे. तिचा मुलगा चिनू चाललाय आस्ट्रेलियाला, दोनदा फोन केला तिनं, माझी आठवण काढतोय म्हणून. मग आताच जाऊन येतो, जरा पैशेबिशे देतो त्याला. संध्याकाळचं आपलं काही खरं नसतं परत...''

''बरं. एक काम कर, आता मी ताटं लावायला सांगतो. दोघं दोन-दोन घास खाऊ, मी मंत्रालयात जातो, तू तिकडं जा; पण संध्याकाळी सात-साडेसातला ये परत बंगल्यावर. मी त्या बिल्डरांना बोलावलंय, जरा बसावं लागेल उशिरापर्यंत. आणि हो, सध्या सगळ्या गोष्टी एकदम शांततेत घ्यायच्या. तुझ्या पोरांनाही सगळ्यांना बजावून ठेव. म्हणावं नो राडा. छोटी-मोठी गल्लीतली, नाक्यावरची भानगडपण नकोय या वातावरणात. एकदम शांतीला धरा म्हणावं.''

''आलं लक्षात.''

''चल, मग जेवूयात.''

शासकीय वसाहत पुनर्निर्माण घोटाळा आणि सुपरस्पेशालिटी आरक्षण स्थलांतर प्रकरणी दोन दिवस मीडियाचा ससेमिरा यशस्वीपणे चुकवल्यानंतर अखेर दुपारी साडेचारच्या सुमारास मुख्यमंत्री पत्रकारांना सामोरे गेले. मंत्रालयात बोलावलेल्या

पत्रकार परिषदेचं निमित्त कामगार संघटनांच्या नियोजित संपावर सरकारची भूमिका मांडण्याचं असलं तरी खरं पाहता, त्या मुद्द्यात ना मीडियाला रस असतो ना सीएमना. सुरुवातीलाच कामगारांसाठी सरकारने काय काय केले आहे, नवीन धोरणांचा कामगारांनाच कसा लाभ होणार आहे वगैरेची प्रेसनोट वितरित केली जाते. त्यावर पत्रकार नजर फिरवत असताना मुख्यमंत्री पुन्हा एकदा तेच मुद्दे उपस्थितांना ब्रीफ करतात. त्यांचं निवेदन संपताच पत्रकारांच्या प्रश्नांची सरबत्ती सुरू होते. त्यामध्ये अपेक्षेप्रमाणे शासकीय वसाहत पुनर्निर्माणाचा मुद्दा मुख्य असतो. सीएमनाही तेच हवं असल्याने ते चर्चेची गाडी बिनदिक्कतपणे तिकडे वळू देतात.

"संप वगैरे अजून लांब आहे; पण सध्या राज्यात जो शासकीय वसाहत पुनर्निर्माण आणि सुपरस्पेशालिटी हॉस्पिटल घोटाळ्याचा मुद्दा गाजतोय, त्याबाबत सरकार गप्प का?" एका ज्येष्ठ पत्रकाराच्या थेट प्रश्नावर जरा पॉज घेऊन मुख्यमंत्री उत्तरले,

"त्या प्रकरणाच्या मुळात जाऊन नेमकं काय झालंय त्याचा शोध घेतला जात आहे. सरकारने आपल्या पातळीवरून कार्यवाही सुरू केली आहे. काही ठोस हाती लागले की भूमिका जाहीर करू."

"कार्यवाही म्हणजे नेमकं काय? चौकशी की नुसतीच चाचपणी?"

"आता तर आम्ही यंत्रणेतल्या संबंधित घटकांकडून माहिती मागवली आहे. पण गरज भासल्यास उच्चस्तरीय चौकशीसुद्धा केली जाईल, यामध्ये शंका नाही."

"पण अनेक मंत्री, वजनदार राजकारणी, वरिष्ठ अधिकारी यांची नावे या घोटाळ्यात असताना केवळ अशी वरवरची चौकशी म्हणजे फार्स नव्हे काय?"

"हे पाहा, वरकरणी काही बाबतीत अनियमितता झाल्याची शक्यता व्यक्त होत आहे; पण म्हणून लगेच त्याला घोटाळा कसं म्हणणार?"

'अनियमितता म्हणजे घोटाळा नव्हे काय?'

'सरकारची घोटाळ्याची नेमकी व्याख्या तरी काय?'

'सरकारवर कुणाचा दबाव आहे का?'

'हायकमांडचे प्रेशर वगैरे?'

प्रश्नांच्या या सरबत्तीनंतर पुन्हा एक मोठ्ठा पॉज...

"कुणाचं प्रेशर वगैरे अजिबात नाही. हायकमांडचे तर नाहीच नाही. उलट या संदर्भात वरिष्ठांशी माझी जी चर्चा झाली त्यामध्ये त्यांनी हे प्रकरण मुळापासून खोदून काढण्याच्या स्पष्ट सूचना दिल्या. एवढंच नाही तर कुणीही आणि कितीही मोठी व्यक्ती यामागे असली तरी त्यावर सक्त कारवाईच्या सूचनाही त्यांनी दिल्या आहेत."

"मग त्या दिशेने सरकारची काय वाटचाल सुरू आहे?"

"सरकारला सगळ्या बाबी चहू अंगांनी तपासून पाहायला लागतात. कुणावरही अजाणतेपणानेसुद्धा अन्याय होणार नाही याची खबरदारी घ्यावी लागते. त्यामुळे कदाचित कुणाला जाणीवपूर्वक वेळकाढूपणा वाटत असेल, पण सगळ्या बाबी तपासायच्या तर जरा आस्ते कदम जावे लागते."

अगदी सहज बोलण्याच्या ओघात बोलल्यासारखे करून मुख्यमंत्र्यांनी उच्चारलेल्या आस्ते 'कदम' शब्दामुळे पत्रकार परिषदेचा सारा नूरच पालटून जातो.

'किती दिवस असंच 'आस्ते कदम' चालू राहणार?'

'कदम-कदम बढाए जा, कधी?'

'हा इशारा आपल्याच कुणा सहकाऱ्याला समजायचा का?' अशा प्रतिप्रश्नांच्या भडिमाराने आपल्याला जे हवंय ते तूर्त साध्य झाल्याचं हेरून आणखी प्रकरण आताच वाढायला नको म्हणून मुख्यमंत्री लगेच सारवासारवीच्या मोडवर आले.

"हे पाहा, कृपया आपण विपर्यास करू नका. वैयक्तिक कुणालाही काही म्हणण्याचा प्रश्नच नाही. मी एवढंच सांगू इच्छितो की, सरकार आपल्या धोरणावर आणि कारवाईवर ठाम आहे."

'पण महसूल, आरोग्य, बांधकाम विभागातल्या कुणाकुणाची चौकशी होणार?'

'चौकशीचे स्वरूप काय राहील?'

'उच्चस्तरीय की कशी?'

'सीआयडी वगैरेची मदत घेणार का?'

पत्रकारांच्या प्रश्नांचे बाण सटासट सुटत असताना मुख्यमंत्र्यांनी अधिक काही बोलण्याऐवजी "सगळे काही आपल्याला लवकरच कळेल, धन्यवाद." म्हणत पत्रकार परिषद गुंडाळली आणि तिथून तडक आपल्या दालनाकडे निघाले.

तिसऱ्या-चौथ्या मिनिटाला सर्व वृत्तवाहिन्यांवर मुख्यमंत्र्यांच्या प्रेस कॉन्फरन्सच्या ब्रेकिंग न्यूज झळकल्या—

'सरकारचे धोरण आस्ते कदम...'

'शासकीय वसाहत घोटाळ्याची सरकार करणार चौकशी'

'अनियमितता झाल्याची सरकारची अप्रत्यक्ष कबुली...'

'उच्चस्तरीय चौकशीस सरकार राजी...'

वगैरे वगैरे. त्यातही मुख्यमंत्र्यांचे 'आस्ते कदम' स्टेटमेन्ट सगळीकडे वारंवार दाखवून त्याला आपापल्या परीने जो तो स्वतंत्र फोडणी देण्याचा प्रयत्न करत होता. त्यावर राजकीय विश्लेषकांच्या प्रतिक्रिया, विरोधकांचे म्हणणे, पक्षांतर्गत राजकारण, सत्तास्पर्धेतील कुरघोडी असा चर्चेचा एकच धुरळा उडाला. प्राइम टाइमच्या टॉक शोसाठी खाद्य मिळाल्याने वृत्तवाहिन्यांचे संपादक खुशीत होते. रात्री उशिरापर्यंत टीव्हीवर तेच दळण दळले जात होते. दुसऱ्या दिवशी सगळ्या वृत्तपत्रांमध्येही हीच

मुख्य बातमी होती. मुख्यमंत्र्यांचा सूचक इशारा, विश्लेषण, चौकटी, अग्रलेख अशी एकच धमाल मीडियात होती. त्यामध्ये सर्वाधिक लक्षवेधी होती प्रखरची हेडलाइन...

'मुख्यमंत्र्यांचा 'कदम'ताल!'

मुख्यमंत्री प्रेस कॉन्फरन्समध्ये मुख्यत: याच विषयाला धरून बोलतील हा अंदाज असल्याने जया स्वत:च तेथे हजर होता. प्रेस कॉन्फरन्स उरकताच इलेक्ट्रॉनिक मीडियामध्ये या 'आस्ते कदम'चे किती जलद पडसाद उमटणार ते त्याने ताडलं अन् कॉन्फरन्सचे ब्रीफिंग एसएमएसद्वारे संपादकांना आणि महेशला पाठवलं. दुसऱ्याच मिनिटाला संपादकांचा फोन आला,

"वाऽ वा, धमाल उडवलीये सीएमने!"

"हो ना, अगदी बोलता बोलता सहजपणे टाकला एकदम जोरदार."

"च्यायला एखाद्याची मारावी तर अशी. जे काय म्हणायचंय ते एका वाक्यात सांगून, दाखवून मोकळे झाले, मानलं पाहिजे सीएमला."

"हं, आता टीव्हीवाले आणि आपले इतर सगळे भाऊबंद जोरदार कावकाव सुरू करणार."

"हो हो, कदमांचा तर फारच तिळपापड होईल. त्यांच्याही स्टेटमेन्टकडे लक्ष ठेवा जरा, जमलं तर बोलून बघा."

"बघतो, पण..."

"पण काय?"

"मला नाही वाटत ते लगेच काही तिखट प्रतिक्रिया देतील असं."

"का?"

"एकतर हे प्रकरण सरळ सरळ अंगाशी येणारं आहे. त्यातच गेल्यावेळी आततायीपणे बोलल्यामुळेच ते सीएम बनता बनता राहिले होते. ही बाब त्यांनी पूर्णपणे स्वत:च्या मनावर बिंबवून घेतली आहे. त्यामुळे अलीकडे बघा, ते अगदी जाणीवपूर्वक शांत असल्याचं दाखवतात."

"हो, पण तरी बघ काय होतंय ते."

"ते बघतो नक्की."

"ओके, काही महत्त्वाचे अपडेट्स असतील तर कळव. कारण मला आता प्रतिक्रियांसाठी टीव्हीवाले छळणारच. आपली उद्याची हीच लीड स्टोरी असेल. फोटो, चौकटींनी ती छान सजवू. मी खरं तर सबनीसला पाणीटंचाई, दुष्काळ यावर अग्रलेख लिहायला सांगितला होता; पण आता याच विषयावर उद्याचा अग्रलेखही घ्यायला हवा."

"हं, पण सबनीस लिहील का व्यवस्थित?"

"काय वेडा आहेस का? त्याला कशाला? मी स्वत:च बसतो लिहायला. असे विषय त्यांना सांगणं म्हणजे एकदम Y...Z ची गॅरंटी!"

"हं, थँक्यू सर."

"हाऽ हाऽ हाऽ काळजी करू नकोस."

"ओके सर, काही कळलं आणखी नवं तर कळवतो तुम्हाला आणि इकडे आलोच आहे तर फिरतो आज जरा. मीटिंगला थोडा उशीर होईल कदाचित."

"ओके."

एवढ्या वेळात महेशचा उत्तराचा मेसेज येणे अपेक्षित होतं. त्यामुळे जयाने फोन होताच इनबॉक्स चेक केला; पण काहीच उत्तर आलं नव्हते. जयाचा फोन होईपर्यंत पत्रकारांची पांगापांग झाली. दोघे-चौघे फोन वा मेसेजमध्ये गुंगून गेले होते. त्यांच्याकडे दुर्लक्ष करून जया सटकला. मित्रपक्षाचा काय सूर आहे ते जाणून घेण्याच्या उद्देशाने त्याने थेट उपमुख्यमंत्री झगडेंचं कार्यालय गाठलं. त्याला पाहताच पीएने लगबगीने पुढे येत साहेब पाच-सहा मीडियावाल्यांबरोबर अँन्टीचेंबरमध्ये गप्पा मारत बसल्याचं सांगितलं. जया आल्याची वर्दी द्यायला तो अँन्टीचेंबरकडे वळला अन् पाठोपाठ जयासुद्धा त्या दिशेने चालू लागला. दरवाजासमोरच्या खुर्चीवर झगडे बसले होते. जयाला पाहताच हात उंचावून ते मोठ्यांदा म्हणाले, "या या, देशमुखसाहेब या. जरा बिगीबिगी या. असे 'आस्ते कदम' नको." झगडेंच्या या कोटीवर एकच हशा पिकला. त्यांच्या सेन्स ऑफ ह्यूमरला दाद देत जयाच्याही चेहऱ्यावर स्मितहास्य उमटले. आत येताच कोण-कोण उपस्थित आहेत त्यावर जयाने नजर टाकली. कधीही, कुठेही बातमी न छापणारे दोन-तीन 'सीझन्ड' पत्रकार, तीन-चार टीव्ही चॅनेलवाले पोरगेलेसे रिपोर्टर्स, आणखी एक-दोन अनोळखी चेहरे. त्यांच्या बाजूला डेली एक्स्प्रेसवाला प्रफुल्ल सोनवणे बसला होता. चांगला पत्रकार अशी ख्याती असलेला प्रफुल्ल जयाचा जुना मित्र असल्याने त्याच्या शेजारच्या खुर्चीवर बसणे जयाने पसंत केले. बसता बसता झगडेंकडे पाहून थेट विषयालाच हात घातला, "मग, तुमची आणि तुमच्या पक्षाची काय भूमिका आता?"

"कसली?"

"आस्ते कदम की बढते कदम?"

"हाऽ हाऽ हाऽ काय मारलाय सीएमनं, एखाद्याला उचलून आपटावा तर असा!" झगडे उत्स्फूर्तपणे बोलायला लागल्याचं पाहून बाजूला बसलेल्या कॅमेरामनची कॅमेरा ऑन करण्यासाठी लगबग सुरू झाली. ते लक्षात येताच झगडे सावध झाले. "ए बाबांनो, ते कॅमेरे नका काढू. हे आपण सहज बोलतोय हां! असंच, दोस्तीत, ऑफ द रेकॉर्ड! नाही तर मलाच अडचणीत आणाल."

"अरे नको, नको. कॅमेरा नको ऑन करू." म्हणत टीव्ही रिपोर्टरने कॅमेरामनला

थांबवलं आणि झगडेंना आश्वस्त केलं; पण तोवर सावध झालेल्या झगडेंनी संयमित भूमिका मांडली की, जरा इतरांचा अंदाज येऊ दे, मग आम्ही सांगतो काय ते. बाकी मग इकडच्या तिकडच्या गप्पा व चहापाणी झाल्यावर जया तिथून निघाला आणि कदमांच्या केबिनकडे चक्कर टाकली. कदमसाहेब आताच बाहेर गेल्याचं त्याला कळलं. एकंदर तिथला माहोल पाहून काय ते त्याच्या लक्षात आलं. तेवढ्यात जया दिसल्याने आतून तीन-चार पत्रकार बाहेर आले. त्यातल्या एका उत्साही पत्रकाराने प्रेसशी काहीच न बोलता कदम तडक कसे चालते झाले त्याची माहिती पुरवली.

"ते अपेक्षितच होतं," असा रिमार्क मारून जयाने घड्याळावर नजर टाकली आणि बाहेर आला.

मंत्रालयाच्या मुख्य प्रवेशद्वारातून बाहेर पडल्यावर डावीकडे वळून जया सीएसटीच्या दिशेने चालायला लागला. तेवढ्यात एसएमएस अॅलर्ट वाजला. पाहिलं तर महेशचा एसएमएस. जरा पुढे फुटपाथवर थबकून तो एसएमएस वाचू लागला. जे घडले त्यावरचे महेशचे रिमार्क्स अन् पुढे काय होणार त्या अंदाजांची उत्सुकतेने केलेली विचारणा, यावरून त्याला महेशच्या मनासारखे झाले असावे, असा अंदाज आला. पुढची डेव्हलपमेन्ट रात्रीपर्यंत कळवण्याचा रिप्लाय करून जया परत मार्गस्थ झाला.

ऑफिसला पोहोचेपर्यंत इतर पत्रकार मित्रांचे, काही राजकारण्यांचे, पीआर एजन्सीवाल्या एक-दोघांचे फोन-मेसेजेस वगैरे सुरूच होते. दरम्यान, येता येता मध्ये आणखी दोन कामे आटोपून ऑफिसला पोहोचेपर्यंत त्याला तसा उशीरच झाला होता. सायंकाळची मीटिंग केव्हाच सुरू होऊन गेली होती. जागेवर बॅग ठेवत उभ्याउभ्याच 'काही आहे खास आणखी?' अशी विचारणा सहकाऱ्यांकडे केली. सकाळच्या मोर्चातला लाठीमार आणि वाळूमाफियाचा पोलिसावर हल्ला या दोन बातम्यांचे डिटेल्स घेतले व तडक संपादकांच्या केबिनमध्ये गेला. त्याला पाहताच संपादकांच्या चेहऱ्यावर स्मितरेषा उमटली. जया खुर्चीवर बसताच त्यांनी आपल्याजवळची प्रिंटआउट त्याच्यासमोर टाकली आणि म्हणाले, "मीटिंग संपली की जरा अग्रलेखावर नजर टाक. काही वाटलं तर सांग; आपण ते अपडेट करू, मग देतो फायनल करून." त्याच वेळी जयाची नजर सबनीसकडे वळली. हा काय मोठं करणार त्यात, असे भाव सबनीसच्या चेहऱ्यावर होते. ते पाहून, "जरा व्यवस्थित आणि बारकाईनं बघतो, आणि सांगतो." असं म्हणत जयाने तो कागद डायरीत ठेवला, तेव्हा तर सबनीसचा चेहरा अधिकच पाहण्यासारखा झाला. त्याची मजा घेण्यासाठी "काय सबनीस तुझा अग्रलेख आहे वाटतं!" असा खोचक प्रश्न जयाने केला.

"छे छे, साहेबांनी स्वत: लिहिलाय." सबनीसने तत्परतेने सांगितलं.

''म्हणजे मग पाहायची गरज नाही.'' जयाच्या या कोपरखळीने मीटिंगमध्ये चांगलीच खसखस पिकली. काय रिॲक्ट व्हावं ते न उमजल्याने सबनीस नुसतंच कसनुसं हसला. ओके. म्हणत मग संपादकच मुख्य विषयाकडे वळले. सीएमच्या कॉमेन्टसह वेगवेगळ्या विषयांवर डिस्कशन होऊन मीटिंग संपली. मीटिंगनंतर जयाने पुन्हा महेशला एक सविस्तर एसएमएस पाठवला. त्यामध्ये उर्वरित घडामोडी, मीडियाचा फोकस, उद्याचा अग्रलेख, त्याचा टोन वगैरेची माहिती होती. तो वाचल्याबरोबर लगेचच महेशचा 'गुड' म्हणून रिप्लायही आला.

इकडे कदमांच्या गोटात मात्र चांगलीच अस्वस्थता पसरली. रात्रीच्या खास बैठकीतली मंडळी जमू लागली होती; पण फारसा कुणाचाच मूड नव्हता. सगळे एकमेकांचा अंदाज घेत होते. कदम येऊन बसताच सुरेशने शिवास रिगलच्या बाटलीचं बूच पिरगाळलं आणि पाच चांगले हार्ड पेग बनवले. कुणाला काय हवं ते बरोबर माहीत असलेल्या श्रावणने लगोलग त्यामध्ये बर्फ, सोडा, पाणी वगैरे टाकून ज्याच्या त्याच्या पुढ्यात ग्लास ठेवले. दोन्ही हात एकमेकांत गुंतवून त्यावर हनुवटी टेकवून बसलेले कदम मिनिटभर पेगकडे बघत बसले अन् एक कचकचीत शिवी हासडत ग्लास हातात घेतला. जवळपास निम्मा ग्लास रिकामा होईल एवढा मोठ्ठा एकच सिप मारला अन् परत शून्यात नजर लावली. ते पाहून सुऱ्याला अगदी तरुणपणात नाक्यावरच्या हातगाडीवर प्लॅस्टिकच्या ग्लासात एका मिनिटात रिचवलेली क्वार्टर आठवली. ऐन विशीत असताना दोघांचा हा तसा नित्यक्रम असायचा; पण आता सगळंच बदललेलं. रम किंवा जनता व्हिस्कीची जागा स्कॉचने घेतलेली. स्कॉच प्यायला साथसंगत करणारी मंडळी सहसा हायफाय असल्याने नजाकतीत सिप बाय सिप करत ती प्यायची सवय उभयतांनी लावून घेतली होती. त्यामुळे कदमांनी अशा पद्धतीने दारू ढोसल्याचे पाहून सुऱ्याला जुने दिवस आठवले आणि कदमांची अस्वस्थताही तीव्रतेने जाणवली. विषयाला तोंड फोडायचं म्हणून तो म्हणाला, ''आता लवकर काहीतरी करायला पाहिजे.''

त्याचीच री ओढत चांदनानी म्हणाला, ''बिल्कूल ठीक, जल्दी कुछ तो भी करना पडेगा.''

''सोचो, सोचो, वरना ये सीएम साला और पानी डालेगा मेरी xxx में.'' कदमांचा अस्वस्थ स्वर.

''सांगा फक्त तुम्ही काय करायचं ते.'' इति सुरेश.

त्यावर एक मोठ्ठा सुस्कारा सोडून कदम हताशपणे म्हणाले, ''तेच तर सुचत नाय ना! हा साला सीएम कसा एकदम सूममध्ये काम दाखवून जातो. तसं जमायला पाहिजे आपल्याला. तो बरोबर टायमिंग साधतो आणि आपण बसतो इथे तकतक

करत.'' वाक्य पूर्ण करता करता कदमांनी उरलेला अर्धा ग्लासही गट्कन रिकामा करून टी-पॉयवर आदळला. ते पाहून सुरेशने पुन्हा लगबगीने पेग भरला.

''सालं सगळं जरा शांत होत होतं. म्हटलं, जरा कुठे धुरळा खाली बसतोय, तर या सीएमनी अशी फुंकर मारली की धुरळ्याची वावटळच बनून गेली.''

''मीडियाने तो सुबह से एकही रट लगाई है.''

''ते तर काय कुत्रे आहेत भडवे. हड्डी दिसली की सुटतात भुंकत. सीएमनं तर आज त्यांना डायरेक्ट मेजवानीच दिली.''

''हां, लेकिन लगातार कितनी बार? सभी चैनल सीएम का वहीं स्टेटमेन्ट बार बार दिखा रहें है. शायद सीएमने उसके भी पैसे दिये होगे या मॅनेज किया होगा.'' चांदनानी आपली टिपिकल लाइन चालवतो.

''वो छोडो. उद्याचे पेपर बघा, त्यात सगळी हीच हेडलाइन असेल. लेख, कार्टून वगैरे सगळेच. त्याचा तर आणखी इम्पॅक्ट येईल.'' रस्ता कंत्राटदार पाटीलने आपला संताप व्यक्त केला.

''आपणही काही तरी रोखठोक उत्तर द्यायला पाहिजे मीडियाकडे.'' सुरेश उसळून म्हणाला.

त्याला हातानेच थांबवत कदम पडेल सुरात म्हणाले, ''आपण इथेच तर चुकतो सुरेशशेठ. आता त्याचा, त्या सीएमचा हाच हिशेब असेल की, आपण उसळून या विषयावर काही तरी स्टेटमेन्ट करावं. आपल्याला डिवचण्यासाठीच तर त्यानं फार पद्धतशीरपणे 'आस्ते कदम'चा वापर केला, हे लक्षात ठेव. आता आपण त्याच्या सापळ्यात असं अडकायचं नाही.''

''मग?''

''आता दुसऱ्यांना सापळ्यात अडकवायचं. असं अडकवायचं की बापजन्मी सगळ्यांनी लक्षात ठेवलं पाहिजे. आता या प्रकरणावरनं लोकांचं लक्ष उडवायला एकच सापळा कामी येणार आहे. अडकवा त्या महेशला तिकडे फॉरेनला बायांच्या जाळ्यात.''

''हां करेक्ट, ये हनी ट्रॅप सही होगा.'' चांदनानी.

''ती फील्डिंग लावलीच आहे. त्या रासकरला आता रात्री पुन्हा एकदा फोन करतो.''

''तेवढं कर यार. त्याला म्हणावं हा ट्रॅप सक्सेस कर, तुला हवं ते देऊ म्हणावं... वादा आपला.''

''मायला त्याच्या, करतोच मी. काळजी करू नका.''

सुरेशच्या या इराद्यानंतर बैठकीतला तणाव जरा निवळला आणि अन्य विषयांवर डीलिंग सुरू झाले.

कदमांकडची बैठक आटोपल्यानंतर सुऱ्या गाडीत बसला आणि त्याने राजाचा नंबर डायल केला. पहिल्याच रिंगला राजाने फोन उचलला, ''भाऊ बोला भाऊ,''

''कुठंयस रे?''

''घरी निघालो होतो भाऊ.''

''येवड्या लवकर? आज लै वळवळ सुटली वाटतं?''

''नाही भाऊ जरा...''

''जाऊ द्ये, मला सांग त्या रासकरच्या कामाचं काय झालं?''

''संध्याकाळीच फोन केला होता, उचलला नाही त्यानी.''

''च्यायला, त्यानं फोन नाही उचलला तर उद्या अण्णा आपल्याला उचलेल. हे बघ, मी आता येतोय धा मिन्टात नाक्यावर. तू ये तिकडंच. आपण बरोबरच फोन लावू. वाटलं तर मी बोलतो परत त्याच्याशी.''

''जी, भाऊ आलोच तिकडे.''

फोन बंद केल्यावर राजाने उलट दिशेने गाडी वळवली आणि सुसाट वेगाने नाक्याकडे निघाला. भाऊंचे आतापर्यंत चार-पाच पेग झालेले असणार, त्यात बोलायच्या लकबीवरून गडी जरा जास्तच अस्वस्थ असल्याचं राजाला समजलं. उगाच आपल्यामुळे वाट पाहायला लागली तर शिव्यांची लाखोली नको म्हणून तो जमेल तेवढ्या वेगाने गाडी हाकत नाक्यावर पोहोचला. तेवढ्यात समोरून सुऱ्याची गाडीही येऊन थांबली. सुऱ्याला पाहताच कट्ट्यावरचं पोरांचं टोळकं सावरून बसलं. राजाला गाडीत बसायची खूण करून सुऱ्याने ड्रायव्हरला 'जा लघवी करून ये' म्हणून सांगितलं. नेहमीप्रमाणे समजून घेत गाडी आणि एसी सुरूच ठेवून ड्रायव्हर खाली उतरून थोड्या अंतरावर जाऊन उभा राहिला.

''लाव फोन लगेच त्या रासकरला.''

''हो भाऊ,'' नंबर डायल करताच स्पीकर फोन ऑन केला.

''हॅलो!''

''हॅलो साहेब, राजा बोलतोय.''

''हां, बोला बोला.''

''मी संध्याकाळी फोन केला होता साहेब.''

''हो, तेव्हा मी एका ठिकाणी होतो म्हणून उचलला नाही.'' तेवढ्यात सुरेशने हाताने खुणावलं म्हणून राजाने 'एक मिनिट भाऊ बोलताहेत' म्हणत फोन सुरेशकडे दिला.

''नमस्कार रासकरसाहेब.''

''हां हां शेठ बोला, बोला.''

“काय नाराज दिसताय आमच्यावर.”

“शक्य आहे का शेठ.”

“मग, आमचं काम नाही मनावर घेत राव तुम्ही.”

“शेठ, अशा कामांना वेळ द्यावा लागतो. मी अगोदरच तीन दिवस बोललो होतो. त्याप्रमाणे बाकीची फील्डिंग लावून ठेवलीये. उद्या सकाळी सकाळी आम्ही तिकडे लॅन्ड होऊ. मग उद्या किंवा परवा रात्री वाजवतो कार्यक्रम.”

“व्वा. व्वा उद्याच बघा जरा.”

“तसाच प्रयत्न आहे.”

“आकडा नाही सांगितलात अजून.”

“हो, ते तर लागेलच, जरा मोठा आकडा होतोय.”

“बोला, बिनधास्त बोला.”

“सगळं मिळून ६० पर्यंत जाईल.”

“चिंता करू नका, आणखी पाच जास्त पाठवतो वरतून, ऐनवेळी आणखी काही ॲडजस्ट करावं लागलं तर अडचण नको. कुठे, कधी पाठवायचे तेवढं सांगा.”

“मी या नंबरवर त्या दिवशी त्या अब्दुलचा नंबर एसएमएस केलाय. परत करतो हवा तर हा फोन झाला की, उद्या दुपारपर्यंत हवाला करा त्याच्यापर्यंत.”

“माल पोहोचून जाईल, कुठे पोहोचवायचा?”

“अब्दुलला फोन लावायला सांगा त्या राजाला, तोच सांगेल कुठे पोहोचवायचेत पैसे ते.”

“ठीक आहे.”

“एक लक्षात ठेवा. त्याच्याशी बोलताना माझा रेफरन्स द्यायचा नाही म्हणावं. कारण ते मला धिरूभाई म्हणून ओळखतात. रासकर म्हणाल तर गोची होईल. कारण हे लोक फार सावध असतात. धिरूभाईनी सांगितलंय, एवढंच म्हणायचं. बास.”

“ओके. काम झालं म्हणून समजा. पण असंच आपलंही काम वाजलं पाहिजे. उद्या सांगा तशी चांगली बातमी याच फोनवर.”

“मी करतो शेठ सगळं माझ्या पद्धतीनं, अंदाज घेऊन. घाई करू नका, नाही तर सगळा गेम फिसकटायचा.”

“बरं बरं, पण सांगा काम वाजलं की.”

“हो नक्की.”

फोन कट झाल्यावर दाताखाली ओठ दाबून मान डोलवत सुरेशने हसून राजाकडे पाहिले, “आता एक काम कर. मनसुखभाईला फोन कर. म्हणावं उद्या सकाळीच

झाला पाहिजे हवाला.''

''आत्ता करू फोन?''

''मग, उद्याची वाट कशाला? त्यानी काही त्याची xxx घातली ऐनवेळी तर लफडा नको. लाव फोन.''

''पहिले त्या अब्दुलशी बोलावं लागेल.''

''बोल ना मग, काय करायचं ते कर आत्ताच हिथं माझ्यासमोर.''

मेसेज बॉक्समध्ये जाऊन राजा त्या दिवशी रासकरने पाठवलेला अब्दुलचा नंबर शोधला आणि त्याला डायल करली.

''हैलो''

''हैलो, अब्दुलभाई सलाम आलेकुम.''

''वालेकुम सलाम, कौन?''

''रेहमत बोल रहाँ हू, बंबई से.''

''कौन? मैने पैचाना नहीं ।''

''वो, अपने धिरूभाईने नंबर दिया । उनकी आपकी बात हो गई ना कल, वो हवाला करना है ।''

''हां ।''

''उस सिलसिले में बात करनी थी ।''

''हां, बोलो ना फिर।''

''किधर को पहुंचाने के पैसे?''

''इधर होटल पाम बीच रिसॉर्ट करके है, उसके बिल्कूल बगल में बीअर शॉप है ट्रॉपिकाना नाम का। अपने भाई का शॉप है। आफताब नाम है उसका, दोपहर दो बजे भेज देना.''

''फिक्र मत करो, सुबह १० बजे ही पहुंच जायेंगे।''

''अरे, यार जो कहता हूँ वो सुनो. यहाँ सब सुबह सोते है। दोपहर एक बजे के बाद जागते है। तुम दस बजे आओगे तो कोई नहीं मिलेगा।''

''हां हां ठीक है। क्या बोलने का उसको?''

''कुछ नहीं, उधर जा के आपके आदमी को आफताब मिलेगा। उसको सिर्फ कोडवर्ड बोलने को बोलो। चव्वन पचपन। वो समझ जायेगा। पैसे दे दो।''

''वहाँ से आप को मिलेंगे पैसे?''

''उस की फिक्र छोडो। अपना तो रोज चलता रहता है ऐसा।''

''बराबर दो बजे पैसे आपके पास पहुंच जाएंगे।''

''खुदा हाफिज।''

''बरं झालं काम पुढं सकरतंय. त्या मनसुखभाईला फोन लाव लगेच. लै अर्जंट काम म्हणून आत्ता फोन केला म्हणावं. नाटक नाय पाहिजेल.'' सुऱ्याने राजाला दमात घेतलं. त्याचा मूड बघता राजाने मुकाटपणे मनसुखभाईला फोन लावला.

''हॅलो'' बायकी आवाज आला.

क्षणभर विचार करून राजा बोलला, ''भाभीजी नमस्ते, मै राजा बोल रहा हूँ, सेठजी है?''

''वो तो, क्या काम था?''

''मैं उनका दोस्त हूँ। अर्जंट काम था।''

''वो... उनका...''

''जरा उनके एक मैटर की फॉरेन में प्रॉब्लेम हो गई है।''

''हां हां, एक मिनिट।''

''...''

''हां, सूं... छे?''

''मनसुखभाई, मै राजा बोल रहा हूँ।''

''राजा?''

''वो, अपने सुरेशशेठ...''

''हां, बोलो बोलो राजा भाई, सॉरी हां, थोडा निंद में था ना, एकदम से याद नहीं आया।''

''कुछ नहीं, कल एक अर्जंट पेमेंट करने का था बहुत अर्जंट है।''

''कितना है?''

''६० नहीं ६५ देने है।''

''अभी? ६५ खोका?''

''नहीं नहीं, खोका नहीं, पेटी पेटी, ६५ पैटी. कल दोपहर दो बजे तक वहाँ पहुंचाने हैं।''

''अरे क्या राजाभाई, मजाक कर रहे हो क्या? इतनीसी बात के लिए इतनी रात गये फोन किया । मेरे को लगा अभी तुरंत ६५ खोका देना है। कुछ बडी प्रॉब्लेम खडी हो गई।''

''नहीं ऐसा नहीं, भाऊ ने कहां बहुत अर्जंट है। तुरंत आपसे बात कर ले।''

''अरे चिंता मत करो, सुबह आ जाना अपने यहाँ जव्हेरी बाजार में बारा-साढें बारा बजे चाय पिलाता हूँ मस्त मसाले वाली बाकी डिटेल्स दे दो, चाय खतम होने तक पैसे वहाँ पहुंच जाएंगे।''

''वहाँ दो बजे मिलने चाहिये।''

''मालूम है यार, उधर दो बजे ही सुबह होती है। पहुंच जायेंगा पैसा आराम से।

चिंता मत करो। मिलते है कल। सुरेश शेठ को नमस्ते बोलना। गुड नाइट।''

स्पीकर फोन बंद होताच खुशीत येऊन सुरेशने राजाच्या पाठीवर थाप मारली. ''हां आत्ता कसं, अशी फील्डिंग लागली की मग तकतक नसते. चल आता तूपण जा घरी. उद्या साडेदहा वाजता ये इकडे. पैसे देतो तुला. सोबत कुणाला तरी घे आणि बारा वाजता जाऊन बस त्या मनसुखभाईकडे.''

''हां भाऊ येतो.''

''चल नीघ.''

दिवसभराचे काम आटोपून मुख्यमंत्री आपल्या निवासस्थानी आले. कॉलेजपासून प्रत्येक बऱ्यावाईट प्रसंगात साथ देणारा मित्र ललित आणि समाजकल्याण व सांस्कृतिक खात्याचे मंत्री असलेले त्यांचे खंदे समर्थक उत्तमराव रोकडेदेखील सोबत होते. बंगल्यावर अगोदरच फोन गेल्याने सगळी मांडामांड झाली होती. पाचच मिनिटात फ्रेश होऊन मुख्यमंत्री बैठकीत आले. तोपर्यंत ललित आणि रोकडे न्यूज चॅनेल्स बघत बसले होते. अजूनही सगळ्या चॅनेल्सवर आस्ते कदम हाच विषय चवीचवीने चघळला जात होता. ते पाहून मनोमन सुखावलेले तिघेही जण एकमेकांकडे पाहून मिश्कील हसले आणि त्यांनी पुढ्यातले ग्लास उंचावून चिअर्स केलं. पहिला घोट घशाखाली उतरताच रोकडे म्हणाले, ''आज फारच मजा आली बुवा साहेब तुमच्या 'आस्ते कदम'मुळे. खरोखरच तुमच्या पाया पडायला हवं.''

त्यावर दिलखुलास हसत मुख्यमंत्री म्हणाले, ''आता तर खेळ सुरू झालाय, आगे आगे देखो होता है क्या!''

''हो, कदम चांगलाच बॅकफूटवर ढकलला गेलाय.''

''बरोबर, पण त्यामुळे आता आपल्याला जास्त सावध राहावं लागेल.'' इति ललित.

त्यावर रोकडे जरा आश्चर्यचकित झाले. ''मला नाही तसं वाटत. एकतर या प्रकरणात ते पुरते फसले आहेत. दुसरं म्हणजे, आज ते अगदीच हतबल दिसत होते. पार पंक्चर झाल्यासारखे, हाऽ हाऽ हाऽ''

''उत्तमराव, हा विषय एवढा हसण्यावारी नेण्यासारखा नाही. ललित बोलतोय ते बरोबर आहे. हा कदम असा माणूस आहे, जो कोणत्याही थराला जाऊ शकतो. त्यामुळे त्याला थेट अंगावर फार काळ घ्यायचा नाही. फक्त डिवचून सोडून द्यायचा. तो जेवढी वळवळ करेल तेवढा फसत जाईल. पण...''

''काय?''

''कदम आता तयार झालाय. मी फार पूर्वीपासून ओळखतो त्याला. एरवी आतापर्यंत आपल्या आस्ते कदमवर दहा स्टेटमेन्ट काढली असती त्यानं; पण आता

तोसुद्धा अगदी गप्प आहे. त्याअर्थी पठ्ठ्याच्या डोक्यात खोलवर नक्कीच काहीतरी चाललेलं असणार.''

''म्हणजे?''

''डोन्ट वरी. मी बघतो त्याला कसा सांभाळायचा ते. मी म्हटलं ना, असे लोक फार काळ अंगावर घ्यायचे नसतात. आपल्याला जे साधायचं होतं ते आपण साधून घेतलं. तो त्यावर कसा रिॲक्ट होतोय तेसुद्धा मला पाहायचं होतं. मघाशीच मी त्याच्या बंगल्यावरच्या आपल्या एका खास माणसाशी बोललो. तो डिस्टर्ब आहे खूप, पण आताच आपल्यावर पलटवार करण्याच्या मूडमध्ये नाही. त्याला पहिल्यांदा गव्हर्नमेन्ट कॉलनी आणि सुपरस्पेशालिटीच्या झेंगटातून बाहेर पडायचंय. एकतर ते अप्पासाहेबाचं भूतसुद्धा उठून बसलंय ना परत.''

''मग?''

''काही नाही. या सगळ्यात कदम आता परत चार-पाच वर्षं मागे लोटला गेलाय. आता कुठला दावा करतोय तो लगेच सीएम पदावर?''

''व्वा!''

''नाही, तसं नाही. हे एवढं सोप्पंसुद्धा नाही. त्यासाठी हे चक्र आता असंच फिरवत दुसऱ्या बाजूनं कदमला उठायला थोडा हातपण दिला पाहिजे.''

''आँ!''

''आम्ही काय म्हणतोय, तुम्हाला कळणार नाही उत्तमराव.''

''म्हणूनच तर तुम्ही सीएम आहात ना साहेब.''

''हाऽ हा, गंमत सोडा. पण कदमला आता खूप डॅमेज करूनही चालणार नाही. कारण बोलूनचालून तो रस्त्यावरचा माणूस. त्याला काही फार फरक पडणार नाही; पण तो त्याच्या असली औकातीवर उतरला तर आपल्याला उगाच पीडा होईल. शिवाय या सगळ्यामध्ये शेवटी सरकारची प्रतिमाही मलिन होणार हे लक्षात घ्यायला हवं. त्यामुळे त्याला अधिक डॅमेज करण्यापेक्षा आताच त्याला मदतीचा हात देऊन जरा उपकाराची भावनाही ठेवू.''

''आणि त्या आरोग्यमंत्री घोरपडेंचं काय?''

''त्याची मला चिंता नाही. जो माणूस नुसतंच बोलतो त्याची कधी चिंता करू नये. तो चोवीस तास नुसता मी सीएम होणार, मी सीएम होणार एवढंच म्हणत बसतो. त्याचा हा जप आपल्याच पथ्यावर पडतो हे कळत नाही त्याला, कारण तो असं म्हणतो तेव्हा दर वेळी त्याच्या जवळच्या पाचापैकी चार लोक दूर निघून जातात. शिवाय त्याच्याकडे आपल्यासारखी टीम नाही, मॅनेजमेन्ट नाही, तोंड धड नाही, नुसता याला त्याला शिव्या घालत बसतो. बरं दिल्लीश्वरांना खूश करण्याची दानतही नाही. असा माणूस कधीच सीएम बनू शकत नाही. पण कदमाचं तसं नाही.

त्याच्याकडे दानत तर खूप आहे, टीमसुद्धा आहे, मास बेस तगडा आहे, वक्तृत्वात तयार झालाय. फक्त एकच जरा कमी आहे...''

''काय ते?''

''डोकं गरम असल्यानं योग्य ते टायमिंग साधता येत नाही आणि मॅनेजमेन्टमध्ये जरा कमी पडतो. या दोन गोष्टी त्याच्याकडे असत्या ना, तर आज आपल्याऐवजी तोच असता इथं.''

''आँ!''

''हो, म्हणूनच. कारण आता तो शहाणा होतोय. मघाशी म्हटलं ना, तसं मी त्याला डिवचून पाहिलं. त्यावर वेडवाकडं बोलला असता तर आपल्या पथ्यावर होतं; पण पठ्ठ्या सरळ घरी गेला. म्हणजे आता तो पिकतोय. अशावेळी त्याला एकदम मारायचा नाही.''

''मग? मोकळा सोडायचा?''

''छे छे सोडायचा नाही, तर धरायचा.''

''तो कसा?''

''सांगतो ना, सांगतो सगळं. त्यासाठी उत्तमराव, उद्या मी तुमच्यावर एक जबाबदारी टाकणार आहे.''

सीएमच्या या वाक्यावर उत्तमराव लगेच सावरून बसले. त्यावर गालातल्या गालात हसत सीएम म्हणाले, ''घाबरू नका उत्तमराव, तुम्हाला फार काही करायचं नाहीये. फक्त उद्या अगदी सकाळी सकाळी कदमांच्या बंगल्यावर जायचंय, चहापाण्याला!''

ओठाला लावण्यासाठी हातात अर्ध्यापर्यंत वर उचललेला ग्लास पुन्हा टीपॉयवर ठेवत उत्तमराव डोळे मोठ्ठे करून सीएमकडे नुसते पाहत राहिले.

''काय म्हटलं आम्ही, सकाळी कदमांकडे जाऊन या चहापाण्याला.''

''मला काही कळलं नाही साहेब.''

''काही अडचण आहे? धास्ती वगैरे...''

''तसं नाही साहेब. तुम्ही म्हणाल तर आत्ता इथून जातो त्यांच्याकडे. घाबरायचं काय त्यात, पण मी जाऊन करणार काय?''

''सांगितलं ना, चहा प्यायला जायचं.''

''...''

''हा हा हा रिलॅक्स, रिलॅक्स, एवढे गोंधळून जाऊ नका. मला वाटलं तुम्हाला कळलं असेल त वरून ताकभात. पण जाऊ दे, आता फोड करून सांगतो.''

''हो साहेब. तुमचे हाय लेव्हलचे डावपेच आपल्याला नाही कळत. खरंच सांगा माझा रोल, तो मी करेन इमानेइतबारे.''

''येस उत्तमराव. ती खात्री आहे म्हणूनच तर तुम्हाला पाठवतोय. काही करायचं

नाही. सकाळी साडेआठच्या ठोक्याला थेट कदमांच्या बंगल्यावर धडकायचं डायरेक्ट, तोपर्यंत ते तयार झालेले असतील. तयार नसले तरी जाऊन थांबा तिथे. पेपरबिपर वाचा. आता तुम्ही आले म्हटल्यावर जणू आम्हीच आलो आहोत हे कदमलाच काय, पण राजकारणात आलेल्या शेंबड्या पोरालाही कळेल.''

''हो.''

''मग येईल कदम. सकाळी सकाळी पेपर पाहून त्याचं डोकं खराब झालेलं असेल. तुम्हाला पाहून अधिकच चक्रावून जाईल तो.''

''हो.''

''गेल्यावर आपल्याकडनं तो विषयच काढायचा नाही. यंदाच्या महाराष्ट्रभूषण पुरस्कारासाठी तीन नाव आहेत म्हणायचं. एक डॉक्टर पुराणिक, दुसऱ्या आपल्या समाजसेविका विमलताई आणि तिसरे त्यांच्या जिल्ह्यातले साहित्यिक आणि कदमांचे मार्गदर्शक कमलाकर बोडस. त्यासाठी तुमचं मत घ्यायला आलो म्हणायचं.''

''बरं.''

''सांस्कृतिकमंत्री म्हणून तुम्हाला पुरस्काराची परवा घोषणा करावी लागणार आहे. उपमुख्यमंत्री विमलताईंसाठी खूप आग्रही आहेत म्हणावं. डॉक्टर पुराणिकांचं नावही सगळ्यांनाच मान्य आहे; पण गेल्यावेळी तुम्ही कमलाकरअण्णांच्या नावासाठी जोर लावल्याचं सीएम म्हणत होते. म्हणून आपल्याला विचारायला आलो, असं सांगायचं.''

''मग?''

''मग काय, कमलाकरअण्णा म्हणजे फक्त त्यांचाच नव्हे, संपूर्ण कोकण प्रदेशाचा वीक पॉइंट. ते नाही म्हणूच शकत नाहीत.''

''बरं.''

''तुम्ही म्हणाल तर परवा घोषणा करू म्हणावं.''

''बरं.''

''मग, बाकी त्यांनी काही विषय काढला तर काढू द्या. काय म्हणतोय फक्त ऐकायचं. बोलायचं काही नाही त्यावर, समजलं?''

''एकदम.''

''गुड, चहा वगैरे घेऊन तुम्ही तिथून बाहेर पडेपर्यंत पत्रकारांची टीम तिथे पोहोचेल याची व्यवस्था करतो आम्ही. होऊ द्या परत चर्चा. स्पेक्युलेशन्स...''

''मी काय सांगू पत्रकारांना?''

''अहो काहीच नाही. चहाला आलो होतो म्हणायचं हसत हसत आणि गाडीत बसून सुसाट सुटायचं. फोनवर असो की प्रत्यक्ष सगळ्यांना एवढंच सांगायचं. बाकी मी बघतो काय ते. या फऱ्यात कदमाचे कदम कसे जखडून ठेवतो ते बघा.''

“व्वा! मस्त.”

“ते ठीक. पण, ललित उद्या सकाळी आपल्या कांबळेला फोन लावायचा. तो साला तिकडे गेला तर तिकडचाच झालाय. दोन दिवसात काही सांगितलं नाही.”

“संध्याकाळीच आला होता फोन त्याचा. तुम्ही व्यासपीठावर होतात कार्यक्रमाच्या म्हणून मी फोन घेतला. तुम्हाला सांगायचं राहिलं.”

“हां... काय म्हणतोय?”

“गाडी आणि गडी दोन्ही एकदम रंगात आहे...”

“छान करा म्हणावं मज्जा... त्या महेशकडेही लक्ष ठेवा म्हणावं. या सगळ्या घडामोडी त्याच्यापर्यंतही पोहोचत असणार. त्याची काय रिॲक्शन त्याचा अंदाज घ्या म्हणावं चाचपून बघा... विशेषत: उद्या उत्तमराव कदमांकडे जाऊन आले की पाहा म्हणावं.”

“का?”

“अरे, सगळ्याचं मूळ तर तिथेच आहे ना. अशी माणसं फार डेंजरस असतात. आता कदमला दाबण्यासाठी आपण त्याच्या पंखाला बळ दिलं तर उद्या आपल्यालाच चोच मारायला कमी करणार नाहीत. कारण त्यांना फक्त तत्त्व आणि तत्त्व एवढंच दिसत असतं.”

“मग?”

“विषय चांगला थंड होत होता; पण त्यानंच त्या अप्पासाहेबाला ओढलं आत. मग मीडियाचं उठलं, ते प्रकरण डेंजरस आहे. सरळ सरळ फ्रॉड केलाय मंडळींनी. कदमच नाही तर उद्या मंत्रिमंडळाचा प्रमुख या नात्यानं आपली खुर्चीही धोक्यात यायची त्यात. म्हणूनच आता त्याला वेसण घालायला हवी. मी सीएसला त्यासाठी उद्या बोलावलंय चर्चेला. बघू काय होतंय ते.”

“आस्सं.”

“ठीक आहे. उत्तमराव संपवा तो पेग आणि निघा आता. उद्या सकाळी लवकर जायंचय ना तुम्हाला चहापाण्याला!”

“हो हो.”

“हाऽ हाऽ हाऽ”

सकाळी सगळ्या वृत्तपत्रांचा सूर बघून वैतागण्यापेक्षाही अधिक निराश आणि हताश झालेले कदम रोजच्यापेक्षा बरेच गंभीर होते. साहजिकच बंगल्यावरचं वातावरणसुद्धा अगदी शांत शांत होतं. तशातच साडेआठच्या ठोक्याला लाल दिव्याची मोटार बंगल्याच्या पोर्चमध्ये आल्याचे पाहून उपस्थित दोघे-चौघे कर्मचारी सावध झाले. मोटारीतून चक्क सांस्कृतिक कार्यमंत्री रोकडेंना उतरताना पाहून त्यांची अधिकच

भंबेरी उडाली. त्यातल्या त्यात स्मार्ट असलेल्या टेलिफोन ऑपरेटरने रोकडेंना सामोरं जाऊन बसायची विनंती केली. समोरच्या सोफ्यावर टेकता टेकता रोकडे त्याला म्हणाले, ''साहेबांना वर्दी द्या मी आल्याची.'' त्यानुसार ऑपरेटरने वर एक्स्टेंशन लावलं खरं, पण त्याच्या छातीतली धडधड एकाएकी वाढायला लागली. डायरेक्ट साहेबांना निरोप देण्यापेक्षा बाईसाहेब किंवा मुलाने फोन घेतला तर बरे असे त्याला वाटून गेलं. तेवढ्यात पलीकडून वजनदार आवाज आला, ''बोला...''

''सर... गुड मॉर्निंग... मी बोलतोय आंबेकर.''

''हां. बोल''

त्यावर एक मोठ्ठा आवंढा गिळून आंबेकर चाचरत बोलला, ''सर, ते रोकडेसाहेब आलेत भेटायला.''

उत्तमराव रोकडे येतील अशी सुतराम शक्यता नसल्याने कदमांनी थंडपणे विचारलं, ''कोण रोकडे?''

''हे, आपले ते सांस्कृतिक मंत्रीसाहेब, रोकडेसाहेब.''

''आँ!'' कदमांच्या प्रश्नातले आश्चर्य त्यांच्या आवाजाच्या पट्टीवरूनच लक्षात येतं.

''हो, हो सर.''

''इथे, बंगल्यावर आलेत?''

''हो सर, समोरच बसलेत.''

''...''

''सर.''

''बसव त्यांना. चहापाण्याचं बघ. आलोच म्हणावं लगेच.''

''जी सर!''

फोन ठेवताच कदम आणखी बुचकळ्यात पडले. एकाचवेळी किमान शंभर प्रश्नचिन्हे त्यांच्या मन:पटलावर उमटली. तशातच अंगावर सदरा चढवून कदम लगेच खाली यायला निघाले. जिन्यावरून खाली उतरताना तर त्यांच्या मनात प्रश्नांचे काहूर जास्तच उठले होते; पण चेहऱ्यावर ते अजिबात न दर्शवता सुहास्य वदनाने समोर येत त्यांनी रोकडेंना नमस्कार केला.

''नमस्कार, या या.''

''नमस्कार, नमस्कार.''

''काय म्हणताय, आज अगदी सकाळी अचानक काय काढलंत?''

''मी सकाळी लवकर उठून जातो दररोज वॉकला. मग येतायेता कुणाला तरी चहासाठी त्रास द्यायचा. म्हटलं आजचा राउंड तुमच्याकडे घ्यावा.''

''व्वा व्वा, भाग्यच आमचं. चहा काय येईलच, नाश्ता वगैरे करू.''

''नाही नाही गंमत सोडा, फिरायला वगैरे नाही, आज खास तुमच्याकडेच आलोय मुद्दाम. एका महत्त्वाच्या विषयावर बोलायला.''

अंदाज घेता घेता अगोदरच गोंधळलेले कदम त्यामुळे अधिकच गोंधळून गेले. त्यांच्या चेहऱ्यावरही ते स्पष्ट दिसत होतं. ते पाहता रोकडेंनी बातचीत सुरू करायचं टायमिंग साधलं, ''कसं आहे साहेब, दिवसभर आपल्या मागे–पुढे कार्यकर्त्यांची, लोकांची जत्रा असते. त्यामुळे भेट झाली तरी फार बोलता येत नाही. खासगी वगैरे तर नाहीच नाही.''

खासगी शब्दावर भर देत पुढचे वाक्य खालच्या पट्टीत उच्चारून रोकडेंनी पुन्हा कदमांचा अंदाज घेतला. मनात पुरता उडालेला गोंधळ त्यांच्या चेहऱ्यावर आता अधिकच स्वच्छ दिसत होते. तशातच ते आपसूक बोलून गेले, ''बोला ना रोकडेसाहेब, सरकारी, खासगी काय असेल ते सांगा.''

''कसं आहे साहेब, परवा दिवशी आपल्याला यंदाचा महाराष्ट्रभूषण जाहीर करावा लागेल. त्यासाठी तीन नावं आहेत. उपमुख्यमंत्री विमलताईंचं नाव खूप लावून धरताहेत. डॉक्टर पुराणिकांच्या नावाची शिफारस तर अनेकांकडून झाली आहे. तिसरे म्हणजे आपले अण्णासाहेब, कमलाकर बोडस.''

''हो, खरंतर गेल्यावेळीच अण्णासाहेबांना द्यायला हवा होता पुरस्कार.''

''बरोबर आहे. मी काल संध्याकाळी हा विषय घेऊन सीएम साहेबांकडे गेलो तेव्हा तेसुद्धा अगदी हेच म्हणाले. गेल्या वर्षापासून कदमसाहेब आग्रही आहेत, अगोदर त्यांना विचारून घ्या. त्यामुळेच आलो मी एवढ्या तातडीनं तुम्हाला भेटायला. कारण आपलं नाव निश्चित झालं की, उद्याचा एक दिवस तरी लागेल त्यांची सगळी माहिती गोळा करायला आणि बाकी साऱ्या औपचारिकतेला.''

एकदम वेगळा विषय समोर आल्याचं पाहून कदम अधिकच गोंधळात पडले. पण अण्णांच्या नावावर लगेचच आक्रमक झाले. ''होय, यंदा अण्णांचाच क्लेम आहे, बाकी कुणीच नको.''

''म्हणूनच म्हटलं, आपल्याकडून एकदा मत जाणून घ्यावं.''

''त्यात काय, माझा तर आग्रह आहेच. खातं तुमचं आहे, तेव्हा बघा आता काय ते.''

''साहेब बास काय, आमचं खातं आणि आम्ही काय ते सर्वांना ठाऊक आहे. म्हणूनच तर आलो ना तुम्हाला विचारायला.''

''तुम्हाला सीएमनी पाठवलं म्हणालात ना?''

''पाठवलं नाही, फक्त तुमच्याशी बोला, विचारा म्हणाले. मग मीच विचार केला, दुसरीकडे बोलण्यापेक्षा सरळ तुमच्या घरीच यावं.''

''हां ठीक आहे. मग द्या अण्णांचं नाव जाहीर करून, वाट कसली पाहता?''

“परंपरेप्रमाणे परवा नाव जाहीर करावं लागेल. त्यापूर्वी अण्णांची संमती घ्यावी लागेल.”

“त्याची चिंता करू नका. मी घालतो त्यांच्या कानावर. ते काही नाही म्हणणार नाहीत. मग बाकी काय बरंय ना? तुमचं काय सगळं मस्तच चाललं असणार म्हणा.” कदमांनी पुन्हा एकदा अंदाज घेण्यासाठी म्हणून विचारलं.

“चाललंय आपलं. सांस्कृतिक खातं म्हणजे काय, तुम्हाला चांगलंच माहीत आहे.”

“लै भारीय, ‘माल’ कमी असला तरी ‘ताल’ भरपूर आहे. करा मजा करा.”

“म्हणजे?”

“आस्सं का उत्तमराव, अहो लोककला असो का नाटक, सिनेमे, सगळे तुमच्याच दारी की! मग कशी असते बारी... बारी... आम्हाला ठाऊक नाही काय...”

“जाऊ द्या ना साहेब, सगळंच तसं सगळ्यांना माहीत असतं.”

या हलक्याफुलक्या संवादाने भेटीचा शेवट करत रोकडे उठले आणि कदमांचा निरोप घेतला. पोर्चपर्यंत कदम त्यांना सोडायला आले. गाडी गेटवर येताच बाहेर जमलेल्या मीडियावाल्या मंडळींनी त्यांच्या गाडीला गराडा घातला. लगेच कॅमेरेही सरसावले. रोकडेंनी काच खाली करून सगळ्यांना अभिवादन केले तर लगेच प्रश्नांची सरबत्ती सुरू झाली. पण त्याकडे दुर्लक्ष करून ठरल्यानुसार केवळ एकाच वाक्यात हसत हसत उत्तर देत रोकडे तिथून सटकले. कॅमेऱ्यात कैद झालेले रोकडे कदमांच्या बंगल्यातून बाहेर पडत असल्याचे दृश्य आणि एका वाक्याचा का होईना, बाइट मिळाल्याच्या आनंदात लगेच, ‘मुख्यमंत्र्यांचे खास दूत चर्चेसाठी महसूलमंत्र्यांच्या बंगल्यावर’ अशा आशयाच्या ब्रेकिंग न्यूज सुरू झाल्या. त्यामुळे सत्ताधारी, आघाडीतील घटक पक्ष, विरोधी पक्ष, मीडिया, पत्रकार यांच्यात पुन्हा एकदा चर्चेचा धुरळा उडाला. बातम्या बघून कदम आणखीच बुचकळ्यात पडले तर स्वत:शीच हसत सीएम दिवसभराच्या कामकाजासाठी तयार झाले. सीएस आल्यावर महेशच्या बाबतीत नेमकं काय सांगायचं या विचारचक्रात ते गाडीत बसले आणि सगळा ताफा मंत्रालयाकडे कूच करू लागला.

मंत्रालयात येऊन खुर्चीवर स्थानापन्न होताच पीएसने दिवसभरातील एंगेजमेन्ट्सची यादी समोर ठेवली. त्यामध्ये चेंबर ऑफ कॉमर्स पदाधिकारी शिष्टमंडळाशी चर्चा आणि सीएससोबत मीटिंग हे सकाळच्या सत्रातील दोन मुख्य विषय होते. त्याकडे अंगुलीनिर्देश करून हातानेच सीएमने विचारणा केली.

“सर, सीएस साहेबांकडून फोन होता, आपण आलात की लगेच येणारेत ते

आणि चेंबरचं शिष्टमंडळ पाऊण तासापासून येऊन बसलंय.''

''त्यांचा विषय काय आहे?''

''टॅक्सेशन आणि नवीन गुंतवणुकीबद्दल चर्चा आहे.''

''च्यायला, १५-२० मिनिटात फुटवावं लागेल यांना. तुम्ही एक काम करा. त्या लोकांना पाठवून द्या आणि लगेच सीएसला बोलावून घ्या. दहा मिनिटं जातील त्यात. सीएस आले की त्यांना अ‍ॅन्टीचेंबरला घेऊन या आणि लगेच असे पाठीमागून येऊन स्वत:च माझ्या कानात सांगा. म्हणजे मग मला चेंबरवाल्यांना कटवता येईल, पाच मिनिटांत.''

''ओके सर.''

ठरल्यानुसार नंतरचा सगळा सीन पार पडला. चेंबरचे अध्यक्ष आणि सेक्रेटरींशी सीएमने सुरुवातीची पाच-सात मिनिटं इकडच्या-तिकडच्या विषयांवर गप्पा मारल्या. चर्चेची गाडी मूळ मुद्द्यावर येईपर्यंत पीएसने येऊन कानात सांगितले. हो, अरे बाप रे! अच्छा, अच्छा, आलोच. असं म्हणताना प्रचंड अर्जन्सी आहे असा मुद्राभिनय करत पुढच्या तीन-चार मिनिटांत चेंबरच्या मंडळींचे ब्रीफ ऐकून घेतलं. ''तुमचं म्हणणं अगदी योग्य आहे. खरंतर मी आज आपल्यासाठीच तासाभराचा वेळ राखीव ठेवला होता; पण आत्ता हा निरोप आला. जरा कॉन्फिडेन्शिअल आणि सिक्युरिटीचे अर्जंट मॅटर आलं आहे मध्येच. त्यामुळे मला निघावं लागेल. तुम्ही एक काम करा. या सगळ्याची ब्रीफ नोट तयार करून दोन-तीन दिवसात पीएसकडे पाठवून द्या. इतरांकडे नको. स्वत: त्यांच्याकडेच द्या. जरा टेक्निकल विषय आहे. आम्हीपण त्याचा अभ्यास करतो. मग पुन्हा भेटू लवकरच निवांत आणि लगेच काढू तोडगा, काही चिंता करू नका.'' असं सांगून शिष्टमंडळाला आश्वस्त केलं आणि अ‍ॅन्टीचेंबरकडे जायला निघाले. सीएम आत येताच सीएस, त्यांचा पीए उठून उभे राहिले. त्यांना बसण्याची खूण करत सीएम स्वत: खुर्चीवर बसले. हातात फाइल्स घेऊन मागे उभ्या असलेल्या पीएकडे पाहून 'आम्हाला जरा वन टु वन डिस्कस करायचंय' असं सांगताच 'सर,' म्हणून पीए उलट पावली बाहेर पडला.

''हं, साहेब काय म्हणताय?''

''काय नाय, आपला आदेश आला, आम्ही हाजीर.''

''आदेश कसला संदेश.''

''आमच्यासाठी आदेशच तो सर.''

''व्वा, तुमच्यासारखंच तुमचं सगळं प्रशासन असतं तर किती बरं झालं असतं!''

''...''

''खरंच म्हणतोय मी.''

"मीन्स?"

"अहो, तुम्ही एवढे वरिष्ठ पदापर्यंत पोहोचलात, आता या वर्षअखेरला तुमची रिटायरमेन्ट ना, कालच फाइल आली माझ्याकडे. म्हणून म्हटलं, आपल्याशी चर्चा करावी."

"हो सर"

"मग काय, रिटायरमेन्ट प्लॅनिंगबिनिंग झालं की नाही सुरू?"

"कसलं साहेब, इथून टाइम भेटायला हवा ना?"

"हो, वेळच वेळ मिळेल नंतर... अर्थात तुमची इच्छा असली तर..."

दोन्ही वाक्यांच्या मध्ये मोठ्ठा पॉज घेऊन सीएसच्या चेहऱ्यावरचे एक्स्प्रेशन्स ते टिपत होते. रिटायरमेन्टच्या विषयाने चेहऱ्यावर असलेली अस्वस्थता जाणवून अशावेळी मधाचे बोट लावायची संधी सीएमनी सोडली नाही.

"खरंतर तुमच्यासारख्या अधिकाऱ्याला सोडायचं अजिबात मनात नाही."

"सर!"

"पण..." एक मोठ्ठा पॉज.

सीएसचा चेहरा आणि डोळे केविलवाणे होत असल्याचे पाहत सीएम पुढे म्हणाले, "तुमचं वय आड येतंय, काहीच करू शकत नाही. पण..." पुन्हा पॉज.

"दुसरा एक विचार डोक्यात आहे."

"सर."

"तुम्हाला गृहनिर्माण प्राधिकरणाचं अध्यक्षपद किंवा ग्राहक हक्क संरक्षणचं आयुक्तपद असं एखादं चांगलं पद देता येईल का? अर्थात तुमची इच्छा असेल तर..."

ही दोन्ही पदे प्रतिष्ठा, सत्ता, पैसा या साऱ्याच दृष्टीने किती लाभदायी आहेत त्याची चांगलीच कल्पना असल्याने सीएसच्या डोळ्यांत चमक आली. क्षणाचाही विलंब न लावता, "सर, मी सांगितलं ना, आपला आदेश असेल तर माझा काही प्रॉब्लेम नाही." असं सांगून त्यांनी आपली बाजू स्पष्ट केली.

"गुड, तुमच्यासारखी जाणती माणसं आम्हाला हवी आहेत. किंबहुना त्यांचा अभिमानही आहे; पण तुमच्यासारखे तुमचे सगळे लोक असते ओबिडिअन्ट तर किती बरं झालं असतं."

"आता काय सांगणार सर."

"हो, विशेषत: हे ज्युनिअर ऑफिसर्स. त्यांच्यावर चांगला कन्ट्रोल ठेवायला हवा."

"सर."

"नाही तर अनेकांना मग हिरो बनायची हुक्की येते त्या महेशसारखी."

"हां, वो तो पागल है सर, दोन-तीन टाइम मी स्वत: समजावला त्याला; पण

फायदा नाय. त्याचं डोकं भलतीकडेच चालतं.''

''ते ठीक आहे, पण हे तुम्हाला कसं चालतं?'' या बाउंसरने सीएस एकदम चमकून गेले. तेवढ्यात सीएम निर्वाणीच्या सुरात बोलले, ''त्याचा बंदोबस्त लवकरात लवकर झाला पाहिजे. हे प्रकरण आता आणखी चिघळू देता कामा नये. झालं तेवढं खूप झालं. अप्पासाहेब, मीडिया सगळे मागे लागलेत. पाणी छातीपर्यंत आलंय, गळ्यापर्यंत येऊन नाकातोंडात जायला नको.''

''सर.''

''फॉरीन टूरवरून आला की तो पुन्हा काही तरी उकरून काढेल. कसा आवरणार त्याला?''

''ट्रान्सफर करून टाकू.''

''वाटलंच मला, पण ते अजिबात नको. त्यामुळे उलट तो जास्तच हिरो होईल.''

''देन?''

''सध्या त्याचा चार्ज कुणाकडे आहे?''

''मी बघतो सर.''

''त्याचा चार्ज ज्याच्याकडे आहे त्याला नीट समजवा. अजून तीन-चार दिवस आहेत. तोपर्यंत त्याच्या कस्टडीतल्या सगळ्या फाइल्स ताबडतोब मागवून घ्या. त्यात काय काय आहे ते बघा उद्यापर्यंत युद्धपातळीवर. आणखी काही अडचणीची मॅटर्स असतील तर त्याचा निकाल लावा लगेच.''

''सर.''

''दुसरं म्हणजे, त्याचं कुठे काही सापडतं का बघा, पूर्वीचं वगैरे. म्हणजे डीई लावता येईल.''

''सर, ते तर मी खूप आधीच बघितलं होतं; पण साला कुठेच काही भेटत नाय.''

''मग शिस्तभंगात कुठे सापडतो का बघा, पण नको. ते पण अंगावर यायचं कदाचित उलटं. त्याऐवजी असं करा, त्याला सध्या दोन-चार वेगळ्याच कामांमध्ये अडकवा. अर्जंट आहे म्हणून सांगून पुरता जखडून ठेवा. दररोज स्वत: रिपोर्ट घ्या. म्हणजे इकडे तिकडे हलायला चान्स राहणार नाही. फाइल्स बघाल तेव्हा तुमच्या लक्षात येईलच. पाच-सहा अशी कामं लावा की किमान पुढचे तीन-चार आठवडे तरी तो त्यात पूर्णपणे बुडाला पाहिजे. तुम्ही रिटायर्ड व्हायच्या आत हे संपवायचं आहे म्हणा. काहीही निमित्त सांगा, पण त्याला दुसरीकडे पाहायला उसंत देऊ नका. पुरता गुरफटला पाहिजे.''

''सर!''

"हां आणि ती कामं देताना नवीन काही त्याच्या हाती लागणार नाही हे बघा. नाहीतर आगीतून फुफाट्यात."

"गॉट इट सर, त्याला बिनकामाच्या कामात कसा लटकवतो पाहा."

"आता दोन आठवड्यांनी हाउस सुरू होत आहे. विरोधक हंगामा करणारच या विषयावरनं. मग आम्ही नेमतो चौकशी समिती. आपोआप सगळा चार्ज जाईल मग समितीकडे अन् त्याची ॲथॉरिटी कमी होईल. मग चार-पाच महिन्यांनी बघू त्याच्या बदलीचं."

"सर."

"मी सांगितलेलं लक्षात ठेवा."

"सर, त्याला डेली रिपोर्टिंगसाठी रोज इथेच बोलावतो मंत्रालयात. बसवून ठेवतो. इकडे-तिकडे पाहूच देत नाही. नो हलचल!"

"गुड."

"सर"

"तोपर्यंत आपण काही तरी करू. हां आणि तुमचंपण करू प्राधिकरण किंवा काहीतरी. माझ्या डोक्यात आहेच. करतो काहीतरी."

"सर मला नक्कीच आवडेल ते."

"येस, आय नो दॅट."

"थँक यू सर."

"ओके, पण याची चर्चा कुठेच नको. मीडिया तर नाहीच नाही."

"नो सर, तुम्ही कधी पाहिला आहे का माझ्याकडे मीडियावाला? मी पहिल्यापासूनच त्यांना खूप लांब ठेवतो. आय थिंक त्यामुळेच मी इथपर्यंत पोहोचू शकलो. सर, करतो मी बरोबर, लावतो त्याला कामाला."

"गुड, चलो, ऑल द बेस्ट."

"थँक यू सर."

अगोदर सकाळची वर्तमानपत्रे, मग रोकडेंची भेट आणि पाठोपाठ त्याच्या सुरू झालेल्या ब्रेकिंग न्यूज यामुळे महसूलमंत्री कदम पुरते कातावून गेले होते. काय पवित्रा घ्यावा तेच त्यांना समजत नव्हतं. जेवढा विचार करू तेवढे तारू जास्तच भरकटत चालल्यासारखं वाटलं. मनात अस्वस्थता भरून राहिल्याने रोजच्याप्रमाणे खाली जाऊन भेटीगाठी किंवा इतर कामे सुरू करण्याची त्यांची मानसिकता नव्हती. त्यामुळे खाली फोन करून आलेल्या मंडळींना परस्पर वाटेला लावण्याची आणि बंगल्यावरची गर्दी कमी करण्याची सूचना त्यांनी दिली. त्यानुसार पीएने सगळ्यांना साहेबांची तब्येत ठीक नसल्याने ते आज कुणालाही भेटणार नसल्याचे सांगत

सगळ्यांना मार्गी लावलं. त्यामुळे पुढच्या दहाच मिनिटात बंगल्यावर एकदम शुकशुकाट पसरला. साधारणतः बाराच्या सुमारास सुरेशची गाडी पोर्चमध्ये उभी राहिली. त्यालाही खाली उतरल्याक्षणीच शांतता जाणवल्याशिवाय राहिली नाही. तेवढ्यात समोर जुना कार्यकर्ता संतोष दिसला. सुरेशला पाहताच त्याने लगबगीने पुढे होऊन साहेबांची तब्येत बरी नसल्याने ते आज खाली येणार नसल्याचं सांगितलं. त्याच्या खांद्यावर थोपटून सुरेश तडक जिन्यावरून वर जायला निघाला. वरच्या मजल्यावरच्या टी-पॉयवर पेपरचा गठ्ठा अस्ताव्यस्त पडलेला होता. टीव्हीसुद्धा सुरूच होता. नेहमीच्या सवयीने अंदाज बांधून सुरेश टेरेसच्या दाराकडे वळला. आतमध्ये डोकावतो तर कदम एकटेच समुद्राकडे बघत उभे होते. काहीतरी चाहूल लागल्याने त्यांनी मागे पाहिलं. नजरानजर होताच सुरेशला त्यांच्या चेहऱ्यावरची अस्वस्थता जाणवली. न राहवून त्याने विचारलं, ''काय झालं बाबा तुला?''

''काही नाही.''

''तब्येत बरी नाही?''

''ठीक आहे. पण जरा मन लागत नाही. मग नाही भेटलो कुणाला. च्यायला, सगळीकडून आपली पुरती खोलून मारायचा कार्यक्रम सुरू झालाय.''

''जाऊ दे रे, काय टेन्शन घेतो एवढं?''

''टेन्शन नाही रे, पण लवकर काही तरी करायला पाहिजे.''

''होईल आपलं काम, लागलीये फील्डिंग सगळी.''

''कशाची?''

''तिकडे त्या महेशची.''

''काय?''

''आता दोन वाजता तिकडे हवाला होईल आपला. पैसे पोहोचले की काम सुरू होईल. रासकरशी बोलणं झालंय सगळं.''

''ठीक आहे; पण एवढं सोप्पं नाही यार ते.''

''होईल, टेन्शन नको. त्यांनी ६० मागितले, आपण ६५ पाठवलेत. काही कमी पडणार नाही.''

''प्रश्न फक्त पैशाचा नाही.''

''म्हणजे?''

''तो महेश जाळ्यात घावणं एवढं सोप्पं वाटतं का? अशी माणसं फार अवघड असतात. नाहीतर इथेच नाही का त्याला मॅनेज केलं असतं. दुसरा कुणी असता तर या एकाच प्रकरणात चार पिढ्यांची सोय करून बसला असता. पण हे...''

''पैसे वगैरे सोड, बाई म्हटलं की चांगले चांगले कसे 'गळतात' पाहिलंय ना आपण?''

"हां, ते झालं तर चांगलंच आहे. मजा येईल; पण सालं जमायला हवं."

"जमवू आपण बरोबर. मी परत बोलतो त्या रासकरशी."

"त्याला म्हणावं एवढं जमव, मूँह मांगा इनाम देऊ."

"तू टेन्शन नको घेऊ यार, मी करतो सगळं. लै दिवसांनी तुला एवढ्या टेन्शनमध्ये पाहतोय. चल, बिअर मागवतो आत्ता मस्त एकदम थंड थंड. बिअर पिऊ, जेवण कर अन् झोप काढ एक. तोपर्यंत मी बाकी फील्डिंग लावतो."

"हां, चल सांग. आता त्याशिवाय पर्याय नाही."

दुपारी बरोबर तीनच्या ठोक्याला सुरेशने राजाच्या फोनवरून रासकरला फोन लावला.

"हॅलो"

"रासकरसाहेब, झाली का झोप?"

"बोला सुरेशशेठ. झाली, झोप वगैरे झाली. दीड तासापासून इथेच आहे अब्दुलकडे. पैसे आले. आता बाकीची जमवाजमव सुरू झाली आहे."

"जमवा साहेब तेवढं काहीही करून."

"हो हो."

"अजून लागले पैसे वगैरे तर सांगा, बिल्कूल फिकीर करू नका त्याची."

"नाही शेठ, मी करतो सगळं व्यवस्थित. काळजी करू नका."

"भारीत भारी क्लबात घेऊन जा बाबा त्याला. काहीही करा, बुचकळा एकदाचा अन् करा काम फत्ते."

"करतो शेठ, करतो."

"ठीक आहे मग, झालं काम की करा फोन, वाट पाहतोय."

"ओके ओके."

साठ मागितले त्यामध्ये स्वत:चं मार्जिन होतंच; पण चक्क पासष्ट आले! मज्जाच मज्जा! असा विचार करताना काम कसं वाजवायचं त्याचा प्लॅन रासकरच्या डोक्यात सुरू झाला. कारण काम खूपच कठीण, जवळपास अशक्यच असल्याचं तो मनोमन जाणून होता. संपूर्ण दौऱ्यात महेश खूपच रिझर्व्हड होता. एक-दोन वेळा दोघांमध्ये अगदी जुजबी, गरजेपुरतंच बोलणं झालेलं होतं. शिवाय त्याच्या व्यक्तिमत्त्वाचा एक दरारासुद्धा होता. राज्यमंत्री कांबळेंपेक्षाही सगळ्या चमूवर छाप होती ती महेशच्या वागण्या-बोलण्याची. आयएएसला महेशचा बॅचमेट असलेला तुषारच काय तो प्रवासादरम्यान महेशशी गप्पागोष्टी, प्रसंगी मजाक मस्तीही करत होता. चाणाक्ष रासकरने ते बरोबर हेरलं. त्यातून त्याने आपल्या प्लॅनमध्ये अप्रत्यक्षरीत्या तुषारला

सामावून घेण्याचं मनाशी ठरवलं. कारण महेशला 'नाइट आउट'ची ऑफर देऊ शकेल असा एकमेव फक्त तुषारच होता त्यांच्यात. शिवाय तुषारचा स्वभाव जॉली असल्याने तो सगळ्यांमध्ये चांगलाच मिसळून गेला होता. कांबळेसाहेबांच्या रोज रात्रीच्या बैठकीत रासकरबरोबर त्याचीही हजेरी ठरलेली. त्यामुळे तुषारच्या नकळत त्याच्याच खांद्यावर बंदूक ठेवून महेशला नाइट आउटला बाहेर काढायची शक्कल रासकरने लढवली. त्याने सगळ्यात हायफाय, बोल्ड आणि मोस्ट सेक्सी आयटम्स असलेला क्लब कोणता त्याची विचारणा अब्दुलकडे केली. अब्दुलसोबत त्याचा एक 'जाणकार' सहकारी होता. त्याने क्षणाचाही विलंब न लावता त्यांना सांगितलं 'ब्रोकन ग्लास'. त्याने केलेलं तिथल्या माहोलचं वर्णन ऐकूनच रासकरच्या मनात आनंदाच्या उकळ्या फुटल्या. पण भारतीय चलनानुसार तिथली एन्ट्री फीच प्रत्येकासाठी जवळपास चाळीस ते पंचेचाळीस हजाराच्या घरात असल्याची माहिती त्याने पुरवली. पैशाची फिकीर नको, तिथे आणखी काही स्पेशल सर्व्हिस मिळते का, याची विचारणा त्याने केली. त्यामध्ये एका शोसाठी स्पेशल सीटिंग आणि आणखी काही लक्झरींसाठी साधारणपणे आठ ते दहा लाखांचे स्पेशल पॅकेज असल्याचं त्याने सांगितलं. हा प्रायव्हेट शो बुक केल्यास केवळ बुकिंग करणाऱ्यांच्या छोट्या ग्रुपसाठीच हा खास शो केला जात असल्याचे आणि त्यामध्ये अगदी हवी ती 'सर्व्हिस' विनासायास तिथल्या तिथेच उपलब्ध होत असल्याची पुष्टीही मिळाली. अर्थात, हे सगळे फक्त एन्ट्री लेव्हलचे पॅकेज आहे. आतमध्ये गेल्यावर ज्याच्या त्याच्या चॉइसप्रमाणे आणि त्याचे रेट्ससुद्धा लाखाच्या घरात होते. पैशाचा प्रश्न नसल्याने रासकरने लगेच त्याला एक शो बुक करण्याची फील्डिंग लावण्यास सांगितली; पण त्यामध्ये अडचण होती ती कॅमेऱ्याची. कारण तिथे कुठल्याही प्रकारचे कॅमेरे किंवा फोटो यावर सक्त प्रतिबंध होता. त्यासाठी आणखी हव्या तेवढ्या पैशाची तरतूद करू, पण एक तरी छुपा कॅमेरा अॅडजेस्ट करण्याची विचारणा करायला रासकरने त्याला सांगितलं. त्याने लगेच तिथल्या मॅनेजरला फोन करून चाचपणी केली. बरेच आढेवेढे घेतल्यानंतर क्लबच्या मंडळींना तीन आणि स्वत:ला दोन लाख एक्स्ट्रा या बोलीवर कशीतरी तडजोड झाली. त्यातही फक्त एकच छुपा पेन कॅमेरा तेथील एका बाउंसरच्या शर्टला अॅडजेस्ट करण्याची बोली पक्की झाली. या कामासाठी अब्दुल आणि त्याच्या मित्रालाही प्रत्येकी लाखभर रुपयाची खास बक्षिसी रासकरने दिली. त्यामुळे दोघांनी खूश होऊन त्याला एक कडक सलाम ठोकला. त्यांच्याशी पुढच्या प्लॅनबद्दल बोलणी करून प्लॅन फत्ते झाल्यावर आणखी मोठी बिदागी देण्याचं मधाचं बोट लावत रासकर हॉटेलकडे परतला.

हॉटेलला आल्यावर त्याने तडक तुषारची रूम गाठली. दारावर नॉक केल्यावर

तीन-चार मिनिटांनी अत्यंत आळसावलेल्या चेहऱ्याने तुषारने दार उघडलं; पण रासकरला पाहताच त्याच्या चेहऱ्यावर स्मितहास्य उमटलं. रासकर काय प्रकृतीचा माणूस आहे आणि अशा ठिकाणी तो किती कामाचा आहे, याचा अंदाज आल्याने तो म्हणाला, "अरे तुम्ही?"

"डिस्टर्ब तर नाही केलं ना साहेब तुम्हाला?"

"अरे अजिबात नाही. असाच बसलो होतो टीव्हीवर चॅनेल बघत. काही कामच नाही ना."

"मीपण बोअर झालो होतो, म्हटलं जरा तुमच्याशी काही गोष्टी शेअर कराव्यात इथल्या. भरपूर गम्मत-जम्मत आहे."

"अच्छा! या ना आत."

खोलीत येऊन समोरच्या सोफ्यावर बसता बसता रासकर मुद्द्यावर आला. "सर, अभ्यास खूप झाला आतापर्यंत दौऱ्यात. आता हे शेवटचे तीन दिवस आपलेच. फक्त मज्जा आणि मज्जा!"

"व्वा! भाई ये क्या पूछने की बात है। हमने सुना है रासकरजी आप तो इस बारे में बहोत जानकार खिलाडी हो."

"बऱ्याचदा येणं होतं, त्यामुळे माहिती आहे."

"बहोत खूब! मग आम्हालाही माहिती करून द्या की थोडं थोडं. हाऽ हाऽ हाऽ"

"त्यासाठीच तर आलो साहेब."

"बोला ना मग, आढेवेढे कशाला? आपलं आहे असं आहे. एकदम खुल्लम खुल्ला! हमाम में सब नंगे! कसं?"

गडी एकदम रंगात आलाय. आपली गाडी रुळावर येत असल्याचं पाहून रासकरने लगेच संधी साधली, "हो, सर तेच तर सांगतोय."

"हा... हा... बोला पट्कन, सांगून टाका."

"इथला सगळ्यात हायफाय नाइट क्लब आहे ब्रोकन ग्लास. चाळीस हजार नुसती एन्ट्री फी आहे; पण आतमध्ये गेल्यावर खरोखरचा स्वर्ग. न्यूड डान्सपासून पुढे सारं काही. जगभरातले जे श्रीमंत, अतिश्रीमंत टुरिस्ट इथे येतात, त्यांचा फर्स्ट चॉइस असतो ब्रोकन ग्लास."

"हो रासकरसाहेब, पण आपण कुठे अतिश्रीमंत आहोत? चाळीस हजार आत जायला, म्हणजे बाकी सारं लाखात असणार. इथे आपण काय आणलंय खडकू? शिवाय बरोबर ही बाकीची भुतावळ."

"सर, त्याची चिंता नको. मी तिथले व्हीआयपी सीटिंगचे खास पास अ‍ॅरेंज केलेत."

"अरे पण..."

“थांबा ना सर, आपल्याला कुठे खिशात हात घालायचाय. एक पार्टी आहे मुंबईची. नेहमी आपल्याकडे कामं असतात त्यांची. आपल्या दौऱ्याबाबत कळलं तेव्हा त्यांनी ही अ‍ॅरेंजमेन्ट करून दिलीये. म्हणजे आपलं सगळं होणार या भावातच.”

“व्वाऽ व्वा! बहोत खूब!”

“पण, एक अडचण आहे सर...”

“काय?”

“अशा स्पेशल शोसाठी तिथे पाचच सीटिंग असतात खास आणि एकावेळी त्या सगळ्या बुक करायला लागतात. मी बुक केल्यात, पण आपल्याला एक जण कमी पडतोय.”

“म्हणजे?”

“हे पाहा, तुम्ही, मी, कांबळे साहेबांचे भाचे राहुल आणि एमएमआरडीएवाले पवार साहेब आहेत.”

“मग आणखी कुणाला घ्या ना एखाद्याला.”

“कोण घेणार? राहुल म्हटल्यावर कांबळेसाहेबांना थर्ड मारावा लागणार. ते नाहीत म्हणजे लोंढे, जगताप, सुरवसेसुद्धा त्यांच्याबरोबरच राहणार. या सगळ्यांची एकत्रित सोय लावावी लागणार दुसरीकडे.”

“बरं मग?”

“एकच नाव उरतं, महेश सर.”

“अरे, तो कसला येतोय?”

“सर, तुम्ही सांगितलंत तर येतील ना ते.”

“मुश्कील आहे. त्याला मी खूप चांगला ओळखतो.”

“सर, तुम्ही करा ना त्यांना कन्व्हिन्स. तुमचं नक्की ऐकतील ते. तुम्ही पटवाल त्यांना बरोबर. शेवटी दोस्तीच्या नात्यानं सांगू शकाल तुम्हीच. नाहीतर परत अशी जन्नत अनुभवण्याचा मोका कधी मिळणार?”

“बरं, मी बघतो प्रयत्न करून.”

“सहा वाजेपर्यंत कन्फर्मेशन द्यायचंय आपल्याला साहेब. वाटलं तर तुम्ही त्यांना पैशाचं किंवा या अशा अ‍ॅडजेस्टमेन्टचं काही सांगू नका. तुमच्याच एखाद्या मित्राचा रेफरन्स देऊन त्यानंच अ‍ॅरेंज करून दिलंय असं सहज म्हणून सांगा.”

“हं बघतो.”

“तुम्ही जमवाल साहेब बरोबर. मला माहीत आहे. तुम्ही एकमेकांशी ज्या हक्कानं बोलता तसं बोललात तर नक्कीच जमेल बघा बेत.”

“बरं, बघतो ना मी, बोलतो त्याच्याशी. चार वाजता चहासाठी जातो त्याच्याच

रूमवर आणि रात्री त्याला बाहेर काढायचा प्रयत्न करतो.''

''यस सर, डन! मला माहीत आहे, तुम्ही नक्की कराल ते.''

''ओके ओके, बघू या.''

''सर कराच, जन्नत मिळेल या भावात.''

''हां हां, बघू या.''

बरोबर चार वाजता तुषारने महेशच्या रूमचा दरवाजा ठोठावला. अर्ध्या मिनिटात महेशने दरवाजा उघडला. तुषारला असा अचानक आलेला पाहून त्याच्या चेहऱ्यावर किंचित आश्चर्याचे भाव उमटले. ते हेरून तुषारने, ''अरे, डिस्टर्ब तर नाही ना केलं?'' अशी विचारणा केली.

''छे छे, अजिबात नाही.'' म्हणत महेशने त्याला आतमध्ये येण्याची खूण केली. आत येतायेताच तुषारने सुरुवात केली, ''आयला, जाम बोअर झालं बाबा. इथे एकतर सगळ्यांची सकाळ पार दुपारी सुरू होते. आपली खरंतर ही दुपारच्या चहाची वेळ; पण इथल्या मंडळींसाठी हा म्हणजे जणू बेड टी! टीव्ही पाहून पाहून आणि पेपर वाचून बोअर झालं रूममध्ये अगदी. म्हटलं, चल तू काय करतोयस ते पाहू.''

''हो, अरे मीपण कंटाळून गेलोय. नुसता टाइमपास चाललाय उठल्यापासून.''

''अरेरे! 'उठल्या'वर असा वेळ दवडू नये. हाऽ हाऽ हाऽ''

तुषारच्या बोलण्याचा रोख ओळखून महेशनेही त्याच्या हास्यात आपले स्मितहास्य मिसळलं. ही संधी तुषारने बरोबर साधली. ''जोक अपार्ट. पण खरंच बोअर होतंय सालं. संध्याकाळीपण आज काही काम नाही. बाहेर जायचं का आपण?''

''हा जाऊ ना, घरच्यांसाठी मलाही काहीतरी खरेदी करायची आहे.''

''ओके खरेदी वगैरे करू आणि मग बाहेरच काही तरी खाऊ-पिऊ. इथे आलोच आहोत तर एखाद्या क्लबमध्येही जाऊन पाहू नक्की काय काय चालतं ते.''

''क्लब, पब वगैरे नको, खरेदीला जाऊ.''

''च्यायला कसला रे तू! ते सगळं नैतिक-अनैतिक वगैरे आपल्याकडे. पबवर बंदी, कायदे-कानून तिकडचे गुंडाळून ठेवा. इथे तर तोच मुख्य व्यवसाय आहे. सरकारने बंदी घातली तर इकॉनॉमी कोलॅप्स होईल इथली. आपण रस गुऱ्हाळात जातो तेवढं क्लब कल्चर कॉमन आहे इथं. कमॉन यार.''

''नको नको.''

''अरे वेडा आहेस का? इथे येऊन पब-क्लबमध्ये न जाणं म्हणजे नवी कोरी गाडी घ्यायची; पण त्यात पेट्रोल नाही भरायचं असा प्रकार होईल.''

''नको. आपल्याला गाडीची हौस नाही अन् पेट्रोलचीही.''

"च्यायला, तूपण ना. अरे इथं लोक सहकुटुंब पबला येतात. बायको-मुलांचं तर सोड, अगदी म्हातारे आई-वडीलही असतात बरोबर. आपल्याकडच्या मानसिकतेत उगाच काही तरी खुळचटासारख्या कल्पना आहेत. हे एक वेगळंच जग आहे. ते अनुभवायला काय हरकत आहे?"

"असले अनुभव काय कामाचे?"

"अरे, असं काय करतोस? अनुभव म्हणजे काय लगेच तुला कुणाजवळ जाऊन झोपायची सक्ती थोडीच केली जाणारे? हे असं आहे तुमच्या लोकांचं. सगळ्या मूर्खपणाच्या कल्पना, मी मघाशी म्हटल्याप्रमाणे. अरे जरा डोळसपणे बघा जगाकडे. लोक कसे जगतात, दुनिया किती प्रकारची आहे ते समजतं आपल्याला. असंही काही घडू शकतं, असू शकतं, की ज्याची आपण कल्पनाही केलेली नसते."

"..."

"आपल्या थिंकिंग पलीकडचं जग कसं आहे, जरा चाकोरीतून बाहेर येऊन विचार करा. झापडं काढा. जग काय आहे ते समजून घ्या. खुराड्यात राहून त्यालाच जग म्हणायचं असं आहे तुमचं सगळं."

"अरे पण..."

"पण काय पण? च्यायला कोण कुत्रं ओळखतं इथं आपल्याला आणि जरी ओळखलं तरी संबंध काय कुणाचा? इथे हे सगळं वैधच आहे. समोरचापण त्यासाठीच तर आलेला असतो की! शिवाय आपण कुठं काही भलतंसलतं करणार आहोत. फक्त बिअर प्यायची, शो पाहायचे आणि वाटलं तर आपणंही थोडं थिरकायचं, झालं. आणि त्यातही नाही आवडलं, नाही रुचलं तर लगेच माघारी फिरायचा पर्याय आहेच की!"

"..."

"बोल ना, चल यार, माझ्याबरोबर कंपनी द्यायला कुणी नाही म्हणून तुला इतका मस्का लावतोय. पण तू तर बायकोपेक्षा जास्त भाव खातोस. मला माहीत आहे तुझा स्वभाव. तू तिथं यायला नाही म्हणणार हेही मला माहीत होतं. पण म्हटलं एवढ्या लांब आल्यावर मला कंपनी म्हणून, माझ्यासाठी तरी येशील."

"तसं नाही, पण..."

"च्यायला, त्या पणबीणला मार गोळी. तू आला नाहीस तर मी दोनच अर्थ काढीन. एक तर तुझ्यात 'तसला' काही तरी प्रॉब्लेम आहे... किंवा मग तुझा स्वत:वरच भरवसा नाही, विश्वास नाही, कन्ट्रोल नाही... म्हणजे तू आतून एकदम कमजोर आहेस. जे दाखवतोस ते वरवरचं आहे."

"असं कसं?"

“मग काय तर. चल ना यार, तिथे गेल्यावर लगेच काही खेचून नेत नाहीत पोरी आपल्याला त्यांच्या अंगावर. दे आर टु प्रोफेशनल. अगोदर रीतसर सौदा होऊन, किंमत ठरवून, टोकण-पावती झाल्याशिवाय काही होत नाही इथे. पण आपल्याला तर त्या वाटेला जायचंच नाही. मग त्याचा विचार तरी का करा. म्हटलं जोडीला तू असशील तर मलाही जाता येईल. जरा पाहू ते जग आपण, पण जाऊ दे, आता बसू इथेच काही तरी चावचाव करत.”

“का? तू जा की.”

“एकटा कुठे जाऊ? म्हणून तर तुला एवढा गूळ लावत होतो ना! पण नाही, तुझा खरंच प्रॉब्लेम आहे यार आणि मघाशी म्हटलं तसं तुमच्यासारख्या मंडळींचा स्वत:वरच विश्वास नसतो. जाऊ दे चल.”

“माझ्यासाठी तू कशाला तुझा मूड बिघडवतोस.”

“जाऊ दे ना यार, छोड दो.”

“अरे, पण समजा दिली तुला कंपनी तरी जायचं कुठे, ठाऊक आहे का आपल्याला?”

“क्या बात है! दॅट्स द स्पिरिट! गुड आणि हो मिस्टर त्याची काळजी करू नका, इथल्या गोष्टी इथंच विसरून जायच्या. आम्हीही काही कुणाला सांगणार नाही आणि तुम्हीही सांगू नका.”

“तशी काळजी नाही रे.”

“मग, स्वत:वर भरवसा नाही.”

“आता येतो म्हटलं ना.”

“येस, येस कमॉन. चल... आणि कुठे जायचं वगैरेची काळजी नको. माझा एक मित्र आहे. त्याच्या कुणा पाव्हण्याचाच क्लब आहे इथे. तो इकडेच सेटल झालाय. मी निघालो तेव्हाच त्यानं मला ते सांगितलं होतं. त्या पाव्हण्याचा कॉन्टॅक्ट वगैरे पण दिलाय. एकदम व्हीआयपी ट्रीटमेन्ट मिळेल म्हणाला.”

“हं.”

“गुड यार, दोस्त असावा तर असा, चलो अब नहा-धो कर फ्रेश हो जाओ. पहिले खरेदीला जाऊ, मग तिकडे.”

“ठीक आहे, चल भेटू साडेसहाला.”

महेशच्या रूमवरून बाहेर पडताना तुषारचा स्वत:वरच विश्वास बसत नव्हता. आपलं डिवचणं कामी आल्याचं त्याच्या लक्षात आलं; पण दुसरीकडे एक अडचणही झाली होती. रासकर आणि मंडळींचं काय करायचं? कारण कंपनी म्हणून आपण महेशला गळ घातली. काय करावं याचा विचार करत त्याने इन्टरकॉमवरून

रासकरच्या रूमचा नंबर डायल केला आणि त्याला आपल्या रूमवर बोलावून घेतलं. चौथ्या मिनिटाला रासकर त्याच्या रूमवर आला.

"सर..."

"केला बाबा त्याला तयार एकदाचा."

"काय सांगता सर!" आश्चर्यानं रासकर जवळ जवळ ओरडलाच.

"फिर, अपना नाम क्या है!"

"सर, यू आर सिम्पली ग्रेट."

"हो, पण जरा एक प्रॉब्लेम झालाय."

"काय?"

"आपण दोघेच म्हणजे तो आणि मीच पाहिजे बरोबर, आणखी कुणी नको अशी त्याची अट आहे पक्की."

"मग?"

"आता काय तुम्ही सांगा."

"नाही, नाही. आता इरादा बदलू नका. तुम्ही जा दोघं. मी देतो ना अॅरेंज करून पास वगैरे सगळं."

"पण तुमचं काय?"

"आमचं काय, आम्ही जातो दुसरीकडे कुठंही. परत कधी आलो की जाऊ तिकडं, त्यात काय मोठं."

"पण, आमच्यामुळे तुमचा मूड..."

"नो. नो सर, आता मी तुम्हाला म्हटलं. तुम्ही त्यांना शब्द टाकलात. आता जर तुमचा शब्द पडला तर ते योग्य होणार नाही. मी बाकी तिथली सगळी व्यवस्था करतो. कशाचीच फिकीर पडणार नाही. मनसोक्त एंजॉय करा."

"पण..."

"नो प्रॉब्लेम सर. मी करतो ना सगळं बरोबर. तुम्ही तिकडे एंजॉय करा पुरेपूर, काही कमी पडणार नाही तुम्हाला. आपला एक माणूस असेल तिथे. मनगटावर यलो बँड बांधलेला. त्याला फक्त इशारा करायचा. जे काय हवं ते सारं तो 'पुरवेल', कशाचीच फिकीर करू नका अजिबात. एंजॉय करून घ्या आणि त्या महेश सरांनाही जरा 'मोकळं' करा"

मोकळं शब्दावरचा जोर ऐकून तुषारने स्मितहास्य करत बघतो, अशा अर्थी मान डोलावली.

"चलो फिर ऑल द बेस्ट..."

"मी तर मोकळा होईनच. त्याचं काय ते तो तिथं गेल्यावर बघेल. मी त्याला आग्रह वगैरे करण्याच्या भानगडीत पडणार नाही."

"सर, ते असं वेडावून टाकतात ना की भले भले..."

"हा हा बघू आता."

"येस सर. मी पाठवतो पास तुमच्याकडे."

"अरे, पण तुम्ही म्हणाला होतात की पाच जण हवेत म्हणून..."

"मी विचारलं त्याबाबत. ते म्हणाले आपण पाचही एन्ट्रीचे पैसे भरायचे. मग एक-दोघं असले तरी चालतात. बसा तुम्ही दोघेच. त्यात त्यांना काही प्रॉब्लेम नाही."

"मग ठीक. आणि काही अडचण नको."

"काही अडचण येणार नाही साहेब, ओके."

"ओके पण, अरे यार, आमचं जमवता जमवता तुमचं राहून गेलं की..."

"आम्हाला काही प्रॉब्लेम नाही सर. पण तुम्ही परत इकडे कधी येणार? आम्ही वरचेवर येतच असतो. साहेबलोकांची काळजी आम्ही नाही घ्यायची तर कोण घेणार?"

"थँक्स यार, पण तुमचं काय?"

"आमचा काही प्रॉब्लेम नसतो. आम्ही कुठेही सारखाच एंजॉय करतो. कारण आपलं धोरण काय आहे, माहीत आहे ना?"

"काय?"

"आलिया 'भोगा'सी..."

'भोगासी'वरचा जोर आणि साथीला दोन्ही हातांनी केलेली विशिष्ट ॲक्शन बघून तुषारने उत्स्फूर्तपणे रासकरला टाळी दिली आणि हसत हसत रासकर रूमच्या बाहेर पडला.

आपल्या रूमवर येताच अर्धी लढाई जिंकल्याच्या आनंदात त्याने अब्दुलला फोन केला. सिच्युएशनमध्ये झालेले सगळे बदल त्याला बारकाईने सांगितले. 'यलो बँड हाताला बांधलेला खास दूत तैनात ठेव. त्याच्याकडे हवे तेवढे पैसे दे. कशाचीच कमतरता नको...' याच्या परत परत सूचना दिल्या. 'तुषारला काय मजा करायची ती करू देत; पण आपले टार्गेट महेश आहे. त्याचा फोटो तुला व्हॉट्सॲपवरून पाठवून ठेवतो. त्याला काहीही करून मोहवून टाकायचा आणि कुणाजवळ तरी झोपवायचा प्लॅन कसंही करून फत्ते झालाच पाहिजे. एवढं झालं तर दुसरं आयुष्यात काहीच करायची गरज नाही. तू इथे छोटी-मोठी दुकानं चालवण्यापेक्षा स्वत:चा क्लब काढू शकशील एवढे पैसे लावू आपण या पार्टीकडनं.' असं आमिष रासकरने त्याला दाखवलं आणि एकदम अलर्ट राहायला सांगितलं. त्यानंतर पाचपैकी तीन पास स्वत:कडे ठेवून दोन पास एका छानशा लिफाफ्यात बंद केले. ते पाकीट स्वत: जाऊन तुषारला देऊन आला आणि उर्वरित फील्डिंग लावण्यात गढून गेला. तिकडे

अब्दुलनेही महेशसाठी क्लबच्या वरच्या मजल्यावरची एक व्हीव्हीआयपी रूम एंगेज करून त्यात छुपा कॅमेरा ॲडजेस्ट करायची तजवीज करून ठेवली.

संध्याकाळी ठरल्यानुसार महेश आणि तुषार खरेदीसाठी बाहेर पडले. जवळच्याच एका मॉलमध्ये जाऊन थोडीफार खरेदी झाली. तुषारचं तर खरेदीत अजिबात लक्ष नव्हतं. आजूबाजूला 'बहरू' लागलेली संध्याकाळ पाहताना त्याच्या मनात 'ब्रोकन ग्लास'चे मांडे भाजू लागले होते. थोड्याच वेळात खरेदी उरकून ते परत हॉटेलवर आले. "अर्ध्या तासात मस्त फ्रेश होऊ, चेंज करू आणि निघू," म्हणत तुषारने महेशचा निरोप घेतला. रूमवर येताच मस्तपैकी शॉवर घेऊन, डिओ फवारून, जीन्स - रंगीबेरंगी टी-शर्टवर डार्क परफ्यूम मारायलाही तो विसरला नाही. महेश मात्र अवघ्या दहा मिनिटात तयार होऊन मघाच्याच कपड्यात हॉटेलच्या लॉबीत येऊन थांबला. तुषारला पाहताच त्याने त्याच्या फ्रेश लुकबद्दल कॉम्प्लिमेन्ट दिली. आपल्यासाठी बाहेर गेटवर लिमोझिन थांबली असल्याचं तुषारने त्याला सांगितलं. त्यानुसार दोघे लिमोझिनमध्ये बसले आणि 'ब्रोकन ग्लास'च्या दिशेने प्रयाण केलं. आलिशान लिमोझिन पाहून महेशच्या चेहऱ्यावर उमटलेल्या प्रश्नचिन्हाचं तुषारने लगेच निरसन केलं. "ब्रोकन ग्लासवाल्या आपल्या मित्रानंच ही व्यवस्था स्वत:हून केली आहे. मैत्री आहे आमची साहेब, काळजी करू नका." म्हणत विषय संपवला.

गाडी मार्गस्थ झाली तेव्हा बऱ्यापैकी अंधार झाला होता. त्यामुळे नाइट लाइफची लगबगही सुरू झाली होती. मॉल्स, दुकाने, हॉटेल्स, रेस्तराँ, मसाज पार्लर्स, पब्ज, क्लब्ज सारं काही विद्युत रोशणाईने अगदी झगमगून गेलं होतं. भव्य रस्ते, आलिशान कार्स, चौकाचौकांत रस्त्याच्या कडेलाच बहरलेले ऑर्केस्ट्राज असा माहोल बनलेला असतानाच लिमोझिनने झोकात डावीकडे वळण घेतले अन् उताराला लागली. रस्त्याच्या दुतर्फा अत्यंत उंची, महागड्या वस्तूंची संपूर्णपणे काचेची तावदाने असलेली दुकाने, चार-पाच प्रचंड आकाराच्या आणि अति पॉश म्हणाव्यात अशा शोरूम्स होत्या. त्या ओलांडून पुन्हा डावीकडे वळल्यावर अचानक समोर समुद्रकिनारा दिसायला लागला अन् त्याच्या अगदी एका बाजूला असलेल्या महालवजा इमारतीवर झळाळणारी ब्रोकन ग्लास अशी चकचकीत अक्षरं त्यांच्या दृष्टीस पडली. तुषारची एक्साइटमेन्ट एव्हाना चांगलीच वाढली होती. 'महेशबाबू आ गया अपना ब्रोकन ग्लास' म्हणत त्याने त्या दिशेने अंगुलीनिर्देश केलं. महेशनेही जरा सावरून बसत इकडे-तिकडे पाहिलं. तीन-चार मिनिटात लिमोझिन ब्रोकन ग्लासच्या पोर्चमध्ये उभी राहिली. त्यासरशी क्षणार्धात दोन्ही बाजूंनी दोन फाकडू पोरी आल्या आणि अत्यंत अदबीने गाडीचे दरवाजे उघडून त्यांना वेलकम केलं. खाली उतरताच दोघांचेही हात आपल्या हाती धरून खट्याळपणे हसत त्या त्यांना

रिसेप्शनकडे घेऊन आल्या. रिसेप्शन काउन्टरची प्रकाशयोजना नेहमीपेक्षा खूप वेगळी, ज्याला अनोळखी म्हणावी अशी होती. अत्यंत टंच अशा तीन रिसेप्शनिस्ट तिथे बसलेल्या होत्या. तुषारने त्यापैकी एकीकडे आपल्याजवळचे एन्व्हलप दिले. त्यातले व्हीव्हीआयपी रिझर्वेशन बघून तिघी एकदम लगबगीने पुढे सरसावल्या आणि त्यांना मस्तपैकी 'हग' केलं. तिघींपैकी एकीने त्यांना आपल्या पाठोपाठ वर येण्याची खूण केली. लिफ्टमध्ये शिरता शिरता तुषारने महेशकडे पाहून डोळे मिचकावले.

लिफ्टमधून बाहेर पडल्यावर लॉबीतून डाव्या बाजूने चलण्याची खूण करत रिसेप्शनिस्ट चालू लागली. मायक्रो मिनी आणि त्यावर जेमतेम सात-आठ इंच उंचीचा स्लिव्हलेस टॉप घातलेल्या त्या रिसेप्शनिस्टच्या मोहक हालचाली नजरेत भरून घेत दोघे तिच्या मागे चालू लागले. वीस-पंचवीस पावले पुढे गेल्यावर एका दरवाजाबाहेर अत्यंत तगडे आणि राकट बाउंसर्स उभे होते. रिसेप्शनिस्टने त्यांच्या प्रमुखाला बोलावलं आणि दोन-चार वाक्यात काही तरी सूचना दिली. त्यासरशी त्याची बॉडी लँग्वेज बदलली. मान लवून त्याने तुषार आणि महेशला अभिवादन केलं व तिथून उजवीकडे उताराला जाणाऱ्या लॉबीतून चालायला लागला. रिसेप्शनिस्टने पुन्हा या दोघांना चलण्याची खूण केली आणि त्याच्या पाठोपाठ निघाली. अत्यंत चकाचक असलेल्या त्या अर्धगोलाकार लॉबीतून पुढे जाताच सर्व जण थबकले. तिथल्या एका डेकोरेटिव्ह पट्टीवर काही विशिष्ट खुणा होत्या. समजूही नयेत अशा पद्धतीने त्यावर बटणांची रचना केली होती. त्याचा कोडवर्ड दाबल्यावर सुमारे अर्ध्या मिनिटाने समोरचा प्लॅटफॉर्म हळूहळू सरकला आणि खाली उतरायला गोलाकार जिना दिसू लागला. त्या दिशेने हात करून बाउंसर त्यांच्याकडे पाहून हसला आणि परत फिरला. रिसेप्शनिस्टने लगेच दोघांचा हात पकडून त्यांना जिन्याकडे घेऊन गेली. जिन्यावरून उतरताना तुषारने तिला शक्य तेवढा खेटायचा प्रयत्न केला; पण जराही संकोच न करता उलट त्याच्या अधिकच समीप येत मंद स्मित करत ती पुढच्या पायऱ्या उतरली. महेश दोन पावलं पुढे जाताच न राहवून तुषारने तिच्या कंबरेला विळखा घातला. पुन्हा त्याच्याकडे पाहून हसत ती म्हणाली, ''प्लीज वेट ॲन्ड सी सर.'' जिना उतरून खाली येताच समोरचा देखावा पाहून क्षणभर महेश आणि तुषार दोघेही स्तिमित झाले. समुद्राच्या लाटेचा आभास व्हावा असा भव्य डान्सिंग फ्लोअर, त्याला पूर्णपणे काचेच्या फ्लोअरिंगचा वेढा, आजूबाजूला सर्वत्र अत्यंत उंची इन्टिरिअर, राजेशाही सोफे-चेअर्सची सुंदर मांडणी, वेगवेगळ्या रंगांचे फोकस मारून निव्वळ अप्रतिम म्हणावी अशी साकारलेली प्रकाशयोजना, कोपऱ्याकोपऱ्यात तरंगणारा सेन्टेड स्मोक आणि या माहोलला किती तरी पटीने चेतवणारं कडक आवाजातलं म्युझिक— हा नजारा दोघे हरखून पाहत असताना रिसेप्शनिस्टने पुन्हा

त्यांच्या हातात हात गुंफले आणि त्यांना अगदी त्या लाटेच्या अर्थात डान्सिंग फ्लोअरच्या तोंडावर असलेल्या एका विशिष्ट दालनात घेऊन गेली. तिथून संपूर्ण डान्स फ्लोअरचा कोपरान्‌कोपरा अगदी जवळून स्पष्ट दिसत होता. घोट्यापर्यंत पाय रुतेल असा लालभडक मखमली गालिचा, एका बाजूला पांढऱ्याशुभ्र रंगाचा शाही सोफासेट तर दुसऱ्या बाजूला चक्क गोलाकार वॉटरबेड होता. ते कोचावर येऊन बसत नाहीत तोच ब्लू बिकिनीमधल्या दोन अत्यंत उफाड्याच्या वेट्रेस ट्रेमध्ये पाच-सहा प्रकारची वेलकम ड्रिंक्स घेऊन त्यांच्या पुढ्यात उभ्या राहिल्या. रिसेप्शनिस्टने त्या दोघींना स्थानिक भाषेत काही खास सूचना दिली आणि 'धिस इज स्पेशल सीटिंग ॲरेजमेन्ट फॉर यू.' दोघांकडे पाहत 'प्ले विल स्टार्ट विदिन फाइव्ह मिनिट्स, लेट्स एंजॉय टूली.' म्हणत दोघांच्याही गालावर हलकेच किस करून हसत हसत मागे वळली. त्यासरशी आपापल्या हातातले ट्रे दोघांसमोर धरत खोलवर त्यांच्या डोळ्यांत पाहत वेट्रेसने मधाळ आवाजात, 'हॅव इट सर.' अशी ऑफर दिली. त्यातला बिअरचा फेसाळता ग्लास अधाशीपणे उचलून तुषारने एका वेट्रेसला शेजारी बसवून घेतलं. त्याला लगटून बसत तिने त्या बिअरच्या ग्लासमध्ये आपल्या जिभेचं टोक बुडवलं अन्‌ त्याच्यापुढे केलं. लगेच पुढे होत आपल्या जिभेच्या टोकाने ते टिपून घेत तुषारने तिचा एक कचकचीत किस घेतला. जरा सावरून बसलेल्या महेशकडे खट्याळपणे हसून पाहत दुसऱ्या वेट्रेसने बिअरचा ग्लास पुढे केला. थँक्यू म्हणत महेशने तो आपल्या हाती घेतला. बाजूच्या टी-पॉयवर ट्रे ठेवून तीदेखील महेशच्या शेजारी सोफ्यावर येऊन बसली. मघाचा एपिसोड रिपीट होतो की काय या धास्तीने महेशने पट्‌कन ग्लास तोंडाला लावला आणि जिभेचं टोक बुडणार नाही एवढ्यापर्यंत ग्लास रिकामा होईल, अशा बेताने मोठ्ठा सिप मारला. ते पाहून वेट्रेसने समजायचं ते समजलं आणि हाताचा अंगठा उचलून त्याला चिअर्स करत तिने दुसरा ग्लास तोंडाला लावला. तेवढ्यात संपूर्ण हॉलमधले दिवे मालवले गेले आणि क्षणभर पिनड्रॉप सायलेन्स पसरून शो सुरू होत असल्याची अनाउन्समेन्ट झाली.

एकाहून एक सरस आणि अत्यंत लवचीक अशा चार सर्वांगसुंदऱ्या आणि त्यांच्यासोबत असेलेल दोघं 'ही मॅन' यांचा भर रंगमंचावर वेगवेगळ्या अंगाने रंगत जाणारा प्रणय अशी शोची थीम होती. संगीताच्या तालावरील पदलालित्य, नृत्य, शारीरिक कसरती, अशा पद्धतीने हा कार्यक्रम चेतना, उत्साह, जोश, उन्मुक्तता, उन्माद अशा एकेक पातळ्या ओलांडून अधिकाधिक कामुकतेकडे झुकत गेला. नर्तकांच्या अंगावरील एकेक कपडे उतरत उतरत शो टॉपलेसपर्यंत आल्यावर चीत्कार वाढत गेले. पुढच्या पाचच मिनिटात शोने असा काही वेग पकडला की सर्वांचे देहभान अक्षरशः हरपून गेले. आरोळ्या, शिट्ट्या यांचेही भान कुणाला राहिले नाही. सुमारे २० मिनिटात जोड्याजोड्यानी एकेक विस्मयकारक कसरती, नाना

तऱ्हेच्या कामुक करामती सुरू केल्या. जोश अत्यंत टिपेला पोहोचला असतानाच एकाएकी संपूर्ण नृत्यागृहात लखलखाट झाला आणि म्युझिक थांबून शो संपल्याची घोषणा झाली. पाठोपाठ केवळ प्लॅटिनम पास असलेले क्लायंट्स आता थांबतील, त्यांच्यासाठी एक छोटासा, पण खास शो असल्याचे सांगून निवेदकाने इतरांना त्या ठिकाणाहून बाहेर पडण्याची विनंती केली. पुन्हा दिवे मंद झाले. तोपर्यंत दोन-दोन बिअर रिचवलेल्या तुषार आणि महेशचाही मूड चांगलाच बनला होता. प्लॅटिनमच्या पाचही जागा त्यांनी आरक्षित केल्या होत्या. त्यामुळे त्यांच्याव्यतिरिक्त अन्य कुणीच प्लॅटिनम क्लायंट त्या शोसाठी नसल्याने नर्तिकांपैकी चौघीच्या चौघीही त्यांच्या पुढ्यात येऊन तशाच टॉपलेस उभ्या राहिल्या अन् वेट्रेसेसने तातडीने बाजूला सरकत त्यांना जागा करून दिली.

हे काय चाललंय ते समजायच्या आतच इव्हेन्ट मॅनेजर तिथे आला. 'आज प्लॅटिनम क्लायंट म्हणजे स्पेशल गेस्ट तुम्ही दोघेच आहात. त्यामुळे पुढच्या अर्ध्या तासाच्या न्यूड शोसाठी फक्त तुम्हीच इथं असणार,' अशी माहिती दिली. शिवाय या शोदरम्यान तुम्हाला जरी सहभागी व्हावंसं वाटलं तरी त्यामध्ये दिलखुलासपणे सहभागी होण्याची आग्रही विनंतीही केली. या चौघींपैकी कुणी आत्ता जवळ बसावंसं वाटत असलं तर सांगण्याची विनंती केली. तुषारने लगेच त्यातली थोडीशी गोल असणारी आपल्याला पसंत असल्याचं सांगितलं. लगेचच हसून ती त्याच्या पुढ्यात आली. त्या चौघींतील सर्वांत उंचशी महेशला मनातून आवडली होती. पण आपल्या मनाला आवर घालत त्याने शक्य तेवढा चेहरा कोरा ठेवण्याचा प्रयत्न केला. मॅनेजरने पुन्हा एकदा त्याला विनंतीवजा विचारणा केली. त्याच्याकडे हसून पाहत महेशने हातानेच जरा थांबण्याची विनंती केली. तोपर्यंत पुढ्यातल्या सुंदरीला कवटाळून घेत तुषारने, 'अरे बाबा, आता घे मजा करून... कसला विचार करतोयस...' अशा नजरेने त्याच्याकडे पाहिलं. जरा थांब अशी नजरेनेच खूण करत महेशने बिअर रिपीट करायला सांगितली. त्यासरशी त्यातली एकीने विशिष्ट पद्धतीने, पण सफाईदारपणे आपल्या 'अंगभूत' कौशल्याने बीअरच्या बाटलीचं बूच उघडलं. दुसरीने लगेच ती फेसाळती बीअर ग्लासात ओतली आणि महेशच्या मनात भरलेली ती उंच सुंदरी विशिष्ट शेपचा तो ग्लास आपल्या नाजूक बोटात अलगद पकडून, मादक हालचाली करत महेशच्या समोर येऊन अत्यंत आव्हानात्मक पोजमध्ये उभी राहिली. तिच्या हातून बीअरचा ग्लास घेताना बोटाना झालेला स्पर्श महेशला अजूनच चेतवून गेला. आणखी संयम सुटायला नको म्हणून त्याने जवळपास अर्धा ग्लास बीअर एकाच सीपमध्ये घशाखाली ढकलली. महेश आपल्यावर पाघळला असल्याची जाणीव त्या अनुभवी आणि सर्वार्थाने तयार नर्तकीला अगोदरपासूनच त्याच्या नजरेतून झाली होती. अशा प्लॅटिनम गेस्ट्सना खूश करणे हे त्यांचे खरं

काम होतं. आपले स्टेटस व इतर बाबींचा विचार करून असे व्हीआयपी गेस्ट अनेकदा कसे आढेवेढे घेतात तेदेखील त्यांच्या चांगलंच अंगवळणी पडलेलं होतं. गेस्ट जेवढा खट तेवढा नटखटपणा करून त्यांना मोहवून टाकण्यात त्यांनाही अधिक मजा वाटत होती. एक प्रकारे त्यांच्या जॉब प्रोफाइलच्या दृष्टीने हे चॅलेंजच. त्यामुळे महेशला रंगात आणण्यासाठी आता तीनेच पुढाकार घेतला. पाघळत असलेल्या महेशला पुरता आपल्या कह्यात घ्यावा म्हणून त्याला जरा अधिकच खेटून उभी राहत तिने एखादीने केसातून हेअरपीन काढावी तेवढ्या सहजतेने आपल्या अंगावर एकमेव उरलेली स्टायलिश पँटी उतरवली आणि सोफ्याच्या एका हातावर आपला एक पाय ठेवून आव्हानात्मक पोजमध्ये अत्यंत उत्तानपणे त्याला लगटून उभी राहिली. ते दृश्य डोक्यात गेलेल्या महेशने पुन्हा एका झटक्यात उरलेली बीअर संपवली आणि तिला दूर लोटत शॉक बसल्यागत ताडकन उठून उभा राहिला. या ट्रान्सफर सीनमुळे तिथलं वातावरण एकाएकी सीरिअस झालं. महेशची बॉडीलँग्वेज पाहून मॅनेजर लगबगीने पुढे आला आणि 'मित्सु गो ऑन द फ्लोअर...' अशी सूचना दिली. त्या सरशी ती सुंदरी मागे मागे सरकत पुन्हा डान्सिंग फ्लोअरला गेली. उरलेल्या दोघी जणीसुद्धा लगेच तिच्या शेजारी जाऊन उभ्या राहिल्या. दरम्यान, 'जस्ट रिलॅक्स... चील सर...' म्हणून मॅनेजरने पुन्हा महेशला जागेवर बसण्यासाठी आर्जव केलं. पण 'यू कॅरी ऑन... आय हॅव टू गो आउटसाइड नाऊ,' म्हणत महेश तिथून तडक बाहेर पडला आणि लॉबीमध्ये येऊन तिथल्या सोफ्यावर बसकण मारली. त्याला पाहताच मघाची रिसेप्शनिस्ट येऊन, 'मे आय हेल्प यू सर...' वगैरे विचारायला लागली. पाठोपाठ तुषारही तिथे आला. त्याच्यासोबत त्याची सुंदरीही होती. आल्याआल्या त्याने महेशला जरा वैतागाच्या सुरातच विचारलं, ''काय यार, व्हॉट्स रॉंग विथ यू? धिस इज व्हेरी रुटीन हिअर.'' त्यावर महेश उत्तरला,

''नथिंग रॉंग, आय ॲम ओके.''

''देन?''

''व्हॉट?''

''वर का आलास असा निघून तिरीमिरीत?''

''माझी धाव तिथपर्यंतच.''

''पण आम्हाला धावायचंय ना अजून, आमचा वारू चौखूर उधळायला लागलाय आता.''

त्याही वातावरणात तुषारचा हा डायलॉग जणू स्ट्रेस बस्टर ठरला आणि किंचितसं हसून महेश, ''देन, आय डोन्ट हॅव एनी प्रॉब्लेम, तुम्ही उधळा खुशाल, मी बसतो इथं.'' अशा शब्दात त्याला आश्वस्त केलं.

"अरे असं काय!"

"नो. सांगितलं ना, नाही म्हणजे नाही." महेशचा स्वर कठोर होत असल्याचं तुषारच्या लक्षात आलं. त्याला आणखी आग्रह करणे म्हणजे रंगाचा बेरंग होणार हे त्याने चाणाक्षणपणे जाणलं अन् महेशला पुढची काही कृती करण्याची संधीच न देता, "ओके, देन प्लीज वेट हिअर, टिल आय रिटर्न," अशी विनंती केली.

ओके म्हणण्याशिवाय महेशला गत्यंतरच नव्हतं. पडत्या फळाची आज्ञा समजून तुषार आपल्या सुंदरीसह उठला आणि आल्या दिशेने चालू लागला. ते पाहून महेशने समोरच्या टी-पॉयवरच्या ग्लेझ्ड मॅगेझिन्सपैकी एक उचलून हातात घेतलं अन् त्यात डोकं खुपसून बसला. जवळपास सव्वा तास उलटला तरी तुषारचा पत्ता नसल्याने महेशच्या अस्वस्थतेत चांगलीच भर पडली. शेवटी रिसेप्शन काउन्टरला जाऊन तो आपल्यासाठी टॅक्सीची व्यवस्था करायची विनंती करणार तितक्यात त्याला समोरून तुषार येताना दिसला. त्याचा एकंदर अवतार, नजर अन् चेहऱ्यावरचे भाव यावरून आतमध्ये काय काय घडलं असेल ते महेशला सहज उमगलं. त्याच 'भारावलेल्या' अवस्थेत तुषार त्याच्या गळ्यात हात घालत सॉरी दोस्त म्हणून हसला अन् दरवाजाकडे चालायला लागला. दोनच मिनिटात लिमोझिन पोर्चमध्ये आली. पुन्हा दोन उफाड्याच्या पोरींनी लगबगीने पुढे येत दोन्ही बाजूचे दरवाजे उघडले अन् ते आतमध्ये बसताच गाडी सुरू झाली. ब्रोकन ग्लासच्या मुख्य दारातून गाडी बाहेर पडताच न राहवून तुषार म्हणाला, "वेडा आहेस तू वेडा अशी संधी दवडतोस. खरंच वेडा आहेस."

"ओके"

"काय ओके?"

"मी वेडा आहे, बास."

"अरे मला तुझं नेचर माहीत आहे चांगलंच. मलाही असं काही सवयीचं नाही. पण काय करू, माहोलच असा काही बनत गेला की सगळंच ताळतंत्र आणि नियंत्रणही सुटलं."

"ते होऊ नये म्हणूनच मी उठून बाहेर निघून आलो."

"पण अशा वातावरणात धुंद माहोलमध्ये परदेशात कधीतरी सुटू द्यावा की कन्ट्रोल, घ्यावा की जीवनाचा मुक्त आनंद. त्याच्यानं काही माणूस लगेच भ्रष्ट होत नाही. वाईट, अपवित्र होत नाही."

"हा तुझा दृष्टिकोन झाला."

"मग तुला काय वाटतं?"

"यापेक्षा वेगळं, जाऊ दे, तू काय केलंस त्या पोरीबरोबर?"

"पोरीबरोबर नाही, पोरींबरोबर! न्यूड डान्सनंतर 'सँडविच' खाण्याचा आनंद

घेतला भरपूर.''

''आँ!''

''मग सोडतो की काय!''

''तरीच एवढा गलितगात्र झालेला दिसतोयस.'' तुषारच्या अवस्थेची मार्मिकपणे चिकित्सा करत महेश काहीशा तिरकसपणे म्हणाला.

''मग, अभी तो हम पूरे जवाँ मर्द है.'' आव्हानात्मक सुरात तुषारने त्याला प्रत्युत्तर दिलं. त्यावर आणखी खूप काही बोलायची, त्याला सुनावण्याची महेशची इच्छा होती. पण त्यासाठी ही वेळ योग्य नव्हे असं त्याला मनोमन वाटलं. कारण त्यातून उगाच विसंवाद वाढले असते. त्यापेक्षा तूर्त गप्प बसणं योग्य असा सुज्ञपणाचा विचार करून महेशने मौन बाळगणंच पसंत केलं. एका वेगळ्याच धुंदीत असलेला तुषारदेखील बेफिकिरीने बाहेरचा नजारा पाहत बसला. काही वेळातच गाडी त्यांच्या हॉटेलला आली. उतरताच तुषारने ड्रायव्हरच्या हातावर टिप दिली. लॉबी संपेपर्यंत कुणीच कुणाशी काही बोललं नाही. लिफ्टमध्ये शिरता शिरता तुषारने पुन्हा महेशला छेडलं, ''आणखी एकेक बिअर तरी पिऊ या, आत्ता इथे.''

''नो थँक्स, मला भरपूर झाली. तुझं समाधान नसेल झालं तर तू घे, मी कंपनी देतो तुला वाटलं तर.''

''तसं नको. मला काय, मी तर रूमवरपण मागवून घेईन. तुझा खोळंबा कशाला?''

तेवढ्यात लिफ्ट थांबली आणि दोघं बाहेर पडून रूमकडे चालू लागले. अगोदर तुषारची रूम होती. तिथे दोघेही थबकले. तुषारने की कार्ड आत ढकललं, दरवाजा उघडताच त्याच्याकडे बघून हसत महेशने आपल्या रूमकडे मोर्चा वळवला. आतमध्ये आल्यावर अगोदर फ्रेश होऊन तुषारने चिल्ड बिअरची ऑर्डर केली. टीव्ही ऑन करणार तेवढ्यात दरवाजावर टक्‌टक् झाली. जरा प्रश्नार्थक मुद्रेने तो येस म्हणाला. दरवाजा उघडून रासकरला आत येताना पाहून त्याच्या चेहऱ्यावरचे प्रश्नचिन्ह आणखीच मोठे झाले. ते पाहून रासकरने विचारलं,

''काय साहेब, फुल टु धमाल ना!''

''येस येस एकदम! थँक यू सो मच. पण, माझ्या पाठोपाठ तुम्ही कसे आलात?. तुम्हाला कसं कळलं मी आलोय ते?''

''हां त्याचं काय आहे सर, तुम्ही दोघंच गेलात ना, म्हणून मी आपलं रिसेप्शनला सांगून ठेवलं होतं, की आल्यावर मला वर्दी द्या म्हणून. म्हटलं जर खूप उशीर झाला तर काही प्रॉब्लेम वगैरे नाही ना? लक्ष ठेवायला पाहिजे. परक्या ठिकाणी आपल्या माणसांची काळजी आपणच घ्यायला हवी ना.''

''येस, करेक्ट अगदी मनापासून थँक्स. हृदयापासून. आणखी कशाकशापासून

थँक्स म्हणू तुम्हाला...''

तुषारच्या या वाक्यावर मोकळेपणी दात देत रासकरने विचारलं, ''सर एकदम एंजॉय केलं ना?''

''अरे, एकदम फुल टु!''

''पण, महेशसाहेब डिस्टर्ब...'' एवढं बोलून त्याने आपल्या जिभेला अगदी करकचून ब्रेक लावला. नको त्या वेळी पोटातलं ओठावर आल्याची जाणीव त्याला झाली.

''तुम्हाला कसं कळलं?'' एकदम सावधपणे आणि काहीशा संशयाने तुषारने विचारलं. तेवढ्यात रासकर पुरता भानावर आला. आपण तिथे लावलेल्या हनी ट्रॅपचा तुषार हा नकळतपणे एक मोहरा ठरला होता. ही बाब कळली तर, हा विचार करून त्याने क्षणार्धात वेळ मारून नेली. ''का, काय झालं? मी तेच विचारत होतो. महेश सरांचा स्वभाव माहिती आहे. म्हणून म्हणत होतो की, ते डिस्टर्ब वगैरे नाही ना झाले?'' त्याच्या या प्रश्नार्थक सुरामुळे पुन्हा रिलॅक्स होत तुषारने त्याला सगळा किस्सा सविस्तरपणे ऐकवला. रासकरला खरंतर तिथल्या मिनिटामिनिटाची खबर मिळाली होती. पण तसं अजिबात न दर्शवता जणू नव्याने सारंकाही जाणून घेत असल्याच्या आविर्भावात त्याने सगळं ऐकून घेतलं. खरंतर महेश मध्येच तडकल्याने त्याचा सगळा प्लॅन उधळला गेला होता. कारण एका रूममध्ये स्पाय कॅमेरा लावून त्याने पुढच्या सगळ्याची जय्यत तयारी केली होती; पण महेशचा पवित्रा ऐनवेळी बदलल्याने एवढी सगळी फील्डिंग अक्षरश: वायाच गेली. मनातून रासकर चांगलाच डिस्टर्ब होता. पण तसं काहीही न दाखवता त्याने शक्य तेवढा संयम बाळगला. खरंतर त्यानंतरच्या परतीच्या प्रवासात महेश आणि तुषारचं काय बोलणं झालं, महेश कितपत नॉर्मल आहे, मित्सुचा काही विषय त्याने परत काढला का, वगैरेची चाचपणी त्याला करायची होती. कारण मित्सुवर महेश चांगलाच भाळल्याची खबर त्याच्यापर्यंत आली होती. त्यामुळे उद्या आणखी एक ट्रॅप लावून शेवटचा प्रयत्न करायचा रासकरचा प्लॅन होता. त्या दिशेने चाचपणी करण्यासाठी रासकरने तुषारला विचारलं, ''पण, मघाशी तुम्ही म्हणालात महेश सर त्या एका सुंदरीवर चांगलेच फिदा झाले होते, रंगात येता येता राहिले.''

''मग!''

''नाही तेच ना, असं कसं झालं?''

''अरे, तो एक तर सटकू आहे. एरवी अशा माहोलमध्ये एखादी मदमस्त सुंदरी कुणाच्या पुढ्यात येऊन टॉपलेस उभी राहिली तर तो वेडा होईल. महेशही तसा वेडावला होताच; पण स्वभावाप्रमाणे तो मनाचं म्हणणं नाकारून तिच्याकडे दुर्लक्ष करत होता. मग तिनंही थेट आव्हानच दिलं. सरळ चड्डी काढून उभी राहिली

त्याच्यासमोर अन् आपल्या माणसाची सटकली.''

''ओह,''

''जरा, अतिउत्साह नडला तिचा.''

''ओह येस येस, पण इथं अशा सगळ्या गोष्टी नॉर्मल असतात.''

''पण, आपला माणूस ॲबनॉर्मल आहे ना!''

''खरंय खरंय.''

तेवढ्यात वेटर बिअर घेऊन आला. ते पाहून रासकर उठला. त्यावर 'अरे, तुम्ही कुठे निघालात, मी म्हटलं तेवढीच तुमची कंपनी होईल' असं म्हणत तुषारने त्याला थांबवण्याचा प्रयत्न केला. पण रासकरला पुढची फील्डिंग लावायची असल्याने 'नको नको, माझे अगोदरच सात पेग झालेत ब्लॅक लेबलचे' म्हणत तो तिथून सटकला. आपल्या रूमवर येताच टीम अब्दुलला पुन्हा कार्यरत केलं. मित्सु महेशच्या मनात भरलीये हे नक्की. त्यामुळे उद्या सकाळी तिला किंवा साधारणपणे तिच्यासारखीच दिसणाऱ्या आयटमला महेशच्या रूमवर स्पेशल बॉडी मसाजसाठी पाठवण्याचा प्लॅन त्याच्या मनात घोळत होता; पण मित्सु डान्सर आहे, मसाजिस्ट नाही. इथे त्यासाठी वेगळा परवाना घ्यावा लागतो, असं अब्दुलने क्लिअर केलं. त्यामुळे दुसरी अशीच एखादी मादक, पण तरबेज मसाजिस्ट महेशच्या रूमवर पाठवायची व्यवस्था करायला सांगितली. शिवाय त्या अगोदर रूम साफ करण्याच्या बहाण्याने रूमबॉयला पाठवून योग्य त्या जागी स्पाय कॅमेरा ॲडजेस्ट करण्याच्या सूचना दिल्या. हे काम अवघड असलं तरी त्यासाठी हवी ती किंमत मोजण्याचं गाजर दाखवून काहीही करून हा प्लॅन यशस्वी व्हायलाच हवा, अशी सूचनावजा ताकीदही त्याने अब्दुलला दिली.

रात्री झोपायला रोजच्यापेक्षा बराच उशीर होऊनही महेशला सवयीप्रमाणे सकाळी सातला जाग आली. एवढ्या लवकर आवरून काय करायचं या विचाराने तो तासभर तसाच पडून राहिला. सव्वाआठ वाजता उठून ब्रश वगैरे करून चहा ऑर्डर केली. महेशची झोप झाल्याची वार्ता रिसेप्शनवरून रासकरकडे पोहोचली. त्यासरशी डोळ्यावरची झोप खाड्कन उडून रासकर पुढच्या तयारीला लागला. अब्दुलच्या सेटिंगप्रमाणे तिथला रूमबॉय थोड्या वेळाने साफसफाईच्या बहाण्याने महेशच्या रूमवर गेला. बेडसमोरच असलेल्या ड्रेसिंग टेबलवरचा फ्लॉवरपॉट सहजपणे उचलला आणि त्याजागी ताज्या-टवटवीत फुलांच्या गुच्छ्यात स्पाय कॅमेऱ्याची योजना असलेला फ्लॉवरपॉट ठेवला. बाकी वरवरची सफाई करून पाच-सात मिनिटांत तो बाहेर पडला. तिथेच सोफ्यावर टीव्ही पाहत बसलेल्या महेशला त्याच्या हालचालींचा वा कृतीचा थोडादेखील संशय आला नाही. काहीच काम नसल्याने तो

तसाच चॅनेल बघत होता. थोड्या वेळाने दारावर पुन्हा टक्टक् झाली. त्याला प्रतिसाद म्हणून तो सहजपणे 'येस कम इन' म्हणाला. त्यासरशी दार ढकलून एकदम आकर्षक, फ्रेश लुक असलेली, 'सेक्सी' या व्याख्येत परफेक्ट बसावी अशी तरुणी आतमध्ये आली. तिला पाहताच महेश जरा सावरून बसला. त्याच्या चेहऱ्यावरचे प्रश्नचिन्ह पाहून प्रसन्न हसत तिने आपण मसाजिस्ट असल्याचा परिचय करून दिला. हॉटेल व्यवस्थापनातर्फे स्पेशल गेस्ट्ससाठी ही फ्री सर्व्हिस असल्याची माहिती देता देता तिने सहजपणे हातावर क्रीम काढून घेत जणू त्याची मूक संमती गृहीत धरून मसाजची पूर्वतयारी सुरू केली. पण का कोण जाणे महेशला ही कालच्यासारखी 'स्पेशल ट्रीटमेन्ट' खुपली. ती जवळ येताच नो थँक्स म्हणून तो जागेवर उभा राहिला.

तिच्यासाठी हा अनुभव नवा असल्याने ती जराशी बिचकली; पण कस्टमरला पटवण्याच्या बहाण्याने लगेच आपल्या टाइट टॉपचे वरचे बटण उघडं केलं. ते पाहून तर हे प्रकरण सरळ नसल्याची महेशची मनोमन खात्री पटली. अत्यंत कठोर आवाजात त्याने 'गेट आउट फ्रॉम हिअर, राइट नाऊ.' म्हणून तिला खडसावलं. त्याच्याकडे एक तिरस्करणीय कटाक्ष टाकून ती तणतणत नाइलाजास्तव बाहेर पडली. डिस्टर्ब झालेला महेश तडक बाथरूममध्ये जाऊन थंड पाण्याच्या शॉवरखाली उभा राहिला. इकडे शेवटचा प्रयत्नही तोकडा पडल्याचं पाहून रासकर हतबल झाला आणि महेशच्या पुढच्या कृतीचा अंदाज नसल्याने त्या मसाजिस्टला ताबडतोब हॉटेल सोडून निघून जाण्यास सांगितलं. पाच मिनिटं शांत बसून सगळा खेळ संपला म्हणत 'पॅकअप'च्या तयारीला लागला.

पैसे पोहोचल्यानंतर दोन दिवसांपासून सुरेश आणि राजा इकडून सातत्याने रासकरच्या संपर्कात होते. आदल्या दिवशीचा गेम फेल गेल्याचं समजल्यावर ते नाराज झाले; पण उद्या सकाळी महेशला नक्की ट्रॅप करू, असा विश्वास रासकरने व्यक्त केल्याने आशेचा एक किरण त्यांना दिसला. सकाळी साडेदहाला राजाने सुरेशकडे आल्याबरोबर आधी रासकरला फोन केला, पण प्रतिसाद मिळत नव्हता. दुपारी एक वाजेपर्यंत असे चार-पाच वेळा झाले. त्यामुळे दोघेही चांगलेच अस्वस्थ झाले. अखेर पावणेदोनच्या सुमारास रासकरचाच उलटा फोन आला. त्याबरोबर धावतच राजा सुरेशच्या केबिनमध्ये आला. रासकरचा फोन असे म्हणताच सुरेशने समोर बसलेल्या आपल्या आर्किटेक्टला हातानेच बाहेर जाण्याची खूण केली. समजायचं ते समजून आर्किटेक्ट लगेच तिथून सटकला. स्पीकर ऑन करूनच राजाने फोन रीसिव्ह केला.

"बोला रासकरसाहेब."

"हॅलो."

“हां, साहेब बोला.”

“हॅलो,”

“बोला साहेब, बोला. बोला हॅलो,”

“आवाज येतोय का?”

“हो. स्पष्ट येतोय. बोला साहेब, कामगिरी फत्ते झालेली दिसतेय.”

“...”

“हॅलो, हॅलो.”

“हा हॅलो,”

“बोला.”

“राजाभाऊ, सुरेशशेठना सॉरी सांगा.”

“का हो? काय झालं?”

“खूप प्रयत्न केला, पण...”

फोनवरून रासकरने सगळा वृत्तान्त साद्यंत कथन केला. कहाणी ऐकता ऐकता उभयतांचे चेहरे चांगलेच पडले. आता काहीच करता येणार नाही, असं रासकरने पडेल आवाजात सांगितलं आणि तुषारला बोलावून, आपल्याला कुणीतरी जाळ्यात ओढत असल्याचा संशय महेशने बोलून दाखवल्याची माहितीही दिली.

फोन होताच एक अत्यंत शेलकी शिवी हासडून सुरेशने आपली निराशा व्यक्त केली. आर्किटेक्टने टेबलावर मांडून ठेवलेले नव्या इमारतीचे संकल्पचित्र हाताने जोरात खाली ढकलून देत तो तडक कदमांकडे जायला निघाला.

सीएमच्या ‘आस्ते कदम’चा धुरळा जरा खाली बसल्यानंतर दोन दिवसांनी आज प्रथमच कदम मंत्रालयात आले होते. त्यांच्या दालनात येऊन सुरेश थेट अॅन्टीचेंबरला जाऊन बसला. सुऱ्याचा आविर्भाव पाहून पाठोपाठ कदमही लगेच अॅन्टीचेंबरला आले. ते समोर येऊन बसताच सुऱ्याने परत शिव्यांची लाखोली सुरू केली. त्याला हातानेच थांबवत कदमांनी काय म्हणून खूण केली. स्वत:वरच चरफडत सुऱ्याने त्यांना सगळी कहाणी सांगितली. मधल्या दोन दिवसात कदम बरेच रिलॅक्स झाले होते. त्यामुळे सगळं ऐकल्यानंतर, ‘जाऊ दे, तू प्रयत्न खूप केलेस. ठीक झालं.’ एवढीच प्रतिक्रिया दिली. त्यामुळे सुरेशच्या चेहऱ्यावर आणखीनच संभ्रम पसरला. ते पाहून कदमांनी समजावणीचा सूर लावला, “हे बघ, आता जरा वातावरण थंड होतंय. त्यात आपला प्रयोग खूप धाडसी होता. तो तडीला जाणं तसं मुश्कीलच होतं. जमलं असतं तर त्याच्यासारखी बात नव्हती हे खरं, पण या फंदात उगाच आपलं कुणी सापडलं नाही तेही बरंच झालं म्हणायचं. नाही तर त्या महेशने जास्त इश्यू केला असता अन् पुन्हा वेगळीच हाकाटी उठली असती. तो रासकर किंवा

त्याची पोरं कुठे सापडली असती तर सगळंच अंगाशी आलं असतं. तेव्हा एकापरीनं झालं ते बरचं झालं. आता रिलॅक्स हो बघू. मीपण खूप विचार केलाय, हे प्रकरण जरा ठंडा कर के खाओ असंच हाताळायला हवं.''

''हो... पण बाकीचे...''

''सीएमपासून सगळे असाच विचार करतील. बघ सगळ्यांचा मूड गेल्या दोन दिवसांत असाच आहे. फक्त तो अप्पा अन् मीडियावाल्यांना चर्चा हवी आहे; पण त्यांनाही आता काही नवं खाद्य मिळत नसल्यानं तेसुद्धा तेच तेच तुणतुणं वाजवून कंटाळलेत. आता फक्त नवं काही सुरू नको व्हायला लगेच.''

''बरं, मग आपण काय करायचं?''

''म्हटलं ना, जरा दम मारायचा. आपण ॲक्शन फार लवकर घेतो आणि गोत्यात येतो. त्याऐवजी सीएमसारखं वागायला शिकायचं. ॲक्शन होऊ द्यायची, मग सावकाश विचार करून रिॲक्शन द्यायची.''

''म्हणजे आता गपगुमान बसायचं.''

''हो, तसं समज. तू फार टेन्शन नको घेऊ, मी पाहतो काय करायचं ते. जेव्हा वाटेल तसं काही तेव्हा पहिला निरोप तुलाच असेल. आता जा, कामाला लाग तुझ्या.''

महेश आणि मंडळी दौऱ्यावरून परतली. विमानतळावर एकमेकांचा निरोप घेतल्यानंतर जो तो आपापल्या घराकडे निघाला. विमान भल्या सकाळी लॅन्ड झाले होते. दौरा आखतानाच आजचा दिवस पूर्ण आरामाचा असेल हे गृहीत धरले असल्याने ऑफिसला जाण्याची घाई नव्हती. त्यामुळे संपूर्ण दिवस कुटुंबाला द्यायचा, असं ठरवून महेशने घरात येताच प्रथम मोबाइल स्वीचऑफ करून टाकला. नीतूने हसतमुखाने त्याचं स्वागत केलं. तिला मस्त कडक चहा टाकायला सांगून महेश फ्रेश झाला. रिलॅक्स होऊन सोफ्यावर टेकला तेवढ्यात नीतूने लगबगीने चहा आणला. तिला हाताला धरून आपल्याजवळ बसवत चहाचे घुटके घेता घेता त्याने दौऱ्यात काय काय झालं, कुठे कुठे गेलो वगैरे हकिकत तिला कथन केली. जवळपास पाऊण तास दोघांच्या छानपैकी गप्पा झाल्यानंतर नीतू पुढची कामं आवरण्यासाठी गेली. महेश जरा आळसावून तिथेच आडवा झाला आणि दोनच मिनिटात त्याचा डोळा लागला. चांगली तासभराची विश्रांती झाल्यानंतर उठून अंघोळ वगैरे उरकली. पुन्हा एकदा नीतूशी गप्पाटप्पा झाल्या. महेशला आवडते म्हणून तिने मस्तपैकी पावभाजीचा बेत आखला. महेशने देखील तिला होईल तसा हातभार लावला. पावभाजीवर ताव मारल्यानंतर दोघे टीव्हीसमोर येऊन बसले. नीतूने सवयीप्रमाणे न्यूज चॅनेल लावून रिमोट त्याच्यापुढे केला; पण त्याऐवजी महेशने

म्युझिक आणि मूव्ही चॅनेल बघणं सुरू केलं. एके ठिकाणी 'बॉम्बे टु गोवा' सुरू होता. दोघेही त्यातील गमतीजमतींचा मनमुराद आस्वाद घेत होते. पुन्हा दुपारी थोडा वेळ वामकुक्षी, मग चहापान झाले. त्यानंतर नीतूने घरातली बारीकसारीक कामे आवरायला घेतली आणि महेशने समोरच्या टी-पॉयवर पडलेला पेपरचा गठ्ठा हातात घेतला. दोन-तीन पेपरवरून नजर फिरवली. फार काही खास नसल्याने पेपरचा गठ्ठा बाजूला सारला. टेबलावरचा मोबाइल उचलून ॲक्टिव्ह केला आणि जयाला फोन लावला. पलीकडून जयाचा आवाज आला, "हॅलो, बोला सर, काय म्हणताय, कधी आलात?"

"छान. आज सकाळीच आलो."

"अरे वा! कसा झाला तुमचा अभ्यास दौरा?"

"अभ्यास काही फारसा झाला नाही म्हणा, पण अनेक गोष्टी शिकायला मिळाल्या."

"अच्छा, बाकी काय विशेष?"

"आहेत बऱ्याच गमतीजमती."

"मग आम्हालाही सांगा जरा!"

"जरूर जरूर."

"कधी भेटायचं?"

"तुम्हाला कधी वेळ आहे?"

"तुम्ही म्हणाल तेव्हा, वाटलं तर आत्ताही थोड्या वेळानं."

"नको, आज नको, आज..."

"ओके ओके, करा आराम आज."

"आराम नाही, पण आजचा दिवस घरच्यांसाठी द्यायचा ठरवलंय."

"अगदी छान. मग आज हा विषयही नको. उद्या-परवा तुमच्या सोईनं सांगा."

"उद्या चालेल?"

"हो."

"सकाळी?"

"हं, पण आमची सकाळ म्हणजे इतरांची टळटळीत दुपार झालेली असते."

"अरे हो. बरं, मग उद्या दुपारी फोन करून ठरवू या कधी भेटायचं ते."

"ओके, भेटू मग."

कसलंही टेन्शन नाही, घाईगडबड नाही आणि छानपैकी झोप झाल्याने दुसऱ्या दिवशी सकाळी उठल्याबरोबर महेशला अगदी प्रसन्न वाटत होतं. उत्साहात सगळं आवरून तो नेहमीपेक्षा दहा मिनिटं लवकरच बाहेर पडला. महेशला ऑफिसला

आलेलं पाहताच बाकी सगळे कर्मचारीही आपापल्या टिपण्या, प्रस्तावांच्या फाइल्स काढून बसले. चार-पाच वरिष्ठ अधिकारी एकत्रितपणे बुके घेऊन महेशच्या केबिनमध्ये आले आणि त्याचे स्वागत केले. महेशला खरेतर अशा औपचारिकतांमध्ये अजिबात रस नव्हता; पण चांगल्या मूडमध्ये असल्याने त्याने हसतमुखाने बुकेचा स्वीकार केला आणि सगळ्या मंडळींशी हस्तांदोलन करून बसायला सांगितलं. इतर जणही दरम्यानच्या काळात आपापल्या सेक्शनमध्ये काय काय झालं ते सांगत होते. चहापान झाल्यावर सगळे जायला निघाले. महेशला अशा मूडमध्ये बहुतेक जण प्रथमच पाहत होते. महेशचा तात्पुरता चार्ज ज्यांच्याकडे दिला गेला होता त्या सरंजामेंनी चार्ज हस्तांतरणाची औपचारिकता कधी पूर्ण करायची त्याबाबत विचारलं. त्यावर नेक काम में देरी क्यूं, म्हणत महेशने त्यांना लगेचच त्याची पूर्तता करायला सांगितली. ठीक आहे म्हणत सरंजामे आवश्यक त्या कागदपत्रांसह सुमारे अर्ध्या तासाने परत आले.

सरंजामेंचा रिपोर्ट वाचता वाचता महेशचा मूड बदलायला लागला. कारण एक-दोन नको त्या फाइल्स घाईघाईने निकाली काढल्याचे त्याच्या निदर्शनास आले. त्याचे एक्स्प्लनेशन विचारल्यावर अमक्याचा फोन आला होता, तमक्याने सांगितलं, अशी सारवासारवी सरंजामेंनी केली. फाइलमधला अखेरचा कागद वाचून तर महेश क्षणभर स्तब्धच झाला. कारण त्यामध्ये मंत्रालयात वरिष्ठांकडे जमा केलेल्या फाइल्सची यादी होती. गव्हर्नमेन्ट कॉलनी फाइलचा प्रश्न नव्हता. ती अगोदरच चीफ सेक्रेटरींकडे गेली होती. पण ज्या सतरा फाइल्सची ती यादी असते त्यातील आठ ते नऊ फाइल्स तिकडे कशा गेल्या अशी त्याने कठोर आवाजात विचारणा केली. बत्तीस वर्षं महसूल खात्यात काढलेल्या सरंजामेंना त्याचा पूर्ण अंदाज होताच. त्यामुळे जराही गडबडून न जाता ते अमुक एक फाइल मंत्र्यांनी किंवा सचिवांनी मागवल्याचे स्पष्टीकरण देऊ लागले. त्या प्रत्येकाचा रेफरन्स आणि फाइलमध्ये काय आहे त्याचं पाल्हाळीक वर्णन त्यांनी सुरू केलं. अखेर पाच-सात मिनिटांनी महेशची सहनशीलता संपली आणि हातानेच त्यांना थांबण्याची खूण करत त्याने त्यांच्याकडे रोखून बघितलं. सरंजामेदेखील अगदी निर्विकार चेहऱ्याने शांत होते. दोन-तीन मिनिटे अशीच शांततेत गेल्यावर महेश उसळून म्हणाला, “सरंजामे, मला काही कळत नाही, असं वाटतं तुम्हाला?”

“...”

“बोला ना...”

“आता काय बोलणार यावर सर.”

“मग आठवडाभरात असं काय घडलं की एकदम सगळ्यांना या फाइल्स आपल्याकडे मागवण्याची निकड भासली?”

"आता ते मी काय सांगणार?"

सरंजामेंचा थंडपणा पाहून महेश आणखीनच संतापला, "मला स्पष्ट उत्तर हवंय सरंजामे."

त्यावर अत्यंत थंडपणे, "जे काय झालं ते सांगितलं, यापेक्षा दुसरं उत्तर माझ्याकडे नाही." सरंजामे म्हणाले.

"अहो काही मनाची तरी चाड बाळगा." महेशचा संताप.

"शासकीय सेवा म्हणजे हुकमाची ताबेदारी हे बत्तीस वर्षांपूर्वी सेवेत आलो तेव्हाच समजून, उमजून, जाणून, शिकून आणि अंगी बाणवून घेतलं साहेब." अगदी शांतपणे बोलत आपण बत्तीस वर्षं इथे उगीच नाही काढली याची अप्रत्यक्ष जाणीव सरंजामेंनी महेशला करून दिली. त्यामुळे त्याचा पारा अधिकच चढला. तोल सुटून आपल्या हातून आणखी काही बोललं जायला नको म्हणून महेशने त्यांच्याकडे पाहत दोन्ही हात उपरोधिकपणे जोडून 'आता या' म्हणून संवादाची सांगता केली. पडत्या फळाची आज्ञा समजून चेहऱ्यावरची रेघही न हलवता अथवा अवाक्षरही न बोलता सरंजामे जागेवरून उठले आणि बाहेर निघून गेले. ते गेल्यानंतर महेशने पुन्हा एकदा तो कागद नजरेखालून घातला. दीड-दोन वर्षांपासून जाणीवपूर्वक ज्या बाबी रोखून ठेवल्या होत्या वा जे विषय साइडला टाकले होते त्याची आठ दिवसांत कशी विल्हेवाट लावली गेली ते पाहून त्याला मनोमन खूप यातना झाल्या. अस्वस्थपणे टेबलावर मूठ आपटून त्याने फाइल बंद केली. पीएला हाक मारून इतर काही बाबींची माहिती घेत असतानाच टेबलावरचा फोन वाजला. चीफ सेक्रेटरी साहेब लाइनवर असल्याची माहिती पलीकडून ऑपरेटरने दिली आणि लाइन जोडली...

"हॅलो."

"सर."

"हाऊ आर यू यंग मॅन?"

"फाइन सर, थँक यू."

"ओ ग्रेट!"

"..."

"हॅलो."

"सर."

"कसा आहेस? हाउ वॉज द टुअर?"

"ओके सर."

"आय नो दॅट, कालच रिपोर्ट आला माझ्याकडे तुमच्या सगळ्या दौऱ्याचा."

"सर."

"अरे बाबा, तुला फोन लावला. कारण तुझ्या ऑफिसचे बरेच विषय पेन्डिंग असल्याची इन्फर्मेशन आहे."

"कोणते सर?"

"ते आता फोनवर कसं डिस्कस करणार? तू एक काम कर, आता किती वाजले. क्वार्टर पास ट्वेल्व ना, तू थ्री थर्टीला माझ्याकडे ये इथे मंत्रालयात मग बोलू."

"ओके सर."

"अॅन्ड जस्ट रिलॅक्स, तसा फार काही मोठा प्रॉब्लेम नाहीये. पण आता विधिमंडळांचं सेशन, तुझा काय ते अधिवेशन सुरू होतोय ना, मग जरा काही क्युरीज, क्लेअरिफिकेशन्स हवी होती. डोन्ट वरी..."

"सर."

"ओके देन. विल मीट अॅट थ्री थर्टी, टेक केअर."

फोन ठेवताच महेशने पीएला दीड वाजता गाडी तयार ठेवण्याची सूचना दिली. घरी जाऊन जेवण करून मंत्रालय गाठावं लागेल, हा हिशेब त्याच्या डोक्यात होता. नंतर पीएकडून आज काय मीटिंग्ज, शिष्टमंडळे वगैरे आहेत त्याचा तपशील घेतला. चारपैकी तीन मीटिंग्ज पुढे ढकलायला सांगितल्या. एक पुरवठा विभागाची मीटिंग चार वाजता होती. त्यात दोन-तीन कळीचे मुद्दे असल्याने ती लगेच म्हणजे एक वाजता बोलवायला सांगितली आणि समोरच्या ढिगाऱ्यातल्या फाइल्स हातावेगळ्या करायला घेतल्या.

दीडच्या सुमारास घरी निघायच्या तयारीत असताना महेशचा मोबाइल वाजला. जयाचा नंबर बघून महेशने फोन उचलला.

"हॅलो."

"हॅलो, बोला."

"म्हटलं आमची सकाळ झाली, आता विचारू या तुम्हाला कधी भेटायचं ते."

"अं, मला जरा कामं लागलीत आत्ता."

"बरं."

"मी खरंतर म्हणणार होतो तीन वाजता या घरीच, पण नेमकं साडेतीनला सीएसनी बोलावलंय मंत्रालयात. म्हणून मी आता अगोदर घरी निघालोय. जेवतो आणि लगेच तिकडे निघावं लागेल."

"ठीक आहे, उरका तुमची कामं, मग बघू."

"ओके."

फोन ठेवताच महेश गाडीत बसला आणि थेट घरी आला. चार घास पोटात

ढकलून सव्वादोनच्या सुमारास मंत्रालयात जाण्यासाठी निघाला. तीन वाजून वीस मिनिटांनी महेश सीएसच्या केबिनबाहेर उभा होता. मिनिटभर तिथेच थबकून तो आतमध्ये आला आणि आपण आल्याचा निरोप सरांना सांगायची विनंती केली. त्यावर तुम्ही आलात की सरांनी बसायला सांगितलंय, असा उलटा निरोप पीएने त्याला दिला. समोरच्या सोफ्यावर बसून महेशने समोरच्या गठ्ठ्यातले दोन पेपर चाळले. त्यानंतर सोबतच्या एक-दोन फाइल्सवर नजर फिरवली. बराच वेळ झाल्यामुळे त्याची अस्वस्थता वाढत होती. अखेर सव्वाचारच्या सुमारास शिपाई आला आणि बोलावल्याचं सांगितलं. तसा महेश लगबगीने उठला आणि केबिनच्या दरवाजावर टक्‌टक् करत किंचित आत लोटला. त्याला पाहताच छानपैकी हसत सीएसनी त्याला आत यायची खूण केली. समोर येऊन बसल्याबरोबर पुढ्यातला पेढ्यांचा बॉक्स सीएसने त्याच्यासमोर केला. त्यातला एक पेढा उचलून तोंडात टाकता टाकता महेशने कशाबद्दल म्हणून विचारलं.

"खाओ यार, बहुत अच्छी मिठाई है। किसी भी बात की शुरुआत ऐसी मीठी होनी चाहिये।"

"सर, पण तो कसला आहे ते कळलं तर आणखी मजा येईल."

"अरे बेटा, आपण प्रशासनातले लोक, आम खाने से मतलब रखो, पेड क्यूँ गिनने। हाऽ हाऽ हाऽ"

"सर."

"हां, बोल तू, कसा झाला दौरा तुझा?"

"इट वॉज फाइन सर."

"येस माय बॉय, तुम्ही नवीन लोकांनी जग बघायला पाहिजे. त्याच्याने एक वेगळीच व्हिजन मिळते. तुझ्यासारख्या यंगस्टर आणि डायनॅमिक ऑफिसरला तर खूप गरजेचं आहे ते, म्हणून मी तुला तिथे फॉलोअप करून पाठवला."

"थँक्यू सर." म्हणत महेशने एक दीर्घ सुस्कारा सोडला. त्यातून सीएस समजायचं ते समजले अन् त्यांनी चर्चेचा संपूर्ण रोख केवळ त्याच्या परदेश दौऱ्यावरच ठेवला. जवळपास पाऊण तास त्यांनी महेशला कुठे कुठे गेले, कुणाला भेटले, काय काय झालं वगैरे प्रश्न विचारून चर्चा पुढे सुरू ठेवली होती. पाचच्या सुमारास पीएने आत येऊन होम मिनिस्ट्रीची मीटिंग असल्याचं सांगितलं. त्यावर ओ येस येस, करत महेशला अर्धा तास तिथेच बसायची सूचना देऊन ते लगबगीने केबिनमधून बाहेर पडले. काहीच काम नसल्याने महेश तिथली मॅगेझिन्स, पेपर वगैरे चाळत बसला. काही वेळाने आत येऊन पीएने तिथला टीव्ही सुरू केला. तसंच त्याला काही हवं-नको वगैरे विचारलं. पुढचा जवळपास एक तास महेश न्यूज चॅनेल्स बघत बसला. जवळपास पावणेसातच्या सुमारास सीएस आत आले.

महेशकडे पाहून म्हणतात, "सॉरी, मला वाटलं, अर्ध्या तासात आवरेल म्हणून तुला वेट करायला लावलं; पण साला मीटिंग जाम लांबली."

"इट्स ओके सर."

"अरे, तुला काही खास सांगायचंय."

"सर, सांगा ना."

"बराच मॅटर आहे, जरा वेळ लागेल."

"नो प्रॉब्लेम सर."

"पण आत्ता नको, मला आता दुसऱ्या अपॉइन्टमेन्ट्स आहेत. तू असं कर उद्या ये, आजच्यासारखाच साडेतीन वाजता."

"ओके सर."

"ओके देन, टेक केअर."

जवळपास अर्धा दिवस वाया गेल्यामुळे महेश काहीसा चरफडतच गाडीत येऊन बसला. गाडी मरिन ड्राइव्हवरून पुढे सरकू लागली. गिरगाव चौपाटीवर आल्यावर समुद्राकडे पाहता पाहता त्याला जयाला फोन करायची आठवण झाली. त्याने मोबाइलवर जयाचा नंबर डायल केला. नेमका त्या वेळी जया सायंकाळच्या संपादकीय मीटिंगमध्ये होता. तरीही महेशचा फोन बघून त्याने फोन उचलला आणि मीटिंग सुरू असल्याचं सांगितलं. "मीटिंग आटोपली की फोन करा." म्हणत महेशने फोन बंद केला आणि ड्रायव्हरला गाडी सरळ घरीच घ्यायच्या सूचना दिल्या.

घरी आल्यावर चहा घेऊन महेश फ्रेश झाला. इतर काही काम नसल्याने टीव्ही चालू केला. नीतूने किचनचा ताबा घेतला. तासाभराने तिने महेशला जेवायला यायला सांगितलं. तोपर्यंत महेशदेखील बराच रिलॅक्स झाला होता. गरमागरम जेवणामुळे तो खूश झाला. परदेश दौऱ्यातले खाण्यापिण्याचे हाल, थोडं इकडचं तिकडचं अशा गप्पा मारत दोघांनी छानपैकी जेवण उरकलं. जेवणानंतर हात धुता धुता नीतूने महेशला तिच्या भावाला फोन करायला सांगितला. महेशने टी-पॉय, टेबलावर फोन बघितला; पण तो सापडला नाही. बहुतेक खिशातच राहिला असावा असा विचार करत तो सकाळी घातलेले कपडे चाचपडून पाहायला लागला. पॅन्टच्या खिशात मोबाइल सापडला. पाहतो तर जयाचे तीन मिस्ड कॉल्स होते. अरेरे! म्हणत त्याने तसाच जयाचा नंबर डायल केला, "हॅलो..."

"हां. साहेब, बोला."

"अरे, तुम्ही फोन केला होता वाटतं."

"हो, एकदा नाही तीन वेळा."

"सॉरी सॉरी, अहो फोन चुकून पॅन्टच्या खिशातच राहून गेला. सीएस सरांकडे जाताना सायलेन्ट मोडला होता. त्यामुळे वाजला नाही आणि लक्षातही आलं नाही."

“ठीक आहे. काय म्हणताय, झाली मीटिंग सीएससोबतची”

“मीटिंग अशी झालीच नाही. बोलण्यासारखंही विशेष नव्हतं.”

“मग?”

“अगोदर अर्धा तास दौऱ्याबाबतच विचारत बसले. नंतर मध्येच एका मीटिंगला गेले ते लवकर आलेच नाहीत. मग, उद्या बोलू या म्हणाले.”

“म्हणजे तुम्ही उद्या पुन्हा मंत्रालयात!”

“हो, काही तरी महत्त्वाचं बोलायचंय एवढंच जाता जाता म्हणाले...”

“हं, बाकी मूड कसा होता त्यांचा?”

“त्यांच्या मूडचा अंदाज बांधणं तसं कठीणच काम, कारण नेहमी तसे ते निर्विकार असतात.”

“हो, ते खरं आहे.”

“तरीसुद्धा एरवीपेक्षा बरंच आणि बरंच काही बोलत होते.”

“हं.”

“पण सगळंच मोघम, नुसतं इकडचं तिकडचं. मला वाटतं, तेसुद्धा माझा अंदाज घेत असावेत.”

“बरोबर आहे.”

“मीही त्यांना तसं फार काही दाखवलं नाही. जेवढ्यास तेवढं, निघताना मात्र म्हणाले, महत्त्वाचं काही बोलायचंय म्हणून.”

“हं.”

“बघू त्यांचं महत्त्वाचं बोलून झाल्यावर मलाही काही बाबी त्यांच्या कानावर घालायच्यात माझ्या अनुपस्थितीतल्या.”

“अं!”

“अहो, आठ-दहा दिवसांत माझा चार्ज ज्या सरंजामेंकडे होता, त्यांनी चक्क सतरा फाइल्स वर पाठवल्या. त्यातल्या सात-आठ अगदी क्रिटिकल आहेत. शिवाय मी दीड वर्षापासून रोखून धरलेले दोन-तीन निर्णय निकाली काढून टाकले. नेमक्या याच आठवड्यात सगळ्यांनी महत्त्वाच्या फाइल्स कशा बोलावल्या, ते मला त्यांच्या कानावर घालायचंय.”

“तो सरंजामे पक्का बनचुका आहे साहेब. त्यानं बरोबर डाव साधला. एनी वे, मला ही बातमी छान आहे.”

“कुठली?”

“फाइल्स अशा एकाएकी वर मागवल्या त्याची.”

“हो. पण, जरा थांबा, उद्या अगोदर मला त्यांच्या कानावर घालू द्या, मग तुम्ही बातमी छापा.”

''ठीक आहे. पण मग आपणही उद्या भेटू आता.''

''हो, उद्या संध्याकाळी नक्की भेटू.''

''ओके थँक्यू.''

दुसऱ्या दिवशी महेश अर्धा तास लवकर ऑफिसला पोहोचला. पीएला अगोदरच त्याची कल्पना दिलेली असल्याने तो आलाच होता. बाकी शिपाई मंडळी सोडली तर कुणी आलेलं नव्हतं. आपल्यासोबत पीएला आतमध्ये चलण्याची खूण करून महेशने ज्या ज्या फाइल्स सरंजामेने निकालात काढल्या त्याचा तपशील मागवला. तसेच ज्या फाइल्स मंत्रालयात पाठवल्या आहेत त्यांचे नेमके स्टेटस काय आहे तेदेखील त्या त्या ठिकाणी फोन करून विचारायला सांगितलं. ही सगळी माहिती मला दोनपर्यंत द्या, असं सांगून त्याने पीएला कामाला लावलं आणि स्वत: सरंजामेने निकालात काढलेल्या फाइल्सपैकी काही फाइल्समध्ये डोकं घातलं. तपशील पाहताच कुठे कुठे काय काय गोम झालीये, कुठे कशी पाचर मारली गेलीये ते त्याच्या लक्षात आलं. सुमारे दीड-पावणेदोन तास त्याच्या नोंदी बघून त्याने काही टिपणं काढली आणि त्या त्या बाबींवर सरंजामेकडे लेखी खुलासा मागवण्याचं फर्मान काढलं. दरम्यान, पीए कोणकोणत्या फाइल्सचं काय काय स्टेटस आहे त्याचा तक्ता घेऊन आला. त्यानुसार फाइल्सची प्रगती त्याला कळली. गंमत म्हणजे ज्या ज्या क्रिटिकल फाइल्स आहेत, त्यापैकी एकाही बाबतीत समाधानकारक उत्तर नव्हतं. फाइल साहेबांच्या टेबलावर आहे इथपासून नेमके सांगता येणार नाही, अभ्यास सुरू आहे असे टिपिकल रिमार्क्स त्याबाबत होते. ते वाचून महेश मनाशीच हसला आणि बाहेर पडला. बरोबर साडेतीन वाजता तो मंत्रालयात पोहोचला. सीएसकडे कुठल्याशा महामंडळाची मीटिंग सुरू असल्याने त्याला बाहेरच वाट पाहावी लागली. सुमारे तासाभराने मीटिंग आटोपली, पण त्याच्या अगोदर अर्थसचिवांना बोलावणं आलं. ते जे आतमध्ये गेले ते पाऊण तास बाहेरच आले नाहीत. अखेर सव्वापाचला सीएसनी महेशला आत बोलावलं. तोपर्यंत वाट बघून बघून तो खूपच वैतागला होता. आतमध्ये आल्याबरोबर ठेवणीतलं हसू चेहऱ्यावर आणत सीएस म्हणाले, ''कम कम बराच टाइम झाला वाटतं तुला?''

''सर, निअर अबाऊट टू आर्स.'' महेश जरा वैतागातच बोलला. त्यावर ''ओह देन, बघा एकदा इथे येऊन मंत्रालयात. किती कामं असतात ते कळेल.'' म्हणत सीएसनी त्याला प्रतिउत्तर दिलं. महेश काहीच न बोलता नुसता समोर बघत राहिला.

''आता तुझी सीनिऑरिटीपण सफिशिअंट झालीये. त्यामुळे मंत्रालयात आज ना उद्या यावंच लागेल तुला.''

''...''

''वी कॅन डू वन थिंग, आपण आतापासूनच त्याची तयारी सुरू करू या.''

सीएसचा मोठ्ठा पॉज आणि बोलण्याचा नेमका अर्थ न लागल्याने महेशने चमकून त्यांच्याकडे पाहिलं. तेवढ्यावरून महेश कन्फ्यूज झाल्याचं ताडत त्याला आणखी विचार करण्याची संधी न देता सीएसनी पुढची चाल खेळली.

''व्हॉट आय ॲम सेइंग की तू आता पुढचे काही दिवस दररोज इथे ये. काही गोष्टींची मी तुला लिस्ट देतोय, ही घे. या अनेक फाइल्स तुझ्याकडे आहेत किंवा होत्या किंवा येतील. सगळ्या महत्त्वाच्या आहेत. आपण त्यातल्या रोज दोन-तीन फाइल्स डिस्कस करू. अधिवेशन सुरू व्हायच्या अगोदर मला त्यांचं क्लेरिफिकेशन हवंय. चांगला स्टडी करून येत जा.''

''सर, पण त्या फाइल्स... इनफॅक्ट मीच तुम्हाला...''

''ओके ओके रिलॅक्स, मी काही तुला दररोज इथे बसवून नाही ठेवणार दिवसभर. सकाळी तुझी कामं करून, नंतर या फाइल्सचा अभ्यास करून असाच येत जा तीन-साडेतीन वाजता.''

''बरं सर, पण...''

''नाऊ नो क्वेश्चन ॲन्ड नो फर्दर डिस्कशन, जे काही असेल ते उद्या बोलू. आणि बोलतच राहू, अन्डरस्टॅन्ड?''

''बेटर अन्डरस्टॅन्ड सर!''

''गुड! देन रिपोर्ट मी डेली फ्रॉम टुमारो, सी यू.''

''सर.''

सीएसच्या केबिनमधून बाहेर पडताना महेशचा प्रचंड संताप झाला होता. जरा अस्वस्थही वाटत होतं. म्हणून कॉरिडॉरमधल्या एका उघड्या खिडकीपाशी थबकून त्याने एक खोल श्वास घेतला. तेवढ्यात त्याला कुणीतरी येत असल्याची चाहूल लागली म्हणून तिकडे बघितलं तर त्या बाजूने हसतमुखाने वर्षा येत होती. नजरानजर होताच ती छानपैकी मोकळेपणाने हसली आणि त्याच्याशी हस्तांदोलन करत म्हणाली, ''साहेब फॉरिन रिटर्न झाल्यापासून अगदी बिझी झालेले दिसताय!''

''काय झालं?''

''काही खबरबात नाही, फोन नाही, मेसेज नाही. मी फोन केला त्यालाही रिप्लाय नाही, म्हणून म्हटलं.''

''हो, अगं काल मला पीएनं निरोप दिला; पण खरंच विसरलो रिप्लाय करायला, सॉरी.''

''इट्स ओके, आता तुम्ही इतके बिझी म्हटल्यावर चालायचंच.''

''ए, तू पण ना.''

''बरं ठीक आहे. चल खाली माझ्या केबिनमध्ये बोलू.''

''चल.''

दोघे केबिनमध्ये आले. वर्षाने शिपायाला दोघांसाठी ऑरेंज ज्यूस आणायला सांगितलं आणि कुणाला आत न पाठवण्याच्या सूचना देत महेशकडे वळली. "बोला मिस्टर आयएएस, हाऊ आर यू?"

"ओके."

"बट, आय डोन्ट थिंक सो."

"का बरं?"

"तुझ्या चेहऱ्यावरून, हाऽ हाऽ हाऽ"

"काही नाही, तसं विशेष..."

"ओके ओके. चल, कसा झाला दौरा?"

"ठीकठाक."

"ओफ यार, तूपण ना, एवढा मस्त फॉरिनला जाऊन आलास अन् रिप्लाय मात्र एकदम थंडगार. असं वाटतंय प्रश्न विचारणारं माणूसच जास्त एक्साइट आहे तुझ्यापेक्षा."

"मग आता काय सांगू?"

"दौऱ्यातले हायलाइट्स!"

"हो, तिकडच्या कॅबिनेटसोबत मीटिंग झाली. फॉरिन सेक्रेटरींनी डिनरला बोलावलं होतं. शहराचं प्लॅनिंग कसं केलं जातं त्याची तज्ज्ञांसोबत तीन सेशन्स होती. त्यात वॉटर सप्लायपासून सिव्हरेज ट्रीटमेन्ट..."

"बास बास बास. शी, काय रे तू, सिव्हरेजबिव्हरेज, मजा काय केलीस ते सांग."

"फार काही नाही गं, थोडीशी खरेदी केली, काही साइट सीइंग वगैरे झालं."

"बास एवढंच?"

"हो, आणखी तसं काही फार नाही."

"तसं काही म्हणजे?" वर्षा त्याची फिरकी घेऊ लागली.

"अं!"

त्याची धांदल पाहून वर्षा खट्याळपणे हसली. "ओके ओके जंटलमन, जस्ट जोकिंग यार. लोक तिथं काय काय करतात चांगलं माहीत आहे मला. गेल्या वेळी माझा नवरापण तिकडे जाऊन आलेला. तो सांगत होता वेगवेगळ्या गमतीजमती. एक-दोन आपले मित्रही तिकडे जाऊन 'झेंडा' रोवून आलेत. खूप शेअर केलंय त्यांनी. ॲन्ड प्रॅक्टिकली पाहिलं तर इट्स ओके यार. यही तो लाइफ है, म्हणून म्हटलं 'तसं काही' म्हणजे काय? बट आय नो, यू नेव्हर चूज दीज काइंड ऑफ थिंग्ज. बाकी मंडळी करतात मजा."

"आपण आपल्यापुरतं पाहावं."

“येस, येस मिस्टर क्लीन, आय नो. जस्ट रिलॅक्स. मी म्हटलं ना, माझा नवरा गेला होता. त्यांनं सांगितलंय मला, आय ऑल्सो डोन्ट हॅव एनी प्रॉब्लेम विथ दॅट, चलता है. आखिर हर एक का अपना अपना व्ह्यू होता है. सो डोन्ट टेक इट टू सीरिअस. अं कमॉन, आपण तो विषय सोडून देऊ या. सांग काय म्हणाले आपले फादर आत्ता?”

“तसं काही विशेष नाही गं...”

“मग?”

“मी नसताना वेगवेगळ्या ठिकाणाहून काही फाइल्स मागवल्या गेल्या, त्यात काय काय आहे त्याचं डिस्कशन करायचं म्हणाले आणि...”

“आणि काय?”

“काही नाही.”

“मी सांगू? त्यासाठी सध्या दररोज इथे रिपोर्टिंग करायला सांगितलंय, असंच ना?”

“आयला, तुला कसं कळलं पाचव्या मिनिटाला!”

“त्याचं काय आहे मिस्टर, इथे महत्त्वाच्या केबिन्समध्ये आम्ही गुप्त कॅमेरे लावलेत, हाऽ हाऽ हाऽ”

“चेष्टा सोड, खरं सांग.”

“छोड ना यार! काय, कसं त्याच्याशी तुला काय पडलंय, खरंय की नाही तेवढं सांग?”

“हो.”

“मग, अपुनको मालूम था.”

“कसं पण?”

“आता ते जाऊ दे, आपले काही खास सोर्स आहेत सगळीकडे. आता पब्लिसिटी डिपार्टमेन्टमध्ये काम करताना मीही जरा जरा पत्रकारिता करायला शिकलीये.”

“ए, सांग ना खरं.”

“अरे, त्या दिवशी सीएसनंच मला थोडी हिंट दिली होती. त्यात आज तुझी अवस्था पाहिली आणि ओळखलं काय झालं असणार ते.”

“ओह, म्हणजे हे सगळं वेल प्लान्ड होतं तर!”

“ऑफकोर्स. इथे सगळं काही ठरवून चालतं. म्हणूनच म्हणते, झालं तेवढं चिकार झालं. आता एकदाचं संपवून टाक, शेवटी आपल्याला सिस्टिममध्ये राहायचंय.”

“म्हणजे?”

“यू नो बेटर मॅन, तुझं ते बांद्रा कॉलनी आणि मल्टिस्पेशालिटी हॉस्पिटलचं

प्रकरण. आता जाऊ दे, पडदा टाक किंवा किमान थंड बस्त्यात पडू दे जरा. तुझ्यानंतर जो बसेल बांद्रा कलेक्टर म्हणून, तो करेल सगळं हळूहळू सेटल. तू फक्त आता एक कर...''

''बोल, सांगून टाक काय ते.''

''प्लीज, डोन्ट टेक इट अदरवाइज. मी काही त्यांची वकिली किंवा तरफदारी करत नाहीये. उलट तू कसा आहेस ते मला अगदी पूर्वीपासून माहीत आहे आणि मला वाटतं, ही सिस्टिम मला चांगल्यापैकी उमजलीये. किंबहुना मी त्यामध्ये चांगली रुळलीये. त्यामुळे तुझं म्हणणं, एथिक्स, तत्त्व सगळं बरोबर आहे. त्याला अगदी हॅट्सऑफ! पण ही सिस्टिम तशी नाही ना मित्रा, जे काय करायचं, व्हायचं ते होईलच. एवढंच की जरा वेळ लागेल. तू आता आणखी काही वाढवलं नाहीस तर ठीक. अन्यथा तुला ते जास्तीत जास्त अडचणीत आणतील. त्याची काळजी वाटतेय, म्हणून न राहवून बोलतेय. आता जरा थांब किंवा किमान गो स्लो धोरण ठेव.''

''थँक यू फॉर धिस काइंडनेस. बट, तुला माहितीय ना मी कसा आहे. मग काय, त्यांना काय करायचं ते करू दे. मला काय करायचं ते मी करीन.''

''अरे, पण आभाळच फाटलंय. ठिगळ कुठे कुठे लावणार?''

''माझ्यापुरतं तरी लावणारंच. ओके गुडबाय. अ‍ॅन्ड डोन्ट वरी अबाउट मी. मला माहीत आहे माझी आता जास्तच हॅरेसमेन्ट होणार आहे. पण बघू, एनी वे, थँक यू वन्स अगेन.''

तडक उठून बाहेर पडू लागलेल्या महेशच्या पाठमोऱ्या आकृतीकडे पाहून वर्षाने हतबलपणे नकारार्थी मान हलवली आणि टेबलावर पडलेल्या पेपरांच्या गठ्ठ्यातील पेपर पुढ्यात ओढले...

वर्षाच्या केबिनमधून तरातरा बाहेर पडल्यावर महेश सरळ आपल्या गाडीत येऊन बसला. लगेचच खिशातून मोबाइल काढत जयाचा नंबर डायल केला. जया ऑफिसलाच असल्याने दोघांनी तिथून जवळच असलेल्या एका हॉटेलमध्ये भेटायचं ठरवलं. पाऊण तासाने दोघांची भेट झाली. कुरकुरीत रवा डोसा आणि मेदूवड्याचा आस्वाद घेताना दोघांच्या भरपूर गप्पा झाल्या. महेशने दौऱ्याचा सगळा वृत्तान्त कथन केला. आपल्याला 'हनी ट्रॅप' करण्याचा कसा प्रयत्न झाला तेही सांगितलं. शिवाय कोणकोणत्या महत्त्वाच्या फाइल्स आपल्या अनुपस्थितीत तिथून हलवल्या गेल्या, आता रोज मंत्रालयात कसे रिपोर्टिंग सांगितलेय, त्याचाही पाढा वाचला. यातलं काय काय बातमीत द्यायचं असं जयाने विचारताच अत्यंत करारी आवाजात 'सगळंच' असं सांगत आता पूर्ण ताकदीनिशी पलटवार करण्याचा इरादा त्याने व्यक्त केला. दोन दिवसांनी रविवार होता. त्यामुळे उद्याच्या अंकात फाइल्स

हलवल्या गेल्याचा आणि दररोज महेशला मंत्रालयात रिपोर्टिंग सांगितल्याचा तपशील द्यावा असं ठरलं आणि त्यामध्येच 'परदेश दौऱ्याचा मसालेदार वृत्तान्त वाचा रविवारच्या अंकात' अशी खळबळजनक चौकटही टाकायचं निश्चित झालं.

त्यानुसार जया संपादकांशी बोलला आणि दुसऱ्या दिवशी 'प्रखर'मध्ये फाइल्ससंबंधीचा मजकूर पहिल्या पानावर प्रसिद्ध झाला. शिवाय या संदर्भातला अप्पासाहेबांचा कोटदेखील बातमीमध्ये होता. त्यात अप्पासाहेबांनी सरकारच्या कारभारावर जळजळीत टीका केली होती. विरोधी पक्षनेत्यांनीही सभागृहात हा मुद्दा उपस्थित करण्याचं सांगितलं होतं. त्यामुळे सकाळपासून पुन्हा एकदा शासन-प्रशासनात खळबळ उडाली होती. दोन-तीन महत्त्वाच्या ठिकाणाहून सीएसला त्याबाबत मेसेज मिळाले असल्याने ते पुरते वैतागले होते. आज महेश मंत्रालयात आल्यावर त्याला चांगलीच तंबी द्यायची असं त्यांनी ठरवलं. खरंतर त्यांना महेशवर शिस्तभंगानुसार कारवाई करायची होती; पण अधिवेशनाच्या तोंडावर उगीच आगीत तेल नको म्हणून सीएमच्या आदेशानुसार केवळ इशाऱ्यावरच भागवायचं ठरलं. महेशदेखील सकाळपासून अगदी पूर्णपणे तयार होता. वरिष्ठांची गोची त्याच्याही लक्षात आली होती. शिवाय 'मेलेलं कोंबडं आगीला भीत नाही' या उक्तीनुसार आता जे व्हायचं ते होवो, असा त्याचा निश्चय होता. फक्त मानसिकदृष्ट्या टफ राहायचं आणि चिडून आपला बॅलन्स गमवायचा नाही, हे त्याने मनाशी पक्कं केलं होतं. १२:३० च्या सुमारास जयाचा फोन झाला तेव्हाही तो हे सारं बोलला. जयानेदेखील त्याला दुजोरा दिला. आता ते करून करून काय करणार? जेवढं करतील तेवढं त्यांच्यावरच बूमरँग होईल, असं सांगून त्यानेदेखील महेशचा आत्मविश्वास वाढवला. त्यानंतर घरी येऊन, जेवण करून, जरा अर्धा तास पडून पावणेतीनच्या सुमारास महेश मंत्रालयात जाण्यासाठी निघाला. अगदी सावकाश, आरामात आवरून जवळपास सव्वाचार वाजता मंत्रालयात पोहोचला. सीएसने साडेतीनपासून दोन वेळा पीएकडे महेश आला का, त्याची विचारणा केली होती. त्यामुळे महेश आल्याचं पाहताच पीएने लगबगीने त्याची वर्दी सीएसला दिली. समोरच्या 'यूडी' सेक्रेटरींना बाकीचं आपण नंतर बोलू म्हणून सीएसने वाटेला लावलं आणि महेशला आतमध्ये पाचारण केलं. महेश येताच आज त्याच्यावर फायरिंग सुरू करायचं त्यांनी मनोमन ठरवलं होतं. त्यानुसार महेश बसत नाही तोच त्यांनी सुरू केले,

"व्हॉट टाइम इज इट नाऊ?"

"क्वार्टर पास्ट फोर सर."

"देन?"

"व्हॉट?"

"व्हाय आर यू लेट?"

“ट्रॅफिक जॅम अॅट वरली अॅन्ड हाजी अली.”

“ओह, डोन्ट बी स्मार्ट इन फ्रंट ऑफ मी.”

“...”

“टेल मी.”

“व्हॉट सर?”

“ओ शिट्,” म्हणून रागाने त्याच्याकडे पाहत सीएसनी टेबलावर हात आपटला. आवाजाची पट्टी, बॉडीलॅंग्वेज यावरून सीएसचा बॅलन्स सुटत चालल्याचं महेशने ताडलं. आता आपण उलट मजा घ्यायची असं त्याने ठरवलं आणि समोर पाहत निर्विकार बसून राहिला. दीड-दोन मिनिटे अगदी शांततेत गेली. महेश जणू काही घडलंच नसल्याच्या आविर्भावात केबिनमध्ये इकडे तिकडे बघत होता, तर सीएस आपल्या संतापावर होईल तेवढा काबू ठेवण्याचा प्रयत्न करत होते. अखेर आपण अधिक तडकून भडकून चालणार नाही, याचं भान सीएसला आलं आणि महेशकडे पाहत आवाजाची पट्टी खाली आणत त्यांनी विचारलं, “इट्स ओके, त्या फाइल्स आणल्या का मी सांगितलेल्या?”

“फाइल्स माझ्याकडे कुठे आहेत?”

“ओके, तो अभ्यास केला का त्यातल्या मॅटरचा?”

“तो तर अगोदरपासूनच पक्का आहे.”

“ओके” म्हणत सीएस त्यातल्या दोन फाइल्सबद्दल उगाचच बोलत राहिले. सुमारे वीस मिनिटं त्यावर डिस्कशन झाल्यावर आता आज इथे थांबू, बाकीचं उद्या बोलू म्हणत सीएसने संवाद थांबवला. लगेचच थँक्यू म्हणून महेश उठत असताना आवाजात काहीशी जरब आणून सीएसने थेट प्रश्न केला, “बाय द वे, कुठल्या फाइल्स तुझ्याकडून बाहेर मागवल्या गेल्या त्याची बातमी बाहेर कशी फुटली?”

“मला काय माहीत सर, मी थोडीच दिल्यात त्या फाइल्स बाहेर?”

“ओह!”

“...”

“यू थिंक वी आर सिली?”

सरळ नाही म्हणण्याऐवजी महेश अगदी शांतपणे म्हणाला, “व्हाय शुड आय थिंक सो सर?”

त्यावर अधिकच संतापून सीएसने विचारलं, “मग तुझ्या इथल्या डेली रिपोर्टिंगची माहिती कुणी दिली प्रेसला? तुझ्या-माझ्याशिवाय कुणाला माहिती आहे हे?”

“काय सांगता सर, अहो मी इथून बाहेर पडायच्या आत अख्ख्या पब्लिसिटी डिपार्टमेन्टला माहीत होतं ते! ‘लायझनिंग’वाल्यांनी मला लगेच तसं विचारलं पण!”

या वाक्यातून महेशने जो द्यायचा तो मेसेज देऊन टाकला. त्यावर काहीशा उद्वेगाने आणि हतबलतेने सीएस तणतणले, "मी अगेन तुला सांगतो, ॲडमिनिस्ट्रेशन में ज्यादा उडने वाले पंछियों के पर काट दिये जाते हैं।"

"मुझे उस दिन का इंतजार है सर।" सीएसकडे रोखून बघत अगदी थंड स्वरात महेशने एक एक शब्द उच्चारला. त्यावर केवळ मान वर-खाली करत "फिर आना है यहाँ।" म्हणत सीएसने डायलॉग संपवला.

सीएसच्या केबिनमधून बाहेर पडल्यावर महेशने जयाला फोनवर संपूर्ण घटना कथन केली. सीएसला एवढा बिथरलेला प्रथमच पाहिल्याचं त्याने सांगितलं. सीएससारख्या नेचरचा माणूस एवढा बॅलन्स घालवतो म्हणजे त्याच्यावर या बाबतीत किती प्रचंड प्रेशर असेल त्याबाबत दोघांत चर्चा झाली. आता आपण टेन्शन नाही घ्यायचं तर द्यायचं, असं ठरवलं असल्याचं महेशने सांगितलं. दोघेही मनापासून हसले. आजच्या घडामोडींची बातमी करण्याबाबत जयाने विचारलं; पण महेशने त्याला जरा थांबायला सांगितलं. जयालादेखील ते पटलं. त्याऐवजी परदेश दौऱ्याची स्टोरी अधिक चटपटीत होण्यासाठी महेशने त्याला ब्रोकन ग्लास व विविध ठिकाणचे खुमासदार किस्से सांगितलं. चर्चेअंती पहिल्या पानावर ठळक मुद्द्यांची कळते-समजते धाटणीची बातमी देऊन आतल्या एका संपूर्ण पानावर दौऱ्याचा सचित्र वृत्तान्त गोष्टीरूपात देण्याचं ठरलं.

दुसऱ्या दिवशीच्या म्हणजे रविवारच्या पेपरमध्ये 'सरकारी दौऱ्याचा डर्टी पिक्चर...' या मथळ्याखाली सगळा 'मसाला' प्रसिद्ध झाला आणि एकच खळबळ उडाली. विशेषत: राजकीय, प्रशासकीय गोटात त्यावर तर्कवितर्क सुरू झाले. एकमेकांना एसएमएस, व्हॉट्सॲप, त्यावर विविध कोट्या, विनोद यामुळे सोशल मीडिया ढवळून निघाला. वृत्तवाहिन्यांवरही 'प्रखर'चा अंक चमकावून त्या अनुषंगाने बातम्या, प्रतिक्रिया, चर्चा यांचा धुरळा उडाला. भ्रष्टाचारासह विविध मुद्द्यांनी सरकार अगोदरच घेरले गेले असताना आता विधिमंडळ अधिवेशनाच्या तोंडावर हा 'डर्टी बॉम्ब' फुटल्याने सरकार आणि मुख्यमंत्री चांगलेच अडचणीत आले. राजकीय टीका-टिप्पणी, आरोप-प्रत्यारोपांना मुख्यमंत्र्यांसह मंत्रिमंडळ चांगलेच सरावले असले तरी हेटाळणीच्या सुरात सगळ्या बाजूने एकाएकी उडवल्या जाऊ लागलेल्या खिल्लीमुळे मुख्यमंत्रीदेखील आता काय करावं, अशा संभ्रमात पडले. बातमीत अथवा संपूर्ण वृत्तामध्ये कुठेही, कुणाचीही नावं घेतलेली नसली तरी काही संदर्भ, विशेषणे, त्या त्या व्यक्तींच्या लकबी, असे साद्यंत वर्णन असल्याने त्यातून प्रत्येक बाब अगदी सहजपणे कुणाच्याही लक्षात येईल, अशा पद्धतीने दिली होती. साहजिकच सरकारचे प्रतिनिधी आणि त्यांचे समर्थक यांच्यावर तोंड लपवण्याची पाळी आली. विरोधक या आयत्याच मिळालेल्या कोलितामुळे चांगलेच आक्रमक झाले. दुपारपर्यंत हा 'फीवर'

इतका चढला की फेसबुक, ट्विटर, व्हॉट्सअ‍ॅपवरून नाही नाही त्या कॉमेन्ट्स, विनोद, कोट्या, व्यंगचित्रे यांचा नुसता पूर आला. देशभरात तसं काही खास हॅपनिंग नसल्याने राष्ट्रीय वृत्तवाहिन्यांनीही हा चटपटीत मसाला उचलला आणि सायंकाळी पाचच्या सुमारास सीएमला थेट हायकमांडचा फोन आला. मुख्यमंत्र्यांनी हायकमांडसमोर कसाबसा किल्ला लढवला. या विषयावर तातडीने क्लेरिफिकेशन द्यायचे त्यांना बजावले गेले. तसेच अगदी तोंडावर असलेल्या सहा राज्यांच्या निवडणुकात पक्षाची बदनामी होऊन प्रतिमा मलिन होऊ नये म्हणून या विषयावर तातडीने पडदा टाकण्याचे आदेशही वरतून आले. आपल्या समजावण्याने हायकमांडचे समाधान तर झाले नाहीच, उलट नाराजी कायम असल्याचे चाणाक्ष सीएमने ताडलं आणि आता प्रथम मीडियाला आवरायला हवं, असा विचार केला. शांतपणे सगळ्या बाजू तपासल्यानंतर सीएमने पीएला हाक मारली आणि तातडीने सीएस, तसेच पब्लिसिटीच्या डीजी अर्थात वर्षाला बोलावून घ्यायला सांगितलं. दोघेही अर्ध्या तासातच सीएमच्या निवासस्थानी पोहोचले. रविवार असल्याने बंगल्यावर तशी शांतताच होती. आपल्याला एवढ्या तातडीने का बोलावून घेतलं असावं, त्याचा दोघांनाही मनोमन अंदाज आला. ते दिवाणखान्यात येऊन बसले तोच सीएमने त्यांच्यासमोर बसत थेट विषयालाच हात घातला,

"तुमच्या बांद्रा कलेक्टरचं प्रकरण एवढं डोईजड होईल असं वाटलं नव्हतं."

"सर."

"बघा, काही तरी करा किंवा काहीही करा; पण आवरा त्याला ताबडतोब."

सीएमच्या आवाजातली धार पाहून सीएसवर अधिकच ताण आला; पण थोडा पॉज घेऊन ते म्हणाले, "सर, सगळ्या पद्धतीनं सांगून झालं. तुम्ही म्हटल्याप्रमाणे दुसऱ्या कामातपण अडकवलाय त्याला. माझ्याकडे दररोज अर्ध्या दिवसाची हजेरी सांगितलीये; पण साला ऐकतच नाही."

"काहीही करा."

"बट इन धिस सिच्युएशन व्हॉट टु डू सर? प्लीज गाइड अस, कारण आता आपण त्याची लगेच बदली करू शकत नाही. आम्ही त्याला सस्पेंड केला असता, पण तो कुठे सापडत नाही. बिहेवियरल अ‍ॅक्शन म्हटलं, पण तुम्हीच सांगितलं ते शिस्तभंग वगैरे नको, या स्थितीत आणखी बोंब होईल म्हणून. मग आता काय करायचं याचं?"

"हे पाहा, त्याच्याशी बोला."

"सर, सगळ्या स्टाइलनं बोललो. काल तर खूप चिडलोसुद्धा होतो." म्हणत सीएसने सगळा घटनाक्रम कथन केला. शिवाय आता आपली अडचण लक्षात आल्यामुळेच तो एकदम बिनधास्त बनल्याचं निरीक्षणही ते नोंदवलं.

मिनिटभर शांततेत गेल्यावर वर्षाकडे वळून सीएम म्हणाले, ''त्यानं कितीही बोंबा मारल्या तरी काही होत नाही; पण जोपर्यंत मीडियाचं या प्रकरणावरून लक्ष हटत नाही तोपर्यंत फार अडचण होणार, कसं करायचं?''

वर्षालासुद्धा याचं काय करावं ते सुचत नव्हतं; पण उसनं अवसान आणून ती म्हणाली, ''सर, मी आपली किंवा एखाद्याची प्रेस कॉन्फरन्स कॉल करू का क्लेरिफिकेशनसाठी?''

''अजिबात नको.'' सीएमने तट्‌कन टोलवलं. ''अशा स्थितीत प्रेससमोर जाणं म्हणजे आगीत तेल ओतण्याचा प्रकार. त्याऐवजी तुम्ही एक करा, हा सगळा बनाव आहे, वस्तुस्थिती नाही, त्यात काही तथ्य नाही, असं स्पष्टीकरण देणारं एक प्रेस रिलीज काढा आणि द्या पाठवून तात्पुरतं. बाकीचं मी बघतो.'' म्हणत सीएम उठून गेले. त्यांच्यापाठोपाठ सीएस आणि वर्षा दोघेही आपापल्या दिशेने मार्गस्थ झाले.

सीएम खूप वैतागले होते. मात्र त्रागा केल्याने काही साध्य होणार नाही, हे लक्षात घेऊन ते अगदी शांतपणे विचार करायला लागले. बंगल्याच्या आवारातल्या बागेत एकट्यानेच ते येरझाऱ्या घालत होते. पावले हळूहळू पडत असली तरी विचारचक्र मात्र खूप गतिमान झाले होते. संपूर्ण प्रकरण पुन्हा सुरुवातीपासून आठवून त्यांनी काही रिकाम्या जागा भरण्याचा प्रयत्न केला. या प्रकरणात नेमके कोण दुखावले गेलेत, समजा महेश म्हणतो त्यानुसार निर्णय घेतला आणि दोन्ही प्रस्ताव रद्द करून प्रकरण मोडीत काढायचे ठरवले, तर आपल्याला कुणाकुणाला अंगावर घ्यावे लागेल? असे एक ना अनेक प्रश्न आणि त्याची संभाव्य उत्तरं याचा अंदाज सीएमनी मनातल्या मनात बांधला. जवळपास तासभर सगळ्या प्रश्नांवर ३६० अंशांच्या कोनातून विचार केल्यावर महेशची पाठराखण करणे आता आपल्याला परवडणार नसल्याचे त्यांच्या लक्षात आले. कारण तसे केले तर पक्षाचे, हायकमांडचे तसेच आपल्याही अनेक 'फायनान्सर'चे हितसंबंध आड येतील. त्यातून ते प्रचंड दुखावतील. त्याचा परिणाम विरोधकांपेक्षा आपले पक्षांतर्गत स्पर्धक उचल खाण्यात होईल. एकदा का बिल्डर्स, इंडस्ट्रियलिस्ट्स, बिझनेस हाउसेस, स्टेक होल्डर्स यांची लॉबी नाराज झाली की, संबंधित वर्तुळात तो मेसेज फार वेगाने पसरेल. मग आपली आणि पक्षाचीही आर्थिक रसद आटेल. त्यातून पुढे इतकी गुंतागुंत निर्माण होईल की, मग आपलीच विकेट पडेल. या प्रकरणाशी प्रत्यक्ष-अप्रत्यक्ष संबंधित असलेल्यांची नावे लक्षात घेतली आणि हितसंबंध जपण्यासाठी म्हणून ते एकत्र आले तर प्रसंगी मुख्यमंत्र्यांच्या खुर्चीला सुरुंग लागणेदेखील अशक्य नसल्याची जाणीव सीएमना झाली. त्यामुळे महेशच्या मागे उभे राहणे तर दूरच, त्या दिशेने केवळ सकारात्मक संदेश देणेसुद्धा स्वतःच्या राजकीय कारकिर्दीसाठी धोकादायक ठरेल, हे ताडून

सीएमनी विचाराची ती बाजू पूर्णपणे बंद करून टाकली. त्यामुळे अर्ध्याअधिक प्रश्नांची डोक्यातली गर्दी आपोआप कमी झाली. विचाराची एक लाइन पक्की झाल्यावर मग आता घडल्या प्रकाराचा निपटारा कसा करायचा त्यावर विचार सुरू झाला. अशा प्रसंगी सल्लामसलतीसाठी ज्या तीन-चार जणांची सीएमला गरज भासते. अशांना संध्याकाळी सात वाजता पार्टीसाठी भेटण्याचं बोलावणं धाडलं आणि सीएम पुढच्या तयारीला लागले.

सायंकाळी ६:३५ च्या सुमारास सीएमची खासगी मोटार जुहूच्या दिशेने रवाना झाली. तिथल्या एका अत्यंत आलिशान बंगल्यात पार्टी होणार होती. सव्वासातच्या सुमारास सगळी मंडळी तिथे येऊन धडकली. बंगल्याच्या ओपन टेरेसमध्ये सगळी जय्यत तयारी झाली होती. तिथे जाऊन बसल्याबरोबर थिंक टँकमधील एक जण म्हणाला, "आज एकदम शॉर्ट नोटीसनं बोलवलंत, काही सिरिअस मॅटर?" इतरांच्याही मनात तोच प्रश्न असल्याने ते सगळे सीएमकडे पाहू लागले. दरम्यानच्या काळात विचारांती सीएमची अस्वस्थता दुपारपेक्षा बरीच कमी झाली होती. त्यामुळे केवळ थोडेसे हसून ब्लू लेबलच्या बाटलीकडे बोट दाखवून समोर बसलेले उद्योजक मुकुंदराव नाडकर्णींना सीएमने पेग भरण्याचा इशारा केला.

"गेल्या दोन वेळा आपण भेटलो तेव्हा मुकुंदराव नव्हते, म्हणून आता त्यांच्याच हातून पेग भरायला हवेत."

"साहेब, मी दोन्ही वेळा परदेशात होतो, नाही तर तुमचं आमंत्रण कसं टाळणार?"

"येस, येस डिअर, आय नो. तुम्ही सगळं जग पाहिलंय अन् नेहमीच बघत असता, आम्ही काय फक्त मलबार हिलवर बसून असतो."

"पण, तिथं सगळं जगच तुमच्याकडे येतं ना!"

हाऽ हाऽ हाऽ

"नाही मुकुंदराव असं कसं, अहो ते सोडा, जग खऱ्या अर्थानं तुम्ही मंडळींनी पाहिलंय. म्हणून म्हटलं, तुमच्याशी थोडं डिस्कस करावं आणि मार्गदर्शन घ्यावं." म्हणत सीएमनी सगळ्यांना चिअर्स केलं. पहिला सिप हळूहळू खाली उतरल्यावर इम्पोर्ट-एक्स्पोर्टचा व्याप सांभाळणारे व्ही. के. पालेजा यांनी चर्चेची गाडी रुळावर आणली, "सर, गाइडन्स कसला, यहाँ हम सब दोस्त करके आए है, बोलो आप."

त्यावर सीएमनी त्या सगळ्यांना एकूण घटनाक्रम, बारीकसारीक तपशील, त्याची कारणे, संभाव्य परिणामांसह समजावून सांगितले. अगदी दोन पेग संपेपर्यंत म्हणजे जवळपास तासाभराहून अधिक वेळ सीएमनी घटनेची इत्थंभूत माहिती कथन केली. वरिष्ठांची ओढवलेली नाराजी आणि तोंडावर असलेले विधिमंडळाचे अधिवेशन या पार्श्वभूमीवर प्रकरणावर पडदा पाडण्यासाठी नेमकं काय केलं पाहिजे ते अनुत्तरित

असल्याचे सांगत सीएमनी आपल्या बोलण्याला पूर्णविराम दिला. त्यावर प्रत्येकाने आपापले मत मांडले. बरीच चर्चा झाली आणि हे प्रकरण सीएमची खुर्ची लगेच धोक्यात येईल एवढे गंभीर नसले तरी मीडियाच्या शिडात हवा भरली जात असल्याने आता ते हाताबाहेर जात असल्यावर सगळ्यांचे एकमत झाले. साहजिकच मीडियाचा फोकस प्राप्त परिस्थितीत शक्य तेवढ्या लवकर दुसरीकडे वळवण्यासाठी काही तरी करावे. तसे झाले तर तूर्त हा विषय मागे पडेल, अधिवेशन सुरू असेपर्यंत जरा अवधी मिळेल. तेवढ्या काळात संबंधित फाइल्समधल्या तांत्रिक त्रुटी दूर करून वा आवश्यक तिथे फेरबदल करून त्या आणखी पुढे सरकवायच्या, पण लगेच निर्णय घ्यायचा नाही. आणखी काही दिवस घोंगडं भिजत ठेवायचं. दरम्यान, जरा ब्रीदिंग स्पेस मिळेल. त्यामध्ये विचारपूर्वक महेशला योग्य जागी हलवायचं. महेश एकदा खड्यासारखा बाजूला झाला की, आपल्या सोईचा माणूस बांद्रा कलेक्टर म्हणून बसवायचा आणि दोन्ही प्रकरणे यथावकाश मार्गी लावायची, अशी रणनीती ठरली. पण या साऱ्यासाठी पहिल्यांदा सध्या सर्व बाजूने आपल्यावर भुंकणाऱ्या मीडियासमोर दुसरी एखादी खमंग हड्डी टाकण्याचा तोडगा चर्चेतून निघाला. ते कसे मॅनेज करावे, त्याची रूपरेषा आखली गेली. आता प्रश्न उरतो तो फक्त मुद्दा काय असावा त्याचा. कारण मुद्दा अगदी सनसनाटी असला पाहिजे, तरच मीडिया त्यावर फोकस करेल. पण तो आपल्याशी कोणत्याही बाबतीत संबंधित नको; अन्यथा आगीतून फुफाट्यात पडावे लागेल इथवर चर्चेची गाडी येऊन थांबली. त्यानंतर सीएमनी मनाशी काही ठरवलं. सगळ्यांकडे आश्वासक नजरेने पाहिलं. ''ठीक आहे, आता लाइन क्लिअर झाली. माझ्याकडे काही प्रकरणं आहेत. बऱ्याच फाइल्स आहेत. त्यावर विचार करतो, जरा पाहतो शिवाय आपल्या देशात नेहमीच काही ना काही घटना-घडामोडी घडत असतातच. त्यामुळे कोणते ना कोणते मुद्दे निघतीलच.''

''बरोबर आहे साहेब, पण मला वाटतं जुन्या फाइल्स किंवा मुद्दे फारसे उचलले जाणार नाहीत. तुम्ही म्हणता तसं आपल्या देशात नेहमी काही ना काही घडत असतं. पण एक लक्षात ठेवा, मीडिया नावाच्या या भस्मासुराला घटना-घडामोडीपेक्षा दुर्घटना, आपत्ती याचीच नेहमी भूक असते.'' नाडकर्णींच्या या वाक्याचा मथितार्थ जाणून सगळ्यांनी एकमेकांकडे बघितलं. एक खोलवर श्वास घेऊन उसासा टाकून हं... म्हणत सीएमनी मान डोलावली. ठीक आहे बघू या, असं स्वत:शीच पुटपुटत सीएम उठले आणि पार्टी संपली.

गाडी जुहूवरून मलबार हिलच्या दिशेने निघाली तेव्हा सीएमच्या डोक्यातलं विचारांचं वादळ बऱ्यापैकी शांत झालं होतं. एका निष्कर्षावर येऊन मनातल्या मनात विचार पक्का झाल्यावर त्यांनी एक दीर्घ उसासा टाकला आणि पुढे ड्रायव्हरशेजारी

बसलेल्या पीएला सांस्कृतिक मंत्री रोकडेंना फोन लावायला सांगितला. प्रथम फोन उचलला गेला नाही; पण दुसऱ्याच मिनिटाला रोकडेंचा उलट फोन आला. आत्ता येण्यापेक्षा फोनवर बोललेलं चालेल का, असं त्यांनी चाचरत विचारलं. एक मिनिट होल्ड करून पीएने तसं सीएमला विचारलं, तर सीएमनी सरळ त्याच्या हातातून फोन घेतला.

''उत्तमराव...'' सीएमच्या आवाजातली जरब पाहून रोकडे अगदी अजिजीने बोलले,

''हां साहेब, साहेब, बोला ना...''

''तुमची गाडी बरीच लोड झालेली दिसतेय.''

''साहेब...''

''आता ऐका नीट. काही गोष्टी अशा असतात ज्या फोनवर करायच्या नसतात. तेव्हा आत्ताच्या आत्ता बंगल्यावर या. बरोबर कुणाला आणू नका. दहा मिनिटं बोलू, मग जा परत, पुन्हा काय करायचं ते करा, कुणाजवळ झोपायचं ते झोपा.''

''हां साहेब, निघालो, निघालो.''

सीएमनी फोन कट केला.

''च्यायला, फोन बंद केला साहेबानं. येवढ्या अर्जंट या टायमाला बोलावलंय म्हणजे लै महत्त्वाचं काम असणार,'' म्हणत फिल्म इंडस्ट्रीत किंवा मॉडेलिंगच्या क्षेत्रात 'रुजण्या'साठी धडपडणाऱ्या आणि त्यासाठी आजची रात्र उत्तमरावांसोबत साजरी करण्यासाठी आलेल्या तरुणीला त्यांनी मिठीतून दूर ढकललं. ''मेरे को अभ्भी के अभ्भी जाना पडेगा। अब तुम देख लो तुम्हारा। अगर मै एक-देढ घंटे में लौटा तो ठीक। तब तक बिअर पिते यहाँ इंतजार कर, वरना निकल जा। फिर देखेंगे। अपने पोट्टे बाहर खडे है। वो तुम्हे छोड देंगे जहाँ जाना है।

''लेकिन सर, वो एक काम था। वो डायरेक्टर विश्वासजी का, आप को बोलने का था।''

''ए, चल बाद में देखते हैं। चल,'' बोलता बोलता तिच्या मांडीवर चापट मारत रोकडे तडक उठले आणि कपडे ठाकठीक करत ड्रायव्हरला गाडी सीएम बंगल्यावर घ्यायला सांगितली. गाडीत बसल्यानंतर सीएमनी एवढ्या तातडीने का बोलावलं असेल त्याचा विचार सुरू झाला आणि चार पेगची नशा बऱ्यापैकी उतरली. दहा मिनिटात गाडी सीएम बंगल्यावर पोहोचली. तोवर ते पूर्णपणे नॉर्मलला आले होते. पोर्चमध्ये गाडी थांबताच सवयीप्रमाणे एकदा आरशात डोकावून भांग ठाकठीक करत दिवाणखान्याकडे निघाले. आतमध्ये येताच समोरच्या सोफ्यावर सीएम एकटेच बसलेले पाहून त्यांना हात जोडून नमस्कार करत बाजूला उभे राहिले. पाच-सात सेकंद आपादमस्तक न्याहाळत सीएमनी रोकडेंना बसण्याची खूण केली.

ते समोरच्या सोफ्यावर बसू लागताच त्यांना आपल्या शेजारी बसवून घेतलं. रोकडे जरा कचरत असल्याचं पाहून सीएमनी त्यांच्या खांद्यावर हात टाकत, ''या, बसा. संकोच करू नका.'' असं हळुवार सुरात सांगितलं.

''साहेब.''

''पहिल्यांदा मला सांगा उत्तमराव, किती पेग झालेत?''

''काई प्रॉब्लेम नाई साहेब, ओके आहे मी.''

''ते दिसतंय.''

''चार झाले. पण आता तुमच्यासमोर आल्यावर एकदम उतरलीये सगळी दारू.''

''गुड.''

''हुकूम करा साहेब.''

''हे बघा, अत्यंत महत्त्वाचं, जोखमीचं, तातडीचं, गोपनीय, असं सगळंच आहे. हे केलंत तर मंत्रिमंडळाच्या फेररचनेत तुम्हाला आणखी वजनदार खातं नक्की आणि तुमच्या कोट्यात दोन महामंडळांचाही समावेश होईल.''

''त्याला मारा गोळी साहेब, तुमचा शब्द पडायची खोटी, सांगाल ते काम वाजवू.''

''ठीक तर मग, नीट ऐका. तुमच्या त्या वस्तीतल्या, झोपडपट्टीतल्या टपोरी पोरांचा वापर करा...'' म्हणत सीएमनी त्यांना अत्यंत खालच्या आवाजात काही गोष्टी समजावून सांगितल्या. ते ऐकल्यानंतर काम होऊन जाईल, असं सांगून रोकडेंनी त्यांना आश्वस्त केलं. त्यावर, ''बरं, पण ते परवाच झालं पाहिजे आणि एक लक्षात ठेवा, आम्ही काही सांगितलं नाही. तुम्ही काही ऐकलं नाही.''

''पक्कं.''

''या मग आता.''

दुसऱ्या दिवशी सकाळी म्हणजे सोमवारी जो तो आपापल्या कामाच्या लगबगीत होता. मुंबईची आपली नेहमीची धावपळ सुरू झाली होती. महेशने सकाळी उठल्यानंतर पेपरांवरून नजर फिरवली. आदल्या दिवशी तशा फार काही घडामोडी नसल्याने पेपरातही विशेष काही नव्हतं. 'प्रखर'मध्ये डर्टी पिक्चरच्या अनुषंगाने एक छानसे कार्टून छापले होते. तसेच कालच्या वृत्तान्तावर उमटलेल्या प्रतिक्रिया, सोशल मीडियावरची धूम याचे सविस्तर कव्हरेज होते. इतर एक-दोन पेपरांमध्येही या विषयावर सार्कास्टिक कॉलम, वृत्तलेख वगैरे आले होते. ते पाहून गालातल्या गालात हसत हा विषय आपल्या अपेक्षेप्रमाणे छान स्प्रेड झाल्याचा विचार महेशने केला. उद्यापासून विधिमंडळाचं अधिवेशन सुरू होत असल्याने आता या मंडळींना अधिकाधिक अडचणीत आणण्यासाठी काय करायला हवं, त्याची फील्डिंग लावली

पाहिजे, त्यासाठी आज सायंकाळी जयाला भेटायला हवं, म्हणत रोजची कामं उरकण्यासाठी उठला. सकाळी ऑफिसमध्ये तसं फार काही काम नव्हतं. महत्त्वाच्या फाइल्स अगोदरच मंत्रालयात गेल्या होत्या. त्यामुळे व्हिजिटर्सना महेश अगदी निवांतपणे भेटला. दुपारी जेवायला निघण्यापूर्वी जयाचा फोन आला. थोडं फार इकडचं तिकडचं झाल्यावर अधिवेशनात आपला मुद्दा अधिक गाजण्यासाठी काय करायचं त्यावर डिस्कस करावं म्हणून संध्याकाळी भेटायचं ठरलं. चारच्या सुमारास महेश मंत्रालयात पोहोचला. सव्वापाचपर्यंत सीएसनी त्याला वेटिंगलाच ठेवलं. सव्वापाचला आतमध्ये बोलवलं; पण समोरच्या मंडळींशी वेगवेगळ्या विषयांवर बोलत राहिले. सहाच्या सुमारास महेशची दखलही न घेता जायला निघाले. तेव्हा महेश न राहवून म्हणाला, ''सर, आय ॲम वेटिंग हिअर फॉर लास्ट टू ॲन्ड हाफ आर्स.''

''देन? व्हॉट कॅन आय डू?''

''इफ यू डोन्ट हॅव टाइम फॉर मी, देन व्हाय शुड...'' त्याला अर्ध्यावरच तोडत सीएस उत्तरले, ''आय हॅव लॉट ऑफ अदर वर्क्स. आय ॲम द चीफ सेक्रेटरी, नॉट ॲन ऑर्डिनरी कलेक्टर.''

''ओह!''

''येस ॲन्ड लिसन, आय ॲम नॉट ॲन्सरेबल टु यू. नाऊ यू कॅन गो ॲन्ड शुड अटेन्ड द हाउस ऑल दी डेज फ्रॉम टुमारो. इट्स माय ऑर्डर, अन्डरस्टॅन्ड.''

''सर''

सीएसपाठोपाठ महेशही केबिनबाहेर पडला.

सीएसकडून मिळालेल्या अपमानास्पद वागणुकीमुळे डिस्टर्ब झालेल्या महेशने तिरीमिरीत लिफ्टऐवजी जिन्यानेच उतरणे पसंत केले. जसजसा पायऱ्या उतरत गेला तसतसा त्याचा संताप कमी होत गेला. पंधरा-सतरा पायऱ्या उतरताच तो नॉर्मलला येऊन विचार करायला लागला. आता असं घडणारच. आपण डिस्टर्ब व्हायचं नाही. कारण तेच तर त्यांना हवंय. उलट आपण शांत राहिलो की समोरचे डिस्टर्ब होणार हे जाणून तो मनाशीच हसला आणि जयाला फोन लावला. जयाचंदेखील काम आवरलेलं होतं, पण महेश मंत्रालय परिसरात भेटणार असल्याने तो तिथेच रेंगाळत होता. दोघांचं बोलणं झालं आणि दहाच मिनिटात ते चर्चगेटजवळच्या एका फॅमिली रेस्टॉरन्टमध्ये भेटले. अजिबात गर्दी नसल्याने ते समोरच्याच टेबलावर बसले. एक इडली वडा व एक क्रिस्पी डोसा अशी ऑर्डर दिल्यावर गप्पा सुरू झाल्या. दोन दिवसातल्या घडामोडी, रिॲक्शन्स, राजकीय वर्तुळातली धांदल या बाबतीतला आपापला फीडबॅक दोघांनीही एकमेकांना दिला. आज सीएसनी आपल्याला कसं

बसवून ठेवलं आणि निघताना उभयतांची कशी जुगलबंदी झाली ते महेशने सांगितलं. यातून हे लोक किती डिस्टर्ब झाले असावेत, त्यावर दोघांची चर्चा झाली. याच परिस्थितीचा लाभ उठवत अधिवेशनात विषय तापावा म्हणून या संदर्भात आणखी एखादी चांगली बातमी लावण्याचं ठरलं. अप्पासाहेबांसह विरोधी नेत्यांना त्यावर मीडियामार्फत बोलतं करण्याची रणनीती आखली गेली. संबंधित बातमी उद्या लगेच देण्यापेक्षा दोन-तीन दिवसांनी द्यावी असं ठरलं. कारण अधिवेशनाचा पहिला दिवस रिवाजाप्रमाणे दिवंगतांना श्रद्धांजली वाहण्यात जाईल, असं जयाचं मत पडलं. त्यामुळे बातमी द्यायची घाई करून विषय दुर्लक्षिला जाण्यापेक्षा अधिवेशनाच्या दुसऱ्या-तिसऱ्या दिवशी बातमी दिली तर त्याचा अधिक परिणाम होईल, असा विचार करून महेशनेही त्याला अनुकूलता दर्शवली. विधिमंडळ अधिवेशन याच मुद्द्यावर गाजणार यात शंका नसल्याने त्यात मीडिया अधिकाधिक आक्रमक कसा राहील आणि सरकार जेरीस येऊन दोन्ही प्रस्ताव रद्द करण्याबरोबरच संबंधितांच्या चौकशीची प्रक्रिया सुरू करेल, हे पाहण्यावर कटाक्ष ठेवण्याचं ठरलं आणि दोघं आपापल्या दिशेने रवाना झाले.

घरी आल्यावर महेश टीव्हीसमोर बसला. बाकी कोणत्याही विशेष घडामोडी नव्हत्या. अधिवेशनाच्या पूर्वसंध्येला विरोधकांनी मुख्यमंत्र्यांच्या चहापानावर नेहमीसारखा बहिष्कार टाकला होता. त्या बातमीला जोडून अधिवेशनात कोणकोणते मुद्दे सरकारला अडचणीचे ठरू शकतात, त्याची मांडणी बहुतेक वृत्तवाहिन्यांनी केली होती. त्यामध्ये अर्थातच सगळीकडे अगदी अग्रभागी होता, महेशच. मीडियाचा हा नूर पाहून तो मनोमन सुखावला.

दुसऱ्या दिवशी सगळ्या जामानिम्यासह महेश विधानभवनात दाखल झाला. पहिलाच दिवस असल्याने जो तो आपापल्या लगबगीत होता. लॉबीतच सीएस आणि त्याची पलटण त्याच्या समोरून गेली तेव्हा दोघांची नजरानजर झाली. केवळ तो आल्याची नोंद मनातल्या मनात घेत सीएस पुढे निघून गेले. इथे आपला नेमका रोल काय ते महेशला उमजत नव्हतं. त्यामुळे तो जरा कॉरिडॉरमध्ये रेंगाळला. तेवढ्यात समोरून वर्षा येताना दिसती. लालभडक साडी आणि डार्क मेकअपमुळे ती एरवीपेक्षा अधिकच उठून दिसत होती. महेशला पाहताच त्याच्याजवळ येऊन गोड हसत ती म्हणाली, ''हाय डिअर!'' हाय-हॅलो झाल्यावर महेशने तिला आज काय असं विचारलं. त्यावर आज तर तहकूबच होईल बहुधा म्हणत, चल मला डीसीएमनी बोलावलंय अशी माहिती पुरवत त्याचा निरोप घेतला. महेश इथे गोंधळलाय हे तिच्या नजरेतून सुटलं नाही. त्यामुळे जाता जाता पुन्हा थबकून ती म्हणाली, ''अरे, तो आपला बॅचमेट रवी आहे ना, त्याच्याकडे सध्या प्रशासनाचा ॲडिशनल चार्ज आहे. त्यामुळे इथे वर त्याच्यासाठी स्वतंत्र जागा आहे. तू हवं तर

जाऊन बस.'' महेशला हा पर्याय चांगला वाटला व आपसूकपणे त्याची पावले तिकडे वळली. सभागृह सुरू होताच दिवंगतांना श्रद्धांजलीचा प्रस्ताव आला आणि अपेक्षेप्रमाणे श्रद्धांजली वाहून सभागृहाचे कामकाज दिवसभरासाठी तहकूब झाले. काही वेळातच विधानभवन सुने सुने वाटू लागले. तासाभरानंतर महेशदेखील तिथून निघाला आणि आपल्या ऑफिसला जाऊन बसला. संध्याकाळी घरी निघाल्यावर त्याचं जयाशी बोलणं झालं. आपण विरोधी पक्षांतल्या प्रमुख पाच-सहा नेतेमंडळींशी बोललोय, ते आपल्या मुद्द्यावरून सभागृह डोक्यावर घेणार असल्याचा फीडबॅक जयाने त्याला दिला. त्याचप्रमाणे सत्ताधाऱ्यांमधल्याही एका गटाने या विषयाला अप्रत्यक्ष हवा देऊन सीएमना कोंडीत पकडण्याची खेळी खेळण्याचं ठरवलंय, असंही त्याने स्पष्ट केलं. त्यामुळे उद्याचा दिवस आपलाच असेल. एक-दोन दिवस या विषयावर गरमागरम चर्चा आणि वाद झाल्यानंतर तो थंड व्हायला लागला की, पुढची बातमी पेरायची असं ठरलं अन् खळखळून हसत दोघांनी फोन ठेवला.

घरी आल्यावर नेहमीप्रमाणे महेशने न्यूज चॅनेल लावला. अधिवेशनाच्या अनुषंगाने बळेबळे काही तरी बातम्या-चर्चा सुरू होत्या; पण कुठे काही फारसे इंटरेस्टिंग वा विशेष नव्हते. त्यामुळे नीतूच्या हाती रिमोट कन्ट्रोल सोपवून महेशने टी-पॉयवर पडलेला फ्रन्टलाइन उचलून त्यात डोकं घातलं. सव्वाआठच्या सुमारास त्याचा फोन वाजला. जयाचा नंबर पाहून त्याने पट्कन उचलला.

''हॅलो...''

''बोला काय म्हणताय?''

''बातमी पाहिलीत?''

''कुठली? मी मघाशी पाहत होतो, फार काही विशेष नव्हतं. काही एखादी आपली जुनी स्टोरी उचलली वाटतं एखाद्या चॅनेलनं...''

''आपली जुनी स्टोरी नाही उचलली कुणी, पण आता जे चालेल ना पुढचे काही दिवस सगळ्या मीडियात, त्यामुळे आपला विषय मात्र अडगळीत पडेल; जुना होईल.'' जयाने थंडपणे सांगितलं.

''म्हणजे?''

''बघा बघा, न्यूज चॅनेल लावा.''

''ओके'' म्हणत महेश फोन बंद केला आणि नीतूच्या हातून रिमोट घेत न्यूज चॅनेल लावला तर सगळीकडे जोरदार ब्रेकिंग न्यूज झळकत होती,

'मुंबईत भर वस्तीत एका उच्चशिक्षित युवतीवर सामूहिक बलात्कार...' केवळ बलात्कारच नव्हे, तर तिचा विकृत पद्धतीने छळ व अत्यंत अमानुषपणे मारहाणही झाली होती. त्यामुळे पीडितेची प्रकृती चिंताजनक होती.

एवढा हॉट विषय मिळाल्यामुळे संपूर्ण मीडियाचा एकूण नूर पालटून गेला.

राज्यातल्या कायदा-सुव्यवस्थेचा मुद्दा प्रकर्षाने चर्चेत आला. विरोधक, स्त्रीमुक्ती संघटना, सामाजिक कार्यकर्ते, पत्रकार अशा सगळ्यांची एकच आगपाखड सुरू झाली. आता याच विषयावरून उद्या सरकारला विधिमंडळात जाब द्यावा लागेल, असा मुद्दा सगळेच मांडत होते. 'या घटनेची अत्यंत गांभीर्याने दखल घेतली असून, संपूर्ण चौकशी अत्यंत बारकाईने करण्यात येईल. पीडित मुलीला आणि कुटुंबीयांना आवश्यक ती मदत आणि पूर्ण संरक्षण दिले जाईल.' हे मुख्यमंत्र्यांनी स्वत: गृहमंत्र्यांच्या अगोदर मीडियासमोर येऊन सांगितले. गृहमंत्रालय आघाडीतील घटकपक्षाकडे असल्याने असे स्टेटमेन्ट काढून मुख्यमंत्र्यांनी एकाच दगडात अनेक पक्षी मारले. आपल्या अगोदर मुख्यमंत्र्यांचं स्टेटमेन्ट आल्याचं पाहून गृहमंत्रीही काहीसे भांबावले आणि सखोल चौकशी, लवकरात लवकर संशयितांना अटक वगैरे सारवासारवी करू लागले. घटनेचे गांभीर्य आणि एकुणातला सगळा मूड पाहता आता आपला मुद्दा मागे पडणार हे जाणवून महेश अधिकच अस्वस्थ झाला. बिछान्यावर पडल्या पडल्या विचार करू लागला की, नेमकी आजच अशी घटना का घडावी? जेवढा विचार करावा तेवढा तो त्यामध्ये जास्त गुंतत गेला.

दुसऱ्या दिवशीच्या सगळ्या पेपरांमध्ये सामूहिक बलात्काराची बातमीच प्राधान्याने झळकली. घडलेली घटना, त्यातील भीषणता, एकूण घटनाक्रम, त्यावरच्या प्रतिक्रिया अशा वर्णनाने रकानेच्या रकाने भरले होते. या कोलाहलात कालपर्यंत सर्वाधिक चर्चेत असलेला बांद्रा कॉलनी व सुपरस्पेशालिटीचा विषय कुठल्या कुठे हरवून गेला होता. घडलेली घटना नक्कीच दुर्दैवी आणि भीषण असली तरी मीडिया केवळ पळत्याच्या पाठीमागे कसा धावतो त्याची प्रचिती महेशला या निमित्ताने आली. सकाळी विधिमंडळाकडे निघताना त्याने घड्याळावर नजर टाकली. पावणेदहा वाजले होते. जरा विचार करून त्याने जयाचा नंबर डायल केला. बऱ्याच रिंग वाजल्यानंतर फोन उचलला गेला.

"हॅलो..."

"झोपमोड केली वाटतं?"

"नाही. उठलो होतो आताच. जरा आवरत होतो म्हणून वेळ लागला फोन उचलायला. बोला, आज एकदम सकाळी सकाळी फोन."

"आजचे पेपर बघितले आणि जरा गंमत वाटली मीडियाची."

"का, काय झालं?"

"तुम्ही काल म्हणालात त्याची प्रचिती आली. सामूहिक बलात्कारामुळे आपल्या बातम्या पार कुठच्या कुठे आत कोपऱ्यात ढकलल्या गेल्या आहेत. कालपर्यंत हेडलाइन असलेल्या या बातम्या आता शोधाव्या लागताहेत."

''खरं आहे, पण आमच्या दृष्टीनं त्यात नवीन काहीच नाही. ही घटना घडली नसती तर मग आपलीच हेडलाइन असती.''

''हां.''

''आता एकुणात संपूर्ण अधिवेशनात आपला मुद्दा तसा मागेच पडेल.''

''हो, आता तीन-चार दिवस तरी जाऊ द्यावे लागतील.''

''खरंय. पण अधिवेशनाच्या पहिल्या आठवड्यात जे मुद्दे प्रकर्षानं येतात, तेच पुढे चर्चेत राहतात. नंतर काम मागील पानावरून पुढे असं चालू असतं.''

''म्हणजे?''

''आता या अधिवेशनाचा सगळा फोकस असणार कालच्या घटनेच्या अनुषंगाने...''

''ओह...''

''आपण पुढच्या आठवड्यात पुन्हा एकदा आपला मुद्दा पुढे रेटू या, पण खरं सांगायचं तर त्यात म्हणावा तसा फोर्स नसेल.''

''मग आता?''

''बघू या. एक-दोन दिवसांनी जरा अंदाज घेऊ. कारण तोवर आपण कितीही ओरडलो तरी त्याकडे कुणी लक्ष देणार नाही. त्यापेक्षा वेट ॲन्ड वॉच करू या.''

''ठीक आहे. लेट्स सी, मी आहेच हाउसमध्ये.''

''ओके.''

महेश हाउसमध्ये पोहोचला. तिथले चित्र पार पालटले होते. सत्ताधारी आघाडीतला दुसऱ्या क्रमांकाचा घटकपक्ष या घटनेने चांगलाच अडचणीत आला होता. गृहमंत्रालयाच्या अखत्यारीत हा विषय येत असल्याने मुख्यमंत्री व त्यांच्या पक्षातील मंडळी तुलनेने काहीशी शांत भासली. आज सभागृहात काय होते त्याकडे सर्वांचे लक्ष लागले होते. अपेक्षेनुसार हा विषय आयत्या वेळचा म्हणून चर्चेला आला आणि एकच गदारोळ सुरू झाला. आरोप-प्रत्यारोपांच्या फैरी, सरकारच्या बेपर्वा धोरणांवर टीकेची राळ, प्रचंड घोषणाबाजी, आरडाओरड यामुळे अखेर पुन्हा दिवसभरासाठी कामकाज तहकूब झाले. मीडियासह सर्वत्र हाच विषय केंद्रस्थानी होता. ठिकठिकाणी मोर्चे, धरणे वगैरे प्रकार सुरू होते. त्यातून त्याची व्याप्ती कितीतरी वाढली. विषयाचे गांभीर्य कळत असले तरी आपला मुद्दा आणि एवढी चांगली तयार झालेली पार्श्वभूमी उधळली गेल्याने महेश मनोमन बराच डिस्टर्ब झाला होता. अस्वस्थता त्याला खूप छळत होती. एवढे दिवस केलेल्या संघर्षानंतर आता काही तरी अंतिम निर्णय होईल, असे वाटत असताना घडलेल्या या प्रकरणामुळे अगदी हातातोंडाशी आलेला घास दूर गेल्यासारखे वाटू लागले. तो पुन्हा पुन्हा त्यासाठी मनातल्या मनात खंत व्यक्त करीत होता.

पुढचे तीन-चार दिवस याच विषयावरून सगळे वातावरण तापलेले होते. सभागृहात, मीडियात आणि बाहेरही त्यावर अत्यंत संतप्त प्रतिक्रिया उमटत होत्या. निषेध मोर्चे, आंदोलने या बरोबरच पीडितेसाठी मदतीचे उपाय उच्चरवाने मांडले गेले. त्यामुळे सरकार अगदी डिफेन्सिव्ह मोडवर होते. तब्बल तीन दिवसांच्या गदारोळानंतर सभागृहात चौथ्या दिवशी या विषयावर चर्चा सुरू झाली. सगळीच मंडळी सरकार आणि विशेषत: गृह खात्यावर अक्षरश: तुटून पडली. विरोधातल्या प्रत्येक नेत्याकडून आपल्या भाषणात गृहमंत्र्यांच्या राजीनाम्याची मागणी झाली. साहजिकच गृहमंत्री आणि त्यांचा पक्ष चांगलेच अडचणीत आले. विशेष म्हणजे मुख्यमंत्र्यांच्या सूचनेनुसारच सभागृहात या विषयावर अगदी साद्यंत चर्चा झाली. विरोधक जेवढे आक्रमक होत होते तेवढेच सत्ताधारी बचावात चालल्याचे चित्र निर्माण झाले. अशा वातावरणाची याचि देही अनुभूती घेणारा महेश प्रत्येक हालचालीची अगदी बारकाईने नोंद घेत होता. सगळा गोंधळाचाच माहोल. त्या दरम्यान मुख्यमंत्री कार्यालय मात्र दोन-तीन क्रिटिकल मॅटरचे विषय अलगदपणे पुढे सरकवत होते. उलट या सगळ्याचे खूप चांगले कव्हर त्याला मिळत असल्याची जाणीव महेशला झाली. अधिवेशनाचा पहिला आठवडा असाच संपून गेला. दरम्यानच्या काळात महेश आणि जयाची विविध मुद्द्यांवर चर्चा होत होती. अधिवेशनाच्या दुसऱ्या आठवड्यात तरी आता आपला विषय चर्चेला यायलाच हवा, असे दोघांनी ठरवलं. त्यानुसार जयाची काही प्रभावशाली नेते, आमदारांशी चर्चा झाली. अधिवेशनाच्या दुसऱ्या आठवड्यातील अखेरच्या टप्प्यात बांद्रा कॉलनी विषयाला हात घालण्याचं पक्कं आश्वासन जयाने दोघा-तिघांकडून मिळवलं. दरम्यानच्या काळात संबंधितांकडे आवश्यक ती कागदपत्रं पोहोचवण्याची व्यवस्थाही केली गेली. हळूहळू सामूहिक बलात्काराचा विषय शांत होत होता. ते पाहून पुढल्या दोन-तीन दिवसांत आपला विषय चर्चेत येईल, अशी महेश आणि जयाला अपेक्षा होती. पण प्रत्यक्षात सामूहिक बलात्कार प्रकरणी भलत्यांनाच आरोपी दाखवलं गेल्याचं, तसंच एका विशिष्ट कम्युनिटीलाच यामध्ये बळीचा बकरा बनवण्यात असल्याचे आरोप झाले. परिणामी, या प्रकरणाच्या निखाऱ्यावर पुन्हा फुंकर घातली गेली आणि बांद्रा कॉलनीचा विषय मागे पडत गेला.

दोन आठवडे पार पडल्यावर झाली तेवढी शोभा पुरे म्हणत सरकार तिसऱ्याच आठवड्यात अधिवेशन गुंडाळण्याच्या मन:स्थितीत असल्याची चर्चा सुरू झाली. त्यामुळे आता याच तीन-चार दिवसांत काहीतरी करायला हवे म्हणून दोघे कामाला लागले. अप्पासाहेबांना याबाबत एक स्टेटमेन्ट काढण्याची विनंती केली. त्यासाठी अप्पासाहेबांनी खास पत्रकार परिषदही बोलावली; पण ऐनवेळी त्यामध्येही पत्रकारांनी सामूहिक बलात्कार व ढासळती कायदा-सुव्यवस्था या अनुषंगानेच अधिक प्रश्न विचारले. पत्रकारांची फौज आणि कॅमेरे बघून फॉर्मात आलेली अप्पासाहेबांची गाडी

मूळ विषयावरून कायदा-सुव्यवस्थेच्या दिशेने भरकटली. साहजिकच सगळ्या बातम्या त्या अनुषंगाने झळकल्या आणि हादेखील प्रयत्न निष्फळ ठरला.

आणखी एक निकराचा प्रयत्न म्हणून जयाने विरोधी पक्षनेत्यांची खासगीत भेट घेतली. हा मुद्दा उचलला गेला तर आता सगळीकडे तुम्हाला कसे मायलेज मिळेल ते त्यांना पटवून दिलं. त्यानुसार त्यांनी आपल्या दोघातिघा विश्वासू आणि बोलघेवड्या आमदारांना बोलावून सभागृहात या विषयावर त्यांच्यासोबत बोलण्याची तयारी करायला सांगितली. अशा पद्धतीने फील्डिंग लागल्यावर जया जरा निश्चिंत झाला. दोन-तीन दिवसांनी म्हणजे साधारणपणे अधिवेशन गुंडाळले जाण्यापूर्वी हा मुद्दा 'लक्षवेधी'द्वारे चर्चेला येईल, याची दक्षता घेतली जात असल्याची माहिती विरोधी पक्षनेत्याने जयाला दिली. शिवाय दोन-तीनदा संपर्क साधून आणखी कागदपत्रे, पूरक माहिती मागवून घेतली. त्यानंतर उद्या लक्षवेधी सूचना चर्चेला येणार, असा निरोप मिळाल्याने जया आणि महेशला बरेच हायसे वाटले. संबंधित विषयाची लक्षवेधी सूचना असल्याने जया सभागृहातील पत्रकार कक्षात अगदी सकाळीच येऊन बसला होता. महेशसुद्धा अत्यंत उत्सुकतेने पाहत होता. नेहमीच्या औपचारिकता पूर्ण झाल्यानंतर विषय पुकारायला प्रारंभ होतो. पहिलाच विषय बांद्रा कॉलनीचा, पण विषय पुकारला जात असताना ज्यांनी लक्षवेधी सूचना दिली, त्या तिघा आमदारांपैकी कुणीच सभागृहात उपस्थित नव्हते. त्यामुळे या विषयावर चर्चा होऊ शकली नाही. दुसऱ्या विषयावरील लक्षवेधीची चर्चा तातडीने सुरू झाली. ते पाहून महेशला तर धक्का बसलाच, पण जयादेखील डिस्टर्ब झाला. तातडीने बाहेर येऊन असे का घडले असावे, त्याचा माग घेण्यासाठी त्याने आपल्या काही खास सोर्सना गाठलं. बऱ्याच जणांशी चर्चा केली. विरोधी पक्षनेते काही कामानिमित्त सभागृहाबाहेर येताच थेट त्यांना गाठलं आणि हा काय प्रकार अशी सरळ विचारणा केली. त्यावर आपण स्वत:च बुचकळ्यात पडल्याचा आविर्भाव करत नेमकं काय झालं ते पाहतो, असं टिपिकल उत्तर देऊन ते तिथून सटकले. जया त्यामुळे अधिकच अस्वस्थ झाला. आपल्या पत्रकारितेचे सारे कौशल्य पणाला लावून आणि अन्य मित्रमंडळींनाही कामाला लावून तो घडला प्रकार जाणून घ्यायच्या मागे लागला. अखेर संध्याकाळी त्याला माहिती मिळाली की, काल रात्री साडेआठच्या सुमारास मुख्यमंत्र्यांचा खास दूत विरोधी पक्षनेत्यांच्या निवासस्थानी आला होता. उभयतात सुमारे पाऊण तास वन टु वन चर्चा झाली. त्यामध्ये विरोधी पक्षनेत्यांच्या मतदारसंघातील साखर कारखान्याच्या प्रश्नासह काही महत्त्वाच्या अधिकाऱ्यांच्या बदल्या आणि अन्य एक-दोन विषयांवर सेटलमेन्ट झाल्याचे कळले. एवढा क्लू त्याच्यासाठी पुरेसा होता. आपल्या लक्षवेधी सूचनेआडून काय काय मांडवली झाली असावी, ते त्याने ताडलं आणि तडक अभीला जवळच्याच ग्रँड बारवर बोलावून घेतलं.

अधिवेशनाचे कव्हरेज करायला आलेल्या आपल्या अन्य दोन सहकाऱ्यांना आजचे रिपोर्टिंग कसे करायचे त्याच्या सूचना देऊन जयाने ऑफिसला फोन लावला. दिवसभरातले हायलाइट्स संपादकांच्या कानावर घालून एक अर्जंट काम निघाल्याने ऑफिसला न येता परस्पर तिकडेच निघाल्याचं सांगितलं. जया ग्रँड बारला पोहोचत नाही तोच पाठोपाठ अभीदेखील तिथे आला. त्याला आत येण्याची खूण करून जया झपझप पुढे चालू लागला. बॉडी लँग्वेजवरून जया अस्वस्थ असल्याची जाणीव अभीला झाली. बाइक पार्क करून तो आतमध्ये जाईपर्यंत जयाने दिलेली ऑर्डर टेबलावर आलेली होती. काहीही न बोलता जयाने दोन पेग भरले आणि एक मोठ्ठा सिप आत ढकलला. जयाचा स्वभाव पूर्णत: माहीत असल्याने काहीही न बोलता अभीने शांतपणे केवळ त्याच्या हालचाली न्याहाळल्या. दुसऱ्याच मिनिटाला जयाने आणखी एक मोठ्ठा सीप मारला आणि बोलायला सुरुवात केली.

एकुणात सगळा गेम कसा झाला त्याची स्टोरी सांगता सांगता दोघांचे तीन पेग होऊन गेले. त्यानंतर जया न्यूट्रलला आला. सगळ्यांची मिलिभगत कशी आहे, आपल्या खांद्याचाही वापर कसा केला जातो वगैरे बरीच चर्चा होऊन अखेर हा विषय एवढ्यावरच सोडायचा नाही असं ठरलं. त्यानुसार महेशशी फोनवर चर्चाही झाली. तोदेखील खूपच डिस्टर्ब होता; पण जयाचा फोन आणि अजूनही त्याची विषय लावून धरण्याची तयारी पाहून तो जरा सावरला. अधिवेशन संपल्यावर पुन्हा काहीतरी निमित्ताने विषय चर्चेत आणायचा ठरवून दुसऱ्या दिवशी भेटायचं ठरलं. दुसऱ्या दिवशी उभयतात सविस्तर चर्चा झाली. जयाने विधिमंडळातले आपले सोर्सेस वापरत बरीच माहिती काढली होती. धक्कादायक बाब म्हणजे सभागृहातल्या गडबड-गोंधळाच्या आडून सरकारने शासकीय जागा हस्तांतरण व बीओटी तत्त्वावरील जागांच्या विकासासंदर्भात सुधारित नियमावली विधेयक पारित करून घेतले होते, ज्यामध्ये अशा प्रकरणात विशेषत: बांद्रा कॉलनीमध्ये अडचणीचे ठरू पाहणारे दोन-तीन मुद्दे खूप हुशारीने क्लिअर करून घेतले होते. काही दिवसांनी 'कॅबिनेट'च्या बैठकीत या सुधारित निकषांनुसार बांद्रा कॉलनीची फाइल अलगदपणे सोडवून घ्यायचा घाट घातला जात असल्याची टिपदेखील जयाला मिळाली. आता जेव्हा ही फाइल कॅबिनेटमध्ये 'मूव्ह' होईल तेव्हा हा मुद्दा प्रकर्षाने जनतेसमोर आणायचा, असं ठरलं. दरम्यानच्या काळात त्या अनुषंगाने एक-दोन बातम्या पेरायचंही निश्चित झालं. अप्पासाहेबांनाही पुन्हा एकदा भेटून महेशने पडद्याआडच्या अशा बऱ्याच घडामोडींची माहिती पुरवली; पण आश्चर्य म्हणजे महेशला आता या प्रकरणात अप्पासाहेबांचा नूर काहीसा वेगळाच भासला. कारण कुणी मंडळी या प्रकरणात आपल्याला भेटून दुसरी बाजू सांगून गेल्याचंही त्यांनी स्पष्ट केलं. त्यानुसार काही

विशिष्ट माध्यमे या प्रकरणात उगाच साप साप म्हणून भुई धोपटत असल्याचं या मंडळींचं म्हणणं होतं. शासकीय वसाहतीतील रहिवाशांचादेखील या शिष्टमंडळात समावेश होता. नव्या विकास धोरणानुसार खरेतर या सर्वांचा मुख्यत: परिसरातील सर्वसामान्यांचा लाभच होणार आहे. अत्यल्प किमतीत म्हणजे जवळपास मोफतच संबंधितांना बांद्र्यासारख्या ठिकाणी हक्काचा निवारा मिळणार आहे ही त्याची दुसरी बाजूसुद्धा आपण समजून घेतली आहे. परंतु त्या उप्परही कुठे अनियमितता, भ्रष्टाचार, गैरव्यवहार होत असेल तर आपण तुमच्यामागे आहोतच हे सांगायलाही अप्पासाहेब विसरले नाहीत. ते ऐकून महेश चाटच पडला. कारण मुळातच या प्रकरणात एवढा गोलमाल असताना ते अप्पासाहेबांच्या लक्षात येत नसल्याचं त्याला जाणवलं. जयालासुद्धा त्याने हे सांगितलं. त्यानंतर जयाने माहिती काढली. सात-आठ दिवस निरनिराळ्या ठिकाणांहून अंदाज घेतल्यावर, चर्चा-वार्ता केल्यावर आणि काही खास मंडळींसमवेत बैठक जमवल्यावर त्याच्या समोर अनेक पदर उलगडत गेले. त्यानुसार महसूलमंत्री कदमांशी याबाबतीत सीएमनेच जुळवून घेतल्याची पक्की खबर लागली. त्यामागे अगदी तर्कसंगत अशी कारणेही पुढे आली. मुख्य मुद्दा होता तो अर्थातच कदमांच्या डोक्यावर अशा प्रसंगी उपकाराचा हात ठेवणे. त्यातल्या अब्जावधीच्या आर्थिक व्यवहारावर सीएमचे लक्ष नव्हते असे नाही; पण केवळ तेवढ्यावरच डोळा ठेवून ही सेटलमेन्ट झालेली नव्हती एवढे नक्की. पक्षांतर्गत विरोधकांना थंड करणे, हायकमांडला खूश करणे, बिल्डर लॉबी सांभाळणे असे अनेक उद्देश त्यामागे होते. त्यातून आता या संदर्भातल्या सगळ्या मूव्ह सीएमच्या इशाऱ्यानुसार अत्यंत थंडपणे व विचारपूर्वक होत होत्या. मग ज्या त्या मीडियाकडे ठरावीक अशी इन्फ्युएन्शिअल मंडळी याबाबत अनौपचारिक चर्चेसाठी सहज म्हणून पाठवणे असो की अप्पासाहेबांकडे त्यांच्या खास गोतावळ्यातील मंडळींच्या पुढाकाराने स्थानिक रहिवाशांचे शिष्टमंडळ धाडणे असो, सगळं कसं अगदी पद्धतशीर जमवून आणलं जात होतं. 'जो जे वांछील तो ते लाहो' या उक्तीनुसार सगळ्यांना खूश करण्याचा सपाटा सुरू होता. ज्याला जे आवडतं, पटतं, रुचतं त्यानुसार संबंधित घटकांना मॅनेज करण्याचे सुरू होते. मग ते अप्पासाहेबांकडे पाठवण्यात आलेले खूशमस्कऱ्यांचे शिष्टमंडळ असो की अनेक संपादक, सामाजिक कार्यकर्ते, एनजीओ, राजकीय वर्तुळातले प्रभावशाली पत्रकार यांना एका नवीन कंपनीच्या लाँचिंग निमित्ताने आलेल्या महागड्या भेटवस्तू असोत, की आणखी अशाच काही कारणांमुळे संबंधितांना गिफ्ट स्वरूपात प्राप्त झालेले एका मोठ्या उद्योगसमूहाचे घसघशीत किमतीचे शेअर्स असोत. या माध्यमातून साम, दाम, दंड, भेद असे सगळे उपाय अवलंबायला नियोजनबद्धपणे सुरुवात झाली होती.

विशेष म्हणजे, या सगळ्या प्रक्रियेतून जया आणि महेश या दोघांना मात्र कटाक्षाने बाजूला ठेवले होते. जणू त्यांना एकटं पाडण्याचीच ही खेळी असावी. अशी सगळी नेपथ्यरचना सुरू असल्याचे लक्षात आल्याने महेश आणि जया अस्वस्थ झाले. दुसरीकडे त्यांच्या हाती कोणताही नवा मुद्दा लागत नव्हता. महेशच्या कस्टडीतून अधिवेशनाच्या निमित्ताने मागवून घेण्यात आलेल्या महत्त्वाच्या फाइल्सपैकी एकही फाइल त्याच्याकडे परत आली नव्हती. सगळ्या फाइल्स वरिष्ठांकडेच पडून होत्या. त्यामुळे महेशचा सगळा वेळ अगदीच रुटीन कामांमध्ये जात होता. जया या संदर्भात सातत्याने अनेकांशी चर्चा करत होता, पण सुरुवातीला खूप रस दाखवणाऱ्या अनेकांचे ॲटिट्यूड्स आता बदलल्याचे त्याला जाणवले. एकाएकी या प्रकरणाला दुसरीही बाजू असल्याचा साक्षात्कार बहुतेकांना होत होता. एका आघाडीच्या वृत्तवाहिनीचे अत्यंत आक्रमक समजले जाणारे संपादक अगोदर जयाकडून या प्रकरणाचे सातत्याने अपडेट्स घेत होते. दोन वेळा या विषयावरील टॉक शोमध्येदेखील त्यांनी जयाला आमंत्रित केलं होतं; पण आता जया आपणहून त्यांना ॲप्रोच करतो तेव्हा त्यांचा दृष्टिकोन बराच मवाळ झाल्याचं त्याच्या लक्षात आलं. सध्या या संपादक महोदयांच्याच हाताखाली काम करणाऱ्या एका जुन्या मित्राच्या माध्यमातून जयाला माहिती कळली की, संपादकांच्या मुलीला अमेरिकेतील एका विद्यापीठात प्रवेशासाठी जाण्या-येण्याबाबत आणि तिच्या तेथील वास्तव्यासंबंधीची सगळी तजवीज मुख्यमंत्र्यांच्या एका निकटवर्तीयाने अगदी चोखपणे केली होती. त्यावरून जया काय ते समजला. दरम्यानच्या काळात वेळोवेळी होत असलेल्या चर्चांतून महेश आणि जया होता होईल तो परस्परांचे नैराश्य दूर करण्याचा प्रयत्न करत होते. सुमारे दीड महिन्याच्या कालावधीनंतर जयाला आतल्या गोटातून माहिती मिळाली की, बांद्रा कॉलनी प्रकरणाचा सुधारित प्रस्ताव पुढच्या कॅबिनेट मीटिंगसमोर चर्चेला येणार आहे. वरवर त्याला सामान्यांच्या हितरक्षणाचा भरपूर मुलामा दिला असला तरी वास्तवात तो हितसंबंधीयांसाठी पहिल्यापेक्षाही अधिक लाभदायी आहे. आता या मुद्द्यावरून परत एकदा आवाज उठवायचा, असं महेश आणि जयाने ठरवलं व सगळी जमवाजमव सुरू केली.

तीन आठवड्यांनंतर मंत्रिमंडळाच्या बैठकीत बांद्रा कॉलनी, सुपरस्पेशालिटी हॉस्पिटलसह अशा प्रकारच्या खासगीकरणातून होऊ घातलेल्या अन्य मोठ्या प्रकल्पाबाबतचा प्रस्ताव चर्चेसाठी होता. वरकरणी त्यामध्ये काही बदल असले तरी ते केवळ शाब्दिक बुडबुडे ठरणार होते. वास्तवात संबंधित विकासक, कंत्राटदार यांच्यासाठीच सोईची कलमे अत्यंत हुशारीने आणि छुप्या पद्धतीने त्यात घातलेली होती. अनेक बाबतीत मुद्दामहूनच संदिग्धता ठेवली होती, जेणेकरून उद्या काही प्रसंग उद्‌भवलाच

तर चौकशी करणाऱ्या यंत्रणेला त्याचा अन्वयार्थ सोईने काढता यावा, हा त्यामागचा हेतू होता.

दरम्यानच्या काळात सामूहिक बलात्कार प्रकरण मित्रपक्षावर चांगलेच शेकत असल्याचे पाहून मुख्यमंत्रीच पुन्हा त्यांच्या मदतीला धावून गेल्याचे भासत होते. या प्रकरणी मीडियासह सर्वत्र खूप बोंबाबोंब झाल्यावर अखेर एकदा पोलिसांना संशयितांना ताब्यात घेण्यात यश आले. खरे म्हणजे, रोकडेंच्या सांगण्यावरूनच संशयित आरोपी पोलिसांत हजर झाले होते. त्यामुळे पुढची कारवाई, आरोपपत्र वगैरे भाग सुरू होऊन हा विषयही तसा आटोक्यात आला होता. परिणामी, मित्रपक्षातदेखील सीएमच्या शब्दाचे वजन पूर्वीपेक्षा बरेच वाढले होते. अशा समयी आता काही महत्त्वाचे विषय मार्गी लावणे योग्य असल्याचे पाहून सीएम कार्यालयातून हळूहळू एकेक फाइल पुढे सरकवली जात होती. बांद्रा कॉलनीच्या विषयाचा नवा प्रस्ताव तयार झाल्यावर सीएमने स्वत: अत्यंत बारकाईने अभ्यासला. त्यानंतर मोजक्या प्रमुख हितसंबंधीयांची बैठक बोलावून सीएमनी त्यांना दाखवला. जेणेकरून त्याचे श्रेय संबंधित वर्तुळात केवळ आपल्यालाच मिळावे हा हेतू. त्यानंतर महसूलमंत्री कदम व आरोग्यमंत्री घोरपडे यांना बोलावून उभयतांशी चर्चा केल्यासारखे भासवत केवळ आपल्यामुळेच हे कसे प्रत्यक्षात येऊ शकले, त्याची अप्रत्यक्ष जाणीव त्यांना करून दिली. सीएम पदावरील दोन्ही प्रबळ दावेदारांची या निमित्ताने सहानुभूती मिळवली. कॅबिनेटच्या येत्या बैठकीत प्रस्ताव ठेवायचा आणि फारशी चर्चा न करता अगदी सर्वानुमते तो मार्गी लागेल, अशी परिस्थिती निर्माण करण्यात ते यशस्वी झाले; पण तरीही एक प्रश्न उरलाच, तो म्हणजे मीडियाचे लक्ष त्यावरून अधिकाधिक हटवण्याचा. मग त्याचीही तरतूद झाली. त्यासाठी कदम व घोरपडे यांना बैठकीच्या पूर्वसंध्येला चहासाठी एकत्र बंगल्यावर बोलवून सीएमने त्यांना आपला हेतू सांगितला. मीडियाचे लक्ष या विषयावरून उडवण्यासाठी काय करता येईल, असा प्रश्न केल्यावर दोघेही प्रथम फार काही सांगू शकले नाहीत. दहा मिनिटे खूप विचार केल्यासारखे भासवून सीएमनी एक प्रस्ताव ठेवला. ''मी एक तोडगा सांगतो, बघा पटला तर...''

अर्थातच त्याला दोघांचीही संमती मिळाली. लगेच सीएमनी आपली योजना सांगितली. ''उद्याच्या बैठकीत प्रकल्पग्रस्तांच्या जमीन हस्तांतरणाचाही विषय आहे. त्यावरून घोरपडेसाहेब तुम्ही कदमसाहेबांना टार्गेट करायचं. खास तुमच्या शैलीत आक्रमकपणा धारण करायचा. कदमसाहेब तुम्हीसुद्धा अरेला कारे करण्यात मागे राहायचं नाही. दोघांमध्ये जोरदार खडाजंगी व्हायला पाहिजे. त्यानंतर घोरपडेसाहेब तुम्ही बैठक अर्ध्यावरच सोडून तरातरा बाहेर पडायचं आणि तुमच्या बंगल्यावर निघून जायचं.

"बरं."

"तुमच्यातल्या या वादावादीची बातमी लगेच मीडियाला पद्धतशीर पोहोचेल. मग पत्रकारांकडून तुमची शोधाशोध सुरू होईल. दोघांनीही मीडियाशी जरूर बोलायचं; पण खूप ताणायचंही नाही. आमच्या आमच्या दृष्टिकोनातून मतभेद झाले, पण ते आमचं आम्ही पाहू. पक्ष ठरवेल, फार काही नाही, असं सांगून दोन दिवस टोलवत राहायचं. त्यामुळे मीडियाची कुत्री दोन दिवस त्यावरच भुंकत राहतील आणि आपल्या मूळ विषयावरचा फोकस दुसरीकडे शिफ्ट होईल. कसं?"

"जबरदस्त!" कदम आणि घोरपडेंनी सीएमच्या तोडग्याला मुक्तपणे दाद दिली.

ठरल्यानुसार कॅबिनेटची बैठक सुरू झाली. विषय पत्रिकेवर दुसराच विषय बांद्रा कॉलनीसह खासगीकरणातून करायच्या अन्य प्रकल्पांविषयीच्या धोरणाचा होता. अपेक्षेप्रमाणे जुजबी चर्चेनंतर तो सर्वानुमते मंजूर झाला. नंतरचे तीन-चार विषयही असेच किरकोळ चर्चेतून पास झाले. प्रकल्पग्रस्तांच्या जमीन हस्तांतरणाचा मुद्दा येताच घोरपडे अचानक आक्रमक झाले. आमच्या मतदारसंघात व एकूणच परिसरात हा मुद्दा कळीचा असताना महसूल खाते निगरगट्टपणे वागत असल्याचं सांगून त्यांनी कदमांच्या कार्यपद्धतीवर तोंडसुख घेतलं. कदमांनीदेखील आपल्या आक्रमक स्वभावानुसार त्यांना तिखट प्रतिउत्तर दिलं. पाच ते सात मिनिटे दोघांत चांगलीच खडाजंगी झाली. ते पाहून अन्य मंत्रीही हबकून गेले. शेवटी सीएमनी हस्तक्षेप करून घोरपडेंना सबुरीने घ्यायला सांगितलं. त्यावर जवळची कागदपत्रे दणकन टेबलावर आपटत घोरपडे रागारागाने उठले आणि बैठक अर्ध्यावरच सोडून तणतणत बाहेर पडले. या नाट्यमय घडामोडीने बैठकीचा नूरच पालटून गेला. फारशी चर्चा न होता अवघ्या दहा मिनिटांत बैठक आटोपली. त्यानंतर नेहमीप्रमाणे प्रेस ब्रीफिंग झालं. दरम्यानच्या काळात हा विषय काही पत्रकारांच्या कानापर्यंत पद्धतशीरपणे पोहोचवण्यात आला. पत्रकारमित्र म्हणवल्या जाणाऱ्या उपमुख्यमंत्र्यांशी काही खास मंडळींनी लगेच संपर्क साधला. उपमुख्यमंत्र्यांनी नाव न सांगण्याच्या अटीवर, पण आणखीनच तिखटमीठ लावून सगळं 'गॉसिप' मीडियापर्यंत पोहोचवलं. इतरही एक-दोन मंत्र्यांनी मीडियातल्या आपापल्या मंडळींकडे हा निरोप दिला. त्यामुळे बैठकीत कोणते विषय आले व त्यावर काय निर्णय झाले यापेक्षा दोन ज्येष्ठ मंत्र्यांमधल्या कलगीतुऱ्याच्या बातम्या ब्रेकिंग न्यूज म्हणून झळकू लागल्या. संपूर्ण मीडियात याच एका गोष्टीचे दळण सुरू झाले. आपला तीर अगदी योग्य निशाण्यावर लागल्याचे पाहून सीएम, कदम आणि घोरपडे तिघेही एकाचवेळी मनातल्या मनात खूश झाले. अपेक्षेप्रमाणे दुसऱ्या दिवशीच्या सगळ्या वृत्तपत्रात कदम व घोरपडेंच्या वादाचीच बातमी ठळकपणे दिली

गेली. 'प्रखर'मध्ये त्यासोबत बांद्रा कॉलनीचा मुद्दा पुढे सरकल्याची बातमी असली तरी तिथेही अपरिहार्यपणे मुख्य बातमी दोन मंत्र्यांमधील वादाचीच होती. इतर मीडियात तर या कोलाहलात बांद्रा कॉलनीचा विषय संपूर्णपणे झाकोळून गेला होता.

दुपारी चारच्या सुमारास जया महेशच्या ऑफिसला आला. दोघांमध्ये या विषयावर सविस्तर चर्चा झाली. गेल्या अधिवेशनात आणि आताही मीडियामध्ये आपला विषय अगदी मोक्याच्या क्षणी कसा मागे पडला, त्याची संगती लावण्याचा ते प्रयत्न करत होते. त्यातून आता सत्ताधाऱ्यांनी आपल्यापेक्षा खूप सरसपणे मीडियाचा वापर करून घेतला यावर दोघांचं एकमत झालं. अशा स्थितीत नेमकं काय करायचं ते त्यांना सुचत नव्हतं. थोडे थांबावे, नवा प्रस्ताव व्यवस्थित अभ्यासावा आणि विषय आणखी पुढे गेला की पुन्हा त्याचा अभ्यास करून त्यातल्या अनियमितता बाहेर काढता ही लढाई पुढे सुरू ठेवण्याचं ठरवून त्यांनी परस्परांना दिलासा दिला खरा; पण दोघेही मनोमन फारच निराश झाले होते.

आठवडाभराचा कालावधी उलटल्यानंतर महेश पुन्हा आपल्या विषयाकडे वळला. मंत्रिमंडळ निर्णयाचा नवा प्रस्ताव मागवून त्याचा बारकाईने अभ्यास सुरू केला. हळूहळू एकेका बाबीतली मेख त्याच्या लक्षात येऊ लागली. त्यानुसार त्याने काही महत्त्वाची टिपणंही काढून ठेवली. दरम्यानच्या काळात बांद्रा कॉलनी व सुपरस्पेशालिटीच्या फाइल्स प्रचंड वेगाने पुढे गेल्या. अगदी झपाट्याने पाहता पाहता मंत्रालयीन स्तरावरच्या सगळ्या औपचारिकता पूर्ण होत होत्या; पण अजूनही एक-दोन बाबी अशा होत्या, की त्यासाठी अंतिमतः चेंडू बांद्रा कलेक्टरच्याच कोर्टात येणार होता. महेश या प्रकरणाचा अगदी सखोल अभ्यास करत असल्याची खबर कर्णोपकर्णी झालेलीच होती. महेश आणि जया मिळून एका एनजीओला पुढे करून उच्च न्यायालयात जनहित याचिका दाखल करण्याच्या हालचाली करत असल्याची खबरही सीएमपर्यंत पोहोचली. आता बाकी वातावरणही तसं थंड झालं असल्याने उगाच बांद्रा कॉलनी प्रकरणी महेशनी पुन्हा खोडा घालू नये म्हणून सीएमने त्याची बदली करण्याचं ठरवलं. विषय जुना झाल्याने व परिस्थिती तशी आटोक्यात आल्याने महेशच्या बदलीचा मीडियात फार काही इश्यू होईल, अशी चिन्हे नव्हती. शिवाय या बदल्या रुटीन वाटाव्यात म्हणून आणखीही १२-१४ वरिष्ठ अधिकाऱ्यांच्या बदल्यांच्या फाइल्स तयार झाल्या. त्यातही नेहमीप्रमाणे मोठी सेटलमेन्ट होती. सगळ्या जागा अगदी मनासारख्या फिक्स झाल्यानंतर शुक्रवारी सायंकाळी बदल्यांची ऑर्डर काढायचं ठरलं. सेकंड सॅटर्डे आणि रविवार असे पुढचे दोन दिवस जोडून सुट्या आल्याने बदल्यांची फार चर्चा होणार नाही, हा हिशेब त्यामागे होता. सगळा बेत ठरल्यानंतर सीएसशी चर्चा करून महेशला योग्य प्रकारे हॅन्डल करायच्या

सूचना सीएमने दिल्या. त्यानुसार शुक्रवारी सकाळीच फोन करून सीएसनी महेशला दुपारी साडेचार वाजता मंत्रालयात बोलावलं. अचानक का बोलावणं आलं असेल, त्याचा विचार करत महेशने पटापट पुढ्यातली कामं हातावेगळी केली व बरोबर साडेचार वाजता सीएसच्या केबिनला पोहोचला. बऱ्याच वेळाने सीएसने त्याला आतमध्ये बोलावलं.

"हां, कम ऑन यंग मॅन."

"सर."

"अरे, सीट सीट कम्फर्टेबली."

"थँक्यू सर."

"सो, मिस्टर महेश, सध्या काय चाललंय विशेष?"

"नथिंग स्पेशल सर, रुटीन वर्क."

"हां, म्हणूनच चमकला नाहीस एवढ्यात पेपरमध्ये जास्त. हाऽ हाऽ हाऽ"

"..."

अर्धा मिनिट असाच शांततेत गेल्यावर सीएसने एकदम मुद्द्याला हात घातला. "सो, आय हॅव टु काँग्रॅच्युलेट यू."

"बट व्हाय सर?"

"यू आर प्रमोटेड, तुमच्या बॅचमधले बहुतेक सगळे जण आता सेक्रेटरी लेव्हलला येणार. तूसुद्धा!"

"सर!"

"येस, माय बॉय येस."

"..."

"अरे, तू खूश नाही दिसत?"

"नो सर. तसं नाही, पण..."

"पण काय, आता तुला मंत्रालयात यावं लागणार. या इथं, मी तुला मागेच सांगितलं होतं. इथे येऊन बघा, मंत्रालयाचा अनुभव घ्या."

"सर, माझ्या नवीन पोस्टिंग बद्दल समजेल काय?"

"येस व्हाय नॉट, आतापर्यंत ऑर्डर फायनल झाल्या असतीलच. तुमच्या ऑफिसला पोहोचतीलच काही वेळात."

"..."

"बाय द वे, आतापर्यंतचे तुझे रेकॉर्ड पाहून तुला खूप की-पोस्टिंग दिली आहे."

"सर."

एक मोठ्ठा पॉज घेऊन त्याच्यावर नजर रोखत सीएस छद्मीपणे म्हणाले,

''प्रोटोकॉल सेक्रेटरी.''

''ओह...'' म्हणून महेश गप्प बसला. दाखवायला प्रमोशन आणि वास्तवात सगळ्यात साइड पोस्टिंग हे जाणून तो मनातल्या मनात चरफडला. उद्विग्नतेचे भाव त्याच्या चेहऱ्यावर उमटले. त्याकडे कुत्सितपणे पाहत सीएसनी शेकहॅन्डसाठी हात पुढे केला आणि बेस्ट ऑफ लक म्हणत गोडीगोडीत त्याला कटवलं.

सीएसच्या केबिनमधून बाहेर पडताना त्याची मन:स्थिती अगदीच विचित्र झाली होती. तळमजल्याला आल्यावर त्याची पावले का कोण जाणे वर्षाच्या केबिनकडे वळली. त्याला पाहताच शिपायाने आतमध्ये जाऊन वर्दी दिली. समोर बसलेल्या आपल्या दोघा ऑफिसर्सना तिने कटवलं. महेश आत आल्या आल्या खुर्चीतून उठून प्रसन्नपणे स्मित करत तिने हात पुढे केला आणि त्याला मोकळेपणाने कॉंग्रॅच्युलेट केलं. त्याचा थंडपणे स्वीकार करून महेशने विचारलं, ''म्हणजे तुला हेही अगोदरच माहीत होतं तर!''

''येस ऑफकोर्स. अरे, आपली जवळजवळ सगळी बॅचच प्रमोट झालीये.''

''ओह!''

''येस येस.''

''आणि तुझं काय आता?''

''माझं प्रमोशन झालंय; पण डिपार्टमेन्ट सेम.''

''म्हणजे?''

''जीएडी सेक्रेटरीचा चार्ज आहे. म्हणजे पब्लिसिटी पुन्हा एक प्रकारे माझ्याच अंडर. फक्त आता डीजी वेगळा असेल कुणीतरी.''

''अरे वा! कॉंग्रॅट्स!''

''येस, मी इथे खूप छान काम केलं, म्हणून आता जीएडीसारखं महत्त्वाचं पोस्टिंग देत असल्याचं फादर सीएसनी सांगितलं मला.''

''व्वा!''

''आणि मिस्टर तुम्हीही आता इथंच मंत्रालयात.''

''...''

''तुझी नवी पोस्टिंग चांगली असली तरी फार काही काम नसतं रे तिथं. त्यामुळे आता आपण रेग्युलर भेटत जाऊ.''

''बघू या.''

''का? नाराज आहेस माझ्यावर?''

''छे गं, तुझ्यावर नाराज असतो तर इथे कशाला आलो असतो आत्ता.''

''मग?''

''मी नोकरीत राहीन की नाही सांगता येत नाही आता.''

''ओ मिस्टर, काहीबाही बोलू नका. उगीच एवढं मनाला लावून घ्यायची गरज नाही. डोन्ट बी फ्रस्ट्रेट, हे चालूच असतं. बाकी सगळ्याचा विचार कर. घरच्यांचं बघ. उगाच डोक्यात राग घालून घेऊ नकोस. उलट तुझ्यासारख्यांना ही पोस्ट फार चांगली आहे. अजिबात काही भानगडी नाहीत अन् काही नाही.''

''हं, देखते है।''

''वेड्यासारखा विचार करू नकोस काही. चल आज सेलिब्रेट करू या. डिनरला जाऊ. मी ऑलरेडी तिघाचौघांशी बोललेय आपल्या बॅचपैकी, सगळे तयार होताहेत.''

''सॉरी, तुम्ही करा एंजॉय.''

''आय नो, ठीक आहे. मी तुला नाही आग्रह करत; पण इथे चार्ज घेतलास की मात्र मला एकदा लंचला घेऊन जावं लागेल. वेल आपण दोघंच जाऊ, म्हणजे तुमच्यावर फार बोजा नाही पडणार. हाऽ हाऽ हाऽ''

''हं बघू या, चल निघतो मी.''

''ओके. मलासुद्धा ही बदल्यांची लिस्ट प्रेसला द्यायची आहे. एकदा फायनल वाचते आणि सोडते, म्हणजे मी मोकळी.''

''ओके देन, कॅरीऑन, मी निघतो.''

''अच्छा, बाय, टेक केअर. ॲन्ड डोन्ट बी डिस्टर्ब सो मच. कीप कूल युवरसेल्फ. काही वाटलं तर केव्हाही जरूर फोन कर.''

''ओके डोन्ट वरी, थँक्स.''

''टेक केअर.''

मंत्रालयातून खिन्न मनाने बाहेर पडून महेश गाडीत येऊन बसला. गाडीने बांद्र्याच्या दिशेने वेग पकडला. एरवी गाडीच्या काचेतून जाणवणारी मुंबईची रफ्तार पाहणे हा महेशचा आवडता छंद; पण आज तो या सगळ्याकडे अगदी शून्यातून पाहत होता. बदली झाली म्हणजे सध्याची पोस्टिंग सोडावी लागेल, याचे त्याला अजिबात दुःख नव्हतं, तर आतापर्यंत एवढा संघर्ष करून शेवटी पदरात काय पडलं, या विचाराने तो अस्वस्थ होता. काय करावं ते त्याला अजिबात सुचत नव्हतं. गाडी घराजवळच्या कॉर्नरवर आली तेवढ्यात मोबाइल व्हायब्रेट झाला म्हणून पाहतो तर जयाचा फोन.

''हॅलो.''

''हा सर, क्राय ऐकलं ते बरोबर आहे का?''

''कसलं, बदलीचं?''

''हं.''

''बरोबर आहे. आताच मंत्रालयातून येतोय. थेट सीएसनीच सांगितलं मला.''

''हं.''

"येस, बरोबर डाव टाकला त्यांनी."

"म्हणजे?"

"हेच की, मार्गातला काटा पद्धतशीरपणे दूर केला. शिवाय कुणी बोंब मारायला नको म्हणून इतरही १६ जणांच्या बढत्या-बदल्या केल्यात. म्हणजे सारं अगदी रुटीन वाटणार."

"हो बरोबर, मी आताच बदल्यांची लिस्ट पाहिली आणि लगेच तुम्हाला फोन केला."

"..."

"हॅलो."

"बोला बोला, ऐकतोय."

"तुमची बदली विथ प्रमोशन आहे."

"हो, पण अगदीच अडगळीतलं आहे ते."

"तेही खरंच म्हणा. मी तेच म्हटलं, जरा आपल्याशी डिस्कस करू आणि मस्तपैकी एक बातमी रंगवू, हा इश्यू लावून धरता येईल जरा."

"एक सांगू."

"हं."

"आज आता अशी काही बातमी नको असं वाटतंय, अगदी मनापासून."

"का?"

"तसं काही कारण नाही; पण नकोच आणि काय उपयोग होणारेय तसाही त्याचा. त्यापेक्षा आपण एक करू, रात्री कुठेतरी जेवायला जाऊ, भेटू. म्हणजे जरा बोलता येईल पुढे काय करायचं ते. अर्थात तुम्हाला वेळ असेल तर."

"अरे सर, वेळेचं काय, भेटू नक्की, फक्त कुठे आणि कधी ते सांगा."

"साधारण नऊ वाजता. कुठे ते तुम्ही सांगा, मला फारसं काही माहीत नाही त्यातलं."

"ओके. मी आवरतो पटापट, मग ठरवू कुठे भेटायचं ते."

"ठीक आहे, थँक्स."

खरंतर आज जयाला त्याचा आठवड्याचा कॉलम संपवायचा होता. कारण, उद्या दुपारी आल्या आल्या कॉलम नसेल तर सबनीस उगीच चार चार वेळा सगळ्यांसमोर कटकट करणार हे त्याला माहीत होतं. त्यामुळे आजचं काम आवरलं की रात्री उशिरापर्यंत बसून एकदाचा कॉलम संपवून टाकायचा, असं त्यानं दुपारीच ठरवलं होतं; पण एवढे दिवस महेशने केलेलं सहकार्य, दोघांचे जुळलेले बंध आणि महेशच्या आवाजातली अस्वस्थता पाहून त्याला नकार देणं जयाच्या बुद्धीला पटलं नाही. त्यामुळे तो चट्‌कन हो म्हणाला. आता उद्या भल्या सकाळी उठून लवकर

ऑफिसला येऊ आणि कॉलम करू म्हणत त्याने पटापट रोजची कामं हातावेगळी केली. साडेआठच्या सुमारास महेशचा नंबर डायल केला. दोघांनाही सोईचं म्हणून दादरच्या एका चांगल्या रेस्तराँमध्ये भेटायचं ठरलं आणि कधी नव्हे ते पावणेनऊलाच आपल्या सगळ्या स्टोऱ्या सबमिट करून जयाने ऑफिस सोडलं.

ठरल्यानुसार दोघांची भेट झाली. आत जाऊन बसल्याबरोबर ऑर्डर घेण्यासाठी वेटर येऊन उभा राहिला. खरंतर खायची फारशी इच्छा दोघांनाही नव्हती. भेटायचं आणि बोलायचं हाच खरा उद्देश होता. त्यामुळे सुरुवातीला त्यांनी सूप व नंतर बिर्याणीची ऑर्डर दिली. वेटर जाताच जयाने विचारलं,

"मग, नवा चार्ज कधी घेताय?"

"बघू, अजून ठरवलं नाही घ्यायचा की नाही ते."

"म्हणजे?"

"प्रोटोकॉल, म्हणजे प्रत्येकाची अगदी रीतसर ठेप ठेवा. मला ते कितपत जमेल ही शंकाच आहे."

"पण मग?"

"तेच तर सुचत नाहीये."

"म्हणजे?"

"सरळ राजीनामा देऊन मोकळं व्हावं असं वाटतंय."

थोडा वेळ दोघंही शांतच बसले होते.

अस्वस्थ शांततेचा भंग करत पुन्हा जयाचा प्रश्न, "का पण असं?"

"मग काय करणार, आपण एवढे लढलो पण काय झालं? त्यापेक्षा सालं दुसरं काही तरी करावं."

"म्हणजे?"

"एकतर तुमच्यासारखं जर्नालिस्ट म्हणून नव्यानं काम सुरू करावं किंवा ही सिस्टिमच बदलण्यासाठी थेट राजकारणात उतरावं."

"हं." नकारार्थी मान हलवत जयाचा मोठ्ठा सुस्कारा.

त्यावर महेशची विचारणा, "का, काही प्रॉब्लेम आहे?"

"हं, दोन्ही फील्डसाठी तुम्ही अगदीच मिसमॅच आहात."

"कसं?"

"या दोन्ही ठिकाणी जाऊन तुमच्यासारख्यांच्या अस्वस्थतेत, उद्विग्नतेत, पश्चात्तापात आणखी कैक पटीनं भर पडेल. किमान आता आहे त्यापेक्षा शंभर पटीनं फ्रस्ट्रेशन येईल."

"अं?"

"होय. कारण राजकारण करायचं तर वेगळ्या अर्थानं लोकप्रिय व्हावं लागतं. ते तसं फारसं कठीण नाही. लोकांना जे आवडतं ते बोललं की लोकप्रिय, सर्वमान्य वगैरे होता येतं. पण तुमचा तो स्वभाव नाही. आपल्याकडे लोकांना काय काहीही प्रिय असतं. म्हणजे वाहतूक पोलिसानं आमची गाडी अडवलीये, जरा फोन करून ती सोडायला सांगा, दारू गुत्त्यावर झालेल्या हाणामारीतल्या आरोपींना जामीन मिळवून द्या, एखाद्या बाबा-बुवाचा सत्संग स्पॉन्सर करा किंवा गल्लोगल्लीतल्या टोळक्यांना क्रिकेटचं किट पुरवा आणि मग तुम्ही खुशाल कितीही भ्रष्टाचार करा, गैरव्यवहार करा, आम्हाला त्याचं काही नाही. असं आपल्याकडचं प्राथमिक स्तरावरचं राजकारण चाललंय."

"ओह!"

"शिवाय कोणतीही निवडणूक लढवायची तर पक्षाची निवड काय करणार? सारे एकाच माळेचे मणी. बरं अपक्ष म्हणाल आणि लोकांचा पाठिंबा हवा असेल तर पुन्हा मघाशी सांगितल्याप्रमाणे लोकप्रिय व्हावं लागेल. एवढं करूनही निवडणुकीच्या मोसमात दोन-अडीच महिने दिवसाला किमान लाखभर रुपये खर्च करण्याची तयारी हवी, तरच स्पर्धेत टिकून तरी राहता येईल."

"बाप रे!"

"हे तर अगदीच किरकोळ म्हणजे आवश्यक ती यंत्रणा लावण्यापुरता खर्च सांगितला. कार्यकर्त्यांसाठी गाड्या, मंडप, स्टेज, खाणं-पिणं हे तर नेहमीचंच. बाकी देवघेव, डावपेच, प्रत्येक फुलीचा भाव हे तर वेगळंच. हे सगळं काय, त्यातलं काहीच तुम्ही करू शकणार नाही. मग कशाला नसत्या भानगडीत पडता?"

"खरंय."

"आणि आमच्या फील्डचं म्हणाल तर यापेक्षाही वाईट आहे. राजकारणापेक्षाही अधिक गलिच्छ राजकारण आमच्या क्षेत्रात आहे. गटबाजी, फंदफितुरी, लावालाव्या, खोट्यानाट्या भानगडी, गॉसिपिंग हे सगळं अगदी ठासून भरलंय. तुमच्याबरोबर बसून खाऊन-पिऊन, पाकीट घेऊन वर तुमच्याच स्पर्धकाला तुमचे सगळे पत्ते ओपन करून दाखवायची किंमत वसूल करणाऱ्या मंडळींचा भरणा अलीकडे प्रचंड वाढलाय. लहानसहान तर सोडाच, पण चांगले आघाडीचे म्हणून गणले जाणारे बहुतेक मोठे पत्रकारही एका अर्थानं फिक्सर्सच अधिक. राजकारण्यांना किमान लोकांना उत्तरं तरी द्यावी लागतात. पत्रकारांवर तर तेही दायित्व नसतं. सगळंच अगदी मोकळं रान आहे. शिवाय गटबाजी, आपापल्या ग्रुपची रिंग, परस्परांतले शह-काटशह हे तर विचारूच नका. अगदी टोळीयुद्धाच्या जवळ जाणारं आहे सगळं, हवं तर नि:शस्त्र टोळीयुद्ध म्हणा. मार्केट फोर्सेस, मालक मंडळींचे व्हेस्टेड इन्टरेस्ट्स, पेड न्यूज. सगळंच काळंकुट्ट आहे आतमधून. काही सन्मान्य अपवाद

वगळता राजकारणासारखीच, किंबहुना त्यापेक्षाही अधिक खालच्या दर्जाची बजबजपुरी आहे इथे. त्यात तुमच्यासारख्यांचा निभाव लागणार नाही.''

''मग?''

''मला वाटतं तुम्ही लगेच तिरीमिरीत काही निर्णय घेऊ नये. उलट नव्या पदाचा चार्ज तुम्ही लवकर स्वीकारावा. कारण चौकटीच्या आत राहून तुमच्यासारख्यांकडून आम्हाला जी मदत, रसदपुरवठा होतो तो खूपच महत्त्वाचा आहे. हा रोल अदृश्य असला तरी सर्वांत महत्त्वाचा आहे. खरे हिरो तुम्हीच आहात. त्यामुळे तूर्त वेगळा विचार करू नका. उलट या नव्या जागी तुम्हाला फार काम नसेल. त्याचा वापर प्रशासनातल्या तुमच्यासारख्या मोजक्याच, पण चांगल्या मंडळींचं नेटवर्किंग करण्यासाठी करा, जेणेकरून अशा अधिकारी, कर्मचाऱ्यांचंही लॉबिंग होईल आणि त्यातून अनेक गैरप्रकारांना चेक बसेल. आपल्या लोकशाहीचे कितीही दोष वरवर दिसत असले तरी अखेर मंत्री, अधिकारी, न्यायव्यवस्था, पत्रकार या सगळ्यांना लोकांची चाड ठेवावीच लागते. त्यात तुमच्यासारख्यांनी आम्हाला अशी मदत केली तरी कैक प्रकरणांना आळा बसू शकतो. ही एक मोठी शक्ती तुमच्याकडे आहे. त्याचा विचार करा. उलट आता आपण आणखी जोमानं काम करू. या प्रकरणातून धडा घेऊन पुढच्या प्रकरणांची तटबंदी अधिकाधिक पक्की करता येईल. लढादेखील अधिक चतुराईनं देता येईल.''

''हं.''

''काय झालं?''

''ठीक आहे. बचेंगे तो और भी लडेंगे.''

''ये हुई ना बात, हम तो लडतें ही रहेंगे. या प्रकरणातसुद्धा अजून काही निघालं तर बघू. अद्याप काम कुठे प्रत्यक्षात सुरू झालंय? तोवर आणखी काही पाचर मारता येते का ते तपासू. आपण लढतच राहायचं.''

''दॅट्स द स्पिरिट! थँक्स.''

''ओके देन, केव्हा घेताय चार्ज?''

''बहुतेक सोमवारीच घेऊन टाकीन आता.''

'प्रोटोकॉल'ला महेश जॉइन होईल की नाही त्याबाबत अनेकांना तशी साशंकता होती. विशेषत: त्या दिवशी त्याची वर्षाशी भेट झाल्यानंतर त्याने व्यक्त केलेल्या भावनेवरून तो कदाचित नोकरीतून बाहेर पडेल अशी चर्चा आयएएस लॉबीत जोरात सुरू झाली. त्यामुळे सोमवारी अगदी सकाळीच महेश चार्ज घ्यायला आल्याचे समजताच अनेकांच्या भुवया उंचावल्या. सीएसच्यादेखील कानापर्यंत हे गॉसिप गेलं होतं. या निमित्ताने महेश अनायासे बाहेर पडला तर बरंच आहे, असंही अनेकांना

मनातून वाटतं होतं; पण महेशच्या धक्कातंत्रामुळे या चर्चांना आपसूकच विराम मिळाला. चार्ज घेतल्यानंतर नेहमीच्या शिरस्त्याप्रमाणे महेशने आपले जॉब प्रोफाइल नीट जाणून घेतलं. ही पोस्टिंग तशी निरुपद्रवी असली तरी त्यामध्ये शिष्टाचाराची तत्त्वे खूपच काटेकोरपणे पाळावी लागतात. राजशिष्टाचाराचा अजाणतेपणीसुद्धा भंग होऊ नये म्हणून काय करावे लागेल ते सर्व त्याने समजून घेतले. काही बाबी मनाशी पक्क्या ठरवल्या व कामाला सुरुवात केली.

तीन दिवसांनी ऑस्ट्रेलियाचे शिष्टमंडळ भेटीसाठी येणार असल्याने तशी कामाची लगबग सुरू झाली. पाहुण्यांचे आगतस्वागत कसे करावे, त्यांचा कार्यक्रम ठरल्यानुसार पार पडावा, यासाठी काय दक्षता घ्यायची वगैरे कामात त्याने स्वत:ला झोकून दिले. पाहता पाहता आठवडा सरला आणि महेश या कामाला सरावला. एका दृष्टीने हे काम तसं बरं असल्याचं त्याला वाटू लागलं. कारण हे कराच, ते नियमात बसवून घ्या, तेवढी त्याला मंजुरी द्या, वगैरे प्रकार इथे नव्हते. दरम्यानच्या काळात त्याचे आणि जयाचे दोन-तीन फोन झाले असले तरी सांगण्यासारखं फार काही नव्हतं. महेशच्या घरी मात्र त्यामुळे उलट जरा समाधानाचं वातावरण होतं. कामाचं फार टेन्शन नसल्याने व तो वेळच्या वेळी घरी येत असल्याने नीतू सुखावली होती. महिनाभरात महेशचे रुटीन अगदी छान बसून गेले. अशातच एके दिवशी दुपारी अडीचच्या सुमारास त्याला जयाचा फोन आला. पण एका शिष्टमंडळासोबत असल्याने फोन सायलेन्ट मोडला होता. महेश फोन उचलत नसल्याने जयाने थोड्या थोड्या वेळाने पाच ते सहा वेळा फोन केला. पण रिप्लाय नसल्याने जरासा वैतागला. संध्याकाळी घरी निघाल्यावर पावणेसहाच्या सुमारास महेशने फोन बघितला अन् लगेच जयाला फोन लावला.

''हॅलो.''

''बोला सर, कधीचा फोन करतोय.''

''अहो, मी जरा एका मीटिंगमध्ये होतो आणि फोन सायलेन्ट मोडला होता, आत्ता बघितला.''

''अच्छा.''

''बोला काय म्हणताय?''

''म्हटलं, तुम्हाला एक न्यूज द्यावी, कदाचित आता ती पोहोचलीसुद्धा असेल तुमच्यापर्यंत.''

''कोणती?''

''आपल्या बांद्रा कॉलनीची.''

''काय?''

''या प्रकल्पाच्या मार्गातले बहुतेक सगळे अडथळे दूर झाले. त्यामुळे आता

लवकरच प्रकल्पाच्या कामाला सुरुवात होणार आहे.''

"अरे! कुणी सांगितलं?''

"आमच्या एका सोर्सनं, पण तुमच्यापर्यंत अजून काहीच आलं नाही?''

"नाही ना, खरंतर आमच्या इथल्या सर्कलमध्ये कुठेच त्याबद्दल काही चर्चा नाही. तुम्ही सांगितल्याप्रमाणे मी इथे आल्यापासून जाणीवपूर्वक समविचारी मंडळींना जमवून हे सर्कल वाढवतोय. प्रत्येक डिपार्टमेन्टमध्ये दोन-तीन तरी चांगली माणसं दिसताहेत. मग ते जीएडी असो, पीडब्लूडी असो, यूडी असो, महसूल असो की अगदी गृह वा सुरक्षा. त्यातच तुम्ही मीडियातून माझी जी इमेज उभी केलीत, त्यामुळेही अनेक जण स्वत:हून येऊन भेटताहेत, ओळख करून घेताहेत.''

"व्वा! हे एक बरंय.''

"हो, इथे आल्यामुळे माझाही या ना त्या निमित्ताने प्रशासनातल्या अनेकांशी संबंध येतोय. त्यातून आमच्या तीन-चार जणांची तर खूप गट्टी जमलीये. बऱ्याच विषयांवर चर्चा, स्पेक्युलेशन कानी पडतं. त्यानंतर काही दिवसांनी त्या बातम्या बाहेर पडतात असा अनुभव आहे; पण बांद्रा कॉलनीबाबत काहीच चर्चा नाही.''

"बघा तुमच्या पद्धतीनं माहिती घेतलीत तर बरं होईल.''

"तुम्ही बातमी देताय?''

"आज लगेच नाही. मलाही ती कन्फर्म करायचीये. पण मुळात आता त्यात फार काही दम नाही. तेव्हा म्हटलं, जरा दमादमानं द्यावी.''

"हा हा, पण...''

"पण काय?''

"मी घेतो जरा कानोसा आणि सांगतो तुम्हाला.''

"ठीक आहे, कळवा प्लीज.''

"ओके. आणि मंत्रालयात आलात तर जरा आमच्याकडेही चक्कर टाका.''

"जरूर, जरूर. मी परवा येणारच आहे डीसीएमकडे, त्या वेळी नक्की येतो भेटायला, मग बोलू.''

"येस या, नक्की बोलू.''

दुसऱ्या दिवशी ऑफिसला गेल्या गेल्या महेशने आपल्या नव्या खास ग्रुपमधील तिघा-चौघांना बोलावून घेतलं. त्यामध्ये आयटी डिपार्टमेन्टचा असिस्टंट डायरेक्टर नीरज शुक्ल, पीडब्लूडीचे कार्यकारी अभियंता आशिष पाटील आणि इलेक्ट्रिक डिपार्टमेन्ट हेड सुधीर पवार होते. चहापान व थोड्या इकडच्या तिकडच्या गप्पा झाल्यावर महेशने बांद्रा कॉलनीच्या विषयाची कुणाला काही नवीन माहिती आहे का ते विचारलं. पीडब्लूडीचे पाटील वगळता इतर दोघांना काहीच माहिती नव्हती. बाकी

सगळे अनभिज्ञ असल्याचे पाहून पाटलांनी संबंधित फाइलचा प्रवास वेगाने सुरू असल्याची माहिती पुरवली. जणू काही हा एककलमी कार्यक्रम असल्याप्रमाणे काही वरिष्ठ अधिकारी त्यामध्ये इन्टरेस्ट घेत होते. आता याबाबत एवढीशीसुद्धा क्युरी राहू नये वा भविष्यात काढली जाऊ नये म्हणून खूप मोठी यंत्रणा कामाला लागल्याचेही त्यांनी सांगितले. एवढेच नव्हे, तर आराखडासुद्धा आता अंतिम टप्प्यात आहे. फक्त एन्व्हायरन्मेंट क्लिअरन्स आला की लगेच भूमिपूजनदेखील उरकून टाकायच्या हालचाली सुरू असल्याचं त्यांनी सांगितलं. हे सगळं ऐकल्यानंतर काही वेळ महेश खूपच अस्वस्थ झाला. त्याच्या मनातली घालमेल चेहऱ्यावर स्पष्ट दिसत होती. अत्यंत संतप्त सुरात महेशने त्या सर्वांना आतापर्यंत या प्रकरणात नेमकं काय काय झालं आणि पडद्याआडून कुणी कशी सूत्रे हलवली ते सविस्तरपणे सांगितलं. माझा लढा स्वत:साठी नव्हता तर सरकारी जागा, लोकांचा पैसा यासाठी असल्याचंही त्याने अगदी कळकळीने सांगितलं. तसे मीडियात हे प्रकरण खूप गाजले असल्याने पार्श्वभूमी सगळ्यांना माहीतच होती; पण बोलण्याच्या ओघात महेशने त्यांना बऱ्याच इनसाइड स्टोरीज सांगितल्या. आपण केवळ विरोधासाठी विरोध करत नव्हतो, तर त्यात फक्त चार-दोन लोकांचा प्रचंड फायदा आणि सरकार, तसेच सर्वसामान्यांचा किती मोठा तोटा आहे ते त्याने पुन्हा पोटतिडकीने मांडलं. ते ऐकून तिघेही चांगलेच अस्वस्थ झाले. पण शेवटी आपण सरकारी मुलाजिम त्यामुळे यापेक्षा जास्त काय करू शकणार, असा सूर लावत चर्चेचा शेवट झाला आणि ते आपापल्या दालनात परतले.

जेवायच्या वेळी नेहमीप्रमाणे दुपारी अडीचच्या सुमारास ते एकत्र जमले. पण महेशचा पत्ता नसल्याने ते त्याच्या केबिनला आले. बघितलं तर महेश अगदी शून्यात नजर लावून बसला होता. त्याच्या मनातील घालमेल चेहऱ्यावर स्पष्ट दिसत होती. त्यांना पाहिल्यावर त्याच्या चेहऱ्यावरचे भाव बदलले. तिघेही समोर येऊन बसल्यानंतर आपल्याला जेवायची इच्छा नसल्याचे महेशने सांगितले; पण त्यांनी खूप आग्रह केला. पवारांनी तर त्याच्या शिपायाला बोलावून तिथेच डिश लावायची ऑर्डर दिली. पाचच मिनिटात त्यांनी बाजूच्या टी-पॉयवर सगळी मांडामांड करून जेवायला सुरुवात केली. विषय होता अर्थातच बांद्रा कॉलनी फाइलचा. त्यासोबत जवळपास प्रत्येक डिपार्टमेन्टमध्ये अशा प्रकारच्या फाइल्स ठासून भरलेल्या असल्याची बाब चर्चेतून समोर आली. याद्वारे सामान्य माणसाला कसे लुटले जात आहे, मूठभर मंडळी सत्तेचा गैरवापर करून आणि फिक्सिंग करून अब्जावधी रुपये कसे हडप करत आहेत, असा सगळा चर्चेचा सूर असल्याने त्यांच्या अस्वस्थतेत भरच पडली. आपल्यासारख्या मंडळींनी आता काही तरी करायला पाहिजे, असे ठरवून त्यांची बैठक आटोपली. जेवण संपल्यानंतर पाणी पिता पिता महेशच्या

डोक्यात एक विचार चमकून गेला आणि अगदी इलेक्ट्रिकचा करंट बसल्याप्रमाणे तो क्षणार्धात सरसावून बसला. अजून थोडा विचार केल्यावर त्याने काही गोष्टी मनात पक्क्या केल्या. एक दीर्घ उसासा टाकून उरलेला सगळा ग्लास एका घोटात रिकामा केला. तेवढ्यात पाटलांचा मोबाइल वाजला. सर, सर, म्हणत त्यांनी मोबाइल ठेवला आणि साहेबांचं अर्जंट काम आहे, लगेच जावं लागेल म्हणत निघाले. तेवढ्यात महेशने त्यांना थोडं थांबण्याची विनंती केली. पुन्हा ते खाली बसले. इकडे-तिकडे नजर टाकून केबिनच्या आसपास काही हालचाल नाही ना, याचा कानोसा घेत महेशने सावधपणे बोलायला सुरुवात केली.

आपण काहीतरी करायला पाहिजे या मघाच्या चर्चेचा सारांश पाहता नेमकं काय करायला पाहिजे हा जो विचार त्याच्या मनात चमकून गेलेला होता तो अगदी हलक्या आवाजात महेशने त्यांच्यासमोर मांडला. त्यात अर्थातच केंद्रस्थानी असतो तो अशा क्रिटिकल फाइल्सचा मुद्दा. काहीतरी करून अशा होतील तेवढ्या फाइल्स नष्ट केल्या तर त्यातील किमान ३० ते ४० प्रकरणांना आहेत तिथेच ब्रेक लागेल हा विश्वास त्याने त्यांना दिला. आयटी डिपार्टमेन्टमध्ये सध्या सर्वच महत्त्वाच्या फाइल्सचे डिजिटलायझेशन सुरू असल्याने त्याचे डिटेल्स तपासून अशा क्रिटिकल फाइल्स एकत्र करायच्या आणि मग पवारांच्या म्हणजे इलेक्ट्रिक डिपार्टमेन्टचा वापर अशा हार्ड व सॉफ्ट फाइल्स नष्ट करण्यासाठी कसा करता येऊ शकतो, त्याची जाणीव महेशने त्यांना करून दिली. प्रथम ते चांगलेच भांबावले, हबकले, पण एकाच विचाराचे असल्याने, व्यवस्थित नियोजन केलं तर महेश म्हणतो ते जमण्यासारखं असल्याची जाणीव झाल्याने त्यांनी त्याबाबत एक प्लॅन आखण्याचं ठरवलं. त्यासाठी आजच सायंकाळी भेटायचं आणि पुढच्या दहा-पंधरा दिवसात दिवस-रात्र एक करून आपला अंतिम प्लॅन तयार करायचा निश्चय त्यांनी केला. तिघांव्यतिरिक्त आणखी कुणालाच ही बाब कळू नये, अगदी चुकून वा बोलता बोलता घरी, बायकोलादेखील काही त्याविषयी बोलू नये असा निर्णय झाला आणि त्यांनी बैठक संपवली. अर्थात बैठक संपली ती तिघांच्याही मनात एक ठिणगी पेटवूनच.

दुसऱ्या दिवशी जयाची आणि महेशची भेट झाली. मंत्रालयात कामानिमित्त आलेला जया महेशला भेटण्यासाठी मुद्दाम वेळ काढून आला होता. जया आल्याचे पाहून निवांत बोलता यावे म्हणून महेशनेदेखील त्याच्या डिपार्टमेन्टअंतर्गत दोन नियोजित मीटिंग्ज उद्यावर ढकलल्या. त्यामुळे दोघांच्या अगदी सविस्तर गप्पा झाल्या. मुख्य विषय होता अर्थातच बांद्रा कॉलनी व सुपरस्पेशालिटी हॉस्पिटलचा.

बांद्रा कॉलनी प्रोजेक्टला लवकरच सुरुवात करण्याच्या हालचालींविषयीची जयाची माहिती बरोबर असल्याचे महेशने त्याला सांगितले. पीडब्लूडीमधूनच त्याला

दुजोरा मिळाला असल्याने ते निश्चित होते. पण महेश याबाबत त्यामानाने बराच संयत दिसला. कारण पुढचा ॲक्शन प्लॅन आता त्याच्या मनात आकार घेत होता. त्याची अगदी पुसटशी, वरवरची कल्पना महेशने जयाला दिली आणि त्याच्या मनाचा अंदाज घेतला. महेशची योजना काय असेल आणि त्याचा परिणाम किती भयानक होईल, याचा जयाला क्षणार्धात अंदाज आला, पण दुसरा उपायही नसल्याचं त्याला जाणवलं. त्यामुळे हा धाडसी निर्णय घेण्यास हरकत नाही. फक्त त्यासाठी आवश्यक ती सगळी काळजी योग्य रीतीने घ्यायला हवी. कुणाला साधी शंकासुद्धा यायला नको हे त्याने महेशला बजावून सांगितलं. एकदा बेत तडीस गेला की त्या वेळी मीडिया खूपच आक्रमक होईल. ती परिस्थिती कशी हाताळायची त्याची उभयतांमध्ये सविस्तर चर्चा झाली. प्रशासनाच्या वतीने काहीच बोलायचे नाही. किंबहुना त्याबाबत कुठे अवाक्षरही काढायचे नाही. असे केल्यास चर्चेचा रोख आपसूकच राज्यकर्त्यांच्या दिशेने जाईल, अशी स्ट्रॅटेजी ठरली आणि दोघांच्या मनावरचे ओझे बऱ्यापैकी हलके झाले.

बांद्रा कॉलनी प्रकरणाचा प्रवास कुठवर आला त्याचे अपडेट्स दररोज महेश पाटलांकडून घेत होता. दरम्यान, फाइल्सचे डिजिटलायझेशन ठरावीक काळात पूर्ण करण्याकामी सर्व खात्यांतील महत्त्वाच्या फाइल्स त्वरित आयटी डिपार्टमेन्टकडे पाठवण्याची गरज असल्याचे शुक्लंनी मुख्यमंत्र्यांसोबतच्या एका बैठकीप्रसंगी त्यांच्या लक्षात आणून दिलं. हे झाल्यास शासन, प्रशासन खूपच गतिमान होईल, लोकांमध्ये चांगला मेसेज जाईल, तोंडावर येऊन ठेपलेल्या निवडणुकीप्रसंगी त्याचा खूप उपयोग होईल वगैरे बाबी त्यांनी सहज बोलता बोलता पद्धतशीरपणे सीएमपर्यंत पोहोचवल्या. सरकारची प्रतिमा जनमानसात उंचावण्याची ही चांगली संधी असल्याचं जाणवून सीएमनी आपल्या ओएसडींना ज्या ज्या विभागाच्या फाइल्स अजून या प्रक्रियेसाठी जमा झालेल्या नाहीत त्यांनी तातडीने त्या जमा कराव्यात अशी ऑर्डर जीएडीमार्फत सर्व विभागांना काढण्याचे आदेश दिले. त्यानंतर फाइल्स आयटीकडे जमा करण्याची प्रक्रिया गतिमान झाली. फाइल्स जमा होऊ लागताच महेश आणि कंपनीकडून त्याचे निरीक्षण सुरू झाले. गडबडीच्या तसेच मंत्री व अधिकाऱ्यांच्या खास इन्टरेस्टच्या फाइल्स निवडण्याचे काम अगदी दिवस-रात्र एक करून लवकरात लवकर 'चॅनलाइज' करण्यात आले. बांद्रा कॉलनीसह काही एसईझेड, रस्ते विकास, धरण प्रकल्प, पाणीपुरवठा पाइपलाइनची टेंडर्स वगैरे अशा जवळपास पावणेदोन हजार फाइल्स टीम महेशतर्फे वेगळ्या काढल्या गेल्या. खासगीत त्याचे डिजिटलायझेशन तातडीने पूर्ण केले. त्याचा एका सिक्रेट ठिकाणी खासगी स्वरूपात बॅकअप घेऊन स्कॅनिंग पुन्हा लगेच क्रॅश केले. नंतर त्या सरकारी मूळ फाइल्स पुन्हा एका ठिकाणी

एकत्र केल्या गेल्या.

दरम्यानच्या काळात आगामी विधानसभा निवडणुकांची लगबग सुरू झाली होती. चार-पाच महिन्यांवर निवडणुका येऊन ठेपल्याने आचारसंहितेपूर्वी आपापल्या इन्टरेस्टच्या फाइल्स क्लिअर करण्यावर मंत्री आणि वरिष्ठ अधिकाऱ्यांचा भर होता. त्यामुळे अशा फाइल्स अनायासेच महेश आणि टीमच्या नजरेत आल्या. कारण त्या लवकरात लवकर डिजिटलाइज करून परत घेण्यासाठी पाठपुरावा सुरू होता. अशातच एके दिवशी सीएमनी मंत्रालयात नव्या मुख्य सचिवांसह सर्व विभागांचे सचिव, आयुक्त व स्वतंत्र जबाबदाऱ्या असणाऱ्या वरिष्ठ अधिकाऱ्यांची आढावा बैठक बोलावली. इलेक्शनपूर्वी काही महत्त्वाचे विषय सीएमला तातडीने मार्गी लावायचे होते. त्यासाठी हा घाट घातलेला होता. या बैठकीपाठोपाठ इतरही काही महत्त्वाच्या प्रकल्पांशी संबंधित समन्वयक, कंत्राटदार, उद्योजक यांच्याशीसुद्धा सीएम अनौपचारिक चर्चा करणार होते. त्यांच्या अडचणी ते स्वत: जाणून घेणार होते. त्यामुळे यंत्रणा त्या बैठकीसाठी अगदी अंग झटकून कामाला लागली होती.

विशेष बैठकीच्या दिवशी मंत्रालयात सहाव्या मजल्यावर एकच चहलपहल होती. सकाळी बरोबर अकरा वाजता सीएमची सचिव आणि वरिष्ठ अधिकाऱ्यांसोबत बैठक सुरू झाली. त्यामध्ये सीएमनी प्रशासनाने आता कामात कसा प्रचंड वेग घ्यायला हवा ते सांगितलं. विधानसभा निवडणुकांच्या कार्यक्रमाची घोषणा अडीच-तीन महिन्यांत होणार असल्याने त्यापूर्वीच महत्त्वाचे प्रकल्प मार्गी लावण्यासाठी काय काय ॲक्शन प्लॅन असावेत ते ठरलं. त्यानुसार टॉप २५ प्रोजेक्ट कागदोपत्री पुढच्या पंधरवड्यात अगदी क्लिअर करण्याचे आदेश दिले. त्यामध्ये अर्थातच बांद्रा कॉलनीचा विषयही होता. ते पाहून आता आपला मास्टर प्लॅनही प्रत्यक्षात आणण्याची वेळ समीप येऊन ठेपल्याची मनोमन जाणीव महेशला झाली. त्यानुसार तो अत्यंत सावधपणे सगळ्या परिस्थितीचे अवलोकन करायला लागला.

जवळपास तीन तासांनी ही मॅरेथॉन बैठक आटोपली. लंच ब्रेकनंतर लगेचच या टॉप २५ प्रकल्पांसंबंधी खास बैठक होणार होती. त्यामध्ये विदेशातून येणाऱ्या शिष्टमंडळांसाठीच्या नियोजित वास्तूचा समावेश असल्याने महेशलासुद्धा या बैठकीला थांबावे लागणार होते. शिवाय त्या त्या प्रकल्पाशी संबंधित आर्किटेक्ट, कंत्राटदार, पुरवठादार वगैरेही या बैठकीला होते. ही मंडळी अगदी जय्यत तयारीनिशी सकाळपासून मंत्रालयात हजर होती. लंच ब्रेकमध्ये ही मंडळीदेखील तिथे जमली आणि गटागटाने लंच डिप्लोमसी सुरू झाली.

महेश बुफेच्या टेबलाकडे गेला. सॅलड, सूप, एक चपाती, डाळ असं अगदी थोडं डिशमध्ये घेऊन तो बाजूला उभा राहिला. तेवढ्यात बांद्रा कॉलनीशी संबंधित

मंडळी त्याच्याजवळ येऊन थांबली. अगदी काहीही न झाल्याप्रमाणे भासवत या शेठलोकांनी आणि त्यांच्या दोघातिघा फिक्सर्सनी महेशला अत्यंत आदरपूर्वक नमस्कार केला. आपसातील चर्चेच्या ओघात काय, कसं काय साहेब म्हणून महेशलाही आपल्यात सामावून घेण्याचा प्रयत्न केला. चर्चेत बांद्रा कॉलनी फाइल आता कशी क्लिअर आहे, टॉप २५ प्रोजेक्टमध्ये त्याचा कसा समावेश झाला याचे किस्से एकमेकांना हसत हसत सांगताना महेशला ऐकवायचे ते गोडीगोडीत ऐकवले गेले. त्याने अस्वस्थ झालेला महेश चेहऱ्यावर काहीही न दाखवता सारे काही कानाआड करायचा प्रयत्न करत होता. आपल्या डिशमधील एकुलती एक चपाती कशीबशी संपवून डिश ठेवण्याच्या बहाण्याने तो तिथून सटकणार तेवढ्यात त्याला निघालेला पाहून बांद्रा कॉलनी प्रकरणातले एक बडे, पण पडद्यामागचे स्टेक होल्डर गुलाबचंद मोदींनी त्याला थोपवलं.

"सर, आपल्याला स्पेशल थँक्स हां!" मोदींचा कुत्सित स्वर.

"कशाबद्दल?" महेशचा तुटक प्रतिप्रश्न.

"बांद्रा कॉलनी प्रकरणात केलेल्या सहकार्याबद्दल."

"म्हणजे?"

"साहेब, यामदी सगळ्यात महत्त्वाचं काम तर आपलंच होतं ना! तुमच्यामुळे आमचा फायदा दहागुना वाढला ना सर, असं काय करता! म्हणूनच स्पेशल थँक्स, हाऽ हाऽ हाऽ"

"काय चेष्टा करता, उलट माझा अडथळा होता त्यात, तुमचा प्रोजेक्ट डिले झाला माझ्यामुळे."

"तेच तर सांगतो ना सर, तुम्ही फाइल लटकवल्यामुळेच आमचा दहागुना प्रोफिट झाला."

कोड्यात पडलेला महेशने न राहवून विचारलं, "तो कसा?"

त्यावर खवचटपणे हसत गुलाबशेठ उत्तरले, "देखो सर, तुमच्यामुळे फाइल एवढे दिवस लटकली. प्रोजेक्ट डिले झाला हे बराबर. पण त्यामुळे आमचं काहीच नुकसान झालं नाही. उलट लै नफा झाला. या लेटमुळे प्रॉजेक्टची कॉस्ट ७ ते ८ टक्क्यांनी वाढली हेबी बराबर. पण या काळात लॅन्डची कॉस्ट किती स्पीडनी वाढली ते पाहा. हे गणित केलं तर आम्हाला बाकीची लॅन्ड डेव्हलप करून मिळणारा नफा किती वाढणार आहे, मालूम...?"

"किती?" महेशचा संतप्त सुरात, पण थंडपणे प्रश्न.

"सर, या टायमात वाढलेली लॅन्ड कॉस्ट पाहिली तर जिथे अगोदर रुपया मिळणार होता तिथे आता दहा रुपये मिळतील. हाऽ हाऽ हाऽ म्हणूनच तुम्हाला स्पेशल थँक्स."

हाऽ हाऽ हाऽ हाऽ हाऽ हाऽ

हे सामुदायिक खिदळणं सहन न झाल्याने महेशने त्वेशाने त्यांना प्रत्युत्तर दिलं. ''माझी जागा मला दाखवून दिल्याबद्दल तुमचे सगळ्यांचेही स्पेशल थँक्स. आपण असंच एकमेकांचं हित चिंतत राहू आणि हो अजून एवढ्या भ्रमात राहू नका. कारण प्रत्यक्ष कामाला अजून सुरुवात व्हायचीये. अँड स्पेशल थँक्स टु ऑल ऑफ यू वन्स अगेन.''

महेशची पाठ वळताच एकमेकांना नजरेने खुणावून कुत्सितपणे हसत सगळ्यांनी महेशची ती अवस्था एंजॉय केली व सीएच्या बैठकीकडे वळले.

आगामी निवडणुका बघता कामे मार्गी लावण्यासाठी आता शासन आणि प्रशासन चांगलेच गतिमान झाले होते. मीडियातूनही त्याविषयी सातत्याने बातम्या झळकत होत्या. आपल्या शासनाने आतापर्यंत नेमके काय केले ते सांगण्यासाठी सीएमपासून प्रत्येक लहान-मोठ्या पुढाऱ्याची चमकोगिरी सुरू होती. आपल्या महत्त्वाकांक्षी टॉप २५ प्रकल्पांच्या ॲक्शन प्लॅनची घोषणा करण्याची हीच योग्य वेळ असल्याचं सीएमला वाटू लागलं. हे टायमिंग अचूक साधण्याच्या उद्देशाने सीएमनी एक प्रेस कॉन्फरन्स कॉल करण्याचं ठरवलं. त्यानुसार पब्लिसिटी डिपार्टमेन्टकडून प्रेसला निरोप गेला. हा निरोप मिळाल्यावर वेगळी बातमी करावी, अधिक काही मिळाले तर पाहावे या उद्देशाने जयाने महेशला फोन केला. वास्तविक महेशला या टॉप २५ प्लॅनची पूर्ण कल्पना होती, पण आताच चुकूनदेखील मीडियामार्फत आपल्याबाबत काहीही आले तरी पुढचा प्लॅन फिस्कटू शकतो, असा मनोमन विचार करून तो जयाशी या विषयावर फार काही बोलला नाही. मात्र, जयाकडून मिळालेल्या मुख्यमंत्र्यांच्या प्रेसच्या माहितीमुळे आता आपला बेत तडीस न्यायची वेळ झाल्याची जाणीव त्याला झाली. त्यानुसार त्याने शुक्ल आणि पवार यांना बोलावून त्याची कल्पना दिली. तिघेही जण आता मानसिकदृष्ट्या त्यासाठी अगदी टफ बनले होते. उद्या जेव्हा सीएम ही प्रेस कॉन्फरन्स करत असतील तेव्हाच आपली ॲक्शन सुरू करायची, जेणेकरून बहुतेक सगळ्या यंत्रणेचे लक्ष तिकडे लागलेले असेल. आपल्या कारवाईमुळे सीएमच्या प्रेस कॉन्फरन्सचा मूळ विषय नष्ट तर होईलच, शिवाय सगळा मीडियादेखील आयताच तिथे गवसेल आणि वाइड पब्लिसिटीची आपोआपच सोय होईल हेही महेशने शुक्ल व पवारांच्या लक्षात आणून दिलं. ते उभयतांना पटलं आणि तिघांनी उद्याच्या कामगिरीतील आपापला रोल निश्चित केला. जे करायचं ते अत्यंत सावधानतेने, हुशारीने व सर्वांत महत्त्वाचे म्हणजे थंड डोक्याने करायचं हे त्यांनी परस्परांना पुन:पुन्हा बजावलं. त्यानंतर त्यांनी अगदी शांतपणे आपला अंतिम प्लॅन तयार केला. आतापर्यंत त्यासाठीची सारी पूर्वतयारी

पार पडलेली असल्याने आणि आवश्यक त्या सगळ्या बाबींची पूर्तता करून घेतली असल्याने उद्या तसे फार काही करायचे नव्हते. अगदी दोन-पाच मिनिटांचीच कृती, पण ती अत्यंत चलाखीने, सजगतेने आणि सहजतेने करायची होती. कुणाला संशयालादेखील वाव राहणार नाही, या पद्धतीने अगदी रोजचे काम करत आहोत अशा आविर्भावात काम फत्ते करायचे होते. त्यानुसार तिघांनी निर्धार पक्का असल्याचे सांगत एकमेकांशी हात मिळवले आणि परस्परांना मानसिक बळ दिले.

सीएम अत्यंत महत्त्वाची घोषणा करणार असल्याचे निरोप आदल्या दिवशी प्रेसला गेले असल्याने बहुतांश सीनिअर मंडळी कॉन्फरन्ससाठी जातीने उपस्थित होती. इलेक्ट्रॉनिक मीडिया झाडून हजर होता. सीएम ठरल्यावेळी सभागृहात आले. मीडियाची उसळलेली गर्दी पाहून ते मनोमन खूश झाले. सर्वांना हात जोडून नमस्कार केल्यावर त्यांनी आपले निवेदन सुरू केले. पाच मिनिटे स्वत:च्या सरकारची पाठ थोपटून घेतल्यानंतर त्यांनी आगामी काळातील आपल्या टॉप २५ प्रोजेक्टची घोषणा केली. त्याचे प्रेस रिलीज वाटण्यासाठी शिपायांची लगबग सुरू झाली. हाती पडलेल्या प्रेसनोटवरून नजर फिरवत काही जणांनी लगेच त्यासबंधी अधिक माहिती विचारली. त्यानंतर प्रश्नोत्तरांचा सिलसिला सुरू झाला. साहजिकच चर्चेची गाडी राजकीय वळणावर आली. कॉन्फरन्समध्ये अगदी रंग भरला जात असतानाच शुक्ल महेशच्या दालनात आले आणि ठरल्यानुसार डावा हात शेकहॅन्डसाठी पुढे करून त्याला स्वत:ची सगळी तयारी अगदी पूर्ण झाल्याचा संदेश दिला. महेशने टेबलावरील फोन उचलला आणि पवारांचा एक्स्टेंशन नंबर डायल केला. फोन रिसीव्ह होऊन पवार तिकडून हॅलो म्हणताच महेशने फोन कट केला आणि लगेच पुन्हा एकदा डायल केला. पुन्हा हॅलो ऐकू येताच तो फोन कट केला. त्यावरून पवार यांना जे जे समजायचं ते समजलं आणि एक दीर्घ उसासा टाकून ते आपल्या जागेवरून उठले. दालनाबाहेर येऊन कॉरिडॉरमधून जाता जाता मागेपुढे अन्य कुणी नाही ना, याची खात्री करून त्यांनी एका विशिष्ट लाइनच्या सॉकेटमधल्या वायर्स फक्त क्रॉस केल्या आणि पुढे चालत गेले. दहा-बारा पावलांतच ते आपल्या एका सबऑर्डिनेटचे दालन पार करून उजवीकडे वळले अन् ओझरती नजर मागे टाकली. पवारांच्या त्या अवघ्या दोन सेकंदांच्या कृतीने आपले काम दाखवायला सुरुवात केली होती. कारण दोन्ही सॉकेटमधून स्पार्किंग सुरू झाले होते. तिथून झपाझप पावले टाकत पवार सरळ खालच्या मजल्यावरील कॅन्टीनमध्ये जाऊन बसले. तोच त्यांना बाजूच्या आयटी डिपार्टमेन्टमध्ये गलका ऐकू येऊ लागला. पुढच्या मिनिटभरातच आग आग म्हणून कॅन्टीनमध्ये एक जण धावत आला आणि सारे बसल्या जागेवरून उठून बाहेर पळायला लागले.

तिकडे सीएम पत्रकारांच्या प्रश्नांना अगदी खुशीत टोलवण्याच्या मूडमध्ये आलेले असताना त्यांचा चीफ सिक्युरिटी ऑफिसर घाईघाईने त्यांच्या कानाला लागला आणि ताबडतोब तिथून उठण्याची विनंती केली. त्याचं म्हणणं ऐकून क्षणभर सीएम विचलित झाले. ते जागेवर उठून उभे राहिले. अचानक झालेल्या या कृतीने सगळ्यांच्याच चेहऱ्यावर प्रश्नचिन्ह उमटल्याचं पाहून त्याही स्थितीत ते म्हणाले की, "आता आपल्याला प्रेस कॉन्फरन्स इथंच थांबवावी लागेल. सिक्युरिटी ऑफिसर सांगत होते की इथे आग लागलीये. आयटी डिपार्टमेन्ट-कॅन्टीनच्या भागात ती वेगाने पसरत आहे. आपणही सगळे लवकर सुरक्षित ठिकाणी आसरा घ्या. मी निघतो, पुन्हा भेटू लवकरच. धन्यवाद!"

सीएमची पाठ वळताच मीडियाने आगीच्या दिशेने अर्थात आयटी डिपार्टमेन्टकडे धाव घेतली. तोपर्यंत आगीने रौद्र रूप धारण केले होते. आयटी डिपार्टमेन्टला मुळातच कर्मचारीसंख्या तशी कमी असल्याने व आता जवळपास लंचची वेळ होत आली असल्याने तिथे फारशी गर्दी नव्हती. पण तिथून सुरू झालेल्या आगीने लगेच शेजारपाजारच्याही डिपार्टमेन्टला कवेत घेऊन वरच्या आणि खालच्या मजल्यापर्यंत हातपाय पसरले. आग पाहताच जो तो प्रथम आपला जीव वाचवण्यासाठी जिन्याकडे पळत सुटला. टीव्ही कॅमेरामन लगेच आगीचे शूटिंग घेण्यात व्यस्त झाले. तोपर्यंत फायर ब्रिगेडही तेथे येऊन धडकली. आग विझवण्याचे प्रयत्न युद्धपातळीवर सुरू झाले.

या साऱ्या गदारोळाला दोनच मिनिटांत वृत्तवाहिन्यांच्या माध्यमातून टीव्हीच्या पडद्याने व्यापून टाकले. सोशल मीडियावरही तीच धूम सुरू झाली. चार-पाच तास हा गहजब असाच सुरू राहिला. त्यानंतर आग आटोक्यात आल्याच्या व सुदैवाने कोणत्याही प्रकारची जीवितहानी न झाल्याच्या बातम्या यायला लागल्या. अनेक जण किरकोळ वा गंभीर म्हणावे असे जखमी मात्र झाले होते. गुदमरल्यामुळेही काही जण भांबावून गेले. विरोधकांकडून लगेच घडल्या घटनेबद्दल आगपाखड सुरू झाली. काही विशिष्ट हेतूने आग लावली तर गेली नसेल ना, असे आरोपवजा प्रश्न उपस्थित केले जाऊ लागले. त्यावर लगेच सीएम-डीसीएमची प्रतिक्रिया आली. अगोदर नेमके काय घडले ते जाणून घेतले जाईल व या संपूर्ण प्रकाराची उच्चस्तरीय चौकशी केली जाईल, असे सीएमने जाहीर केले. सायंकाळी उशिरा पंचनामा सुरू झाला आणि त्यामध्ये काय काय गोष्टी आगीच्या भक्षस्थानी पडल्या त्याची नोंद व्हायला लागली. टेबल, खुर्च्या, कॉम्प्युटर, फर्निचरसह बहुतांश कागदी फाइल्स जळून खाक झालेल्या होत्या.

दिवसभर आगीची तीच ती घटना दाखवून दळण दळत असलेल्या मीडियाला हा नवा मुद्दा मिळाला. किती फाइल्स जळाल्या असाव्यात, त्या कुठल्या असाव्यात

वगैरेवर फोकस व्हायला लागल्या.

दुसऱ्या दिवशी सायंकाळी सीएमनी पुन्हा या विषयावर प्रेस बोलावली. इलेक्ट्रिकच्या शॉर्टसर्किटमुळे आग लागल्याचे त्यांनी अधिकृतपणे जाहीर केलं, तसेच डिजिटलायझेशनचे काम सुरू असलेल्या सुमारे ४० हजार कागदी फाइल्स व त्यापैकी जवळपास सत्तावीस हजार फाइल्सचा डिजिटल डेटा, बॅकअप हे सारेच आगीच्या भक्ष्यस्थानी पडल्याचेही त्यांनी सांगितलं. त्यामध्ये कालच्या आपल्या टॉप २५ प्रोजेक्ट्ससह जवळपास साडेतीन हजार अतिमहत्त्वाच्या फाइल्स असल्याची माहितीही दिली. त्यामुळे त्यातील बहुतांश कामे आता रखडणार होती आणि कसेबसे जुळवत आणलेल्या अनेक कामांचे प्रस्ताव तर आता लगेच पुन्हा नव्याने करणे जवळपास अशक्यच आहे, हे सांगताना सीएमच्या चेहऱ्यावरील तणाव अगदी स्पष्ट जाणवत होता.

एक प्रकारे यामुळे 'रेड टेपिझम'च जळून खाक झाले असे नाही वाटत का? या प्रश्नाचा बाण थेट सीएमच्याच दिशेने आला. त्यानंतर सुरू झालेल्या पत्रकारांच्या प्रश्नांच्या सरबत्तीने तर त्यांचा चेहरा जणू काळाठिक्कर पडत चालल्याचे दिसले. टीव्हीवरचे हे सारे कव्हरेज लाइव्ह पाहताना महेशने नीतूला हाक मारली. एक कडक काळा चहा बनवायला सांगितला आणि परवा संध्याकाळी ऑफिसातून येताना घरी आणलेल्या फाइल्सच्या गठ्ठ्यातील एक फाइल हाती घेऊन तिची लाल फीत उघडत स्वत:शीच हसता हसता ती पुन्हा तशीच बंद करून टाकली.

◆